பம்பாய் சைக்கிள்

பம்பாய் சைக்கிள்

இரவி அருணாசலம் (பி. 1960)

யாழ்ப்பாணம் அளவெட்டியில் பிறந்தார். மகாஜனாக் கல்லூரியில் கல்வி கற்று, 1982இல் யாழ்ப்பாணப் பல்கலைக்கழகத்தில், தமிழைச் சிறப்புப் பாடமாகப் பயின்று, 1986இல் சிறப்புக் கலைமாணிப் பட்டம் பெற்றார். பின்னர் 1988இல் தொடங்கி, யாழ்ப்பாணப் பல்கலைக்கழகத்தில் அரங்கியல் பயின்று, 1992இல் முதுகலைமாணிப் பட்டம் பெற்றார். 1995இல் கொழும்புப் பல்கலைக்கழகத்தில் கல்வியியலில் பட்டம் பெற்றார். பத்து வருட காலம் இலங்கையில் ஆசிரியராகப் பணிபுரிந்தார்.

புதுசு, சரிநிகர், புலம், ஐபிசி தமிழ் பத்திரிகை, *ஒரு பேப்பர்* ஆகிய இதழ்களின் ஆசிரியர் குழு உறுப்பினர். ஐபிசி தமிழ் வானொலி (லண்டன்), டிடிஎன் தமிழ் ஒளி தொலைக்காட்சி (பிரான்ஸ்) ஆகிய ஊடகங்களில் நிகழ்ச்சித் தயாரிப்பாளராகப் பணிபுரிந்துள்ளார்.

இருபதாவது வயதில் எழுதத் தொடங்கி, இன்றுவரை ஐம்பதுக்கும் மேற்பட்ட சிறுகதைகளை எழுதியுள்ளார். தற்போது லண்டனில் வசிக்கிறார்.

மனைவி: சுசீலா, மைந்தர்: சஞ்சயன், சஞ்சுதன்.

மின்னஞ்சல்: puthusuravi28@gmail.com

இரவி அருணாசலம்

பம்பாய் சைக்கிள்

காலச்சுவடு பதிப்பகம்

● அன்பார்ந்த வாசகருக்கு,

வணக்கம்.

காலச்சுவடு நூலை வாங்கியமைக்கு நன்றி.

நூலின் உள்ளடக்கம், உருவாக்கம், அட்டைப்படம் இன்ன பிற அம்சங்கள் பற்றிய உங்கள் கருத்துகளையும் ஆலோசனைகளையும் காலச்சுவடு வரவேற்கிறது. தகவல், எழுத்து, வாக்கியப் பிழைகள் தென்பட்டால் அவசியம் தெரிவித்து உதவுங்கள். நூல் தயாரிப்பில் கடும் குறைபாடு இருப்பின் மாற்றுப் பிரதி உங்களுக்குக் கிடைக்கக் காலச்சுவடு ஏற்பாடு செய்யும்.

மின்னஞ்சல்: **publisher@kalachuvadu.com**

காலச்சுவடு நாகர்கோவில் அலுவலகத்திற்குக் கடிதம் அனுப்பலாம்.

தங்கள்
எஸ்.ஆர். சுந்தரம் (கண்ணன்)
பதிப்பாளர் — நிர்வாக இயக்குநர்

பம்பாய் சைக்கிள் ♦ நாவல் ♦ ஆசிரியர்: இரவி அருணாசலம் ♦ © இரவி அருணாசலம் ♦ முதல் பதிப்பு: டிசம்பர் 2024 ♦ வெளியீடு: காலச்சுவடு பப்ளிகேஷன்ஸ் (பி) லிட்., 669, கே.பி. சாலை, நாகர்கோவில் 629001

காலச்சுவடு பதிப்பக வெளியீடு: 1317

pampaay caikkiL ♦ Novel ♦ Author: Ravi Arunachalam ♦ © Ravi Arunachalam ♦ Language: Tamil ♦ First Edition: December 2024 ♦ Size: Demy 1 x 8 ♦ Paper: 18.6 kg maplitho ♦ Pages: 344

Published by Kalachuvadu Publications Pvt. Ltd., 669 K.P. Road, Nagercoil 629001, India ♦ Phone: 91-4652-278525 ♦ e-mail: publications @kalachuvadu.com ♦ Printed at Clicto Print, Jaleel Towers, 42 KB Dasan Road, Teynampet Chennai 600018

ISBN: 978-93-6110-092-5

12/2024/S. No. 1317, kcp 5411, 18. 6 (1) rss

இந்தியப் படையால் பல்லாயிரக்கணக்கில்
(யூலை, 1987 – மார்ச், 1990) கொல்லப்பட்ட,
சிதைக்கப்பட்ட ஈழத் தமிழர்களுக்கு

சொல்வதற்கு ஒன்றுமில்லை

அப்படித்தான் நினைத்தேன். ஆனால் சுருக்கமாகவேனும் சொல்வதற்கு ஏதோ இருக்கிறது.

இலங்கையைத் தாய்நாடென்றும் இந்தியாவைத் தந்தையர் நாடென்றும் நம்பியும் விரும்பியும் ஈழத் தமிழர் பலர் வாழ்ந்தனர். அத்தகைய நம்பிக்கை நூற்றாண்டுக் காலம் உயிர்ப்புடன் இருந்தது. ஈழத் தமிழர் பலரது வீட்டில் காந்தி, நேரு, சுபாஷ் சந்திரபோஸ் போன்றோர், பெரிய சட்டகமிட்ட புகைப்படங்களில் எம்மைப் பார்த்துப் புன்னகைத்தனர். வல்லபாய் பட்டேலை 'இரும்பு மனிதன்' என்று அப்பா சொன்ன கதைகளில் நான் சிலிர்த்ததுண்டு. 'ஜாலியான் வாலாபாக்' படுகொலைகளைக் கண்ணீர் சிந்தாமல் அம்மாவால் சொல்ல முடிந்ததில்லை.

மானசீகமாகக் காந்தியின் தீவிர சீடராக இருந்தார் அப்பா. காந்தியின் உடலை எரித்து வந்த சாம்பரை, கீரிமலைக் கடலின் புனித நீரில் கரைத்த அன்றுதான் கீரிமலையில் வாழ்ந்த அம்மாவை அப்பா முதலில் கண்கொண்டார். அது கலியாணத்தில் முடிந்தது.

எந்த நாட்டுடனும் இந்தியா போர் புரிந்தபோது, ஈழத் தமிழர் அத்தனைபேரின் தீவிர ஆதரவும் இந்தியாவுக்கு இருந்தது. தங்கள் நாடு வென்றதாகவே இந்தியாவின் வெற்றியில் துள்ளிக் குதித்தனர். அதனால் பாகிஸ்தான், சீனா போன்றன ஈழத் தமிழர்களுக்குப் பகைநாடுகள் ஆகின.

இந்தியப் பிரதமர் இந்திரா காந்தி, ஈழத் தமிழர்களுக்குத் தாயாராக மாத்திரமல்ல, தெய்வமாக ஆனார். அவர் தமிழீழம்தனைப் பெற்றுத் தருவார் என்கின்ற உறுதி, ஈழத் தமிழர்களிடையே தீவிரமாக இருந்தது. இந்திரா காந்தியின் சாவு கண்டு ஈழத் தமிழினம் துடிதுடித்ததுபோல எந்த இனமும் துடித்திருக்குமோ என நான் ஐயுறுகிறேன்.

அத்தனைக்கும் வேட்டு வைக்கும் ஒரு காலம் வந்தது. *1987* யூலை *27!*

இக்காலத்தின் பிறகு இந்தியாவைப் பகைநாடென ஈழத் தமிழர் கருதினர் என நான் நம்புகிறேன்.

மீதியை 'பம்பாய் சைக்கிள்' நாவல் சொல்லட்டும்.

ஈழத் தமிழரின் வாழ்வை, வரலாற்றைப் புனைவின்வழி ஆவணப் படுத்தும் முயற்சியில் இது ஐந்தாவது நாவல். இது கலாபூர்வமாக வெளிப்பட்டதா என்பதனை நீங்கள் சொல்ல வேண்டும்.

இந்நாவலைப் பதிப்பிக்கும் 'காலச்சுவடு' நிறுவனத்திற்கும் கண்ணன், அரவிந்தன், கலா, அங்கு பணிபுரிவோருக்கும் என் அன்பு. அட்டைப்படம் வரைந்துதவிய என் இளவல் றஷ்மிக்கும் பேரன்பு. என்னைச் சகிக்கும் மனைவிக்கும் உதவும் மைந்தர், மருகர்மாருக்கும் நன்றி.

"மனிதர்கள் உயிர்க்க வேண்டும்
மானுடம் தளிர்க்க வேண்டும்"

கார்த்திகை, *2024*
இலண்டன்

இரவி அருணாசலம்

1

அதிகாரத்திற்கும் அத்தியாயத்திற்கும் முன்

வெள்ளிக்கிழமை; பதின்மூன்றாம் திகதியாக இருக்கிறது; நல்லதற்கல்ல!

ஐந்துமணிக்கே வேலைக்கு வந்துவிட்டேன். உணவு விடுதியின் இருக்கைகள் காலியாக இருக்கின்றன. இப்படி வெள்ளிக்கிழமைக்கு இருப்பதில்லை. வெள்ளி, சனி தினங்களில் உணவு விடுதி நிரம்பி வழிகின்றது என்று சொல்ல மாட்டேன். ஆனால் இப்படியல்ல.

வெள்ளி, சனி என்றல்ல; வியாழன், ஞாயிறு சேர்ந்த நான்கு நாள்களும் இந்த உணவு விடுதி நிரம்பி வழிந்தது என்று அன்சாரி சொன்னார். அது அப்போ மூன்று வருடங்களுக்கு முன்னர். இந்த உணவுவிடுதியின் ஆட்டிறைச்சிக் கறியும் தந்தூரிக் கோழியும் வெண்ணெய் படர்ந்த உள்ளி நாண் றொட்டியும் எப்சம் நகரத்து வெள்ளைக் காரர்களுக்கு மிகவும் பிடித்துப் போயிற்று.

திங்கட்கிழமைகளில் இந்த உணவு விடுதி மூடப்படுகிறது. மூன்று வருடங்களுக்கு முன்னர், திங்கட்கிழமைகளிலும் வெள்ளைக்காரர் வந்து கதவைத் தட்டினர். இதைச் சொல்கிறபோது அன்சாரியின் கண்கள் ஒளிர்ந்தன.

முன்னர் இரண்டு வருடங்களாக வெள்ளைக் காரர்களின் ஆய்க்கினைத் தாங்காமல் 'திங்கட் கிழமைகளிலும் உணவு விடுதியைத் திறந்து வைத்தோம்' என்று விகசித்த முகத்துடன் அன்சாரி

சொன்னார். 'அது எத்துணை அற்புதமான காலம்!' என்று அன்சாரி சொன்னபோது, தலைக்கு மேலிருந்த பாலத்தில் தொடர் ஊர்ந்து தடதடத்துப் போயிற்று. பதினைந்து நிமிடத்திற்கு ஒருக்கால் அவ்வாறு போகிறது...

அன்சாரியின் ஒளிர்ந்த கண்களும் விகசித்த முகமும் இப்போது எங்கே போயிற்று என்று தெரியவில்லை.

எலும்பில்லாத ஆட்டிறைச்சி, ஐந்து கிலோதான் ஒரு கிழமைக்கென இப்போது வாங்குகிறார் அன்சாரி. முன்னர் பத்துக் கிலோ என்று கிழமைக்கு இரண்டுமுறை இறைச்சி வாங்கிய பை, மூலையில் அனாமத்துப்போய்க் கிடக்கிறது. முன்னர் வாங்கிய கோழியிறைச்சியின் அளவுக் கணக்கை அன்சாரியினால் இப்போது சொல்ல முடியவில்லை. இப்போது வாங்கும் கோழியிறைச்சியின் கணக்கு எனக்கே தெரிகிறது.

தாட்டியான உருவம் அன்சாரிக்கு. அடுப்புக்குள் ஆட்டிறைச்சி வேகிறபோது மாத்திரம் அவரது மூக்கு விடைக்கிறது. கோழியிறைச்சி, அவருக்கு மரக்கறிகளில் ஒன்று. அன்சாரி சின்னப்பிள்ளையாக இருக்கையில், 'கிடாய் ஒன்று ஓடுவதைக் கண்டாலே வாய் ஊறியது' என்றார். 'கிடாய்க்கு மிஞ்சி வேறெந்த இறைச்சி இருக்கிறது? நான் செத்துப்போய்க் கிடக்கின்றபோது, என் வாயில் நன்கு அவிந்த ஒரு துண்டு கிடாய் இறைச்சி வைத்துவிடு!'

அன்றைக்குத் தேவையான அளவு ஆட்டிறைச்சியை மாத்திரமே அன்சாரியின் கைகள் வெட்டுகின்றன. சிறிது சிறிதான இறைச்சித் துண்டங்கள். அத்தகைய துண்டங்களில் தான் ஊறவைக்கப்படும் மசாலா சுவறும் வாய்ப்பு இருக்கிறது.

இறைச்சித் துண்டங்களை வாய் ஒடுங்கிய பானைக்குள் இட்டு அவிக்கிறார். வெறும் நீரினுள் மாத்திரம் அவிபடவில்லை. மஞ்சள் தூள், உப்பு, மிளகு அவற்றுள் இடப்படுகின்றன. கறுவாப் பட்டை, கிராம்பு, ஏலக்காய் முதலானவற்றையும் கையால் கொத்தாக அள்ளி, பானைக்குள் போடுகிறார்.

இறைச்சித் துண்டங்கள் அவிபட்டுவிட்டன என்ற பிறகு ஒரு சருவச் சட்டியில் இறைச்சித் துண்டங்கள். இன்னொரு பெரிய சருவச் சட்டியில் இறைச்சி அவிந்த சாற்றுநீர். இரண்டும் அடுப்புக்குப் பக்கத்தில்.

ஆட்டிறைச்சியில் என்ன கறி வேண்டும் என்று யார் கேட்டாலும் அன்சாரி அடுப்புக்குமுன் நிற்கிறார். அது ஒன்றுக்கு மாத்திரமே அவர் நிற்கிறார். ஏனைய கறிகள் எதற்கும் அவர் அடுப்புகளைக் கண்டுகொள்வதில்லை. உடனேயே

சிகரெட் பிடிக்கப்போகிறார், பனி கொட்டும் நேரமென்றாலும்; வெண்பனி!

இந்த உணவு விடுதியின் சிறப்புக் கறி என்றால் ஆட்டிறைச்சிக் கறியையே எல்லோரும் சொல்கிறார்கள். அத்தகைய கறிக்குரிய ஆட்டிறைச்சித் துண்டங்கள் இந்த உணவு விடுதிக்குக் கிடைக்கின்றன; அன்சாரியின் கைப்பக்குவத் தையும் இங்கு சொல்ல வேண்டும்.

அவித்த ஆட்டிறைச்சியின் சாற்றுநீரைத் தாச்சட்டிக்குள் சிறிது ஊற்றுகிறார். நெருப்பைக் கூட்டுதல், குறைத்தல் என்று குமிழ் திருகு வேலை. பிறகு என்ன கறி என்பதற்குரிய பதார்த்தங்களை இடுகிறார். அவித்த ஆட்டிறைச்சித் துண்டங்களைக் கரண்டியால் அள்ளித் தாச்சட்டிக்குள் போடுகிறார். பிறகும் நெருப்பைக் கூட்டுதல், குறைத்தல் என்று குமிழ் திருகு வேலை. சிலசமயம் தாச்சட்டிக்குள் நெருப்புப் படர்கிறது. சிலசமயம் தாச்சட்டியைத் தூக்கி அதனுள் உள்ள கறியை எறிந்து, பிடித்து விளையாடுகிறார்.

அருமையான ருசியுடன் ஆட்டிறைச்சியில் என்ன கறியோ அது தயார்!

ஆட்டிறைச்சியில் இரண்டு வகையை இந்த ரெஸ்டோரண்ட் கொண்டிருக்கிறது. ஒன்று ‘லாம்ப்’, மற்றையது ‘மட்டன்’. அன்சாரிக்கு லாம்ப் ஏனோ பிடிப்ப தில்லை. அதுதான் விலை கூடியது. அது கிடாய் ஆட்டின் இறைச்சி. அதனால்தான் அவருக்கு அது பிடிக்கவில்லை போலும்.

ஆட்டிறைச்சியை உணவு விடுதிக்காக வன்னியன் கடை தருகின்றது. வன்னியன், விடிய மூன்று மணிக்கே ஆட்டுப் பண்ணைக்குப் போகிறார். அங்கு நூறு ஆடுகள் நின்றாலும் வன்னியனின் கண் சட்டெனக் கிடாய் ஆட்டில் நிலைக்கிறது. அது எப்படியோ என்று தெரியவில்லை. எல்லா ஆடுகளும் ஒரேமாதிரியாகத்தான் எல்லோர் கண்களுக்கும் தெரியும். வன்னியனுக்குக் ‘கிடாய் இதுதான்’ என்று உறுதிபடத் தெரிகிறது. ஒரு நாளைக்கு இரண்டு கிடாய்களைப் பண்ணைக்காரனிடம் வன்னியனின் கை சுட்டுகிறது.

அன்சாரியின் ‘பம்பாய் சைக்கிள்’ உணவு விடுதிக்காக, ‘ஹலால்’ ஓதிய கிடாய் இறைச்சி அவ்வாறு வந்துசேர்கிறது.

வெள்ளி பின்னேரத்துக்கும் சனி பின்னேரத்துக்கும் நான் வந்துசேர்கிறேன். ‘உத்தரவுக்கு’ வரும் உணவுத் தேவையை அவ்வவ் வீடுகளுக்கு எடுத்துச் செல்ல.

கோடை காலத்துக்குத்தான் அவை பின்னேரங்கள். பனிக்காலத்துக்கு இரவென்றும் சொல்ல முடியாது; நள்ளிரவு!

முப்பத்தாறு இருக்கைகள் கொண்ட அன்சாரியின் 'பம்பாய் சைக்கிள்' உணவு விடுதியில் ரஹீம், ஓமர், சைமன், தாஹா ஆகிய நான்குபேரும் வெள்ளி, சனி, ஞாயிறு மாத்திரம் வேலை செய்கிறார்கள். ஏனைய நாள்களில் இவர்களில் இருவர் மாத்திரமே. எல்லா நாள்களிலும் தாஹா. ஏனையோர் மாறிமாறி வருகிறார்கள்.

வெள்ளி, சனி தினங்களில் இரவு ஏழு மணிக்கு – எட்டு மணிக்குள் முப்பது இருக்கைகளாவது நிரம்பிவிடுகின்றன. அன்சாரிக்கு அது போதும். இரண்டு வீடுகளை வாங்கி, இரண்டு மகள்மாரைக் கலியாணம் முடித்துக்கொடுத்து, அவர்களைத் தனது நாட்டுக்குச் செல்வச் செழிப்புடன் அனுப்பி, ஒரு மகனை மருத்துவராக்கி. . .அன்சாரி நிரம்பவும் களைத்துப் போய்விட்டார்.

களைப்பு யாவும் உணவு விடுதிக்குள் இருக்கும்போதுதான் அவரைப் பற்றிப் பிடிக்கிறது. அதனால் அவர், பனிக்காற்று வீசும் குளிர் இரவாயினும் மழை சிணுங்கும் எந்தப் பொழுதாயினும் சிகரெட் பிடிக்க வெளியே போய்விடுகிறார்.

ஆறு சினிமா மண்டபங்கள் கொண்ட 'ஓடியன் சினிமா'வைப் பாராமல் அவரால் சிகரெட் பிடிக்க முடிவதில்லை. அவருக்குச் சனத்தைப் பார்க்க வேண்டும்; விதம்விதமான சனங்கள்! ஏதோ ஒரு சினிமா மண்டபத்தில் திரைப்படம் முடிந்து வெளியேறும் மக்களைத் தீவிரமாகக் கவனிக்கிறார். அப்போதுதான் சிகரெட்டின் சுவையை, கண்கள் விரிய அவரால் அனுபவிக்க முடியும். அப்போது அவருடன் நானும் ஏதாவது பேசிக்கொண்டு நின்றால் அது அவருக்குப் பேரானந்தம்.

சினிமா மண்டபத்திலிருந்து வெளியேறும் தனித்த, சோடியான எவரும் அன்சாரியின் உணவு விடுதியில் ஏறுவ தில்லை. அநேகமானோர் வீதியைக் கடந்து 'ரேக் எவே'யில் பெட்டி கட்டிப் 'பீட்ஸா' கொண்டுபோகிறார்கள். நின்றான் நிலையில் 'கெபாப்' உண்பவர்களும் உண்டு. சிலரது கைகளில் 'பாஸ்ரா' இருக்கிறது.

அன்சாரி இவர்களைத் திருப்தியுடன் இரசிப்பதைப் பார்ப்பதில் எனக்கு ஆனந்தம்! "இஃதல்லவோ வாழ்க்கை!" கன்னத்தில் குழிவிழ அன்சாரி சொல்வார். கடைவாயில் ஓட்டைப் பல் அப்போது தெரியும். கன்னத்தில் குழி, ஓட்டைப் பல்லால்தான் விழுகிறது.

இரவி அருணாசலம்

சிலவேளைகளில் இவ்வாறும் நிகழ்வதுண்டு: சினிமாவைப் பார்த்துவிட்டுக் குடும்பமாகவும் சிலர் உணவு விடுதிக்குள் நுழைவர். குடும்பமென்றால் ஆகக்கூடினால் நான்குபேர்!

தமது வெள்ளைக் கைகளால் நான்கைந்து படபடக்கிற புதுத்தாள் காசுகளை அவர்கள் கொடுக்கிறபோது, அன்சாரி பூரித்துப்போய்விடுவார். மீதிப் பணத்தை அவர்கள் வாங்குவதை நான் காண்பதில்லை. பரிசாரகருக்கான உபசாரக் காசு அது.

உபசாரக் காசை உண்டியலுக்குள் மறக்காமல் போட்டு விடுவார் அன்சாரி. மாத முடிவில் தனக்கென ஒரு பணம் எடாது, அனைவருக்கும் பணத்தைப் பகிர்ந்து கொடுப்பார்.

எனக்குக் கிடைப்பதை என்னிரு பிள்ளைகளுக்கும் பகிர்ந்து கொடுத்திடுவேன். அப்போது மாத்திரம்தான் என் பிள்ளைகளுக்கு ஏதாகிலும் வாங்கக் காசு கொடுக்கிறேன்.

பிரகாசமான விளக்குகள் கொண்ட காரை, விருந்துண்ட குடும்பத்தினர் ஓட்டிச் சென்றபிறகு, பெரிய கிளாசில் ‘பியர்’ நிறைத்து உறிஞ்சுவார் அன்சாரி. ஒன்றுக்கு இரண்டு சிகரெட்டுகள் அவரது வாயில் பொருந்திவிட்டு, விரல் சுண்டுகையின் பின் மீன்போலத் துள்ளிப் பாயும். இந்நேரத்தில் தந்தூரிக் கோழிக்கால் அவருக்குத் திருப்தியில்லை. ஆட்டின் நெஞ்செலும்பு இடையிட்ட இறைச்சித் துண்டங்களைக் காந்துவார்.

குசினிக்குப் பக்கத்தில் சின்னதொரு இடம் இருக்கிறது. அங்கு அமர்வார். அவருக்கு முன்னே நான் அமர வேண்டும். ‘டிகாக்சனில்’ கோப்பி கலந்து என் முன் வைப்பார்; கறுப்புக் கோப்பி! “ஒரு கரண்டிச் சீனியும் அதிகம். கோப்பியின் ருசியை எப்படி நீ அறிவாய்? கசப்பும் நல்ல சுவை என்று நீ உணர வேண்டாமா?”

இதைச் சொல்லிவிட்டு என் கண்களைப் பார்த்தபடி இருப்பார். பிறகு அவரது வாய் முணுமுணுக்கும்: “. . .முட்டாள். . .”

அவர் யாரை முட்டாள் என்று சொல்கிறார் என்பதை நான் அறியேன்! அதற்குத் தேவையுமில்லை. அன்சாரி எப்போதும் சொல்கிற கவிதையை அப்போது சொல்வார்:

“அகிலத்தின் அகன்ற ஆகாயம் பிளந்து
நிலா சூரியன் கோள் கிரகம் தாண்டி
வானைக் குத்திப் புவியைக் கிழித்து
இறைவனின் புனித இருக்கையைத் தள்ளி
இதோ நான் எழுந்துள்ளேன்.”

அதைச் சொல்லியபடி அன்சாரி எழும்பி நிற்பார். அப்போதும் அவரது கண்கள் என் கண்களை உற்றுப் பார்த்தபடி. பிறகு முணுமுணுப்பாகச் சொல்லியபடி இருப்பார்: "...இதோ நான் எழுந்துள்ளேன்."

இது அன்சாரி எழுதிய கவிதை அல்ல; அது எனக்குத் தெரியும். கவிதை எழுதுகிற முகமா இது! "யார் எழுதிய கவிதை," கேட்பேன்.

என் கண்களைப் பார்த்தபடியே சொல்வார்: "இதோ நான் எழுந்துள்ளேன்." பிறகு அவர் எழும்புவதே இல்லை.

நான் எழுந்து போவதற்கு எனக்கு வேலை வந்துவிடும். எட்டு மணிக்குப் பின்னர் அநேகமாக யாரும் உணவு விடுதிக்குள் நுழைவதில்லை. உள்ளே இருப்போரும் ஒன்பது மணிக்கு முன்னர் அகன்றுவிடுவர். அவ்வேளைதான் எனக்கு வேலை!

○○○

இந்த வெள்ளிக்கிழமைக்கு மழை பொழிகிறது. மழைக்கு, வீதியில் இறங்கவே எவரும் கருதார்; உணவு விடுதியில் ஏறுவரா? இன்று, 'உணவு கொண்டு வா' என்று உத்தரவு அதிகம் வரலாம்; வரும்!

வெள்ளிக்கிழமையில் மழையினால் வியாபாரம் பாழாகின்றது. அன்சாரிக்கு அஃதொன்றும் கவலை கிடையாது. வெளியில் மழை; உணவு விடுதியில் சனமில்லை! இவற்றால் அன்சாரியிடம் பியரும் இல்லை.

என் முன்னும் தன் முன்னும் கோப்பி வைத்தார், அன்சாரி. "சாப்..." கூப்பிட்டார். அவ்வளவு சத்தம் வைத்திருக்கத் தேவையில்லை. தொடருந்து தடதடத்துப் போவது ஒன்றைத் தவிர, மழையின் சடசடப்பு உள்ளுக்குள் கேட்காது.

"நீ என்ரை மகன்தானே?" அன்சாரியின் குரல் மெதுவாக ஊர்ந்து என் காதில் ஏறியது.

மறுபேச்சு இலாது, ஏதொன்றும் யோசியாது "ஓம்," என்றேன்.

"நீ என்னைத் தந்தை என்று நினைக்கிறியோ, எனக்குத் தெரியாது... நான் உன்னை மகன் என்றே நினைக்கிறேன்..."

"ஓம்.."

"எனக்கு ஒரு மகன் இருந்தான். இப்போது அவன் இறந்து விட்டான். அப்படித்தான் நான் நம்புகிறேன்."

"ஓம்..."

"அவன் வெள்ளைக்காரியைத் திருமணம்செய்து போய் விட்டான்; அது எங்களுடைய பண்பாட்டுக்கு ஒத்துவராது."

"ஓம்..."

"அவனுக்குப் பன்னிரண்டு வயதில் அவனது அம்மா இறந்துபோனாள். பிறகு அவனுக்கு அம்மா, அப்பா எல்லாம் நான்தான்."

"ஓம்!"

"அவனைப் பள்ளிக்கூடத்தில் கொண்டுபோய் விடுவேன்; அவன் என்னைத் திரும்பித்திரும்பிப் பார்த்துக் கொண்டு பள்ளிக்கூடத்துக்குள் போவான், அப்போது என் துக்கம் மிகமிகப் பெரிது."

"..."

"அவனது அம்மாவாக நான் எப்படி மாற முடியும்? அவனுக்கு நான் என்ன செய்ய வேணும்? அம்மா இல்லாத மகனை நினைந்து அழாத நாள் கிடையாது."

"..."

"அவன் இப்ப மருத்துவனாக இருக்கிறான். அப்படி வளர்த்தேன். மருத்துவன். . . ம்ம். . . மருத்துவன். மக்களின் நோயைத் தீர்க்க அவனுக்கு முடியுது; இந்த அப்பனின்ரை நோயைத் தீர்க்க அவனுக்கு இயலாமல் இருக்கிறதே."

"..."

"எனது மகள்மார் இங்கிருந்தால் இப்படிச் செய்வார்களா? ம்ம்... உன்னைத்தான் கேட்கிறேன்... மகள்மார் இருந்தால் இப்படிச் செய்வார்களா?"

"ம்ம்..."

"இருபது வருசங்களுக்கு மேலாக நான் குசினிக்குள் நின்று சமைத்ததில் என் முழங்காலில் ஓட்டை விழுந்துவிட்டது. ஒரு நிமிசம் என்னால் நிற்க முடிவதில்லை. அதுதான் மகன் போய்விட்டான். என்னுடன் சீவிப்பது கஸ்ரம் என்று அவன் போய்விட்டான்; வெள்ளைக்காரியையும் கூட்டிக்கொண்டு போய்விட்டான்."

"..."

"மகன்... நீ என் மகன்தானே?"

"ஓம்..."

"மகன்... நான் எனது நாட்டுக்குப் போக வேணும்; எனது மகள்மாருடன் நான் போய் வாழ வேணும். கேட்டியா மகன், எனது மகள்மாருடன் நான் போய் வாழ வேணும்."

எங்கிருந்தோ திடுமென ஒரு குரல் வருகிறது. "எப்படிப் போவாராம்... ம்... எப்படிப் போவாராம்..." கிளாஸ் கழுவுகிற 'னிங், னிங்' ஒலிகளுக்கிடையே, ரஹீமின் குரல்!

"அது நான் போவேன். உனக்கு ஏன் இவ்வளவு பொறாமை. உனக்குரிய பங்கைத் தராமலா போகப் போகிறேன்? நிச்சயமாகத் தந்துவிட்டுத்தான் போவேன். உனது வாலைப் போட்டு ஆட்டாதே. நீயே காட்டிக் கொடுப்பாய்போல இருக்கிறது. ஒன்றைத் தெரிந்துகொள், உனது பங்கும் உனக்குக் கிடைக்காமல் போய்விடும்; ம்ம்... கடைசி எச்சரிக்கை."

அன்சாரியின் இந்த வார்த்தைகள் எவையும் ரஹீமைத் தொடவில்லை. 'ஹீ... ஹீ...' என்று தொடர்ந்து சிரித்தவண்ணம் இருந்தான்.

குடித்த கோப்பி, அன்சாரிக்குச் சிறிது கோபத்தைத்தானும் கொடுக்கிறதாக இல்லை. அரை கிளாஸ் பியர் பாய்ந்தாலாவது ஒரு கண் முறைப்புக் கொடுத்திருப்பார். ஒரு பெக் வொத்கா எடுத்திருந்தால் சொல்லவே தேவையில்லை. ரஹீம் எந்தக் கிளாஸையும் கழுவ வேண்டிய தேவை வந்திருக்காது.

கண்ணை மூடி அன்சாரி இருக்கிறார். ஒரு பெருமூச்சு எழுகிறது. கோப்பி, கோப்பையில் ஒரு துளிதானும் இல்லை; முழுவதுமாக உறிஞ்சிக் குடித்துவிட்டார்.

எனக்குக் கோப்பி கசக்கிறது. நூறு துளிகளையாவது கோப்பிக் கோப்பையில் மிச்சம் வைத்திருக்கிறேன். இனி குடிப்பேனோவும் தெரியாது.

'சர்சர்' என்று சீறுகிறது அடுப்பு. அடுப்பிலும் நெருப்பு; சமைபடும் பதார்த்தத்தின் மீதும் நெருப்பு. உணவை மேலே எறிந்து எறிந்து தட்டில் ஏந்துகிறான் தாஹா. நெருப்புடன் உணவுப் பதார்த்தம், மேலே போய்க் கீழே வருகிறது.

"மகன் நான் உனக்கு ஒன்று சொல்கிறேன்," என்ற வாக்கியம் திடுமென எனக்குக் கேட்டது. அன்சாரி நித்திரை யாகிவிட்டார் என்று நினைத்திருந்தேன்.

"... மஹ்முத்! உலகத்துக்கு அவர் ஒருவர்தான் தெய்வம். மஹ்முத்! எனக்கு மஹ்முத்தான் உலகம். மஹ்முத்துக்குத்

இரவி அருணாசலம்

தெரியும், எது சரியென்று. அவர் ஒருவருக்குத்தான் தெரியும், எது நல்லதென்று. அவர் ஒருவரால்தான் யாவற்றையும் தீர்க்க தரிசனமாகப் பார்க்க முடியும். இந்த உலகத்தில் ஒரேயொரு தீர்க்கதரிசிதான் இருக்கிறார்: மஹ்முத்! ஆனால் அவர் இந்த உலகத்தில் இல்லை; இந்த உலகைப் பார்த்தபடி இருக்கிறார்."

இதைச் சொல்கையில் அன்சாரியின் முகம் விகசித்துக் கிடந்தது. தனது கோப்பிக் கோப்பையை ஒருக்கால் தூக்கினார்; ஒன்றுமில்லை என்று வைத்துவிட்டார். என் கோப்பிக் கோப்பையைப் பார்த்தார். கொடுத்தால் மீதியைக் குடித்துவிடுவார்போல் இருந்தது.

"மகன், கேள் இதை . . . மஹ்முத் இல்லையென்றால் மனிதர்கள் எல்லோரும் நிலத்தை முட்டுமளவுக்குத் தாடிமீசை வளர்த்துக் காட்டுமிராண்டிகளாக அல்லாடிக்கொண்டு திரிவார்கள், ஓமா இல்லையா?"

எனக்கு இதற்குப் பதில் தெரியவில்லை. என்றாலும் "ஓம் . . ." என்றேன்.

அன்சாரி திருப்திப்பட்டுக்கொண்டார். அவரது கண்கள் தன்பாட்டில் மூடின.

திடீரென விழித்துக்கொண்டு, "மகன் இன்று இன்னும் சிறிது நேரம் நிற்பாயா?" என்று கேட்டார்.

"ஏன்?"

"மழை பெய்கிறது. வீட்டிலிருந்தபடியே உணவுக்கு உத்தரவு தருவார்கள். நீ விநியோகிக்க வேண்டும். எந்த நாள் ஏமாற்றினாலும் வெள்ளிக்கிழமை நாள் ஏமாற்றாது. வெள்ளிக்கிழமை, மஹ்முத்துவின் புனிதத் திருநாள். புரிகிறதா. . . சிறிது நேரம் நின்றுவிடு."

"அதற்கென்ன பரவாயில்லை."

"நல்லது. இன்னும் ஒரு கோப்பை கோப்பி குடிக்கிறாயா?"

"வேண்டாம்."

தனக்கு ஒரு கோப்பை கோப்பி கலந்துகொண்டு வந்தார். வந்தவுடன், "மகன் எனக்கொரு உதவி செய்வாயா," என்று கேட்டார். அதுதான் நிற்கிறேன் என்றுவிட்டேனே! வேறென்ன கேட்கப்போகிறார்?

"மகன், இந்த உணவு விடுதியை எடுத்து நடத்தேன்," என்று திடுமெனச் சொன்னார். என்னுடன் என்ன விளையாடுகிறாரா?

அன்சாரிக்கு எவ்விதப் பிரக்ஞையும் இல்லை, அப்படியே சொல்லிக்கொண்டு போகிறார்.

"இந்த உணவு விடுதியைக் குறைந்த விலையில் உனக்குத் தருகிறேன். நாற்பதினாயிரம் பவுண்ட்ஸ்தான். உடன் அவ்வளவு காசையும் நீ தர வேண்டுமென்று இல்லை. முதலில் பத்தாயிரம் பவுண்ட்ஸினைத் தா. இந்த உணவு விடுதியை உனது பெயருக்கு மாற்றிவிடுகிறேன். இதை வைத்து நீ வங்கியில் கடனுக்கு விண்ணப்பி. எப்படியும் ஒரு மாதத்தில் கடன் கிடைத்துவிடும். நீ என்னிடம் மீதிப் பணத்தைத் தந்து விடலாம். யோசி... மினைக்கெடுத்தாதே."

என்மீது இரக்கம் இல்லாது பேசுகிற அன்சாரி என் முகத்தில் பேய் அறைந்ததைக் கண்டார்.

"நீ இங்கிலாந்தில் எவ்வளவு காலமாகச் சீவிக்கிறாய். பத்து வருசமாக. ம்... உன்னால் இயலாதா? ம்? முதலில் பத்தாயிரம் பவுண்ட்ஸ்தான். பிறகு வங்கி உனக்குத் தேவையான அளவு பணம் தரும். இங்கு வேலை செய்பவர்கள் தொடர்ந்து உன்னுடன் நிற்பார்கள். நீ எதற்கும் அஞ்ச வேண்டாம். ரஹீம்தான் குழப்படி, தாஹா உனது வலது கையாக நிற்பான். எதற்கு யோசிக்கிறாய்?"

எனக்கு முகம் மேலும்மேலும் இருண்டுகொண்டு போயிற்று. வெளியில் மழை பெய்கிறதா, இல்லையா? உள்ளே வியர்வை ஒழுகுவதை உணர்ந்தேன்.

"நாற்பதினாயிரம் பவுண்ட்ஸ். ம்... எனக்குள்ள கடன்களைத் தீர்த்துவிட்டு, பத்தாயிரம் பவுண்ட்ஸுடன் ஊருக்குப் போய்விடுவேன். அங்கு சீவியம் நடத்த அது எனக்குத் தாராளம். இரண்டு மகள்மார் வீட்டிலும் மாறிமாறி நிற்பேன், பேரப்பிள்ளைகளுடன்! அது எவ்வளவு சந்தோசம் தெரியுமா? மகன் யோசித்துப்பார். நாற்பதினாயிரம் பவுண்ட்ஸ்தான். மற்றவர்களுக்கு என்றால் ஐம்பதினாயிரம் பவுண்ட்ஸுக்கு மேல்தான் சொல்வேன். உனக்காகத்தான் நாற்பதினாயிரம் பவுண்ட்ஸ்."

இதைச் சொல்கையில் அன்சாரியின் முகம் பூப்போல் மலர்ந்தது. கையில், இதோ நாற்பதினாயிரம் பவுண்ட்ஸ் கிடைத்துவிட்டது. இரண்டு மகள்மாரிடமும் போய்விட்டார். அதனால் ஏற்பட்ட திருப்தியை அவர் முகத்தில் கண்டேன்.

"மகன் யோசித்துப்பார்! நாற்பதினாயிரம் பவுண்ட்ஸ் தான்!"

வெளியில் மழை. உணவு விடுதியில் எவரும் இல்லை. யாரினதோ உத்தரவுக்கு தாஹா உணவு சமைக்கிறான். நான்தான் கொண்டுபோக வேண்டும். ஒமர் வரவில்லை. சைமன் தாஹாவிற்கு உதவியாக நிற்கிறான். ரஹீம் எதையோ சுத்தப்படுத்துகிறான். ஆனால் அவனது காதுகள், நாமிருக்கும் மேசையில் வைக்கப்பட்டிருக்கின்றன.

ரஹீம் வாயைத் திறந்தான்: "இவர் எப்படி ஊருக்குப் போவார்? இவரால் ஊருக்குப் போக முடியாது!"

"அந்தக் கதை உனக்கு எதற்கு? இங்கு ஒருவருக்கும் தேவையில்லை, அந்தக் கதை," என்று எரிந்தார், அன்சாரி. "அவரவர், அவரவர்பாடுகளைப் பார்க்கவேண்டியதுதான்," என்று முடித்தும் வைத்தார். அப்போதும் தலைக்குமேலே தடதடத்துப் போனது தொடருந்து.

அன்சாரி எழுந்து மலசலக்கூடம் போய் வந்தார். வெளியில் போய் ஒரு சிகரெட் பிடிக்க மழை விடுகிறதாய் இல்லை. இன்னொரு கோப்பி குடிக்க முடியாது. நாக்குக் கசந்து தடித்துப் போய்விட்டது.

அன்சாரி மேசையில் என் முன்னே வந்தமர்ந்து தலையைத் தொங்கப்போட்டுக் கண் மூடினார். அப்படியே சொன்னார்: "அதெல்லாம் நிறையக் காலம் போய்விட்டது. எவ்வளவு வருடங்கள் ஆய்ச்சு ... ம் ..."

அவருக்குக் கைவிரல்களும் கால்விரல்களும் போதவில்லை. "ம் ... ம் ..." என்று முனகிக்கொண்டே இருந்தார். பிறகு கொஞ்சம் பெலத்தாகவே அவரது வாய் முணுமுணுத்தது: "எழுபத்தொன்றிலிருந்து எண்பத்தொன்று, பத்து வருசம் ... தொண்ணூற்றொன்று ... இருபது. . . இரண்டாயிரத்தொன்று ... ம் ... முப்பது ... ம் ... இப்ப ... முப்பத்தைந்து வருசங்களுக்கு மேலே ஆய்ச்சு. இவற்றையெல்லாம் யார் நினைவில் வைத்துக் கொள்ளப்போகிறார்கள். ம் ..."

இரண்டு கைகளாலும் முகத்தை மூடிப் பிறகும் சொல்லலானார்: "மேலும் நான் கிழவன், படு கிழவன்."

○○○

நான் ஆறாவது முறையாகக் கேட்காத புதுக்கதை இப்போது என் காதை எட்டுகிறது. அன்சாரி, "உன் வேலையை நீ பார்," என்று ரஹீமை ஏசினார். அதன்பிறகு உணவு விடுதியினுள் ஓசை என்று ஏதுமில்லை. இல்லை, அப்படிச் சொல்லக் கூடாது. பாடல் ஒலிக்கின்றது.

யாவரிடமும் மர்மத்தின் நிழல் கவிந்தாற்போல் நீண்ட மௌனம். எதையும் பார்க்க விரும்பாததுபோலக் கண்ணை மூடியிருந்தார் அன்சாரி. உணவு விடுதியை நிறைத்துவிடுகிறது வங்காளப் பாடல்!

"அத்தனையும் காதல் பாடல்," மௌனத்தைக் கீறி அன்சாரி தலையை நிமிர்த்தினார். பாடலின் மெட்டினை அவரது வாய் முணுமுணுத்தது. அப்பாடல் என்ன கவிதை கொண்டிருந்தது என்று ஆங்கிலத்தில் என்னிடம் சொன்னார் அன்சாரி:

"என் இதயத்தைச் சுருக்கினாய்...
உருகினேன்... எரிந்தாய்...
உறங்கினோம்... விடிகிறது..."

காதல் பாடலில் அன்சாரியின் நெஞ்சு உருகிக்கொண்டிருக்கிறதுபோல. அதிலிருந்து மெல்லக் கிளர்ந்து எழுந்தார். இசை அவரது மனசை இளகவைத்துவிட்டது. என்ன புதுக்கதை என்று நான் கேட்கவில்லை. அதைச் சொல்ல அவருக்குப் பியரும் தேவையாய் இருக்கவில்லை. மழை தூறிக்கொண்டிருந்தது அவருக்குப் போதுமாய் இருந்திருக்க வேண்டும்.

"'முக்திபாஹினி' தெரியுமா உனக்கு. கேள்விப்பட்டிருக்கிறாயா," கேட்டார் அன்சாரி. கேள்விப்பட்ட பெயராகத்தான் இருந்தது. நானொன்றும் சொல்லவில்லை, அவரின் முகத்தைப் பார்த்தபடி இருந்தேன்.

"முக்திபாஹினி... முக்திபாஹினி... என்னுடைய உயிரின் இழை அது! எனது மாத்திரமல்ல, என்போன்ற இளைஞர்களின் உயிரிழை அது! எங்கள் தேசத்தின் ஆன்மா; முக்திபாஹினி! எங்கள் தேசத்தின் – பங்களாதேசத்தின் விடுதலைக்காக... விடுதலைக்காக ஆயுதம் தூக்கிப் போராடிய இயக்கம் அது: முக்திபாஹினி! தெரியுமா உனக்கு? 'முக்திபாஹினி!' அந்த இயக்கத்தில் இருந்தவன் நான்! 'முக்திபாஹினி!' அந்தச் சொல்லை உச்சரிக்கவே நான் புனிதமடைகிறேன்!"

அன்சாரியின் கண்கள் விரிந்துகொண்டு போகிறது. என்னை உற்றுப் பார்க்கிறார், ஒரு நிமிசம்தான். அவரது கண்கள் என்னை விட்டு அகல்கின்றன. தனது நாடிக்கு வலது கையைக் கொடுத்தார், சொல்லலானார்:

"வன்ம மனமுடைய இரண்டு இலட்சம் பாகிஸ்தான் இராணுவம். அவர்களுக்குத் தெரிந்ததெல்லாம் ஆண்களென்றால் சூடு; பெண்களென்றால் வன்புணர்வு; சிறுவர், குழந்தைகள் என்றால் கத்திக் குத்து!

அந்த இராணுவத்தை ஊக்குவிக்கக் கொடுங்கோன்மை யான சுல்பிகார் அலி பூட்டோவின் பாகிஸ்தான் அரசு! யஹ்யாகான் தொடக்கம் ஷியாவுல் ஹக் வரையும் கொடூரமான இராணுவ அதிகாரிகள். பிரதம மந்திரிக்கும் இராணுவ அதிகாரிகளுக்கும் எந்தப் பேதமுமில்லை.

"இவற்றுக்கு முன்னால் நாங்கள் எளியோராய் இருக்கிறோம், மிகமிக எளியோராய்! புரிகிறதா உனக்கு?"

நான் ஒன்றும் பேசாதிருக்கிறேன். கொட்டட்டும் அன்சாரி.

"ஓநாய்களுக்கு முன் வெறும் ஆட்டுக்குட்டிகள் நாங்கள். சின்ன ஆட்டுக்குட்டிகள்!" இரண்டு கண்களிலும் பெருவிரலை யும் நடுவிரலையும் வைத்து அமத்தினார், அன்சாரி.

"ஆயினும் அடக்குமுறையை ஏற்காத, அராஜகத்திற்குத் தலைவணங்காத, தியாகத்திற்குத் தயங்காத மக்களை வெறும் துப்பாக்கிகள் மௌனப்படுத்திவிட முடியுமா? எங்கேனும் அது நிகழ்ந்ததா சொல்!

"பாகிஸ்தான் இராணுவத்துக்குச் சற்றும் சளைக்காமல் நாங்களும் இராணுவம் அமைத்தோம். ஆனால் அது இராணுவம் அல்ல; விடுதலைப்படை. முக்திபாஹினி!"

அன்சாரி பெருமிதமாக என்னை நோக்கினார். தொடர்ந்தார்:

"அடிமேல் அடி கொடுத்து பாகிஸ்தான் இராணுவத்தை வலுவிழக்கச்செய்தோம். அவர்களது அகம் அற்றுப்போயிற்று. முள்ளந்தண்டு முறிந்துவிட்டது. நாங்கள் அத்தனையும் இழந்தோம்தாம்! ஆயினும் ஒன்றினைப் பெற்றோம்; அது மகா பெரிது; சுதந்திரம்; வீர சுதந்திரம்! தேச மக்களும் தேசத்தின் ஆன்மாவும் விடுதலையான சுதந்திரம்!"

அன்சாரி கண்களை மூடி மனச்சமாதி ஆனார். விடுபட்டன கண்கள்; என் கண்களை உற்று நோக்கின.

"சுதந்திரம், அது வெறும் சொல் அல்ல. அது உணர்வு. அது உரிமை. அது வாழ்வு. அது பிறப்பு. அது எங்கள் மூச்சு! பயமில்லாத ஒரு வாழ்வு! வேறென்ன வேண்டும். ஆ..?"

அன்சாரி பிறகு வெகுநேரம் ஒன்றும் பேசவில்லை. தனக்கான கோப்பியை மாத்திரம் கலந்துகொண்டு வந்தார். சைகையால் என்னிடம் 'வேண்டுமா,' என்று ஒரு கேள்வி; 'வேண்டாம்' என்று ஒரு கை, என் தலையுடன் ஆடியது.

மூன்று மிடறு குடித்தபின் "பயத்துடன் வாழும் வாழ்க்கை உனக்குப் புரியுமா," என்று கேட்டார். நான் மௌனவிரதம் ஏலவே பூண்டுவிட்டேன்.

"எதற்கும் பயம், சின்ன அசைவுக்குக்கூடப் பயம். எலி பாய்ந்து ஓடினாலோ, அதற்கும் பயம். அடக்குமுறையாளர் முதலில் என்ன செய்கிறார்கள் தெரியுமா? மக்கள்மீது பயத்தை விதைக்கிறார்கள். பயத்தை உண்டுபண்ணுகிறார்கள். அதிலிருந்து அவர்கள் தமக்கு விரும்பியதை, தேவையானதை அறுவடை செய்கிறார்கள். உனக்குப் புரியுமா அது? உனக்கு அதெல்லாம் எங்கே விளங்கப்போகிறது."

நான் மனதுள் சிரித்தபடி இருந்தேன். ஆனால் என் முகம் ஒன்றுமே விளங்காத பாவனையில் இருந்தது. அன்சாரி பேசத் தொடங்கி மூன்றாவது தொடருந்தும் ஓடியே ஓடிவிட்டது!

"பயத்திலிருந்து விடுபடல்தான். ம்..." என்று என்னைப் பார்த்தார் அன்சாரி. "ம்... பயத்திலிருந்து விடுபடல்தான் மனித வாழ்வின் உன்னதம் என்பேன். கணவனிடமிருந்து மனைவியோ, பெற்றோரிடமிருந்து பிள்ளைகளோ, ஒரு மனிதரிலிருந்து ஏனைய மனிதர்களோ பயமில்லாத வாழ்வு வாழ வேணும்; யாரும் யாருக்கும் பயப்பிடக் கூடாது!

பயமில்லாத வாழ்வு வாழலாம் என்று எழுந்த நாளை, காலம் ஈவிரக்கமில்லாமல் கொன்று அழித்தது. அந்த நாளை நன்றாக ஞாபகம் வைத்திருக்கிறேன்: 1971ஆம் ஆண்டு டிசம்பர் மாதம் பதினாறாம் திகதி! அது ஒரு வியாழக்கிழமை என்பதுவும் நன்றாக ஞாபகம் இருக்கிறது. அடுத்தநாள் வெள்ளிக்கிழமை. வெள்ளிக்கிழமை ஒருபோதும் இஸ்லாமியர்களுக்கு வஞ்சகம் செய்யாது. ஆனால் அந்த வெள்ளிக்கிழமையோ, துக்கத்தில் தோய்ந்து புரண்டு கிடந்தேன் நான். ஏனென்றால்..."

அன்சாரியால் மேலும் பேச முடியவில்லை. நெற்றியை மேசையில் குத்திக்கொண்டார். அவரது கோப்பி தளும்பிற்று.

நிமிர்ந்தார்; என் கண்களை நேரே பார்த்தார்: "உன்னால் இதைப் புரியக்கூடியதாக இருக்கிறதா? ஆருக்கும் நிகழக் கூடாது, அந்தக் கொடுமை. விடுதலை வேண்டிநின்ற மக்கள் அப்படியே வீழ்ந்துபட்டிருக்கக் கூடாது. 'இந்தா சுதந்திரம்!' என்று தலை நிமிர்ந்த நேரத்தில் கழுத்துக்கு நேரே கத்தி விழுகிறது."

அன்சாரி விம்மியழுவதை இப்போதுதான் முதன்முறை யாகப் பார்க்கிறேன். ரஹீமும் தாஹாவும் சைமனும் சுற்றி வந்து

நிற்கிறார்கள். நான் எப்போதும் அதனை உணர்வதுதான்; இஸ்லாமியர் இஸ்லாமியர் பக்கம் நிற்பார். அஃது மெத்தச் சரி!

சிறிதுநேரம் போகட்டும்; கணங்கள் காலத்தைக் கடந்து விடலாம்.

தாஹா தந்த உணவுக் கூடையைக் கொண்டு நான் வெளிக்கிட்டேன்.

திரும்பி வந்தபோது முகம் கழுவி, சிகரெட் புகைத்து, தெளிவாக இருந்தார் அன்சாரி. அவர் தந்த கோப்பியை நான் மறுக்கவில்லை.

"சொல்லுங்கள்: '1971ஆம் ஆண்டு டிசம்பர் மாதம் பதினாறாம் திகதி' என்ன நடந்தது?"

"சொல்கிறேன், கேள் மகன். எனக்கு அந்த நாள் நிறைந்த ஞாபகம். பாகிஸ்தான் இராணுவம் இந்திய இராணுவத்திடம் சரணடைந்த நாள் அது! அத்தனை ஆயுதங்களையும் கீழே எறிந்துவிட்டு, கைகளை மேலே உயர்த்தியபடி, முகம் குப்புற நிலத்தில் வீழ்ந்து சரணடைந்தது பாகிஸ்தான் இராணுவம்! யாரிடம் சரணடைந்தது, இந்திய இராணுவத்திடம்!

"நீ கேட்கலாம், 'பாகிஸ்தான் இராணுவம் உங்களது எதிரி தானே, யாரிடம் சரணடைந்தால்தான் என்ன' என்று. ஓம், ஒப்புக்கொள்கிறேன். ஆனால் இன்னும் ஒரு கேள்வி என்னிடம் எஞ்சி இருக்கிறது; இந்திய இராணுவத்துக்கு இங்கு என்ன வேலை? இன்னொரு கேள்வியும் கேட்கவா; எங்களது வாழ்வுக்காகப் பாகிஸ்தான் இராணுவம் இந்திய இராணுவத்திடம் ஏன் சரணடைய வேண்டும்?

"காலம் யாவற்றுக்கும் பதில் கூறியது. அப்போது இந்தியாவின் பிரதம மந்திரி இந்திரா காந்தி. அவர் என்ன செய்தார் தெரியுமா? பாகிஸ்தான் சிறையில் அடைக்கப் பட்டிருந்த முஜிபூர் ரஹ்மானை விடுதலை பெறச்செய்து அவரைப் பங்களாதேஷ் நாட்டுக்குப் பிரதம மந்திரி ஆக்கினார்.

"மகாத்மா காந்தியின் மகளா இந்திரா காந்தி? யாரோ ஒரு பெரோஸ்கான் காந்தியின் மனைவி இந்திரா காந்தி! மகாத்மா காந்தியின் மகளாக இருந்திருந்தால் கேட்டுக்கேள்வி இல்லாமல் இந்திரா காந்தியை நம்பியிருப்போம். இஸ்லாமியர்களுக்காகத் தன் உன்னத உயிரைக் கொடுத்தவர் அல்லவா, மகாத்மா காந்தி!

"இந்த இந்திரா காந்தி, காங்கிரஸ் கட்சி... யார் இவர்கள்? ஏன் எங்கள் நாட்டுக்குள் மூக்கைநுழைக்க வேண்டும்?

யாவற்றுக்கும் பிறகுதான்.

"அதுவரை நாளும் என் கையில் துப்பாக்கி இருந்தது. ஓம் இருந்தது; அதன் திடத்துடன், உறுதியுடன், இலக்குத் தெளிவுடன் கறுத்துத் திரண்ட துப்பாக்கி என் கையில் இருந்தது. அது வெறுமனே எதிரிகளைச் சுட்டுப் பொசுக்குவதற்கான கருவி அல்ல. அது தன்னகத்தே நிறைந்த அர்த்தத்தைக் கொண்டிலங்கியது. அது என்னிடம் அதிகாரம் வழங்கத் தவறவில்லை; மானுட நேசிப்பிற்கான அதிகாரம்!"

அன்சாரி அப்படியே இரண்டு கைகளையும் கூப்பி மூக்கில் முட்டியபடி இருந்தார். கண்கள் மூடி இருந்தன. இப்போது பதினைந்து நிமிடத்திற்கு ஒரு தொடருந்து ஓடவில்லை. எப்போதோ ஒரு தொடருந்தின் தடதடப்பு.

"முக்கியமாகப் பயமில்லாத வாழ்வைத் தந்தது, மகன்," என்று திடுமெனச் சொன்னார் அன்சாரி.

நான் "எது," என்று கேட்டேன்.

"துப்பாக்கி," என்று அழுத்தமாகச் சொன்னார். தொடர்ந்தார்:

"எங்களுக்குப் பயமில்லா வாழ்வைத் தந்தது துப்பாக்கி. கையில் துப்பாக்கி இருந்த எல்லாக் கணங்களிலும் நான் எவருக்கும் அஞ்சவில்லை. சரியான பாதையில் போகிறேன் என்கின்ற உறுதி எனக்கு இருந்தது. 'இலக்கில் தெளிவாக இருக்கிறாயா?' என்று துப்பாக்கிதான் என்னிடம் எப்போதும் கேட்டது. அப்போதெல்லாம் நான் துப்பாக்கியைப் பார்த்துப் புன்னகைத்தேன். என் நெஞ்சு, துப்பாக்கியைத் தன்னிடம் அணைத்துக்கொண்டது."

அன்சாரியின் மௌனம் அவ்வளவாக நீடிக்கவில்லை. "என் துப்பாக்கியிலிருந்து ஒரு குண்டு சீறினாலும் அது சுதந்திரத்திற்கான ஒரு நாளை முன்நகர்த்தும் சீறலாகவே இருந்தது. அல்லது சுதந்திரத்தை முன்நகர்த்தும் நாளுக்காகவே துப்பாக்கியை வெடிக்க வைத்தேன். ஓர் ஆட்டுக்குட்டி சுதந்திரமாகத் துள்ளித் திரிவதற்காக ஓநாய்களின் காதுகளிற்கு வெடி வைத்தேன்; அப்படி இதை வைத்துக்கொள்! அப்படித்தான் நம்பினேன்; ஆட்டுக்குட்டிகள் சுதந்திரமாகத் திரிவதற்கான வெடி, ஓநாய்களின் காதுகளுக்கு வெடி! ஹா... ஹா..."

என்னால் நம்பவே முடியவில்லை, அன்சாரியிடம் இப்படி ஓர் ஆனந்தச் சிரிப்பா? இதுவரை நாளில் அவர் சிரித்தே நான் கண்டதில்லை!

இரவி அருணாசலம்

பிறகு அவர் குரலில் வருத்தம் தோய்ந்திருக்கிறது: "ஆனால் நான் அணைத்துப் படுத்திருந்த அந்தத் துப்பாக்கி அன்றிலிருந்து என் நெஞ்சையே குறி வைக்கத் தொடங்கியது. எந்த நாள்? 1971 டிசம்பர் பதினாறாம் நாள்! முதலில் எனது துப்பாக்கி என் நெஞ்சைக் குறிவைப்பது எனக்குத் தெரியவில்லை. உண்மையைச் சொன்னால் அந்த நாளிலிருந்து அத்துப்பாக்கி என்னுடையதே அல்ல. அதைக்கூடத் தெரிந்துகொள்ளாமல் விட்டேன்.

"ஓம்... ஓநாய்களின் காதுகளுக்குக் குண்டு வைத்த அதே துப்பாக்கி, ஆட்டுக்குட்டிகளின் கண்களுக்குள்ளும் குண்டு வைத்தது!

"எனக்கு ஒன்றுமாகப் புரியவில்லை. என்ன நடக்கிறது இங்கே. இந்த அழகிய உலகை நரகமாக்குவது யார். இந்த இனிய நாளை இருட்டுக்குள் தள்ளுவது எவர்?

"மஹ்முத், இதுவும் உன் விளையாட்டுத்தானா?

"ஓர் இரவிற்குள்ளாகவே மரத்திலிருந்து அனைத்து இலைகளும் உதிர்ந்துவிட்டால் காலையில் எழுந்து பார்க்கிற போது உனக்கு எப்படி இருக்கும்? எனக்கு அப்படித்தான் இருந்தது. ஏதுக்கும் அர்த்தம் தெரியவில்லை, எனக்கு!

"மஹ்முத், என்ன விளையாட்டு இது?"

என் கண்களைப் பார்த்தபடிதான் அன்சாரி அத்தனையையும் சொல்கிறார். என்னைப் பார்த்துத்தான் கேள்விகள் கேட்கிறார், ஆனால் கேட்பது மஹ்முத்திடம்!

பிறகும் அவர் கேட்டது என்னிடம்தான்: "நீ என்ன சொல்கிறாய்? நான் இங்கு இருக்கலாமா? ஓடுவதா? என்ன செய்வது?"

ஆனால் அவர் என்னிடம் அதைக் கேட்கவில்லை என்று அடுத்தவரி சொன்னது: "நீ என்ன சொல்கிறாய்... நான் இங்கு இருக்கலாமா? ஓடுவதா? என்ன செய்வது? மஹ்முத்திடம் கேட்டேன்..."

இப்போது 'உண்மையிலேயே' அன்சாரி என்னிடம்தான் கேட்கிறார்: "உனக்குக் கசப்பாக இருக்கிறதா இந்தக் கதை கேட்க?" பிறகு தொடரலானார்: "இனிப்பான கதையென்று எதுவும் என்னிடம் இல்லை. அதனால்தான் கசப்பான கோப்பியை அதிகம் விரும்பிக் குடிக்கிறேனோவும் தெரியாது. நீ இனிப்பான கோப்பி ஒன்று குடிக்கிறாயா? ரஹீம், இரண்டு கோப்பி தருவாயா, தயவுசெய்து? ஒரு கோப்பிக்கு மாத்திரம் சீனியை மூன்று கரண்டி போடு!"

பம்பாய் சைக்கிள்

இப்போது கதிரையில் சாய்ந்திருந்தார் அன்சாரி. கதிரையின் நெற்றியில் அவர் தலை மேலும் சாய்ந்தது. அப்படியே சாய்ந்த வாக்கில் சொன்னார்: "அவரவர் தேசத்தில் அவரவர் வாழ்ந்திருக்க வேண்டும். அப்படி வாழ முடியாத வலி உனக்குப் புரியும் என நம்புகிறேன்."

நான் 'ஓம்' எனத் தலையாட்டினேன்.

○

2

அதிகாரம்: 1

1989

"பரிதி, வா, இரு. உன்னுடைய அறிக்கையை வாசித்தேன். ஆச்சரியமாக இருந்தது. நீயா இதை எழுதியிருக்கிறாய்? உன்னிடமிருந்து இப்படி ஒரு அறிக்கையா? இப்படி எழுத எவ்வாறு உனக்கு மனது வந்தது? மக்களினுடைய துன்ப துயரங்களைப் புரிந்துகொண்டு அவர்களுக்கு உதவி செய்யக்கூடிய ஒருவனாகத்தான் உன்னை எனக்குத் தெரியும். அதனால்தான் இந்த வேலைக்கே உன்னை எடுத்தேன்."

ஆங்கிலத்தில் இதனைச் சொல்லிக்கொண்டு போகிறார், நான் பணிபுரியும் நிறுவனத்தின் பணிப்பாளர். உணர்ச்சிவசப்பட்டால் சட்டென ஆங்கிலத்திற்குத் தாவிவிடுவார். தமிழில் பேசினால், சிறுவயதில் கற்ற சொற்கள் எப்படியோ வாக்கியத்திற்கிடையே புகுந்துவிடும் என்பது அவரது அச்சம். அவரது சிந்தனாமொழி தமிழ் என்பதனால் சிறுவயதில் கற்ற சொற்கள் மனதினுள் 'உருண்டு பிரண்டு' கொண்டிருக்கலாம்.

அவ்வாறு அவர் பேசுவதாயின் சாரம் அல்லது வேட்டி கட்டியிருக்க வேண்டும். 'கோட் சூட்'டுடன் அச்சொற்கள் வாயினுள் புரளாது.

அகதிகளுக்கான புனர்வாழ்வு, பாதிக்கப்பட்ட இடங்களுக்கான புனர்நிர்மாணம்; இவையே நான் பணிபுரியும் நிறுவனத்தின் தொழில். மேற்படி

செயற்பாடுகளை மேற்பார்வையிடும் அதிகாரியாக என் பணி அமைந்துள்ளது.

என் பணிப்பாளர் நல்ல சிவலை. முகத்தில் தலையிலும் இமையிலும் மாத்திரம் அடர்ந்த மயிர். என்னிலும் பார்க்கப் பதினைந்து வயது அதிகமிருந்த போதிலும், என்னைவிட இரண்டு வயது மூத்த அண்ணன் என்றே அவரை யாரும் கணிப்பர். அவருக்கென்று 'ஒஸ்ரின் கேம்பிரிட்ஜ்' வாகனத்தைச் சாரதியுடன் நிறுவனம் கொடுத்திருக்கிறது. அவரது குடும்பத்தைச் சேர்ந்த வேறு யாரும் அவ்வாகனத்தில் ஏறி நான் பார்த்ததில்லை.

நான் பலமுறை ஏறியிருக்கிறேன். சிலமுறை அவரது வீட்டுக்கும் போயிருக்கிறேன். ஒல்லாந்து தேசத்திலிருந்து வந்த ஜோஹன் என்பவரை அழைத்துக்கொண்டும் ஒரு நாள் பணிப்பாளரின் வீட்டுக்குப் போனேன். அவரது வீடு, காற்றோட்டம்மிக்கக் கடற்கரைக் கிராமத்தில் இருக்கிறது.

ஆனாலும் அவர் தனது மனைவியுடனும் இரண்டு மகள்மாருடனும் நல்லூர்ச் சங்கிலியன் வீதியில் வாடகை வீட்டில் வசிக்கிறார்.

ஜோஹன், ஒல்லாந்து தேசத்திலிருந்து எமது 'அரசு சாரா' நிறுவனத்திற்கு இலட்சக்கணக்கில் பணம் அனுப்புகிறார். அவரது பணியும் ஒல்லாந்திலிருக்கும் 'அரசு சாரா' நிறுவனம் ஒன்றில்தான்.

சரியான இடத்தில், தாம் அனுப்பும் நிதி சேர்கிறதா, சரியான ஆட்கள் அதனால் பயன்பெறுகிறார்களா என்பதனை அறியவே ஜோஹன் இங்கு வந்திருந்தார்.

யாழ்ப்பாணத்தில் மூன்று ஹோட்டல்களே ஓரளவு நல்ல நிலைமையில் இருந்தன. அவற்றை ஹோட்டல்கள் என்று சொல்லவும் கூடாது. ஒருமுறை நான் தமிழ்நாட்டிற்குப் போய்வந்த பிறகுதான் ஹோட்டலிற்கும் லொட்ஜிற்கும் வித்தியாசம் தெரிந்தது. இவற்றில் இரண்டினை 'லொட்ஜ்' என்று அழைப்பதனையே சரியென்று நினைத்தேன்.

ஒன்றுதான் ஹோட்டல்; அசோகா ஹோட்டல்! அங்கு ஜோஹன் தங்க முடியாது. இந்திய அமைதிப்படையின் தளபதிகளும் இந்தியாவிலிருந்து அழைத்துவரப்பட்ட ரிபிஎல்எப் (தமிழ் மக்கள் விடுதலை அணி) என்ற தமிழ்ப் போராளி இயக்கத்தின் தலைவர்களும் அங்கு தங்கி யிருக்கிறார்கள். அசோகாவின் வாசலால்கூட வேறு மனிதர்

போக முடியாது. முன்னர் ஒஸ்ரேலியாவின் மெலன் தம்பதியினரைக் கடத்தியதுபோல அந்த இயக்கத்தினர் ஜோஹனையும் சிலவேளை கடத்திவிட்டுக் கப்பம் கேட்கக்கூடும்.

இப்போது இந்தியப் பிரதமராக இந்திரா காந்தி இல்லை! அவர் செத்துப் போய்விட்டார். இந்திரா காந்தி அவர்கள் ரிபிஎல்எப் இயக்கத்தினரை வெருட்டி, மெலன் தம்பதியினரை விடுதலை செய்யப் பண்ணியிருந்தார். இப்போது இந்தியாவின் பிரதமர் ராஜீவ் காந்தி. அவர்தான் ரிபிஎல்எப் இயக்கத்தினை ஈழத்துக்கு அனுப்பிவிட்ட பிறகு யார்தான் அவர்களைக் கேள்வி கேட்க முடியும்?

எனவே ஜோஹன், ஞானம்ஸ் எனும் லொட்ஜில் தங்கியிருந்தார்.

நான் அவரை முதன்முதலில் சந்திக்கப் போயிருந்தபோது அவருக்கு முன்னால் அவரது காலையுணவு இருந்தது. அவ்வாறான காலையுணவை இதற்கு முன்னர் ஒருபோதும் கண்டதில்லை. நான் கண்டதெல்லாம் புட்டு, இடியாப்பம், தோசை, இட்லி, ரொட்டி, பாண்.

வறுத்தெடுத்த இரண்டு பாண் துண்டுகள், பட்டர், ஜாம், அரைகுறையாக அவிந்த முட்டை, முட்டைப் பொரியல், தோடம் பழச்சாறு, கறுப்புக் கோப்பி: ஜோஹனின் முன் இவை இருந்தன.

"ஹாய். . . பாரதி."

"நான் பரிதி," என்றேன்.

'நீயும் இருந்து சாப்பிடன்' என்று அவர் என்னை உபசரிக்கவில்லை. சாப்பிட்டபடியே என்னுடன் பேசினார். என் கவனம் முழுதும் அவரது வழுக்கைத் தலையில் இருந்தது.

முட்டைபோல இருந்தது அவரது முகம். இமையில் மாத்திரம் அடர்த்தியற்ற மயிரைக் கண்டேன். தலையில் ஊரும்போது பற்றிப்பிடிக்கப் பேனுக்கு மயிர் வேண்டும். அவரது தலையில் இரண்டு பேன்கள், பற்றிப்பிடிக்க மயிர் இல்லாது வழுக்கிவழுக்கி ஊர்ந்தன. ஜோஹன், ஒல்லாந்திலிருந்து இரண்டு பேன்களையும் வளர்ப்பதற்காகக் கொண்டு வந்திருக்க மாட்டார்.

இக்காலத்தில், விலை பேசிக் கட்டிலுக்குப் போகும் பெண்களிடம் பேன் இருக்காது. அவர்கள் உயர்வர்க்கத்தைச் சேர்ந்த தளுக்குமிக்கவர்கள். காலம் அப்படியாக ஆகிவிட்டது.

ஜோஹன் அப்படியானவர்களிடம்தான் போயிருப்பார். ஆனால் அப்படியான ஒரு பெண்ணிடம் பேன் இருந்திருக்கிறது.

கறுத்துத் தோல் சுருங்கி, பேன் உள்ள பெண்கள் யாரும் இப்போது கடைத்தெருவில் நிற்பதில்லை. சிலர் சுடப்பட்டுக் கொல்லப்பட்டார்கள் என்றும் அறிந்தேன். (இவ்வாறான பெண்ணாகிய தனமக்காவைப் பற்றி இப்போது சொல்வது சரியல்ல. பிறிதோர் அதிகாரத்தில் விரிவாகக் கூறுகிறேன்.)

ஜோஹனின் தலையில் இரண்டு பேன்கள்! ஆகவே தளுக்கு மிகுந்தவர்களும் பேனைத் தலையில் கொண்டிருக்கிறார்கள்.

மேலும் பேன் குறித்து ஆராய விரும்பவில்லை; அது என் வேலையல்ல.

முன்னர் ஜோஹன் என்னிடமும் சிலபல வேலைகளை ஏவினார். அவை புனர்வாழ்வு, புனர்நிர்மாணம் என்றான வேலைகள் அல்ல. இரண்டு பேன் ஊர்கின்ற, முட்டை போன்ற முகமுடைய ஜோஹனைக் காண முன்னர், அவரிடமிருந்து அவ்வேலை எனக்கு ஏவப்பட்டிருந்தது.

பிம்பம்தான் தெரியாதேயொழிய 'ஜோஹன்' எனும் பெயர், நாள்தோறும் என் காரியாலயத்தில் நூறு தடவை ஒலித்தது.

கச்சாய் கிராமத்தில் திவாகர் என்ற ஒருவர், ஒல்லாந்து தேசத்திற்கு அகதியாகப் போயிருக்கிறார். ஒல்லாந்து தேசத்தின் தவப்புதல்வனாக வாழ அவருக்குப் பெருவிருப்பு. ஒல்லாந்து தேசத்திற்கு அவரை 'வெறும் புதல்வர்'ஆகக்கூட ஏற்றுக்கொள்ளும் விருப்பு ஏதும் கிடையாது. எனவே திவாகர், நாள்தோறும் நிறைய விண்ணப்பப் படிவங்களை நிரப்பலானார். நாள்தோறும் அவர் ஏறி இறங்கிய படிகள் ஆயிரம். அகதி அந்தஸ்து கோருபவர்களுக்கு 'லிப்ற்' வசதியை எந்த நாட்டு அரசாங்கம் ஏற்படுத்திக் கொடுத்திருக்கிறது?

விண்ணப்பம் இறுதிநிலையை எய்தியது. இப்போது என் உதவி ஒல்லாந்து அரசாங்கத்துக்குத் தேவைப்பட்டது. அதையிட்டு என் பெருமை அளப்பரியது. பணிப்பாளர் என்னை அழைத்தார்.

ஒல்லாந்து அரசாங்கம், ஜோஹன்மூலம் அனுப்பிய வினாக்கோவைகளை என் கைகள் தாங்கின.

"இந்த வினாக்கள் அத்தனையையும் நேரிடையாகக் கேட்காதே. திவாகர், ஒல்லாந்து அரசாங்கத்துக்குத் தான் புனைந்த கதையை, தன் வீட்டுக்கும் சொல்லியிருப்பார். எனவே நீ திவாகரின் நண்பன் என்றும், ஹொலண்டிலிருந்து

வந்தவனென்றும் ஒரு கதையைப் புனைந்து அதனூடாக உண்மையை அறிய முயல். உனது களையான முகமும் சிவந்த தோலும் வெளிநாட்டிலிருந்து வந்தவன் என்றே அறிவிக்கின்றன. திறமான உடுப்பாக அணிந்துகொண்டு போ. வேர்த்தாலும் பரவாயில்லை, கறுப்பு ரீசேர்ட்டைப் போடு; டெனிம் ஜீன்ஸை அணிந்துகொள். அவற்றை வாங்குவதற்குரிய பணத்தைத் தரலாம். உன்னுடைய கழுத்துச் சங்கிலி எங்கே? காணவில்லை! அதையும் போடு!. ஒரு வாகனத்தை வாடகைக்கு அமர்த்திக்கொண்டு போ. அதற்குரிய பணத்தையும் தரலாம். எனக்கு ஒரு கிழமைக்குள் இதற்கான அறிக்கை வேண்டும். ஜோஹன் ஒரு கிழமைக்குள் தனக்கு அறிக்கை வேண்டுமென்கிறார். ஜோஹன் எங்களுக்கு மிக முக்கிய விருந்தாளி. அது உனக்குத் தெரிந்ததுதானே? ஜோஹன் இல்லையெனில் நான் இல்லை; நீ இல்லை; இங்கு பணிபுரியும் இருபது பேர் இல்லை; இந்த அலுவலகமே இல்லை. உனக்கும் எனக்குமுரிய ஐந்து இலக்கச் சம்பளமும் இல்லை. மேலாக இந்திய அமைதிப்படையின் விருந்தினர்களாக யாழ்ப்பாணக் கோட்டைக்குள் ஆண்டுக் கணக்காக நாம் அமர்ந்திருக்க வேண்டி வரலாம்."

இவற்றைச் சொல்வதற்கு சிவகுமார் சேருக்கு – அட, நம் பணிப்பாளருக்கு அதுதான் பெயர் – ஆங்கிலம்தான் தேவைப் பட்டது.

சாகசம் புரிவதில் நான் வல்லவன். என்னிடம் இருக்கும் உடுப்புகள் மெத்தத் திறம். அதில் உள்ள நிறங்கள் யாழ்ப்பாணத்தின் உடுப்புகள் கண்டிராதவை.

உடுப்புகள் தொடர்பாக என் ருசியைப் பலர் வியப்பர். தேடலும் அவ்வாறு. இத்தாலியிலிருந்து ஒருத்தன், பேனா நட்புக்குள்ளால் எனக்குக் கிடைத்தான். அவன் முஸோலினியின் சர்வாதிகாரத்தில் ஆர்வம் கொண்டவன். அது எனக்குப் பிரச்சினையல்ல. ஷோன் – அவனது பெயர் – வழமையான உடைகளை நிராகரித்து, தன் கற்பனைத் திறனை விருத்தி செய்யும் விதமாக உடைகளைத் தயாரித்தான். தயாரிக்கும் முறையைப் படம் கீறியும், 'கட்டிங்ஸ்'களை அனுப்பியும் என்னையும் அதில் ஆர்வம் கொள்ளச் செய்தான். எனக்கும் அது உவப்பாயிற்று. ஏற்கெனவே விதம்விதமான உடைகள் அணிவதில் எனக்குப் பெருவிருப்பு. இருவருக்கும் இடையில் பாலமாக இருந்தது, அவனிடம் இருந்த அரைகுறை ஆங்கிலம்.

நான் ஆங்கிலத்தில் கடிதம் எழுதி, அவனும் தன் அரைகுறை ஆங்கிலத்தில் எனக்குக் கடிதம் எழுதி,

உடுப்புகள் தொடர்பாகச் சில தீர்க்கமான முடிவுகளை மேற்கொண்டிருந்தோம். எனது வனப்பு மிகுந்த தோழன், உடுப்புகள் பலவற்றின் 'கட்டிங்ஸ்'களை எனக்கு அனுப்பி யிருந்தான். வனப்பு மிகுந்தவனாக நானும் எப்போதோ ஆகிவிட்டேன்.

இத்தாலி; உலகின் மிக அழகிய, கலாச்சார நாடு!

வழமையான சேர்ட் கிடையாது. 'கொலர்' சின்னதாக இருக்கும். கொலர் இல்லாமலும் இருக்கும். நிறமூட்டிய பொத்தான்கள். லோங்சின் இரண்டு முழங்காலிலும் இரண்டு பொக்கெற். இப்படி விதம்விதமாக எனக்குத் தைத்துத் தர, நான் சொன்னபடி தைத்துத் தர பவியக்கா இருந்தா. அவாவுக்கு என் 'ஸ்ரையில்' மிகப் பிடிக்கும். பவியக்காவைப் பார்த்து, நடிகை ராதிகா என ஏமாந்து இருக்கிறேன்.

திவாகர் வீட்டுக்கு – கச்சாய்க்கு – போவதற்கு வாடகை வாகனம் ஒன்றையும் பிடிக்கவில்லை. என் நண்பன் முரளியிடம் மோட்டார் சைக்கிள் கேட்டேன். மோட்டர் சைக்கிளை வெறுமனே எங்களது வீதிகளில் இப்போது ஓட்ட இயலாது. அதற்கு நிறையச் சட்டங்களை இந்தியன் ஆமி போட்டிருக்கிறது. அதை இன்னோர் அதிகாரத்தில் தெளிவாகச் சொல்கிறேன்.

கச்சாயில் திவாகர் வீடு போனேன். எனது உடுப்பு; நண்பனின் வாகனம். உண்மையில் எனக்குப் பெரிதாகச் செலவு இல்லை. ஆயினும் இரண்டுக்குமாக இரண்டு ஆயிரம் ரூபாய்களை நிறுவனத்திடமிருந்து பெற்றுக்கொண்டேன்.

திவாகரின் நண்பனாக ஒல்லாந்து தேசத்தில் இரண்டு வருசமாக ஒரே அறையில் குடியிருப்பவன் நான். "என்னைப் பற்றிக் கடிதத்தில் ஒரு வரிகூடவா வரவில்லை," என்று ஆச்சரியமும் ஆத்திரமும் பட்டேன். "பாருங்கள், அவனுக்குக் குடுக்கிற குடுவையிலை பதறிப்பதறி என்ரை பெயர் உங்களுக்கு அவன் அனுப்பும் கடிதத்தில் வரும்."

"அவன் எப்பவும் இப்பிடித்தான்," என்று அவன் அம்மா சொன்னார். "எல்லாத்தையும் மறக்கிறவன் அவன். நாகேஸ்வரி எண்ட என்ரை பெயரை மகேஸ்வரி எண்டுகூட எழுதியிருக்கிறான்."

அத்தனை உண்மைகளையும் 'கறந்துகறந்து' எடுத்து விட்டேன். திவாகர், ஒல்லாந்து தேசத்திற்குக் கொடுத்த ஒப்புதல் வாக்குமூலத்திற்கும் இப்போது நான் எடுத்த தகவல்களிற்கும் யாதொரு சம்பந்தமும் கிடையாது.

என் கடமையை முடித்துவிட்டேன். எனது அறிக்கை பணிப்பாளரிடம் போனது.

பணிப்பாளர் என்னிடம் கேட்டார்: "தாய், தந்தை, சகோதரர்களின் முகங்களைக் கவனித்தாயா? திவாகரையிட்டு அவர்கள் எவ்வாறு கவனம் கொள்கிறார்கள்?"

"திவாகர்மீது அவர்கள் மிகுந்த நம்பிக்கை கொண்டிருக் கிறார்கள். திவாகரின் உழைப்பில்தான் அவனது இரண்டு சகோதரிகளின் திருமணமும் அவர்களது வாழ்வும் இருக்கிறது. அவர்கள் விவசாயம் செய்யும் மூன்று ஏக்கர் காணியை விற்றுத்தான் திவாகரை அனுப்பியிருக்கிறார்கள்."

சிவகுமார் சேர், எனக்கு இப்போது இதைத் தமிழில் சொன்னார்: "பாவங்களெடா. . . எவ்வளவு கஸ்ரப்பட்டுப் போயிருப்பார்கள். உண்மை பேசி உத்தமனாய் வாழுறதிலும் பார்க்க, ஒரு நன்மைக்காகப் பொய்யைச் சொல்லி மத்திமனா வாழுவம். நீ வேறையொரு அறிக்கையைத் தயார் செய். உதைக் கிழித்துப் போடு."

'மத்திமன்' என்ற சொல்லுக்கு இற்றைவரை எனக்குப் பொருள் தெரியவில்லை. ஆனால் நல்லதொரு வேலை செய்திருக்கிறம் என்பது தெரிந்தது.

பிறகுதான் நான் தேடிப்பிடித்தேன்: 'உத்தமன்' சரி; 'மத்திமன்' சரி; இறுதிநிலையில் உள்ளவன்: 'அதமன்!'

நான் அவ்வாறு, அதாவது அதமனாக வாழக் கூடாது என்று அக்கணம் யோசித்தேன். உத்தமனாக வாழ அருணன் போன்ற சிலரால்தான் முடியும். மத்திமனாக வாழ நான் முயலலாம்.

ஜோஹனுக்கு அறிக்கையையும் என்னைத்தான் எழுதச் சொன்னார் பணிப்பாளர். எனது ஆங்கிலம், இலக்கண ரீதியாக மிகச் சுத்தமானது! எனக்கு ஆங்கிலம் கற்றுத் தந்த சந்தியாப்பிள்ளை சேர் இலேசானவர் அல்லர்! *'ither', 'neither' (Neither the sea nor the sand)* என்பவற்றை எங்கு, எவ்வாறு பயன்படுத்த வேண்டும் என்பதற்கான இலக்கணத்தைக்கூடத் தெளிவாகக் கற்றுக்கொண்டேன். கறுப்புச் சட்டையினூடாக வெள்ளைப் பிரேசியர் தெரிகிற, தடித்துப்போன சுருண்ட மயிரின் ஒற்றைப் பின்னலை வைத்திருக்கிற பாலகௌரியின் அழகையும் கவனித்தபடி இவற்றைக் கற்றுக்கொள்வது இலேசான காரியம் அல்ல.

○○○

தலையில் இரண்டு பேன்கள் வைத்திருக்கிற இவரா, ஜோஹன்?

பணிப்பாளர், என்னை ஜோஹனுக்கு அறிமுகப் படுத்துகிறபோது இவ்வாறுதான் சொன்னார்: "இவர்தான் அத்தனை அறிக்கைகளையும் தயாரிக்கிறவர்."

ஜோஹனின் முகத்தில் ஏற்பட்ட ஆச்சரியக்குறிகள் ஆயிரம்!

"அந்தத் திவாகர்?"

"இவர்தான்!"

"நல்லதொரு அறிக்கை. திவாகர் காப்பாற்றப்பட்டார். அது எனக்கும் மகிழ்ச்சியே. விட்டுக்கொடுக்க மாட்டீர்கள். உங்களுடைய பலம் அது; தமிழர்களுடைய! யூதர்கள் போன்று இருக்கிறீர்கள். இப்படியோர் இனத்தை நான் எங்கும் கண்டதில்லை. அதனால்தான் ஆரம்பத்தின் தொடக்கத்திலிருந்து நிறைவின் இறுதிக்கணம்வரை வாழ்கிறீர்கள்."

"நன்றி!" இதைப் பெருமிதக் கண்களுடன் சொன்னவர் சிவகுமார் சேர்.

ஜோஹனை யாழ்ப்பாணம் முழுதுமாக நான்தான் கூட்டித் திரிந்தேன். எங்கெங்கு காணினும் இந்தியனாமியின் பச்சைச் சீருடை. நம் தேசத்துக் காற்றில் வனஸ்பதி நெய்யின் மணம். ஜோஹனுக்கு ஆச்சரியம் தாள முடியவில்லை.

"இந்தச் சிறிய இடத்துக்கு மில்லியன் கணக்காக இராணுவம் தேவைதானா," என்று கண்ணைச் சுருக்கிக் கேட்டார். கண்களைச் சுருக்குகிறபோது வேறும் ஏதோ ஒன்று அவரிடம் தொக்கி நிற்கிறது!

வெய்யில் வெளிச்சத்தினால் கண்ணைச் சுருக்கியதாக நான் கணிக்கவில்லை. அவர் அடுத்துக் கேட்ட கேள்வியில் கண்ணைச் சுருக்கியதன் அர்த்தம் புரிந்தது:

"உங்களது விடுதலைப் போராளிகள் அத்தனை பலம் மிகுந்தவர்களா? ஆயிரம்பேர்கூட இல்லாதவர்களாமே! அதற்கு மில்லியன் கணக்காக."

நான் சொன்னேன்: "இராணுவத்துக்குச் சம்பளம் கொடுத்து வைத்திருக்கிறார்கள். ஏதும் வேலையாவது கொடுக்கத்தானே வேண்டும். இலங்கை, இந்தியா போன்ற நாடுகளின் நிதிநிலையில் இராணுவத்துக்குத்தானே அதிக பணம் ஒதுக்குகிறார்கள்."

சிறிது யோசனை ஜோஹனின் முகத்தில் தெரிந்தது.

இரவி அருணாசலம்

எமது திட்டங்கள், செயற்பாடுகள் யாவற்றையும் பார்வையிட்டார். எமது நிறுவனத்தில் உதவி பெறுகின்ற, பாதிக்கப்பட்டோரிடம் பேசினார்; கேள்விகள் கேட்டார்.

மொழிபெயர்ப்பாளராக நான் இருந்தேன். 'மொழிபெயர்ப்பாளர்' எனும் தொழிலை மாத்திரம் நான் செய்யவில்லை. 'வியாக்கியானம்' செய்பவனாகவும் இருந்தேன். என்ன சொல், என்ன வாக்கியம், என்ன பொருள், சூழலுக்கு எது முக்கியம், கண்ணீரையும் இரக்கத்தையும் எது யாசிக்கும் என யாவற்றையும் நுட்பத்துடன் உட்புகுத்தி வியாக்கியானம் செய்தேன். ஜோஹனுக்கு இடையிடை கண்ணீரும் பனிக்கப் பார்த்தது.

என்னுடன் மிகவும் சிநேகிதமாகிவிட்டார். அது எந்த அளவுக்குப் போனதென்றால், அவர் என்னிடம் முதல் கேட்ட கேள்வி, அல்லது சொன்ன விருப்பு: "இங்கு பெண்கள் ஏன் இவ்வளவு அழகாக இருக்கிறார்கள். இவர்கள் பெண்கள் அல்ல; ஏதோ ஒரு மாயசக்தி! அந்தச் சக்தியிடம் தஞ்சம் புக விரும்புகிறேன்."

மேலும் சொல்லலானார். அது இவ்விடத்தில் வேண்டாமே!

சிவகுமார் சேர், ஜோஹனுக்குத் தனது கடற்கரை வீட்டில் விருந்தொன்று கொடுத்தார். எமது நிறுவனத்தின் தலைவர், செயலாளர், பொருளாளர் ஆகியோரை மாத்திரமே அழைத்த விருந்துபசாரத்துக்கு நானும் அழைக்கப்பட்டிருந்தேன்.

யாழ்ப்பாணத்தின் அத்தனை உணவு வகைகளும் விருந்தில் இருந்தன. 'ஒடியற்கூழ் இருந்ததா' என்றா கேட்கிறீர்கள்? ஓம், இருந்தது. அது குடிக்கப் பிளாவும் இருந்தது.

ஜோஹனுக்கு மாத்திரம் ஒரு போத்தல் சிவப்பு வைன்!

❍❍❍

"சேர், நான் எந்த அர்த்தத்தில் இந்த அறிக்கையை எழுதினான் எண்டால். . ."

"எந்த அர்த்தமும் எனக்கு வேண்டாம். எனக்கு ஒண்டும் சொல்லாதே. உன்னட்டை இருந்து சத்தியமா இதை எதிர்பார்க்கேல்லை. அவ்வளவுதான் சொல்லுவன்."

"சேர், என்னையும் கொஞ்சம் கதைக்க விடுங்கோவன்."

"இதிலை கதைக்க என்னடாப்பா இருக்கு? சரி சொல்லு, என்ன சொல்லப்போறாய் எண்டு பார்ப்பம்."

"சேர், மல்லிகா வேறையொரு கலியாணம் கட்டப்போறா எண்டதாலை. . ."

"விடுவிடு. . . கதையை விடு."

"இல்லை சேர், நான் சொல்லுறதைக் கொஞ்சம் கேளுங்கோ. மல்லிகா வேறையொரு கலியாணம் செய்யப் போறா எண்டதாலை இந்தப் 'புறோஜெக்ரை' இன்னொரு விதவைக்குக் குடுக்கலாம் எண்டுதான். . ."

"கதையை நிப்பாட்டு, நீ என்ன சொல்ல வாறாய் எண்டு எனக்கு நல்லா விளங்குது. தம்பி இதை இப்பிடிப் பாரடா, அவளுக்கு என்ன பெயர் சொன்னனீ? மல்லிகாவோ? ஆ. . . மல்லிகா."

என்னைத் 'தம்பி' என்று அழைக்கிறார். இப்போதுதான் முதன்முறையாக, தம்பி!

சிவகுமார்சேர் சொல்லிக்கொண்டு போகிறார்.

திடுமென என்னைக் கேட்டார்: "உன்ரை இடத்தில அருணன் இருந்தால் என்ன செய்திருப்பான்? சொல்லு."

◯

3

முதலாம் அத்தியாயம்

1984 வாக்கில்

“நீலக்கடல் ஓரத்திலே ஏலேலோ. . . நாங்கள்
நிதமும் உழைத்து வாழ்ந்து வந்தோம் ஏலேலோ. . .
நேவிக்காரன் தொல்லையாலே ஏலேலோ. . . நாங்கள்
நிலத்தில் விழுந்த மீன்களானோம் ஏலேலோ. . .”

அருணனுக்கு இப்பாடல் எப்போதும் நெஞ்சின் அடியிலிருந்து மிதந்துமிதந்து எழுகிறது. இப்பாடலை முணுமுணுத்தபடி தனிவெளியில் சைக்கிள் ஓட்டுவான். சிலசமயங்களில் நெஞ்சு இளகிக் கண்ணீரும் அவனுக்கு எட்டிப் பார்க்கும்: ‘நிலத்தில் விழுந்த மீன்களானோம்.’

தன் மூக்குக் கண்ணாடியைத் தூக்கிக் கண்களைத் துடைப்பான். தாங்க இயலாமல் அவனது தாடி மயிருக்குள்ளால் கண்ணீர் வழிந்ததுமுண்டு.

“நிலத்தில் விழுந்த மீன்களானோம்.”

நாள்தோறும் அதிக வேலைகளை வைத்திருந்தான் அருணன். அவன் தங்குவதற்கு இடம் தோதானதாக இல்லை. இனியும் வருமோ தெரியாது. இந்த அறை இப்போதைக்கு நன்று. இரவினில் குளிர் எங்கிருந்து வருகிறதென்று தெரியவில்லை.

வரட்டும், ஆனால் அது விடியற்புறத்தில் எழும்பவிடுகிறதாக இல்லை. காலையிலிருந்து செய்வதற்கு அதிக வேலைகளிருந்தன.

தோட்டவெளி தாண்டி வர வேண்டிய வீடு இது. அந்நியர் யார் வந்தாலும் நாய்களின் குரைப்பு யாவற்றையும் காட்டிக் கொடுத்துவிடும். அஃது அருணனுக்குத் தேவையில்லை. அவனது மூக்கு விடைத்து வெளியைத் துழாவுகிறது. காற்றில் கமழ்ந்து வரும் அந்த மணம், 'யார் வந்தார்' என்பதனை அவனுக்கு உரைத்துவிடும்.

இரவுக்கானால் அல்லது சாமமானால் ட்ரக்கின் அல்லது ஜீப்பின் சத்தம் கேட்டு ஓடுவதற்கு, பின்புறம் பற்றைகள் தாண்டிய பெரும் பனங்கூடல் இருக்கிறது!

வேம்பு நிழல் செய்த முற்றத்தினை யன்னலால் காண வைத்திருக்கிற அறை. செவ்வரத்தம் பூக்களும் தெரிந்தன. இந்த அறைக்கு வந்த பின்னர்தான் மழைகூட அதிகம் பெய்கிறதோ, என சம்சயம் கொண்டான். குளிப்பதற்குக் கிணற்றடி ஏறினால் ஒருக்கால்கூட வழுக்காமல் விட்டதில்லை. வழுக்காதிருப்பதில் கவனம் செலுத்துவதுகூட ஒருவகைச் சந்தோசம்!

சில அறைகள் ஏன் சில வீடுகள், மண்ணில் சொர்க்கம் சமைப்பதற்காகக் கட்டப்படுகின்றன. அருணனின் அறை அத்தகையது.

இந்த அழகை இரசிக்கின்ற காலங்கள் போயே போய் விட்டதில் அவனுக்கு ஏதும் வருத்தமில்லை. இப்போது ஒரு புத்தகம் வாசிக்க நேரமில்லை. அதுதான் சிறிது வருத்தம்! நிறைய வேலைகள் வந்து சூழ்ந்துவிட்டன. ஊரில், வீட்டில் இருக்க முடியாது வந்தது ஒருநாள்:

நிலவு காலித்திருக்காத ஒரு சாமப்பொழுதில் சிங்கள இராணுவம் வீட்டினுள் புகுந்தது. கதவை உதைத்து இராணுவம் புகுந்த கணமும் கிழக்கு வாசல் கதவு திறந்து இவன் இருளில் பாய்ந்த கணமும் ஓரிரு செக்கன்களிலேயே வித்தியாசப்பட்டன. இராணுவம் வருவதைக் குரைத்துக் காட்டிய வீமாவுக்குத் துவக்குப் பிடியால் அடி போட்டான் இராணுவத்தான்.

○○○

மேகம் கறுத்து, இன்றைக்கு மழை பொழியும் என்று பயங்காட்டிய அந்தப் பொழுதில் இலைகள் அனுங்கவில்லை. குளிர்ந்துகொண்டிருந்தது காலை. இன்றைக்குச் செய்ய வேண்டிய வேலைகளை அருணன் பட்டியலிட்டான்:

1) குமரனையும் ஜேசுவையும் சந்திக்க வேண்டும்.

புதிதாக 'ஒன்று' இருப்பதாகக் குமரன் சொன்னான்; 1500 ரூபா! 1200 ரூபாவுக்குக் கேட்டுப் பார்க்கலாம். போனமுறை

போனபோது அவன் 'அதை' எடுத்து வைத்திருக்கவில்லை. கொஞ்சமேனும் கோபம் வந்தது. அப்போது குமரன முறறததைக கூட்டிக்கொண்டு நின்றான். வீட்டுக் கடமைகளைச் செய்து விட்டு, இயலாத தாயாருக்குச் சமைத்தும் வைத்துவிட்டுத்தான் அவன் வெளிக்கிட வேண்டும்.

முற்றத்தைக் கூட்டி வந்த புழுதிப் படலத்துக்கிடையே நின்றுதான் அவன் யாவற்றையும் சொன்னான். அவனிடம் ஒன்றும் சொல்ல மனம் வரவில்லை. "நாளைக்கு எடுத்து வைக்கப்பார்"

2) ஒன்பதரைக்குக் குருநகர் தேவாலயத்தில் புதியவர் மூவர் நிற்பர். அவர்களைத் தோழர் செந்தூரன் அழைத்து வருவதாகச் சொன்னான். அவர்களுடன் நிறைவான உரையாடுகைக்குத் தேவை இருக்கிறது.

முதற்சந்திப்பிலேயே 'எப்ப அண்ணை றெயினிங்குக்கு அனுப்புவீங்கள்?' என்று கேட்போர் அநேகர். அதுவும் 'லோக்கல் றெயினிங்' வேண்டாமாம்; 'இந்தியன் றெயினிங்!'

இவர்களை என்ன செய்யலாம்? வள்ளத்தில் ஏற்றி, நடுக்கடலில் 'சுத்தோ சுத்தென்று சுத்தி' திரும்பக் காட்டுப்பக்கம் ஈழக்கரையில் இறக்கி, நடுக்காட்டில் பயிற்சி கொடுத்துவிட்டு, மீண்டும் வள்ளத்தில் ஏற்றி நடுக்கடலில் 'சுத்தோ சுத்தென்று சுத்தி'விட்டுத் திரும்ப ஈழக்கரையில் இறக்க வேண்டும். 'நான் இந்தியன் றெயினிங்' என்று ஊரில் சொல்வார்களாக்கும்.

3) பத்தரை மணிக்கு வள்ளியையும் நாச்சியாரையும் கொடிகாமத்துக்கு அனுப்ப வேண்டும். அவர்கள் யாழ்ப்பாணம் பஸ் நிலையத்தில் வந்து காத்து நிற்பார்கள்.

இது தொடர்பாகப் பிரதேசக் குழு சில முடிவுகளை எடுத்திருக்கின்றது. அக்குழுவில் அருணனும் இருந்தான். "இனி நீ பெண்கள் அமைப்புடன் மினைக்கெடத் தேவையில்லை. பொறுப்பாகத் தமிழரசியைப் பிரதேசக் குழு நியமித்திருக்கிறது. தமிழரசி யாவற்றையும் பார்ப்பார். நீ பொறுப்பெடுத்த வேலைகளை முடித்துக்கொடு. ஓராள் எல்லா வேலைகளையும் தலையிலெடுத்தால் ஒன்றுமே ஒழுங்கா நடவாது," என்று பிரதேசக் குழு உறுப்பினர் தோழர் சேந்தன் சொன்னார்.

தோழர் தமிழரசி, "எனக்கு அருணன் தோழரின் தயவு தேவை," என்றாள்.

"நிச்சயமாக."

4) பன்னிரண்டு மணிக்கு மதிய உணவுக்காக மக்கள் வங்கியின் ---- நகரக்கிளை பூட்டப்படும். பன்னிரண்டரை அளவில் அங்கு பணிபுரிகின்ற முருகுவைச் சந்திக்கலாம். சகல தகவல்களையும் சேகரித்து வைத்திருப்பார். அவர் திரட்டிய தகவல் குறிப்புகளை என்வலப்பிற்குள் வைத்து, மினிபஸ் றைவர் ஐயாண்ணனிடம் கொடுத்துவிட்டால் உரிய இடத்திற்குச் சேர்ப்பிப்பார்.

சென்றமுறை பிசகிவிட்டது; அது வேறொரு இடத்தில். தகவல் சேகரித்தபோது, வேறொரு இயக்கமும் தகவல் சேகரித்திருக்கிறது. இவர்கள் திட்டமிட்ட நேரத்திற்கு ஐந்து நிமிடம் முன்னால் அந்த இயக்கம் அதை முடித்துவிட்டது. இவன் தன் இயக்கம்தான் அதைச் செய்தது என்று நம்பிப் பன்னிரண்டு மணித்தியாலங்களின் பிறகுதான் தான் முட்டாள் என உணர்ந்தான்.

5) மூன்று மணிக்கு அச்சகத்திற்குப் போக வேண்டும். முருகனண்ணை அப்போதுதான் அச்சகத்தில் நிற்பார். அவருடன் பேச நிறைய இருக்கிறது. நோட்டீசுடன் போஸ்ரரும் அச்சடித்துத் தருகிறார். சிங்கள இராணுவத்துக்குக் கொஞ்சம்கூட அவர் பயப்படுகிறார் இல்லை!

சாப்பிட்டுவிட்டு பீடா சப்பிக்கொண்டு கண் அயரத் தொடங்குவார். கண்டவுடன் "விளக்கணைய இருள் பரவ வேண்டும். நான் விரித்த கவி நின்றுவிட வேண்டும். கலகலத்து அவள் சிரிக்க வேண்டும்," என்று கண்ணடித்து, வம்புச் சிரிப்புச் சிரித்துப் பேசத் தொடங்குவார். கேட்ட காசெல்லாம் கொடுத்தாயிற்று. இன்னும் வேலை முடியவில்லை. ஏன் மினைக்கெடுத்துகிறார்? எத்தனை பிரசுரங்கள், எத்தனை புத்தகங்கள் இரகசியமாக அச்சடித்துத் தருகிறார். எத்தனை முறை சிங்கள இராணுவமும் வந்து சோதனை போட்டது. எங்கேனும் பயப்பட்டாரா, யாருக்கும் மசிந்தாரா?

யாவற்றுக்கும் மேலாக இரவிரவாச் சுவரொட்டி எழுத அச்சகத்தைத் தருகிறார். அச்சகத்தின் திறந்தவெளியில், லைற்றுகளை நூர்த்துவிட்டு லாம்பு வெளிச்சத்தில் சுவரொட்டி எழுதுகிறார்கள். கறுப்பும் சிவப்புமான மை!

முருகனண்ணை, அச்சகத்தின் தரையில் பட்டுக்கிடந்த சிவப்பு, கறுப்பு மைக்கறைகளைத் 'தேப்பன்தைன்' ஊற்றித் துடைத்துக்கொண்டிருந்தார்.

"அண்ணை, போஸ்ரர் ஒட்டப்போக உங்கன்ரை மோட்டர் சைக்கிள் வேணும்."

இரவி அருணாசலம்

"அங்கை மேசையிலை திறப்புக் கிடக்கு, எடுத்துக் கொண்டு போ."

6) ஐந்து மணியளவில் சைக்கிள் உழக்கத் தொடங்கினால் ஆறு மணிபோலக் காங்கேசன்துறைக்குப் போய்விடலாம். அங்கு ஓர் அரசியல் வகுப்பெடுக்க இருக்கிறது. காங்கேசன்துறைக்குத் தார்வீதியால் போக முடியாது. அடிக்கடி சிங்கள இராணுவத்தை எதிர்கொள்ள நேரிடும். தண்டவாளத்தை ஒட்டிப்போகிற கையொழுங்கையை இராணுவம் எட்டிப் பார்க்காது. நீண்ட தார்வீதியை ஒருமுறைதான் ஊடறுக்கிறது அந்தப் பாதை! நேரம்தான் அதிகம் எடுக்கிறது; ஆனால் பாதை பயமில்லை.

ஆறு மணிக்குத் தையிட்டி வாசகசாலையில் தோழர் வேலன் காத்துநிற்பான்.

எந்த நேரம் என்றும் பாராது கிளியக்கா புட்டு அவித்துத் தருகிறா, அது சாமமாயிருந்தாலும்கூட. புட்டுக்குக் கருவாட்டுக் குழம்பு இருக்கிறது, மீன்குழம்பு இருக்கிறது. ஒருநாள் அவையொன்றும் இல்லை. கத்தரிக்காய் பொரித்த குழம்புகூட இல்லை.

ஒவ்வொரு தகரப் பேணியையும் தடவித்தடவி இரண்டு முட்டை எடுத்தா, கிளியக்கா. சர்ரென அது பொரிந்தது. அறையில் கட்டிவைத்திருந்த இதரை வாழைக்குலையில் இரண்டு பழம் பிடுங்கி, முட்டைப்பொரியலுடன் அரிசிமாப் புட்டு.

சோளகம் மெலிதாய் வீச, பனையோலை சரசரக்க, தோட்டத்தில் இருந்த அட்டாளையில் படுக்கை.

ரோர்ச் லைற் வெளிச்சப் பொட்டு ஆடிஆடி வந்தது. இவன் அட்டாளையில் இருந்து குதித்து ஓடுவதற்கு ஆயத்தமானான். வந்தது கிளியக்காவின் குரல்: "கோழி அடிச்சோ மீன் பொரிச்சோ புட்டைத் தராமல் முட்டைப் பொரியலோடை பேய்க்காட்டிப் போட்டன்; இந்தா தம்பி இதைக் குடிச்சிட்டுப் படு," என்று கிளியக்கா பாலைத் தந்தா.

7) போன இடத்தில் தோழர் செபஸ்ரியைச் சந்திக்க வேண்டும். தோழர் வேலனிடம் சொன்னால் கூட்டி வருவான். செபஸ்ரியுடன் பேச நிறைய விசயங்கள் இருக்கின்றன.

நெஞ்சு விரிந்த கட்டான கறுத்த உடம்பு செபஸ்ரிக்கு. வெத்திலைபாக்குப் போட்டு எப்போதும் சிவந்த வாயினைக் கொண்டவன். வள்ளம் வலித்து, வலை விரித்த முரட்டுக்கை இப்போது பப்பாசிக் காயைத் துருவிக்கொண்டிருந்தது.

அது அன்றைய ஒருநேரச் சாப்பாட்டுக்கு உரியது. அன்றைக் கென்றல்ல; அடிக்கடி இதுதான் சாப்பாடு.

கடல் வலயப் பாதுகாப்புச் சட்டம், தமிழ்ச் செம்படவர்களைக் கடலுக்கு விடவில்லை. கடலினூடாக இந்தியாவுக்கு ஆயுதப் பயிற்சி பெறப் போராளிகள் போகிறார்கள். பயிற்சி பெற்ற போராளிகள் கடலினூடாக ஈழத்துக்கு வருகிறார்கள்.

சிங்கள இராணுவ, கடற்படைக் கட்டளை இது:

கடலில் எவரும் தென்படக் கூடாது. எந்த வள்ளமும் இயந்திரத்தை வைத்திருக்க முடியாது. கடலின் கரையிலுள்ள எவர் வீட்டிலும் மண்ணெண்ணெய், பெற்றோல், டீசல் என்ற எரிபொருட்கள் இருக்க முடியாது!

கடலின் கரையிலுள்ள குடில்களில் இரவின் இருளுக்கு ரயர் எரிந்து வெளிச்சம் தருகிறது. தமிழ்ச் செம்படவர்களுக்கு மீனில்லாச் சோறு. இப்போது சோறுமில்லாப் பப்பாசிக்காய் அவியல்!

ooo

அருணனுக்கு, அவன் அமைப்பு பணித்த வேலைகளுக்கு அப்பால் மனசுக்கு மசிந்த வேலைகளும் இருந்தன.

1983 தமிழ் இனப்படுகொலையின் பிறகு, கிளிநொச்சியைச் சுற்றிய கிராமங்களில் மலையகத்திலிருந்து வந்த ஏதுமற்ற ஏதிலிகள் பலர் குடியிருக்கிறார்கள். குடியிருப்பது, கொட்டில் களில் அல்ல. செத்தை கட்டி, 'குடில்' என்கிறார்கள்.

ஒரு நேரத்துக்குச் சோறு உண்ண அரிசி கிடைப்பது பெரும்பாடு. கிடைத்த மரவள்ளித் துண்டங்களைக் குழம்பி லிட்டு, மீன் குழம்பு என்பதாக உண்கிறார்கள். சொதியோடு மாத்திரம் சோறு தின்கின்ற நாள்கள் அதிகம்.

அவர்களை நினைத்தால் எப்போதும் நெஞ்சு தீய்கிறது. மனசு விரிந்தவன் அருணன். ஆனால் அவன் கையில் ரேகைகள் மாத்திரமே ஓடுகின்றன. அமைப்பு, அங்கிருந்தும் இராணுவப் பயிற்சிக்கு ஆட்களைத் திரட்டுவதில் மாத்திரமே குறியாக இருக்கிறது. அமைப்பின் மத்திய குழுவில் அருணன், இவை குறித்து எதுவும் பேசலாம். மத்திய குழுவில் அவன் இல்லை; பிரதேசக் குழுவில்தான் இருக்கிறான். பிரதேசக் குழுவுக்கு அதிகாரம் குறைவு! மத்திய குழுவின் பெரும்பான்மை இப்போது சென்னையில்தான்!

அருணனுக்கு, தன்னை மாத்திரமே நம்பிச் செய்ய ஒரு வேலை கிடைத்தது. கற்பனைசெய்து ஒரு வேலையை உருவாக்க முடியாது. தேவைதான் செயலைத் தீர்மானிக்கிறது.

பாரதிபுரம்!

அக்கிராமத்தைத் தன் மனதுள் வரித்துக்கொண்டான்.

இரவென்றால் மண்ணெண்ணெய் விளக்கின் மங்கிய ஒளி! முகத்தில் திரையோடிய வயதுபோனோர். செம்பட்டை மயிரும் புழுதி படர்ந்த உடலும்கொண்ட சிறுவர். இளந்தாரிகளும் கன்னியரும் கறுத்து வாடிக்கிடந்தனர். யௌவனம் முகத்திலும் இல்லை; உடலிலும் இல்லை.

பாரதிபுரம்; மாதிரிக் கிராமமாக, இலட்சியக் கிராமமாக அவனுள் உருப்பெற்றது.

அங்கிருந்து தனது அமைப்பின் இராணுவப் பயிற்சிக்கு எந்த இளந்தாரியையும் அனுப்பப்போவதில்லை என்றும் உறுதிகொண்டான். பள்ளிக்கூடம் போக வேணும், படிக்க வேணும்; எவ்வளவு படிக்க முடியுமோ அவ்வளவு படிக்கட்டும். பிறகு என்ன செய்யலாம் என்பதை அவர்கள் தீர்மானித்துக் கொள்வார்கள். இயக்கம் தீர்மானிக்கக் கூடாது!

ஒரு சனசமூக நிலையம்; அதற்கு ஒரு வாசகசாலை; சிறிதாக வேனும் அங்கு ஒரு நூல்நிலையம்; இராவில் வயது கருதாது அனைவருக்கும் படிப்பு, இவனும் சொல்லிக் கொடுப்பான்.

அருணனுக்குக் கனவுகள் அதிகம் இருந்தன.

முதலில் மானத்தை மறைக்கக் கொஞ்சம் உடுப்புகள் வேண்டும். ஓரளவு வசதியான மக்களிடம் வாங்கி, அகதியான மக்களுக்குக் கொடுத்து, இதனூடாக மக்களிடம் போகலாம். அவர்களுடன் அரசியல் பேசலாம்; அமைப்பாக்கலாம். மக்கள் சக்தியே மாபெரும் சக்தி!

தடித்த எட்டு முழ வேட்டிகள், இரண்டு மூன்றினைச் சைக்கிளில் கட்டினான். சைக்கிள், பெரிய 'கரியர்' ஒன்றினைத் தன்னகத்தே கொண்டிருந்தது.

யாழ்ப்பாணக் கிராமங்கள் சிலவற்றில் அவனது சைக்கிள் உட்புகுந்து வெளிப்பட்டது. வீடுகளின் படலைகளை, 'கேற்'றுகளைத் தட்டினான். கல் வீடுகள் எதுவும் படலையாவது இல்லாமல் இல்லை. அவர்களது நெஞ்சு கல்லாகிப் போய் விடவும் இல்லை.

“பாவிச்ச உடுப்புகள் ஏதும் இருந்தாத் தாருங்கோ, வன்னிக்கை அகதியா இருக்கிற ஆக்களுக்குக் குடுக்க.”

“அம்மா, பழைய உடுப்புகள் எது இருந்தாலும் தாங்கோ.”

“அண்ணை, மலையகத்திலையிருந்து வந்த தமிழ் அகதிகள் கிளிநொச்சியிலை இருக்கினம். அவையள் சாப்பிடவும் வழியில்லை. ஆனமாய்ப் போட உடுப்புகளும் இல்லை. உங்களிட்டை ஏதும் பழைய உடுப்புகள் இருந்தால் தர ஏலுமே?”

இரந்து கேட்பதற்கு, அருணனிடம் மேலும்மேலும் வாக்கியங்கள் இருந்தன. அவன்மீது யாருக்கும் சந்தேகம் எழவில்லை. அப்பாவிக் கண்களை உள்ளே வைத்துக்கொண்ட கண்ணாடி, சிறுதாடி, வேர்த்துவழிந்த முகம், புளித்துப்போன மணம் கொண்ட உடுப்பு. மேலும் அவன் கண்களிலிருந்து இரக்கம் வழிந்தது!

கொடுக்காமல் விட்டோர் குறைவு. ஓட்டைகள் இருந்த ஒரு சாரத்தையாவது கொடுத்தனர்.

“தம்பி ஒருவாய் சாப்பிட்டிட்டுப் போங்கோ,” கோப்பையில் சோறுகறி வைத்து, அருணனின் முகத்தைப் பார்த்தாள், ஓர் அம்மாள். கண்கள் கலங்கக்கலங்கத் துடைத்து சோறு உண்டான். சில வீடுகளில் வெத்திலைபாக்கு தின்றது அவனது வாய். தேத்தண்ணியும் சில வீடுகளில் குடித்துக் கொண்டான்.

எல்லாவித உபசாரங்களும் அவன் மனத்தை நிறைத்தன.

உடுப்புகளைப் பெரிய மூட்டையாக ‘கரியரி’ல் கட்டிச் சைக்கிள் உழக்க எழுந்தான்.

நாவற்குளிப் பாலத்தால் போக முடியாது. பாலத்தடியில் இப்பதான் – இந்த ஜனவரி மாதம் ஐந்தாம் திகதி – சிங்கள இராணுவம், முகாம் அமைத்து, ஒரு நூறு இராணுவத்தை யாவது வைத்துக்கொண்டிருக்கிறது.

கோப்பாய்ச் சந்திக்குச் சைக்கிள் உழக்கினான். மேலதிகமாக ஆறேழு மைல் சைக்கிளோட்டம். கோப்பாய் வெளியில் மேலே ஹெலி வந்தால் மாத்திரமே பயம். சிங்கள இராணுவத்தான் எவனையும் காணத் தேவையில்லை.

கோப்பாய்ச் சந்தியிலிருந்து அப்படியே நாலைந்து மைல் ஓட்டத்தில் கைதடி. கைதடிச் சந்தியில் வலதுபக்கம் திரும்பினால் கால்மைலும் இல்லை, நாவற்குளிச் சந்தி. அங்கிருந்து மறவன் புலத்திற்குள்ளால் ஐந்தாறு மைல் ஓடினால் வருகிறது கேரதீவு.

கேரதீவுக்கு அருணன் போனபோது, 'பாதை' சங்குப்பிட்டிக்குப் போய்விட்டிருந்தது. சங்குப்பிட்டியிலிருந்து மீண்டும் வந்து, திரும்பச் சங்குப்பிட்டிக்குப் போக ஒரு மணித்தியாலத்துக்கு மேல் ஆகிவிடும். நேரத்தை எப்படிப் போக்குவதென்று தெரியவில்லை.

மேலாக மத்தியான வெயிலில் உடுப்புகள் காய வேண்டும். பிறர் அணிந்த உடுப்புகள். மதிய வெயில், துணியில் எந்தக் கிருமி இருந்தாலும் அழித்துவிடும். அதிலும் காட்டு வெக்கை அல்லவா?

பன்னிரண்டு மணிக்காவது முறிப்புக்குளத்துக்குப் போக வேண்டும், போயிடலாம்!

ஒரு மணித்தியாலம் கழிய வேண்டுமே. நிழல் தேடித் தன் சைக்கிளை விட்டான்.

சங்குப்பிட்டியிலிருந்து பூநகரிச் சந்தியால் போக முடியாது. சந்தியில் மிகப் பெரிதான சிங்கள இராணுவ முகாம்.

சங்குப்பிட்டியின் ஊர்மனைக்குள்ளால் சைக்கிளை விட்டான். உருத்திரபுரம் பத்தாம் வாய்க்காலுக்குப் போகும் பாதையில் சைக்கிள் ஏறியது. உருத்திரபுரம் காண இன்னமும் பதினைந்து மைல் சைக்கிள் ஓட வேண்டுமா?

வெயில் ஏறிவிட்டது. குடிப்பதற்குத் தண்ணீர் இல்லை. இடையில் ஏதும் கிணறு வராமலா போகப்போகிறது?

உச்சியிலிருந்து வெயில் சரியமுன்னம் உடுப்புகளைத் தோய்த்து முடிக்க வேண்டும். இன்னும் வேகமாகச் சைக்கிள் உழக்கினான். அப்போதும் அவனது வாயில் பாட்டு எழுந்தது:

"மூன்று நூற்றாண்டுகள் சென்றன
ஆயினும் அம்மா அம்மா
உன்னுடைய மென்கழுத்தில்
இன்னும் விலங்கு... இன்னும் விலங்கு..."

○○○

முறிப்புக்குளம்!

உருத்திரபுரம் பத்தாம் வாய்க்கால் கடந்து, கோணாவில் பாதையால் – சைக்கிள் மாத்திரம் ஓடுகின்ற கையொழுங்கைப் பாதை – போனால் வருவது முறிப்புக்குளம். அங்கு முதலையின் முதுகினைக் கண்டதாகச் சிலர் சொல்கிறார்கள். குளத்திலும் அதன் அயலிலும் விசம்கொண்ட பாம்புகளை அதிகம் பார்த்திருக்கிறான்.

பனி பெய்த ஒருநாள் காலை, அருணன் ஒன்றினைக் கண்டான்: யானை எச்சமிட்ட லத்தியிலிருந்து சிறுகோடாக ஆவி எழுகிறது!

தனித்த ஒரு யானையா, என்றால் மிகவும் அஞ்ச வேண்டும். கும்பலாக யானைகள் வந்திருந்தால் ஒரு கும்பம் இலத்தி மாத்திரம் அங்கிருக்காது.

அங்கிருந்து எவ்வளவு விரைவாக அகல இயலுமோ அவ்வாறு அகன்றான். அவன் ஓடிய சைக்கிள் அதற்கான வலுவினைக் கொடுத்தது.

வேறொன்றும் செய்வதற்கில்லை, முறிப்புக்குளத்துக்குத் தான் போக வேண்டும்.

வேறெந்தக் குளமாயினும் சிங்கள இராணுவம் வருகின்ற, வரக்கூடிய பாதையில் அவை இருக்கின்றன.

'ஒரு தமிழ் இளைஞன் அம்பாரம் உடுதுணிகளைத் தோய்த்து உலர்த்துகிறான். பார்த்தால் வண்ணானாகத் தெரியவில்லை. அப்படியென்றால் இவன் யார்?'

சிங்கள இராணுவத்துக்குச் சந்தேகம் முளைக்க வேறெதுவும் தேவையில்லை.

முறிப்புக்குளம்!

குளத்து நீரில் ஊறவைத்து, உடுதுணிகளுக்குச் சவர்க்காரம் போட்டான். போட்டதன்பின் ஊறவைத்தான். அரை மணித்தியாலத்தின் பின் உடுதுணிகள் கல்லில் அடிபட்டன. முதலையின் முதுகைக் கவனித்தபடி துணிகளை அலசினான். பலதரப்பட்டதாக ஐம்பது உடுப்புகளாவது இருந்தன.

குளத்தங்கரையின் புல்வெளியில் உடுப்புகள் விரிந்தபடி, மதியத்தின் இரண்டு மணி வெயிலைப் பார்த்துச் சிரித்தன.

குளத்தின் கரையிலிருந்த நீரில் முழுக்குப் போட்டான். நீச்சல் இல்லை! முதலைகளுடன் நீந்த முடியாது. சின்னப் பிள்ளைபோலத் தண்ணீரை அள்ளிஅள்ளித் தலையில் வார்த்தான். உடுப்புத் தோய்த்த சவர்க்காரம்தான் தலைக்கும் உடம்புக்கும். கண் எப்போதும், முழுக்க ஏறி இறங்கும் முதலையின் முதுகைத் தேடி; முதுகைக் கண்டால் விசுக்கெனக் குளக்கட்டில் ஏறிவிடலாம்.

மரத்தடியில் அப்படியே சாய்ந்தான். பையில் அரை றாத்தல் பாணும் இரண்டு வாழைப்பழங்களும் இருந்தன. சாய்ந்து விட்டு எழும்பி உண்ணலாம்.

அருணனின் இணை இப்போது ஒன்றுதான், பாடல்! இசை அவனுடன் கூடவே இணைகிறது. பாடல் வெறும் இசையல்ல; அதனுள் பொருள் பொதிந்திருக்க வேண்டும். காதல் பாடல்கள் எல்லாம் இசை எனும் அகராதியினுள் அடங்காதன. காதல் என்றால் என்ன, வெறுமனே இளம்பருவக் கோளாறு! சந்ததி பெருக்குவதற்காக இயற்கை செய்த உபாயம்.

மானுடம்; அது வெல்வதற்கு இசையும் இன்னபிற கலைகளும் உதவ வேண்டும். மக்கள், வாழ்வு, இயற்கை, புரட்சி, விடுதலை; இவற்றைப் பாடாத இசையென்ன இசை! இவற்றைக் கேளாத செவியென்ன செவி!

"மீந்திருக்கும் இன்னல் உழைப்பு ஏழ்மைதனைப் பாடுங்கள்."

கண் அயர்ந்து முழித்தான்.

காய்ந்துபோயிருந்தன உடுப்புகள். ஒவ்வொரு உடுப்பாக எடுத்து, நீவி, மடிப்புகளை நீக்கிக் கசங்கல்களை நேராக்கி, மடித்து அடுக்கி வைத்தான்.

பின் கரியரில் கட்டப்பட்ட உடுப்புப் பொதியுடன் பாரதிபுரம் நோக்கி விரைந்தது, சைக்கிள்!

அப்போதும் அவனது வாயில் முணுமுணுப்பு:

"அந்நியன் கரங்கள் எம் குரல்வளை நெரிப்பினும்
பாடுவோம் உயர்த்திய குரலினில்
இன்னும் எம் குருதி இந்த மண் நனைத்தபோதிலும்
நடக்கலாம் நீண்டதோர் பயணமே..."

○

4

அதிகாரம்: 2

1987 யூலை 27.

இந்திய அமைதி காக்கும் படை ஈழத்துக்குள் புகுந்தது. அன்று என்னைவிட யாரும் சந்தோசப் பட்டிருப்பார்கள் என்று நம்ப முடியவில்லை. அவ்வளவு துன்பப்பட்டுவிட்டோம். என்னுயிர் என்னிடமிருந்தது தற்செயல்தான்.

ஒருமுறை நல்லூர் கோயில்வீதியில் சைக்கிளில் போகிறேன். சடாரென எங்கிருந்தோ ஒரு பொம்மர்! சைக்கிளை அப்படியே நிலத்தில் பாறி விழுத்திவிட்டு, முகம் குப்புறக் கிடந்தேன். அங்கு யாரும் இல்லை; பொம்மர் வீழ்த்திய குண்டு வெடிக்கிறது.

கொக்குவில் சந்திக்குக்கிட்ட, மேலால் ஹெலி சுற்றி ‘பிவ்ரி ஹெலிபர்’ரால் சடசடவெனக் குண்டுகளை இறக்குகிறது. ஹெலியின் குண்டுகளி லிருந்து தப்ப, ஒரு மரத்தைக் கட்டிப்பிடித்தபடி, ஹெலி சுடும் குண்டுகளின் திசைக்குத் தக்கமாதிரி அதே மரத்தைச் சுற்ற ஆரம்பித்தேன். ஹெலியின் குண்டுகளிலிருந்து அந்த மரம் என்னைக் காப்பாற்றும்!

ஆடியபாதம் வீதியில் ஒருவர் சைக்கிளில் வருகிறார். ஹெலியின் சுடுதலைக் கண்டவுடன் சைக்கிளிலிருந்து இறங்க முயற்சிக்கிறார். வேட்டி, ‘பெட’லினில் சிக்குப்பட்டுவிட்டது. அவரால் சைக்கிளை விட்டு இறங்க முடியவில்லை; இறங்கவே முடியவில்லை! அவர்மீது ஹெலியின்

குண்டுகள் இறங்குவதனைப் பதைபதைப்புடன் பார்த்தபடி மரத்தைக் கட்டிப்பிடித்து நின்றேன்.

இப்போ இந்திய அமைதி காக்கும் படை வந்தாயிற்று. இனி அஞ்சிட எதுவுமில்லை. ஈழத்தமிழர் அனைவரது உயிரும் பத்திரமாக இருக்கும். சிங்கள இனவாதியின் துப்பாக்கிப்பிடி அடியிலிருந்து தனது இன்னுயிரைக் காப்பாற்ற, பாரதப் பிரதமர் ராஜீவ் காந்தி தலைகுனிந்தபோதே ஈழத்தமிழர் நாம் தலை நிமிர்ந்துவிட்டோம்.

இனி எம்மை அழிக்க எவனாவது வா பார்க்கலாம். ராஜீவ் காந்தி இப்போது யாவற்றையும் புரிந்திருப்பார்; ஏலவே புரிந்திருந்தார். யாவற்றையும் தன் பொறுப்பில் எடுத்திருப்பார். இல்லாமலா, 'ஒப்பிறேசன் பூமாலை' என்ற பெயரில் இந்திய விமானங்கள் இலங்கையின் தமிழ்ப் பகுதிக்குள் வந்து சாப்பாட்டுப் பொதிகளைக் கொட்டின.

யாருக்கு அஞ்சினார் அவர்!

சாப்பாட்டுப் பொதிகளைக் கொட்டியபோது நான் கள்ளுக் குடித்துவிட்டு வந்து படுத்திருந்தேன். அரிபனைக் கள்ளுக் காலம். பின்னேரம் நான்கு மணியிருக்கும். கணவாய்க் கறி சோற்றுடன் இருந்தது. சறோக்காவுக்கு மச்சக் கறி நன்றாகவே வைக்கத் தெரிகிறது. கணவாய்க் கறி கள்ளுக்குத் தோது. யூன் மாதத்தில் பனை, கள்ளைத் தருவது அந்த வெயிலுக்காகத்தானே!

இந்நேரம் நான் அம்மாவுடன் இருந்திருந்தால், கணவாய்க் கறி கிடைத்தாலும் கள்ளுக் குடித்திருக்க ஏலாது. அம்மாவின் ஒரேயொரு செல்லமகன் நான்!

பொழுதுபட நித்திரையால் எழும்பியபோது, இஞ்சித் தேநீர் தந்து சறோக்கா சகல விசயங்களையும் சொன்னா. இதைச் சொன்னபோது அவா சொண்டைச் சுழித்திருக்கக் கூடாது! என்றாலும் நான் கைமீறமாட்டேன்!

எனக்கு ஒன்று புரிந்தது; எமது மண்ணில் நாம் அஞ்சாது வாழும் வகை செய்யப்பட்டுவிட்டது. நாம் முன்னர் எப்படி வாழ்ந்தோமோ, அப்படி வாழப்போகிறோம். நமது பட்டினிக்கு உணவிட்டார், ராஜீவ் காந்தி. உணவிட்டதைவிட உலகில் வேறேது உசத்தி? இப்போது நமது சராசரியான வாழ்வுக்கு உத்தரவாதம் தந்திருக்கிறார்!

நேருவின் பேரன், இந்திராவின் மைந்தன் என்றால் சும்மாவா?

ஆனால் இதனை – இவ்வாறு உணவிட்டதை – அத்துமீறல் என்கிறான் அருணன். “மைச்சான் உனக்கு இது விளங்காது. ஒரு நாட்டிற்குள் இன்னொரு நாடு எப்படி அத்துமீறி நுழைய முடியும்? இது மிகப் பிழையான உதாரணம்.”

இது ஒரு மேலாதிக்கவாதம் என்றும் சொல்கிறான். “இதற்காக ராஜீவ் காந்தி ஒருமுறை அனுபவிக்கத்தான் போகிறார்,” என்பது அவனது கடைசி வாக்கியம்!

எனக்கு எதுவும் புரிந்ததாக இல்லை. நீண்டதோர் அமைதி கிட்டுகிறது! இது ஏன் அருணனுக்கு விளங்கவே இல்லை?

காங்கேசன்துறை துறைமுகத்தில் பீரங்கி வாகனங்கள் – ‘செயின் புளொக்’குகள் வந்து இறங்குகின்றன. கடலுள் இறங்கியவை அப்படியே நீருக்குள்ளால் உருண்டு கரைக்கு வருகின்றன. அப்படி வருபவை ஒன்றல்ல; பத்துமல்ல; அதற்கும் மேலே. எதற்காக அவை வருகின்றன? ராஜீவ் காந்தி எதற்காக அவற்றை அனுப்புகிறார்?

சிங்களவர் இனிமேல் தமிழர்மீது கைவைத்துப் பார்க்கட்டும்! ராஜீவ் தந்த பீரங்கி வேறெதற்கு இருக்கிறது?

அருணன்தான் அதிமேதாவிபோல எதையோ கதைக்கிறான். அவனை விடுங்கள்; அவன் எதற்குத்தான் கதைக்க வில்லை? முன்னர் விடுதலைப்புலிகள் அமைப்பு என்றால் தனிநபர் பயங்கரவாத அமைப்பு என்றான். இப்போது “தேசிய விடுதலைப் போராட்டத்தை உறுதியாக முன்னெடுப்பது விடுதலைப் புலி,” என்று உருகுகிறான்!

இந்திய அமைதிப்படை ஈழத்திற்கு வந்ததை அருணனின் மனசு அனுமதிக்கவேயில்லை!

○○○

1987 ஒக்ரோபர் 11

ஒன்றல்ல; இரண்டல்ல; மூன்றுமல்ல; நான்கு முறை குண்டு வெடித்த சத்தம் இடைவெளி விட்டு, மிக அதிகாலையில் கேட்டது.

துவக்கு வெடிச்சத்தம் சின்னப் பிள்ளையிலேயே எனக்குத் தெரியும். விசர்நாயைச் சுடேக்கை அதைக் கேட்டிருக்கிறன். இப்ப ரிவோல்வர் வெடிச்சத்தமும் அறிவேன். பிஸ்ரல் வெடிச்சத்தத்தை அறியக் கொஞ்சநாள் எடுத்தது. ‘மெஷின் கன்’னுக்கும் ‘ஏகே 47’ இற்கும் இடையில் வெடிச்சத்தத்தில் மெலிதான வித்தியாசம். ‘ஏகே 47’ சடசடப்பை ஊரே அறியும்.

கிரனைட் வெடியின் 'பூம்' அதிர்வு காதுக்குள் இருக்கிறது. தூரத்தில் சத்தம் கேட்டுச் சொல்வேன், 'இது ஹெலியின் சூடு,' என்று. வான்வெளியில் வெடிச்சத்தம் கேட்டு, 'இது பொம்மரின் குத்து' என்று சொல்வது கஸ்ரமல்ல. தகரம் கிழியுமாற்போல இருக்கும், ஷெல்லடி. கடலிலிருந்து வரும் பீரங்கி அடியை, வாடைக்காற்று என்றால் சுலபமாக எம் காதுக்குள் ஏந்தி வருகிறது. ஆனால் பீரங்கி அடியை யாரும் காதுகொண்டு கேட்க முடியாது. காதின் சவ்வுகள் கிழிபடும்.

அவ்வளவு மாத்திரமா, ஒரு பீரங்கி அடியில் ஆகக் குறைந்தது பத்து உயிர்கள் விண்ணுலகம் ஏகின்றன!

வெடிச்சத்தங்களுள் எத்தனை வகை!

சிங்கள இராணுவத்தினதும் இந்திய இராணுவத்தினதும் வெடிச்சத்தத்தின் வேறுபாட்டின் நுண்ணியத்தை இப்போது அறிந்துகொள்ளத் தொடங்கிவிட்டேன். வெடிவைப்பின் நுட்பத்தில் சிங்கள ஆமி உசத்தி! அமெரிக்காவும் சீனாவு மல்லவா ஆயுதம் கொடுக்கிறது.

இந்தியாவுக்கு இந்தியாதானே! வேறு யார் ஆயுதம் கொடுக்கிறார்கள்? இன்னமும் 'வோக்கி ரோக்கி' என்று ஒரு பெரிய பெட்டியை நிலத்தில் வைத்துக் கதைக்கிறார்கள். 'வோக்கி ரோக்கி'க்கு நீண்ட வயர் நிலத்தில் ஓடுகிறது.

விடுதலைப் புலிகளிடம் இருக்கும் 'வோக்கி ரோக்கி', வான்வெளியில் நீந்துகின்ற ஒலியலைகளை அப்படியே உள்ளிழுக்கிறது. சின்னதொரு கறுத்த செங்கல்! மேல்நோக்கி நீண்ட கம்பி! ஈழம் முழுவதையும் இருபது, முப்பது செங்கல் அடக்கி ஆள்கிறது!

முன்னர் ரஷ்யா என்றால் லெனின் என்றும், அமெரிக்கா என்றால் ஆபிரகாம் லிங்கன் என்றும், சீனா என்றால் மா சே துங் என்றும் கவனத்தில் கொண்டேன். இப்போது ஆயுதங்கள் கவனத்தில் வருகின்றன.

ஏ.கே.47 – ரஷ்யா? TR 56 – சீனா? பிப்ரி கலிபர் – அமெரிக்கா?

ஆனால் இந்த விடிகாலையில் கேட்டதே, நான்கு குண்டு வெடிப்புச் சத்தம்! இந்த வெடிச்சத்தம் இதுவரை காலமும் நாங்கள் கேட்டதே அல்ல! இதனால் நிலம் அதிர்கிறது; வீடுகள் அதிர்கின்றன. முகில்கள் அதிர்ந்ததைக்கூட உணர்ந்தேன்!

யாழ்ப்பாண ரவுண் பக்கமிருந்து கேட்குது. பண்ணைக் கடல்காற்று அதனைக் கொண்டுவரவில்லை. பண்ணைக்

கடலிலிருந்து வடக்குப் பக்கம் நாங்கள் வசிக்கிறோம். இப்போது வாடைக் காற்று வீசுகின்ற காலம். வாடைக் காற்று, தெற்கிலிருந்து வடக்குப் பக்கமாக ஒருபோதும் வீசாது.

அப்படியிருந்தும் அந்தக் குண்டுச் சத்தங்கள் எனக்குத் தெளிவாகக் கேட்டன.

'நாங்கள் வசிக்கிறோம்' என்கிறேனே; அது பொய்! நான் தனியத்தான் அறையில் குடியிருக்கிறேன். சறோக்காவினுடைய வீட்டின் ஓர் அறையில் என் குடிவாசம். சிவராசண்ணையின் பெயரை இதில் நான் பாவிக்கவில்லை. ஏனென்று பிறகு சொல்கிறேன்.

சறோக்காவின் இரவுச் சாப்பாடு நன்றாக இருக்கிறது, ஆனால் ஆறிப்போய் இருக்கிறது. பகலில் நான் அறையில் இருப்பதில்லை. இருந்தால் எனக்குத் தரும் சாப்பாடு அதிவிசேசம்!

இத்தகவல்கள் எல்லாம் இப்போது, இங்கு முக்கியமல்ல.

ஆனால் வேறொன்று முக்கியம். மிக அதிகாலையில் கேட்ட நான்கு குண்டுவெடிப்புச் சத்தம்!

அன்றிலிருந்து எமது வாழ்வு திசைமாறியது. நான்கு குண்டுகளும் எங்கு வெடித்தன, ஏன் வெடித்தன என்பதனை அறிந்துவிட்டோம். 'ஈழமுரசு', 'முரசொலி' இரண்டு பத்திரிகைக் காரியாலங்களுக்கும் இவ்விவ்விரண்டு குண்டுகள் வைக்கப்பட்டன. இவ்விரண்டு பத்திரிகைகளும் விடுதலைப்புலி அமைப்புடன் ஒத்துப்போகக்கூடியன என்று ஊரில் பேசிக் கொள்கிறார்கள்.

யுத்தம் தொடங்கிவிட்டது! அப்படித்தானா? 'யுத்தம்' என்பதற்கும் 'போர்' என்பதற்கும் எனக்கு வித்தியாசம் தெரியவில்லை. 'போர்' செய்பவர்கள் போராளிகள்! எனவே விடுதலைப்புலிகள் அமைப்பு இதனைப் 'போர்' என்கிறதா? அப்படியாயின் யுத்தத்தை நடத்துகிறது, இந்திய இராணுவம்!

நான் இருந்த வீட்டின் மேலால் ஷெல்கள் கூவிக்கொண்டு பறக்கத் தொடங்கின. அவை வீழும் இடம் அரைமைல் ஆகவும் இருக்கிறது; ஒருமைல் ஆகவும் இருக்கிறது; அருகாகவும் இருக்கிறது!

"சறோக்கா பயப்பிடாதையுங்கோ, நான் இருக்கிறன்," என்றேன்.

“நீ என்ன செய்வாய் தம்பி? வாற ஷெல்லைக் கையிலைப் பிடிச்சு வேறை எங்கையும் எறிவியா,” என்று கேட்டா சறோக்கா.

“இந்தச் சூழலிலையும் உங்களிட்டை இருந்து நக்கல் போகேல்லை,” என்றேன்.

“இது நக்கலில்லைத் தம்பி, உண்மையாக் கேட்டன். நக்கல் விடுற நேரமா இது?”

சறோக்கா அடுக்குப் பண்ணினா. பெரிதாக ஒன்றையும் எடுக்கவில்லை. சின்னப் பிள்ளைக்கு உரிய பால்மாவை எடுத்தா. சில உடுப்புகள். லாம்புக்கும் மண்ணெண்ணெய் நிறைய விட்டுத் தூக்கினா.

சறோக்கா போகுமிடத்துக்குப் பஞ்சிப்படாமல் சிவராசண்ணையும் போவார். சறோக்கா நின்றால் நிற்பார்; நடந்தால் நடப்பார். கையில் குடை இருந்தால் மழை பெய்தாலும் வெயில் எரித்தாலும் சறோக்காவுக்குக் குடை பிடிப்பார். அப்போது சறோக்காவின் கையில் மகள் இருந்தால் ‘தனது மகளுக்காகப் பிடிக்கிறேன்’ என்று எங்களுக்குக் காட்டுகிறார். மகள் பிறக்கமுன்னமும் அப்படிப் பிடித்தார் என்பதனை நான் கண்டிருக்கிறேன்.

அத்தகவல்கள் எல்லாம் இப்போது இங்கு முக்கியமா?

சிவராசண்ணை, சறோக்காவின் புருசன்! ஆனால் இவர்களில் யார் புருசன், யார் பொஞ்சாதி என்று எனக்குத் தெரியவில்லை. என்றாலும் வேறு ஆடவர் மத்தியில் சறோக்கா, சிவராசண்ணாவைப் புருசன் என்றே மதித்தார். சறோக்கா காளி! அது எனக்குப் புரிந்தே இருந்தது. ஆதலினால் சறோக்காவுக்கு நான் தம்பி!

நான்தான் சொன்னேன்: “வெளிக்கிடுங்கோ சறோக்கா.”

❍❍❍

கண்டுவிட்டு வந்தேன். இந்தக் காட்சியைக் காண்பதற்கு அங்கு நூறுபேர் கூடியிருந்தனர்.

யாழ். பல்கலைக்கழக மருத்துவப் பீடத்தின் மைதானம். நான் கல்வி கற்ற தொழில்நுட்பக் கல்லூரிக்கு எதிரே அம்மைதானம். வழமைபோல விடுப்புப் பார்க்கச் சைக்கிளில் உலாவினேன். அது விடியற்காலை.

அம்மைதானத்தில் நான் கண்டேன், இருபத்தொன்பது சடலங்கள். இருபத்தொன்பது! எண்ணினேன்... எண்ணினேன்...

இருபத்தொன்பது! எண்ணிக்கையில் அடங்கக்கூடியனவா, உயிரின் பெறுமதி!

அத்தனையும் இந்திய இராணுவத்தின் சடலங்கள். அத்தனை சடலங்களும் தாடி, மீசை வைத்திருந்தன. தலையில் தலைப்பாகையும் இருந்தது. இந்திய இராணுவத்தின் சீக்கியப் படைப்பிரிவின் சடலங்கள் அவை!

என்னவோ அந்த நேரம் 'பிந்திரன்வாலே' நினைவுக்கு வந்தார்; பொற்கோயில் நினைவுக்கு வந்தது. சீக்கியன் ஒருவனின் இலட்சிய உறுதியும் ஈரமில்லா மனதும் கொண்டு அன்னை இந்திராவைப் படுகொலை செய்த காலத்தில், பல்லாயிரக்கணக்கில் இறந்துபோன சீக்கியர்களையும் நினைவுகூர்ந்தேன்!

சீக்கியரின் எந்தச் சடலத்தின் உடலும் சிதைக்கப்பட்டிருக்க வில்லை. அப்படியே நித்திரை கொள்வார்போல இருந்தது. நித்திரை கொள்வதில்தான் பலவகை நிலை. நிமிர்ந்தபடி. குப்புறப்படுத்தபடி. வலது பக்கம் ஒருக்களித்துப் படுத்தபடி. இடதுபுறம் ஒருக்களித்துப் படுத்தபடி. நேரே வானைப் பார்த்த படி. தலையைக் கைகள் அணைத்தபடி. எந்தச் சடலத்தின் கண்களும் திறந்தபடி இல்லை!

ஒவ்வொரு சடலத்தின் கைகளிலும் ஏதோ ஒன்று அல்லது பல இருந்தன. மண்வெட்டி இருந்தது. பற்பசை இருந்தது. சப்பாத்தித் துண்டுகள் இருந்தன. கத்திகள்கூட இருந்தன. அத்தனை சடலங்களும் துவக்கை அணைத்தபடி படுத்திருக்கத் தவறவில்லை.

குழி வெட்டுவதற்குச் சிலர் முயன்றிருந்தார்கள். பங்கர் வெட்டுவதும் நோக்கமாக இருந்திருக்கலாம். குழி வெட்டியபடி ஒருவன் இறந்திருந்ததையும் கண்டேன். அவர்கள் தமக்கான வாழ்விடம் அமைக்க அங்கு முயன்றிருந்தார்கள்!

விடிகாலை மூன்று மணி இருக்கலாம். இந்திய இராணுவத்தின் ஹெலிகொப்ரர் தங்களது சீக்கியப் படையணியைக் கயிறு கட்டி மருத்துவப் பீடத்தின் மைதானத்தில் யுத்தம் புரிய இறக்குகின்றது.

மைதானத்தைச் சுற்றிய உயர்ந்த கட்டடங்களில் போர் புரிய விடுதலைப் புலிகள் அமைப்பினர் துவக்குகளை ஏந்தி நிற்கிறார்கள்.

மேலே மேகம், மந்தார மூட்டம் போட்டிருக்கிறது. அதிகாலையின் ஆழ்ந்த அமைதியான இருளில் சுற்றி வளைத்தனர்

இரவி அருணாசலம்

விடுதைப் புலிகள். ஒவ்வொரு இந்திய இராணுவத்தினருக்கும் குறி பிசகாத ஒவ்வொரு சூடு! விடிகாலை இருளில் இந்திய இராணுவத்துக்கு எதுவும் தெரியவில்லை! விடுதலைப் போராளிகளுக்கு எல்லாம் தெரிந்தன.

மழை பெய்து ஈரலித்த பச்சைப் புல்வெளியில் கண்மூடி அமைதியாகத் தூங்கின சடலங்கள்! அவர்கள் யுத்தம் புரிய வந்தவர்கள்போலத் தெரியவில்லை. ஆனால் போர் புரிய நின்றவர்கள் கவனமாக இருந்திருக்கிறார்கள்.

நான் எப்போதும் நினைப்பது ஒன்றுதான்: விடுதலைப் புலிகள் என்போர் போராளிகள்! இலட்சியத்தில் உறுதி மிக்கவர்கள்! யாருக்கும் அடிபணியார்! வீரம் செறிந்தவர்!

அருணனுக்கு இதனைச் சொன்னால் நக்கல் சிரிப்புச் சிரிக்கிறான். "உன்ரை உடம்பில ஒரு நோ வராதவரைக்கும் விடுதலைப் புலிகளை ஆதரிப்பாய். உனக்கு ஒண்டும் நடக்கக் கூடாது; ஆனால் உனக்கு வெற்றி வேணும். அதுதானே நீ புலிகளை ஆதரிக்கக் காரணம்."

இந்திய அமைதிப்படை வந்தபிறகு அவன் அவ்வாறு நக்கல் சிரிப்புச் சிரிப்பதில்லை!

அருணன் ஒன்றை உறுதியாகச் சொன்னான்: "இந்திய இராணுவத்தினர் அமைதி பேண இலங்கைக்கு வரவில்லை. யுத்தம் புரியவே வந்திருக்கிறார்கள். அதை அவர்களது ஆயுதத் தளபாடங்களே உறுதிசெய்கின்றன. பீரங்கிப் படையணி எல்லாம் அமைதி காக்கவா வந்தன?"

இஃதை இவ்வாறும் பார்க்கலாம்; இந்திய இராணுவத்தை இலங்கையில் யுத்தம் புரிய இந்திய அரசு அனுப்பியிருக்கிறது. யாருக்கு எதிரான யுத்தம்? இந்தியாவின் பிரசன்னத்தைச் சிங்கள அரசு எதிர்த்தால், அவர்களுக்கு எதிராக! தமிழ்ப் போராளிகள் எதிர்த்தால் அவர்களுக்கு எதிராக!

இவ்வாறுதான் நான் நினைத்தேன்.

எந்த இராணுவத்தானுக்கும் எதுவும் தெரியாது. விடிகாலையில் கட்டளை வருகிறது. பகலில் கட்டளையைச் சிரமேற்கொள்கிறார்கள். அது இரவிலும் தொடர்கிறது; விடியற்புறத்திலும் தொடர்கிறது; அடுத்த நாளும் தொடர்கிறது; அடுத்த கிழமையும் தொடர்கிறது; அடுத்த மாதமும் தொடர்கிறது; அடுத்த வருடமும் தொடர்கிறது!

பம்பாய் சைக்கிள்

‘நிறுத்து,’ என்று எப்போது கட்டளை வருகிறதோ, அப்போது நிறுத்துகிறார்கள்.

இப்போது இந்த மைதானத்தில் வீழ்ந்து கிடக்கின்றனவே உடலங்கள்; அவற்றுக்கு உயிர் இருந்தபோது தெரியுமா, விடிகாலையில் இந்த உடலுக்கு உயிர் இருக்காதென்று?

அதிகாரம் சொல்கிறது; அப்பாவிகள் இறந்துபடுகிறார்கள்!

நாங்கள் ஒன்றில் முட்டாளாக இருந்துவிட்டோம்; ‘அமைதி பேணுவதற்காக, சிங்கள இராணுவத்திற்கு எதிராக, இந்திய இராணுவத்தின் ஆயுதத் தளபாடங்கள் வந்திருக்கின்றன.’

அவ்வாறு தமிழர் மனம், மிகுந்த மகிழ்ச்சிகொண்டது!

அதனால்தான் அவர்களுக்கு மாலை அணிவித்து வரவேற்றோம்!

இப்போது இங்கு. . . என் யோசனை கலைந்தது.

சடலங்களின் மேல் கால் போட்டபடி படம் எடுத்தவர்களும், வானைப் பார்த்துச் சிரித்தவர்களும் அங்கு நின்றிருந்தனர். அவர்களைப் பார்த்து அரியண்டமுற்றேன். என்ன பிறவிகள் இவர்கள்! இது யுத்தம் அல்லது போர்! இங்கு சாவு சாதாரணம்! இவ்வாறு படம் எடுத்தவர்கள் யுத்தத்தில் ஒரு கல்தானும் எடுத்து எறிந்தவர்களில்லை. போர்புரியப் புகுந்தவர்களில்லை.

நாளைக்கு இவர்கள் எங்கிருப்பார்கள், என்ன செய்வார்கள்?

எனக்குப் பெருமூச்சு மிகுந்தது.

❍❍❍

மத்தியானம், பருப்புக் கறி ஒன்றினை வைத்தா சறோக்கா. வேறொன்றும் செய்வதற்கு நேரமில்லை. போக, எக்காய்கறியும் வீட்டில் இல்லை! சோறும் பருப்புக் கறியும் மத்தியானச் சாப்பாடு. சாப்பிட்டபின் மிஞ்சியதைப் பார்சல் கட்டினா. கொக்குவில் இந்துக் கல்லூரிக்கு நாங்கள் வெளிக்கிட்டோம்.

பீதி கொண்ட முகங்களுடனேயே அங்குள்ளவர்கள் இருந்தார்கள். நான் சறோக்காவின் மகள் அபிதாவை மடியில் வைத்துக்கொண்டிருந்தேன். அவளுக்குத் தாயின் தனம் மீதான பால்குடி மறந்துவிட்டது. என்றாலும் போச்சியில்தான் பால் குடித்தாள். அவளுக்கு இனி வரப்போவது தம்பியா தங்கையா என்று தெரியவில்லை. சறோக்காவின் வயிற்றின் பெருப்பம் நான்கு மாதங்களுக்குத் தாங்காது. ஏழாலைப் பரியாரியின்

சாத்திரப் பிரகாரம் வருவது 'மகன்' என்று நினைத்துப் பெயரையும் வைத்துவிட்டார்கள்!

இரவுக்கு ஆங்காங்கு இலாம்புகள் எரிந்தன. இரவினை இன்னும் இருட்டாக்கிக் காட்டின அவை. மழைக்காலக் கூதல், யாவரையும் நடுநடுங்க வைத்தது. நுளம்புகள் பெருகிப் போயிருந்ததைச் 'சளார் சளார்' என்று தம் உடம்பில் தாமே அறைந்ததை வைத்து உணர்ந்தேன். எனக்கு நான் அறையவில்லை; அபிதாவின் உடம்பில் ஒரு நுளம்பு தொடாது பார்த்துக்கொண்டேன்.

சறோக்கா என்மீது இரங்கியும் அனுதாபித்தும் ஆசை கொண்டும் அன்பு சுரந்தும் கண்களால் துழாவிப் பார்த்தா. இப்படியான பார்வையை யாரும் எனக்கு ஒருபோதும் தந்ததில்லை.

மழைக்கால இருள், 'இது சாமம்' என எனக்குக் காட்டியது. சறோக்கா, எனக்குச் சோறும் பருப்பும் இட்ட குழையல் தந்தா. எங்கிருந்து வெங்காயம் கொண்டுவந்தாவோ தெரியாது.

முன்னூறு பேர் இருந்த மண்டபத்தில் அத்தனை பேரும் படுக்கைக்கு ஆயத்தமாகினர். பனையோலைப் பாயும் புற்பாயும் கொண்டு வந்தவர் விரித்தனர். அந்த மண்டபம் இவ்வாறான விரிப்புகளுக்குப் போதாது. நெருங்கிநெருங்கிப் படுத்தனர். ஒருவரின் கால் மற்றவரின் பாயில் தலையை முட்டியது. மழைக்கால இருட்டில் மிகுந்த அமைதி தவழ்ந்துகிடந்தது.

சறோக்கா, எனக்கு 'பெட் சீட்' தந்தா. அதனால் அபிதாவைப் போர்த்து நான் வெறும் நிலத்தில் கிடந்தேன்.

சறோக்காவும் சிவராசண்ணையும் எனக்குப் பக்கத்தி லேயே படுத்தனர். உண்மையில் எனக்குப் பக்கத்தில் சிவராசண்ணை. அதற்குமப்பால் சறோக்கா!

ஒருசமயத்தில் என் அருமைப் பெட்டை அபிதா என் நெஞ்சில் கிடந்தாள்! அப்படியே தன் முழு உடலை என்மேல் போர்த்திவைத்துப் படுத்திருக்கிறாள். யாருக்குக் கிடைக்கும் இந்தக் கொடுப்பினை? பிஞ்சுப் பாலகி அவள்! அவளுக்கும் ஏதும் நேர்ந்துவிடுமா?

இன்று காலையில்தான் அதனைக் கண்டேன். கொக்குவில் பூநாறி மரத்தடி. ஒழுங்கைகளே நரம்புகள்போல ஓடிக்கொண் டிருந்த கிராமங்களே யாழ்ப்பாணத்தில். ஒழுங்கைகளைத் தனது வாழ்வாகக் கொண்டிருந்த ஊர்தான் பூநாறி மரத்தடி.

○○○

நான் இப்போது ஒரு கதை சொல்கிறேன், கேட்கிறீர்களா? கதை என்று இதனைச் சொல்ல முடியாது. கதை கேட்கிற காலத்திலேயா நாம் வாழ்கிறோம்?

என்றாலும் சொல்கிறேன்:

விடுதலைப் புலிகள் அமைப்பின் தலைவர், வேலுப்பிள்ளை பிரபாகரன். இந்திய அரசுக்கு அவர்தான் உடனடித் தேவை, உயிரோடோ பிணமாகவோ. அவர் கொக்குவிலில் ஒளிந்திருக்கிறார் என்பதைச் சொல்வதற்கு மாற்று இயக்கக்காரரை யாழ்ப்பாணத்தில் விதைத்துவிட்டது இந்திய அரசு. இந்திய இராணுவத்தின் சீக்கியப் படை, பிரபாகரனை உயிரோடோ பிணமாகவோ பிடிப்பதற்குக் கொக்குவிலில் இறங்கிவிட்டனர். அவ்வாறு இறங்கியோரில் 29 பேரைத்தான் யாழ் பல்கலைக்கழக மருத்துவப் பீட மைதானத்தில் சடலமாகக் கண்டேன்.

மேலும் பல இந்தியனாமி, பிரபாகரனைச் சுற்றி வளைக்கக் கொக்குவில் பூநாறி மரத்தடிக்குப் போய்விட்டிருந்தன. அவர்களை விடுதலைப் புலிகள் சுற்றி வளைத்துவிட்டனர். பூநாறி மரத்தடியில் கடும் சண்டை நடக்கிறது.

பூநாறி மரத்தடிக்குள் புகுந்த இந்தியனாமிக்கு வெளிக்கிட முடியவில்லை. அவர்களுக்கு உதவ வேறு இடங்களிலிருந்து இந்தியனாமியால் வர எதுவிதப் பாதையுமில்லை.

ஓர் இரவு முழுவதுமாகப் பூநாறி மரத்தடியில் இந்தியனாமி. பூநாறி மரத்தடியைச் சுற்றி வளைத்து நிற்கிறார்கள், விடுதலைப் புலிகள். இந்தியனாமியில் எவ்வளவுபேர் அங்கு நிற்கிறார்கள் என்று தெரியாது. இருள்; எங்கெங்கோ நிற்கிறார்கள்.

இரவிரவாகச் சூட்டுச் சத்தங்கள் நானிருக்கும் கொக்குவில் சம்பியன் லேன்வரை கேட்கின்றன. ஒரு வீட்டில் குழந்தை அழுதால் இந்தியனாமி, அந்த வீட்டிற்குச் சரமாரியாகச் சூடு! சூட்டுச் சத்தம் கேட்ட இடத்துக்கு விடுதலைப் புலிகளின் சரமாரியான சூடு!

ஒரு குழந்தையின் அழுகுரலில் மேலும் நான்கு பேர் கொண்ட குடும்பம், இந்தியனாமியால் அழிந்துபட்டது. பூநாறி மரத்தடியின் பெரும்பாலான மக்கள் அழிந்துபட்டனர்.

பூநாறி மரத்தடியின் நெஞ்சு, சூட்டுச் சத்தங்களிலிருந்து அந்த இரவு ஓய்ந்ததில்லை. யார் சுடுகிறார்கள், எதற்குச் சுடுகிறார்கள், எங்கு சுடுகிறார்கள்; எதுவும் தெரியாது!

இரவி அருணாசலம்

பிரபாகரன் எப்போதோ ஓடிவிட்டிருக்கக்கூடும். சிலவேளை அங்கு பிரபாகரன் நின்றாரோ தெரியாது. துப்பாக்கிச் சூட்டின் கந்தகப் புகை, பூநாறி மரத்தடியைச் சுற்றிச்சுற்றி வந்தது.

இந்தியனாமியினால் தார் வீதியைப்பாவிக்க முடியவில்லை. அவர்கள் ஓர் உபாயம் செய்தார்கள். மருதனார்மடத்திலிருந்த இந்திய இராணுவ முகாமிலிருந்து ஓர் இராணுவ யுத்தத் தாங்கி, அப்படியே இணுவில் புகையிரத நிலையத்துக்குப் போய், தண்டவாளத்தில் ஏறி, தண்டவாளத்திலேயே கோண்டாவில் வந்து, கொக்குவில் வருமுன்னர், பொற்பதி வீதியில் இறங்கி, ஆடியபாதம் வீதியில் கொக்குவில் சந்தியை நோக்கிப் போய், இடையில் பூநாறி மரத்தடிக்குள் புகுந்து. . .

விடுதலைப் புலிகள் இதனை எதிர்பார்க்கவில்லை.

யுத்தத் தாங்கி அத்தனை இந்திய இராணுவத்தையும் மீட்டு, மீண்டும் தண்டவாளத்தினால் இணுவில் போய், மருதனார்மட முகாமில் சென்று, தம் வீரரை மீட்ட கதை சொல்லிற்று.

அவர்கள் சொல்லாத கதை வேறொன்று இருந்தது. நான் அதனைப் பார்த்தேன். நான் ஏனைய ஈழத்தமிழர்பற்றி அக்கணம் எண்ணினேன். இன்னும் என்னென்ன நிகழப்போகிறதோ? ஈழத்தமிழர் சாவு இத்தனை அவலமாக நேரப்போகிறதோ?

என் வயிறும் நெஞ்சும் எரிந்துகொண்டே இருந்தன.

பூநாறி மரத்தடியின் ஒழுங்கைகளில் ஆங்காங்கு சடலங்களைக் கண்டேன். அவற்றைக் கணக்கிட்டு என் மனது ஓயவில்லை! முகம் குப்புறக் கிடந்து, இரத்தம் ஆறாகப் பெருகி, நிலத்தில் தேங்கி, அதனை இலையான் மொய்த்து, கண்களில் பீளை சாறுண்டு கிடந்த சடலங்கள் அல்ல அவை!

அத்தனை சடலங்களும் நிலத்தோடு நிலமாகச் சப்பளிந்து போய், எலும்புக்கும் சதைக்கும் ஏதும் பேதமில்லாது, தட்டையாய்க் கிடந்த சடலங்கள்.

அந்த மனித உயிர்களை, இந்திய இராணுவத்தின் யுத்தத் தாங்கி சப்பளித்துவிட்டுப் போயிருந்தது.

பனைகள் பாறி விழுந்து கிடந்தன. அந்தப் பனைகளிலிருந்து ஓலைகளை வெட்டி யாரோ ஒரு புண்ணியவாளன் அந்த உடலங்களின்மேல் போர்த்துவிட்டுப் போயிருக்கிறான். நான் ஓலை விலத்தித்தான் சடலங்களைப் பார்த்தேன். இலையானின் மொய்ப்பிலிருந்து பனையோலை யாவற்றையும் விலத்தியிருந்தது.

பனையின் அத்தனைப் பலாபலன்களையும் நவாலியூர் சோமசுந்தரப் புலவர் பாட்டாக எழுதியிருந்தார். இந்தப் பலனை யார் பாட்டாக எழுதுவார்?

○○○

சாணி போட்டாற்போல, வீதியெங்கும் கற்குவியல்போல என் வழியெங்கும் சவங்கள் இறைந்துகிடந்தன. அவற்றின் உடலங்கள் குரூரமாகச் சிதைந்து கிடப்பதைப் பார்த்தேன். என் கண்கள் யாவற்றுக்கும் தயங்கின.

வயலெங்கும் வெள்ளாமை விளைகிறாற் போலவும், கடல்வழியே மீன்கள் நெரியுமாற் போலவும் ஊரெங்கும் பேய்கள் விளைந்து கிடப்பதை உணர்ந்தவர் பலர்!

தகரக் கூரையில் மடாரென அடித்தாற்போல, தகரம் சடாரெனக் கிழிந்து வெடித்தாற்போல ஷெல்கள் வெடிக்கின்றன.

அபிதா என் மடியில் கிடக்கிறாள். நான் அவளைப் பற்றி எண்ணுகிறேன். ஏனைய குழந்தைகள்பற்றி எண்ணுகிறேன். குழந்தைகளை இடுப்பில் ஏந்திய ஒவ்வொரு தாயையும் பற்றி எண்ணுகிறேன்!

சொல்லி அழ, சூரியன்கூட அப்போது அங்கிருக்கவில்லை. கருமேகத்தைச் சூழவிட்டு இந்தியத் துப்பாக்கிகளுக்குப் பயந்து சூரியன் எங்கோ ஒளிந்துகொண்டான்! இடையிடை வானம், ‘கோ’ வென ஒப்பாரி வைத்துக் கதறியது. வாடைக் காற்று, தன் குளிர்க் கரங்களால் எம்மை அரவணைக்க முயன்றும் முடியவில்லை. பீரங்கிகளினதும் ஷெல்களினதும் துப்பாக்கி களினதும் வெடிகளில் ஏற்படும் வெக்கையில் வாடைக் காற்று திணறியது. எம்மீது சுற்றிச் சுழன்றாடிய அச்சப் பீதியினாலும் வாடைக் காற்றினால் எம்மீதான குளிரைப் போக்க முடிய வில்லை.

இரவுக்கும் பகலுக்கும் பேதமில்லை. பகல் கரைந்துகொண்டு அப்படியே இரவாகிறது.

கொக்குவில் இந்துக் கல்லூரியின் நடுமண்டபத்தில் ஆங்காங்கு இலாம்பின் மஞ்சள் வெளிச்சம் அனுங்கித் தெரிகிறது. இருளை இன்னும் ‘கட்டி இரு’ளாக இருட்டிக் காட்டியது, அது! மண்டபத்தில் ஒதுங்கிக் கிடந்தோம் நாம். இங்கு நாம் வந்து மூன்றாவது இரவு!

பகலில் ஒரு நேரத்திற்கு, எல்லோரும் கொண்டுவந்த சமையலுக்கான பதார்த்தங்களை, எல்லோரும் சமைத்து

எல்லோரும் சாப்பிட்டோம். அபிதாவுக்கு உண்டென நான் தீத்தினேன். சறோக்கா, இரண்டு நேரத்திற்கு மாத்திரம்தான் பால் கரைத்துக் குடுத்தா. தனது பால் வராத முலையை அவா திட்டினபோது நான் தலைகுனிந்தேன்.

அங்கோர் ஷெல் சத்தம்; படபடவெனத் துவக்கு வெடிச்சத்தம்! வரவர ஷெல் குத்தும் சத்தம் ஆறாகப் பெருக்கெடுக்கிறது! இன்றிரவு எனது இறுதிநாள் என நான் யோசிக்கிறேன். எனது மாத்திரமல்ல!

நாங்கள் வார்த்தைகள் இழந்து பூமியில் முகம் குப்புறக் கிடந்தோம். முனகவும் சிணுங்கவும் சிலநேரம் அழவும் குழந்தைகள் இருந்தனர். அந்த அகாலத்தில் குழந்தைகளின் அழுகுரலைத் தாய்மார் வாயைப் பொத்தி அடக்கினர். “லாம்பை நூருங்கோ, லாம்பை நூருங்கோ,” என்று குசுகுசுத்த ஒரு பெண்ணின் குரல்!

இப்போது ஷெல் அல்ல; ராங்கி முழங்கிப் பாய்கிறது! சுழன்றுசுழன்று நான்கு திசைகளிலும் குண்டுகள் வீழ்ந்து வெடித்து அதிர்கின்றன! நாங்கள் இருக்கும் இடத்தின் அயலான சூழலில் குண்டுகள் வீழ்ந்து வெடிக்கும் அதிர்வைத் தாங்க என் காதுகள் தயாராகவில்லை! ‘குப்‘பென்று கந்தக நாற்றம், சுழன்றெழுந்து வந்து மூக்கை அடைக்கிறது.

இருட்டில் எதுவும் தெரியவில்லை.

என்ன நிகழ்ந்தது இங்கு? எவை எம்மைத் துரத்தி வருகின்றன?

நாமிருந்த மண்டபத்துக்குள் ஒரு குண்டு வீழ்ந்து வெடிக்கிறது! எதிர்பார்க்கவேயில்லை.

கந்தகப் புகை பரவுகிறாற்போல ஒரு நெடி! முகத்தை அமுக்கிக் கந்தக நாற்றம் வீச்சமடிக்கிறது.

“ஐயோ,” பெருங்குரலெடுத்து ஒரு குழறல்!

“அய்யய்யோ.”

இன்னொரு குண்டு! “ஐயோ. . . அய்யய்யோ.”

இன்னுமொரு குண்டு!

“ஐயோ. . . அய்யய்யோ.” எதுவும் இப்போது கேட்க வில்லை; பெருங்குழறல் ஒன்றுதான் கேட்கிறது.

ஒவ்வொரு குண்டும் மண்டபத்துள் விழவிழ இன்னும் பெருங்குழறல்! குரலெடுத்துக் கதறல்!

அபிதா நடுநடுங்கிக் கிடக்கிறாள். அந்தச் சின்னப் பிள்ளைக்கும் நடுங்கத் தெரியுமா?

அவளைப் போர்த்து, அவள்மீது என் பாரம் இறங்காதபடி, கைகளை ஊன்றிப் படுத்திருக்கிறேன்.

பக்கத்தில் குசுகுசுத்துக் கேட்கிறது: "பயப்பிடாதை... யோசிக்காதை... பிள்ளைக்குக் கூடாது... அம்மாள் துணை நிற்பாள்... உனக்கு ஒண்டும் நடவாது... நானிருக்கிறன்..."

சறோக்காவைப் போர்த்து சிவராசனண்ணை படுத்திருக்கிறார். அவர் குரல்தான் இப்படிக் குசுகுசுப்பாகக் கேட்கிறது!

என் நெஞ்சு பயந்து படபடவெனப் பறை தட்டுகிறது.

சறோக்கா அழுகிறா. இருட்டில் மெலிதான விசும்பல் எனக்குக் கேட்கிறது.

நேரம் விட்டு மேலும் ஒரு குண்டு வெடிக்கிறது. ஒவ்வொரு குண்டு வெடிப்புக்கும் பூமி துடிக்கிறது; மண்டபம் அதிர்கிறது; நிலம் குமுறுகிறது!

அபிதாவைப் போர்த்தி நான் கையுழையக் கிடக்கிறேன்! சறோக்காவைப் போர்த்திய சிவராசனண்ணையும் அசைந்தாரில்லை. அந்த ஒல்லியான உடலில் அத்தனை பலம் எங்கிருந்து வந்தது?

ஏழு குண்டுகளுடன் அன்றிரா ஓய்ந்தது. எண்ணுக்கணக்கற்ற "ஐயோ," என்ற குழறல்களுடன், இன்னதென்ற மொழி இல்லாத அலறல்களுடன் அன்றிரா ஓதுங்கியது!

சாமம் ஆயிற்று; பிறகு விடியல் வந்து வெளிச்சம் பரவியது. மழைக்கால மேகம், வெளிச்சத்தை மேலும் பரவவிடவில்லை.

கைகால் விறைத்து இனிக் குண்டு வெடிக்காது என்ற நிலையில் அபிதாவைப் போர்த்திய நான் விலகினேன். சிவராசனண்ணை எப்போதோ சறோக்காவைப் போர்த்தியதை விட்டு விலகியிருக்கிறார்.

மண்டபம் எங்கணும் கருகிக் கிடந்தது. கட்டடங்கள் தூளாகி, பொடியாகிப் பரவிக் கிடந்தன.

குருதி கொப்பளித்துக் கும்பலாய்க் கிடந்தது; கோடிழுத்தும் ஓடியது, இரத்தம்! உடலம் வெடித்துச் சிதைந்தும் சிதறியும் காணப்பட்டன. கால் பிரிந்து வெள்ளையாக எலும்பு தெரிந்தது ஓர் உடம்பில்! முகம் கருகியும், வயிறு பிளந்தும், கைகள் தூர எறிபட்டும், தசை மாத்திரம் தெரிந்து, உடல் கோறை பட்டு...

மேலும் விவரணம் வேண்டாம். நான் அத்தனை வகையான உடலங்களைப் பார்த்தேன்.

இந்தியனாமி அத்தனைக் கொடூரம் செய்திருந்தது. கொடூரச் செயலின் குரூரம் கண்டேன்; சாவின் கோரம்தனை நான் பார்த்தேன்!

அபிதா ஒன்றும் புரியாதவளாக இருந்தாள். சாவின் கோரங்களை அவளுக்கு எவ்விதத்திலும் நான் காட்டவில்லை. இரவிரவாகக் குண்டுகள் வெடித்தபோது திடுக்கிட்டுத் திடுக்கிட்டு எழும்பி அவள் அழுதாள்! 'தீபாவளிக்கு வெடி கொளுத்துகிறார்கள்' என்றேன். அபிதா என்னைத் தலை சரித்துப் பார்த்தாள். அவள் மேலும் ஒன்றும் பேசாது நித்திரையாகினாள்!

தீபாவளிக்கு ஈழத்தில் வெடி கொளுத்துவதில்லை! இந்தியனாமி வந்தபிறகு இனி கொளுத்துப்படுமோ தெரியாது!

சறோக்காவுக்கும் எதுவும் தெரியப்படுத்த சிவராசனண்ணை மறுத்துவிட்டார்.

மனதுக்குள் எழும் குமுறல்கள், விம்மல்கள்.

பலரைப் பலர் இழந்திருந்தார்கள். எதற்காக, யாருக்காக, எவர் அழுவது?

நிலம் வெட்டித் தாக்க, தாட்டு அதன்மேல் மரம் ஊன்ற, கட்டை வைத்து எரிக்க, எரித்துச் சாம்பல் அள்ளிக் கடலில் கரைக்க அப்போது காலம் ஆகவில்லை. சங்கு, சேமக்கலம், பறை ஒலித்துச் சுடலை மேவ எவருக்குத்தான் துணிச்சல் வந்தது?

சூழவும் ஷெல் வெடிக்கிறது; பீரங்கி முழங்குகிறது. துப்பாக்கியின் இடைவிடாத சத்தம்!

சிதைந்து கிடக்கின்றன எட்டு உடலங்கள். அவற்றைப் பார்த்தபடி அங்கிருக்கும் முன்னூற்றுக்கு மேற்பட்டோர், ஒருவாய்த் தண்ணீர் குடிக்க ஏலாது. வெளியில் போனால் எவரும் சடலமாகக்கூட மீள முடியாது. பெரியவர்கள் பத்துப்பேர் கூடித் தீர்மானித்தனர்: 'இந்துக் கல்லூரியின் இந்த மைதானத்தில் எட்டு உடலங்களையும் கிடங்கு வெட்டித் தாப்போம்.'

ஒரு கிடங்கு; ஒன்பதுபேர் கிண்டினர். அவர்கள் உடலில் வேர்வை ஆறாகப் பெருக மழைக்குளிர் விடவில்லை. ஒரு கிடங்குக்குள் எட்டு உடலங்களும் அடுக்கப்பட்டன. எட்டு உடலங்களின் உறவினர் மண்ணள்ளிப் போட்டனர். ஒரு கிழவி மெல்லமாக ஒப்பாரி பாடினா:

“ஊரான ஊரிழந்தோம்
ஒற்றைப்பனைத் தோப்பிழந்தோம்
பாராள வந்தவரே
உம்மையுந்தாம் நாமிழந்தோம்

பொன்னான மேனியிலே ஒரு
பொல்லா நோய் வந்ததில்லை
கண்ணான மேனியிலே எவர்
கண்ணூறும் பட்டதில்லை

காற்றே நீ வீசாதே
கடலே நீ இரையாதே
நிலவே நீ எறியாதே எம்
நெஞ்சமெல்லாம் தீயாச்சே

ஆத்தோரம் மணல்மேடு
மணல்மேட்டில் பட்டிப்பூ
பட்டிப்பூ பூத்திருக்கு
யார் வரவைப் பார்த்திருக்கு. . .”

❍❍❍

“போவம்... இஞ்சை இருக்க ஏலாது. செத்தாலும் பரவாயில்லை. தப்புவம் எண்டு நம்பிப் போவம். அம்மா வீட்டைப் போவம், வாங்கோ.”

சறோக்கா தீர்மானமாக, உறுதியாக; ஆனாலும் அழுதா. சறோக்கா சொன்னதுதான் சிவராசண்ணருக்கு வேதவாக்கு. சறோக்காவின் வயிற்றில் ‘இளமாறன்’ இருக்கிறான். அபிதா வுக்குத் தம்பி வேண்டும்.

சறோக்கா பிறகு எனக்குச் சொன்னா:

“நீயும் வா தம்பி... குடிக்கிறது கூழோ கஞ்சியோ உனக்கும் பங்கு தாறம், ஒண்டும் யோசியாமல் வா தம்பி.”

❍

5

இரண்டாம் அத்தியாயம்

1987

"நீயும் வாடா, ஒண்டும் யோசியாதை. கூழோ கஞ்சியோ... உனக்கும் பங்கு தாறம்... நீ என்ரை தம்பியல்லோ... ஒண்டும் யோசியாமல் வா..." இதைச் சொன்னது சாந்தியக்கா.

ராஜசேகரத்தின்ரை சொந்த அக்கா. ராஜசேகரன், சயனைட் குடித்து இறந்ததன் பிறகு சாந்தியக்காவுக்குத் தம்பிமார் அதிகரித்து விட்டார்கள். எந்த இயக்கம் என்றில்லை; யாராயினும் அவன் போராளி! போராளியாக நின்று உயிரைக் கொடுத்துப் போராடும் அத்தனை பேரும் சாந்தியக்காவுக்குத் தம்பி! ராஜசேகரன் விடுதலைப் புலியாக இருந்தாலும் எந்த இயக்கத்தைச் சேர்ந்த போராளியும் சாந்தியக்காவுக்குத் தம்பி.

விடுதலைப் புலிகளால் ஏனைய இயக்கப் போராளிகள் அழிக்கப்பட்டபோது, அழாத நாள் சாந்தியக்காவுக்குக் கிடையாது. திலீபனைத் தேடிப் போய்ச் சொல்லிச் சொல்லி அழுதா. "ஏன்ரா ராசா இப்பிடியெல்லாம் செய்யிறியள்..."

சாந்தியக்காவின் முதல் தம்பி தியாகி திலீபன். சாகும்வரை உண்ணாவிரதம் இருந்த திலீபனின் காலடியில் நாள்தோறும் சப்பாணி கட்டியிருந்தார் சாந்தியக்கா. திலீபனின் முகத்தை எந்நேரமும் பார்த்தபடி உண்ணாவிரதமிருந்தார்.

உலகில் எவன் ஒருவனால் இத்தகைய தியாகம் செய்துவிட முடியும்? பன்னிரண்டு நாள்களாக ஒரு

துளித் தண்ணீர் அருந்தாது, சாகும்வரையான உண்ணாவிரதம்! வைத்த கோரிக்கை ஐந்து! ஒன்றும் இயக்கத்துக்கானது அல்ல; ஈழத்தமிழர்களின் விடுதலைக்கானது.

அருணன் அதனை வெகுவாக உணர்ந்தான். காந்தி எவ்வளவு முறை உண்ணாவிரதம் இருந்தபோதும் அதனால் இறக்கவில்லை. ஐரிஷ் விடுதலைப் போராளி பொபி சான்ட்ஸ், சிறையில் உண்ணாவிரதமிருந்து இறந்தார்தான். ஆனால் இறக்கும்வரை அவர் வாய் நீரருந்தியபடி இருந்தது; என்றாலும் அவரது சாவு இலேசானதொன்றல்ல.

ஆனால் திலீபன்?

இந்தியனாமி விடுதலைப் புலிகளிடமிருந்து ஆயுதங்களைப் பறித்துவிட்டது. அருணன், சுதுமலையில் தலைவர் பிரபாகரன் நிகழ்த்திய உரையைச் செவிமடுத்திருந்தான்: "இந்தியா எங்கள் உரிமைகள் தொடர்பான உணர்வினைத் தன் கையில் எடுத்திருக்கின்றது. நாம் இரத்தம் சிந்தி எடுத்த ஆயுதங்களைத் தம்மிடம் ஒப்படைக்கச் சொல்கிறது... அவற்றை அவற்றை...

"விரைவில் அவற்றை ஒப்படைக்கிறோம். ஈழத்தமிழர்களை யும் அவர்கள் பொறுப்பில் விடுகிறோம். இனி இந்திய அரசு தான் ஈழத்தமிழ் மக்களைக் காப்பாற்ற வேண்டிய பொறுப்பில் இருக்கின்றது." பிரபாகரனின் உரை இது!

அருணன் அவ்வாறு அதனை விளங்கிக்கொண்டான்.

அவன் அந்த உரையினை உன்னிப்பாகக் கவனித்தபடி இருந்தான். சாந்தியக்கா இக்கூட்டத்துக்கு வரவில்லை. அவாவுக்கு பிரபாகரன் என்ன பேசினார் என்பதனைத் தெளிவாகச் சொல்ல வேண்டும்.

பிரபாகரன் மனமுவந்து இதனைச் சொல்லவில்லை என்று தெரிகிறது. பிரபாகரனின் உரையில் உறுதி இருக்கிறது; மனதில் இருக்கிறதா? ஒரு பேப்பர் துண்டை வைத்து வாசிக்கிறார். அதனால்தான் உறுதி தெரிகிறதுபோலும்.

பிரபாகரனின் நெஞ்சு எவ்வளவு வேதனையில் விம்மி யிருக்கும்! ஒரு கைதியைப் போல அவரை நடத்தியது இந்திய அரசு. ஹெலிகொப்ரரில் அழைத்துச்சென்று, டில்லியில் சிறை வைத்து, தமது தீர்வைத் திணித்து...

அருணன் துக்கித்துப்போய்க் கிடந்தான். பிரபாகரனை யிட்டு மாத்திரமல்ல, துக்கம்!

திடீரென ரகு, அருணனுக்கு முன்னே வந்து நின்றான். "என்னெடாப்பா இந்தப் பக்கம்," என்றும் கேட்டான். அவனது

கேள்வியை அருணனால் புரிவது அவ்வளவு கடினமாக இருக்க வில்லை. மாற்று இயக்கத்தான், அருணன். விடுதலைப் புலிகளால் சிறைபிடிக்கப்பட்டவனும்கூட.

இப்போது பிரபாகரனின் உரையைக் கேட்க சுதுமலை அம்மன்கோவில் வாசலில் நிற்கிறான்.

பிரபாகரன் உரையை அருணன் கேட்க வந்திருப்பது, ஓர் உளவு நடவடிக்கையாக இருக்கலாம். அவ்வாறு ரகு நினைப்பதில் தவறேதுமில்லை!

அருணன் யாருக்காக உளவு பார்க்க வந்திருக்கிறான்? தெரியாது, உறுதியில்லை! இந்திய அரசுக்கா, இலங்கை அரசுக்கா அல்லது தொலைதூர அமெரிக்க அரசுக்கா? சோவியத் யூனியனுக்காகவா?

ரகு–ரகுநாதன்பற்றி இப்போது கூற வேண்டும். அருணனும் ரகுவும் ஒரே ஊர்! அருணனுடன் ஒரே வகுப்பில் படித்திருந்தான். ரகு, பொறியியல் படிப்புக்காகப் பேராதனைப் பல்கலைக்கழகம் போனபோது, அருணனுக்குத் தொழில்நுட்பக் கல்லூரியில் அனுமதி கிடைத்திருந்தது; 'வயரிங்' கல்வி!

தெல்லிப்பளை புகையிரத நிலையத்தில் ரகுவை, பேராதனைக்கு அனுப்ப மெயில்றெயின் ஏற்றிவிட்டு, அடுத்த நாள் பஸ் ஏறிக் கொக்குவில் தொழில்நுட்பக் கல்லூரிக்குப் போனான் அருணன்.

தெல்லிப்பளை புகையிரத நிலையத்தில் நின்றபோது அருணனுக்குச் சின்னதொரு ஞாபகம் வந்தது: தண்டவாளத்தின் பக்கமாய் ஓடிய கையொழுங்கையில் சென்றுதானே அருணனும் ரகுவும் உமாமகேஸ்வரனைச் சந்தித்தார்கள். அப்போது உமாமகேஸ்வரன் 'விடுதலைப் புலிகள் அமைப்'பின் தலைவர். அவரது கையெழுத்தில்தான் விடுதலைப் புலிகளின் 'உரிமை கோரல்'கள் வந்தன. அவ்வாறான 'உமாமகேஸ்வரன்'ஐச் சந்தித்ததில் எவ்வளவு பாக்கியம் செய்திருந்தார்கள், ரகுவும் அருணனும்.

முறுக்கிய மீசையுடன் உமாமகேஸ்வரன் அங்கு இருக்க வில்லை. போராளி மாதிரி இல்லை. உத்தியோகத்தர் தோரணை அவரிடம் இருந்தது. சுருண்ட தலைமயிர்; ஒரு பக்கம் வாரிவிடப்பட்டிருந்தது. இறைச்சி தின்றவர்போல அடிக்கடி பல்லுக் குத்திக்கொண்டிருந்தார்.

பிரபாகரன் எப்படியிருப்பார்? சிங்கள அரசு, ஒரு இலட்சம் ரூபா விருதில் தேடப்படுவோர் பட்டியல் வெளியிட்டிருந்தது.

உமாமகேஸ்வரன் படத்தில் உள்ளமாதிரியே இருக்கிறார்; பிரபாகரனின் சின்னப் பிள்ளைப் படம்!

'Operation Day Break' திரைப்படத்தை ஓடிப்போய்ப் பார்க்கச் சொன்னார், உமாமகேஸ்வரன். ரகுவும் அருணனும் ஒரு சைக்கிளை, 'டபிள்' ஏத்தி, மாறிமாறி உழக்கி, யாழ்ப்பாணம் ராணி திரையரங்கில் போய்ப் பார்த்தனர்.

"அப்பிடித்தான் நாங்களும், நானும் தம்பியும். தம்பியெண்டால் பிரபாகரனும். பார்த்தனிங்கள்தானே. கடைசியா ரண்டு நண்பர்களும் மாறிமாறி ஒருத்தர் காதுக்கை மற்றவர் பிஸ்ரலை வைத்து, ஒரே நேரம் சுடுவினமே... அந்த ரண்டு நண்பர்களும் வேறை யாருமில்லை, நானும் பிரபாகரனும்."

காலம் எவ்வளவு கனகடுதியாக ஓடிவிட்டது! இப்போது உமாமகேஸ்வரன் எங்கு, பிரபாகரன் எங்கு? ஒருவரைக் கண்டால் மற்றவர் சுடுவர்! சென்னை பாண்டி பஜாரில் சுட்டுக்கொண்டார்கள். உமாமகேஸ்வரன் வைத்த வெடி, பிரபாகரனின் காதைக் கிழித்துக்கொண்டு போனது. குண்டு கொஞ்சம் அரக்கியிருந்தால், பிரபாகரன் இல்லை!'

'தர்மம் தலை காக்கும்' என்றார் பிரபாகரன்.

೦೦೦

பேராதனைப் பல்கலைக்கழகத்திலிருந்து ரகுவைப் போன்ற நூற்றுக்கணக்கானோர், 1983 யூலை இனப்படுகொலையில் தப்பிப்பிழைத்து ஈழம் வரநேர்ந்தது. அவ்வாறு வந்தோர், 'இடம்பெயர்ந்த மாணவர் சங்கம்' என்ற ஒன்றினை அமைத்தனர். ரகு அதில் முக்கிய உறுப்பினன் மாத்திரமல்லன், செயலாளர். அந்தப் பாதையினூடு விடுதலைப் புலிகளின் உறுப்பினன் ஆனான் ரகு!

நீண்ட நாள்களுக்குப்பின் ஒருமுறை ரகு, அருணனிடம் கேட்டான்: "மைச்சான் நீ விடுதலைப் புலிகள் இயக்கம்பற்றி என்ன நினைக்கிறாய்?"

சற்றும் தயங்காமல், "தனிநபர் பயங்கரவாத இயக்கம்" என்றான் அருணன். பிறகு "ஏன் கேட்டாய்?"

"சும்மா கேட்டன், நீ என்ன சொல்லுறாய் பாப்பம் எண்டுதான். மைச்சான் என்னை உன்ரை இயக்கத்திலைச் சேர்த்துவிடன்," என்றான் ரகு. அதில் நக்கல் தொனி இருந்ததோ?

அருணன் அப்போது ரிபிஎல்எப் இயக்கத்தில் இணைந்து விட்டிருந்தான். அப்போது ரகு, விடுதலைப் புலிகள் இயக்கத்தில் இணைந்துவிட்டிருந்தது அருணனுக்குத் தெரியாது.

ரகு அதன்பிறகு அரசியல்பற்றி அருணனுடன் கதைப்ப தில்லை, மாத்திரமல்ல; விடுதலைப் புலிகள் அமைப்பின் தீவிர உறுப்பினன் ஆனான். பெரியதொரு பொறுப்பையும் வகித்திருக்க வேண்டும். அவ்வமைப்பில் அவனது பெயர் ரகுவல்ல என்பது அருணனுக்கு நிச்சயமாகத் தெரிந்தது. என்ன பெயர்? கரிகாலன், செழியன், மாறன், பரிதி, பாண்டியன், வழுதி.

நீண்ட நாள்கள் தயங்கிக் கழிந்தபிறகு, இப்போது இதோ அருணனின் முன்னால் ரகு! கேள்வி என்ன? "என்னெடாப்பா இந்தப் பக்கம்?"

"ஏன் வரக் கூடாதோ?"

"நீ ரிபிஎல்எப் இயக்கமெல்லா?"

"அதுதானே அழிச்சிட்டியளே!"

"கோபத்திலை இருக்கிறாய்போலை. . ."

"எனக்கென்ன கோபம்?"

ரகு, அருணனின் தோளில் கைவைத்தான். அருணன் தணிந்துபோய்ச் சொன்னான்: "தாங்கேலாமல் இருக்கெடா. பிரபாகரனா இப்படிச் சொல்கிறார்: 'ஆயுதத்தை ஒப்படைக் கிறம்.' பிரபாகரனை இப்பிடிச் சொல்ல வைச்சிட்டாங்கள். பிரபாகரன் இப்பிடிச் சொல்லுற ஆளில்லை! பத்மநாபாவோ உமாமகேஸ்வரனோ இப்பிடிச் சொன்னால் நான் ஆச்சரியப்பட மாட்டன். இப்ப வேதனையா இருக்கு."

ரகு ஓர் அடி தள்ளி நின்று அருணனை ஆச்சரியத்துடன் பார்த்தான். அருணனா இப்படிக் கதைப்பது? இவனிடம் இத்தனை அரசியலா?

அருணன், சூழலை ஒருக்கால் உற்றுப் பார்த்தான். பூவரசமரத்தின் கீழ் 'ஒருவர்' நிற்கிறார். 'அவர்' அனுப்பி வந்தவனா, ரகு? ஓம், அது உறுதிப்பட்டது. அவரிடம்தான் திரும்பிப் போனான் ரகு. அருணனை அடிக்கடி பார்த்தபடி ஐந்து நிமிசமாவது உரையாடல், ரகுவிற்கும் அவரிற்கும் இடையில் இருந்தது.

சோளகக் காற்று ஓய்ந்துபோகின்ற தருணம் இது. ஓரிரு மாதங்களில் மழை பிடிக்கப்போகிறது.

அருணன் இந்த உரையைக் கிரகித்தபடி இருந்தான். இந்த உரையை இரசிக்க முடியவில்லை.

பிரபாகரனின் ஆளுமை வெறெந்தத் தலைமைக்கும் கிடையாது என்பது அருணனின் திண்ணம்! பிரபாகரனே இப்படிச் சொன்னால்?

ஆயுதத்தைக் கையில் தூக்கிய தலைவர்கள் பிரபாகரன், உமாமகேஸ்வரன், தங்கண்ணா என்கின்ற தங்கத்துரை. தங்கண்ணா 83 யூலைக் கலவரத்தில் வெலிக்கடைச் சிறைச்சாலையில் இறந்து பட்டார். ஏனையவர் இருவர். உமா மகேஸ்வரன் நம்பிக்கைக்கு உரியவர் அல்லர்.

அருணன், அன்றிரவு கிடைத்த புட்டையும் மீன்குழம்பையும் உண்ணவில்லை. புட்டு கருக்குமட்டை ஆயிற்று; மீன்குழம்பு நாறிப் போயிற்று!

பிரபாகரனா இப்படிச் சொன்னார்: 'ஆயுதங்களை ஒப்படைக்கிறோம்!' ஆயுதங்களின் பெறுமதி, பிரபாகரனைத் தவிர வேறு யாருக்குத் தெரியும்?

"ஏன்... ஏன்..." என்று திரும்பத்திரும்பக் கேட்டபடி இருந்தா சாந்தியக்கா.

"பசிக்கேல்லை அக்கா. இந்த வெய்யில் வெக்கைக்குத் தண்ணிதான் நெடுகக் குடிக்கவேணும்போல இருக்கு."

தண்ணீர் குடித்து யாவற்றையும் ஆத்தத்தான் அருணன் யோசித்தான்!

இந்தியா, போராளிகளுக்கு ஆயுதங்களைக் கொடுப்பதற்கு முன்னர், ஒரு ஆயுதம் பெற ஒவ்வொரு இயக்கமும் எத்தனை உயிர்களை விலை கொடுத்திருக்கிறது? அவ்வாறான ஆயுதங்களை வெறுமனே ஒப்படைக்க முடியுமா?

இனி ஆரை நம்பிப் போராடுவது?

அருணன் ஏற்கெனவே அரசியலிலிருந்து ஒதுங்கவில்லை; அரசியல் இயக்கத்திலிருந்து ஒதுங்கிவிட்டான். அவன் இக்கணம்வரை அரசியலில் இருக்கிறான். ஆனால் பத்தை வழியச் சைக்கிளில் ஓடவில்லை. உடுப்புகளைத் திரட்டிக் கொண்டு முறிப்புக்குளம் நீரில் அலசும் தேவையில்லாமல் போய் விட்டது. பாரதிபுரம் இருக்கும் திசையையே மறந்துவிட்டான்.

எதுவாயினும் அரசியலை அவன் அவதானித்தபடி இருக்கிறான். அப்படி அவதானித்தபடி இருக்குமாறு அவனை வைத்துவிட்டனர், விடுதலைப் புலிகள் இயக்கத்தினர்.

இரவி அருணாசலம்

"இனி அரசியலிலை ஈடுபடுவியோ," என்று கேட்டான், சாள்ஸ். விடுதலைப் புலிகளின் மேல்நிலைத் தளபதி அவன். பிறகு அவனே சொன்னான்: "ஈடுபட்டியோ கண்ட இடத்தில சூடு!"

○○○

பெருமழை விட்டு இப்போது தூறிக்கொண்டிருக்கிறது. ஊரெங்கும் மச்சத்தின் மணம். வாடைக் காற்றுத்தான் அதனை அள்ளிக்கொண்டு வந்திருக்க வேண்டும். வீதிவழிய மரங்களிலிருந்து உதிர்ந்த சுள்ளிகள், இலை தழைகள், கொப்புகள்.

அருணன் அதனை எதிர்பார்த்திருந்தான், ஆனால் இவ்வளவு விரைவாக நடக்குமென்றல்ல. சென்ற ஏப்ரில், மே மாதத்தில்தான் விடுதலைப் புலிகளால் ரெலோ இயக்கம் குரூரமாக அழிக்கப்பட்டது. வீதிவழிய எரியுண்ட உடலங்கள். பல நூறுக்கணக்கில் அவர்கள் அழிந்திருந்தார்கள். குரூரமாகக் கொல்லப்பட்டிருந்தார்கள்.

அந்த நாள்கள் இனி வேண்டாம், வேண்டாம் என்று அருணன் தன்னுள் மறுகிக் கிடந்தான்.

இதோ, அதேபோன்ற ஒரு நாள் வந்துவிட்டது.

1986 டிசம்பர் 13!

"இயக்கத்தினைத் தடை செய்திருக்கிறோம். அந்த இயக்கத்தின் உறுப்பினர்கள் எமது முகாமில் வந்து சரணடையுமாறு வேண்டிக்கொள்கின்றோம். சரணடைய மறுப்பவர்கள் கடும் தண்டனைக்கு உள்ளாவார்கள்."

வாகனம், ஒலிப்பெருக்கியில் இவ்வாறு அறிவித்தவாறு செல்கிறது.

'இப்படி ரெலோவிற்கும் செய்திருக்கலாமே' என்று மீண்டும் மறுகினான் அருணன். 'நானும் சரணடைய வேண்டுமோ,' என்று தனக்குள் கேட்டான். அருணன் இப்போது இயக்கத்தில் இல்லை. இயக்கத்தை விட்டு விலகி ஒரு வருடத்திற்கும் மேலாகி விட்டது. இப்போது அவன் கனவில் மாத்திரம்தான் தோழர் பத்மநாபனைச் சந்திக்கிறான். தோழர் கனவில் அடிக்கடி வருகிறார். நல்ல செய்தி எதுவும் இல்லை, இழவுச் செய்திகளாகவே வருகின்றன.

டிசம்பர் 14! மத்தியானத்திற்குச் சற்றுப் பின்பாக. மோட்டார் சைக்கிளில் இருவர் வருகின்றனர். இருவரும் லோங்ஸ் சேர்ட் அணிந்து, சுத்தமாக இருக்கிறார்கள். தாடி இல்லை, கத்தையாக மீசை. இருவரும் அப்படியே.

ஒருவன் கேட்கிறான்: "உங்களைச் சரணடையச் சொன்னது, ஏன் சரணடையேல்லை?"

"நான் இப்ப இயக்கத்திலை இல்லை."

"அதைவந்து அங்கை சொல்லுங்கோ, இப்ப வெளிக்கிடுங்கோ."

"எங்கை?"

"வெளிக்கிடுங்கோ, போகத் தெரியும். நீங்கள் முரண்டு பிடிக்க மாட்டீங்கள் எண்டு தெரியும். உடுப்பொன்றும் மாத்த வேண்டாம், இப்பிடியே வாங்கோ. உங்களை விசாரிச்சுப் போட்டுவிடுவார்கள் எண்டுதான் நினைக்கிறன், வாங்கோ."

மோட்டார் சைக்கிளின் நடுவில் இருந்தான் அருணன்!

விடுதலைப் புலிகளின் முகாமுக்கு வந்தபிறகு எந்த விசாரணையும் இல்லை. லொறியில் ஏற்றப்பட்டான். அதற்குள் சுமார் ஐம்பதுபேர் வரையில் இருந்தனர். ஒரு மணித்தியாலமாக இடையிடை மூன்று இடத்தில் நின்றுநின்று லொறி ஓடியது. லொறி நின்றுநின்று வெளிக்கிடுகிறபோது லொறியின் உள்ளே இருந்தவர்கள் குறைந்துகொண்டு போனார்கள்.

தென்னந்தோப்பொன்றில் லொறி நின்றபோது இவனுடன் பன்னிரண்டு பேர். பங்கருக்குள் இவனை அனுப்பியபோது இவனுடன் நான்குபேர்!

ஒருநாளைக்கு ஒருமுறையே பங்கருக்குள் சாப்பாட்டுப் பார்சல்கள் வந்து விழுந்தன; அப்போது தண்ணீர்ப் போத்தலும். பங்கரின் இருட்டு, பகல் எது இரவு எது என்கின்ற அளவு அருணனின் கண்களுக்குப் பழகிவிட்டது. ஒருநாள் சாப்பாட்டுப் பார்சலைத் திறந்தபோது, கருவாடு மணக்கவில்லை; ஏலக்காய் மணத்தது. அன்றைக்கு முதுகில் ஒரு உதையோ, மூஞ்சையில் குத்தோ விழுந்திருக்கவில்லை. அந்தச் சாப்பாடு இனித்தது. ஓ, சர்க்கரைப் புக்கை! கூட வடையும் மோதகமும். இன்றைக்குத் தைப்பொங்கலாக இருக்க வேண்டும் என்று உடனே ஊகித்தான்.

பங்கரை விட்டு வெளியே வர ஒரு மாதத்திற்கு மேலாகி விட்டது. கண்களை மூடி உலகை உணர்வதில் ஓர் இன்பம் வந்தது அருணனுக்கு. இருட்டிலேயே இருக்க விரும்பினான். ஆனால் இப்போது மூஞ்சையில் குத்தோ முதுகில் உதையோ விழவில்லை. வெளியில் இருப்பவர்கள் நட்புடன் பழகினார்கள். விடுதலைப் புலிகளுக்கும் அருணனுக்கும் இப்போது வேறுபாடு இல்லை. ஆனால் நக்கல் இருந்தது. அருணனின் பெயர் சொல்லி

அழைக்கவில்லை. 'தோழர்' என்று அழைத்தார்கள். அந்தத் 'தோழ'ரில் நக்கல் இருந்தது.

பிறகு மூன்று மாதங்கள்! முழுதாக மூன்று மாதங்கள்!

வீடு வந்தான் அருணன். சாள்ஸிடம் சொல்லி, ஒருக்கால் வரதனிடம் போய்விட்டுத்தான் வந்தான். வரதன் இவனுக்குச் சிலாகிக்கக்கூடிய நண்பன். விடுதலைப் புலிகள் இயக்கத்தில் முக்கியத் தளபதியாக இருக்கிறான். அனாதரவாகப் போய் வரதன் முன் நின்றான் அருணன்!

"நான் என்ன மைச்சான் செய்ய வேணும்?"

"எல்லாம் கேள்விப்பட்டனான்டா. . . இயக்கத்தை இப்ப ஒவ்வொரு பிரிவாப் பிரிச்சாச்சு. ஒரு பிரிவிலை மற்றப் பிரிவு தலையிட ஏலாது. மாத்தையா எல்லாத்தையும் பொறுப்பிலை எடுத்திட்டார். மாத்தையா சொல்லுறதுதான் நடக்குது. மாத்தையாவுக்கு நான் உன்னைப் பற்றிச் சொன்னனான்; அதுதான் உன்னை விட்டிருக்கிறாங்கள் எண்டு நினைக்கிறன்."

"உங்கன்ரை இயக்கப் பிரச்சினை உங்களோட இருக்கட்டும். ஆருக்கு அதிகாரம் இருக்கெண்டு நீங்கள் யோசியுங்கோ. எல்லாத்துக்கும் தலைவர் எண்ட முறையிலை பிரபாகரன்தான் பொறுப்பேற்க வேணும். மாத்தையாவைச் சாட்டித் தப்ப ஏலாது. சரி நான் இப்ப அரசியல் கதைக்க வரேல்லை. நான் இனி என்ன செய்ய வேணும்? மூண்டுமாசமெடா சிறையுக்கை வைச்சாங்கள். அது சிறை யில்லையெடா, இருட்டறை! பங்கர்! சாப்பாடு எப்ப வரும் எண்டு தெரியாது, வருமோவும் தெரியாது. ஒரு நாளிலை எப்பவேனும் இருந்திட்டு பார்சல் ஒண்டு வந்து விழும். கூடத் தண்ணிப் போத்தலும். திடீரெண்டு முகத்தில குத்து விழும்; அது எதுக்கு எண்டும் தெரியாது. பங்கருக்கை மூத்திர நாத்தம், பீ நாத்தம். உடம்பெல்லாம் சொறி பிடிக்குது. நீங்கள் விடுதலை இயக்கம் இல்லையெண்டு அங்கையே முடிவெடுத்திட்டன்; ஒரு பயங்கரவாத இயக்கம்!"

வரதன் பேசாதிருந்தான். ஆனால் ஒன்றை முணுமுணுத்துச் சொன்னான்: "நீ ஒண்டும் கதையாமல் பேசாமலிரு. ஜோர்ஜ் ஓவெல்லின்ரை '1984' வாசிச்சனிதானே. ஒண்டும் பேசாமலிரு, சாப்பிடுறத்துக்கு மாத்திரம் வாயைத் திற."

"எடேப்பா. . . நான் அரசியல் பேச வரேல்லை, நான் என்ன செய்ய வேணுமெண்டதை முதல் சொல்லு. நான் இஞ்சை இருக்கலாமா? இருக்கிறது பயமில்லையா? அல்லது வெளியிலை

ஓடட்டா? அல்லாட்டில் உங்கன்ரை சிறையுக்கை இருக்கட்டா? நான் சாகாமல் இருக்க என்ன செய்ய வேணும் சொல்லு."

வரதன் தன் மூக்குக் கண்ணாடிக்குள்ளால் அருணனைப் பார்த்தான். அவனுள் தாறுமாறாக ஏதோ ஒன்று ஓடியிருக்கிறது. அவன் சிறிது நேரம் எடுத்தான்.

"நீ பேசாமல் போய் வீட்டிலை இரு. அரசியல் அது இது எண்டு இப்ப ஒண்டும் கதையாதை. இப்ப நடக்கிறதுகளைப் பற்றி எதுவும் விமர்சனம் செய்யாதே. இப்ப நீ போ. உந்தத் தாடியை வெட்டு. ஒழுங்கான பிள்ளையா வீட்டிலை இரு. உனக்கு அப்பிடி ஏதும் பிரச்சினை வந்தால் என்ரை பெயரைச் சொல்லு, நான் பார்க்கிறன். நீ ஒண்டுக்கும் யோசியாதை, நான் இருக்கிறன். இந்த நாடு போறபோக்கிலை நீயும் போ. என்ன பிரச்சினை எண்டாலும் என்னட்டை வா. என்னைக் கேட்டு எதுவும் செய். வில்லங்கப்படுத்தேல்லை. உன்ரை நன்மைக்குச் சொல்லுறன். உன்ரை உயிருக்கு எங்களால எதுவும் நடவாது, நான் உத்தரவாதம் தாறன். சரியெடாப்பா... உள்ளுக்கை வா, சாப்பிட்டுப் போ."

"வேண்டாம் வரதன். என்னைச் சாப்பிடக் கேட்காதை, எனக்கும் சில விசயங்களிலை உங்கள்மீது கோபம் இருக்கு. அதை நான் மனதிலை பதியத்தானே வேணும். இப்ப எதுவும் என்னைக் கேளாதே. விருந்துண்ணிற சூழலா, விருந்துண்ணிற நேரமா இது?"

"சரி, உன்ரை விருப்பம்."

வீடு வந்தான் அருணன். அம்மா இல்லை; அம்மா போன பிறகு ஐயா உருக்குலைந்து போனார். தன் குடும்பம் அவனுக்கு அப்பட்டமாகத் தெரிந்தது. வறுமையின் கொடுமை! யாவரும் குறிப்பிடும்படியாக மெலிந்திருந்தார்கள். ஏதேனும் உழைக்க வேணும் என்று அக்கணம் யோசித்தான். சடக்கென ஏன் சுபா நினைவில் வருகிறாள் என்று தெரியவில்லை.

"சுபா ரீச்சராக இருக்கிறாள். கலியாணமும் முடிச்சிட்டாள். ஆரோ மைச்சான்காரப் பொடியனாம்." பரிதி இதனைச் சொன்னான்.

அருணன், தன் நெற்றி வியர்வை துடைத்து "அப்படியா," என்று கேட்டு வைத்தான்.

தான் திறந்து வைத்திருந்த கதவை இனிமேல் என்றென்றைக்குமாகப் பூட்டினான்!

சாமமும் போய் விடிகாலை வந்தது; நித்திரை வரவில்லை. நூலகத்தில் மலர்ச்சியுடன் சின்னத் துண்டு தந்த சுபாவை யோசித்துப் பார்த்தான். சுபா, மெல்லிய முக்காடு அணிந்திருக்கிறாள், இப்போது. அவள் கண்களிலிருந்து குடம் குடமாகக் கண்ணீர் ஒழுகத் தயாராயிருக்கிறது! அஞ்சனம் தீட்டிய அவள் கண் நெஞ்சைக் கொல்கிறது! கொழுத்துத் தடித்த அவள் கூந்தல் இவன் நெஞ்சில் இனிப் படர வாய்ப்பில்லை!

கிணற்றுக்கட்டில் வந்திருந்தான். நிலாவின் தேய்பிறைச் சந்திரன் மெலிந்துபோய்ச் சிறிது வெளிச்சத்தை மங்கலாகக் கொடுத்தது.

ஓசைப்படாது வெம்பினான். சுபாவும் அரசியலும் இனி தனக்கில்லையெனத் தெரிந்தது. யாரையும் நோவதில் ஒன்றுமேயில்லை!

துக்கத்தின் சாயல் தன்மீது படரக் கிடந்தான் அருணன்!

O

6

அதிகாரம்: 3

1987

கொக்குவிலில் பிறகு இருக்க முடியவில்லை. ஒருவரும் அங்கு இல்லை. மருதனார்மடத்திலிருந்து யாழ்ப்பாணம்வரை இந்தியனாமி பிடித்துவிட்டது. மேலே ஹெலியும் கீழே பீரங்கிப் படையணியும் சூழ்ந்துவர, கேகேஎஸ் வீதி இந்தியனாமிக்குப் பாதை வகுத்துக் கொடுத்தது. அப்படி வருவதற்கு முதல் நாள்தான் நாங்கள் அங்கிருந்து வெளிக்கிட்டோம்.

சறோக்காவின் தம்பிமார் இருவர் இரண்டு மோட்டார் சைக்கிளில் வந்தனர். சறோக்காவின் ஊர் எனது அயலூர்தான்.

"அக்கா வெளிக்கிடு," என்றான் சறோக்காவின் மூத்த தம்பி. "எல்லாரும் போறதுக்குத்தான் ரண்டு மோட்டார் சைக்கிளைக் கொண்டு வந்திருக்கிறம்," என்றான் இளைய தம்பி. சறோக்கா என்னைப் பார்த்தா. "இஞ்சை இருக்கிறது நல்லதில்லையக்கா. கோண்டாவில் வரைக்கும் வந்திட்டாங்கள். அடுத்தது கொக்குவில்தானே; பார்த்தனீங்கள்தானே. எல்லாரும் வெளிக்கிட்டினம், வெளிக்கிடுங்கோ அக்கா," என்றேன்.

சறோக்கா பிறகும் என்னைப் பார்த்தபடி இருந்தா. "என்னைப் பற்றி யோசியாதையுங்கோ, உங்களோட நானும் வெளிக்கிடுறன். அம்மாவையளும் என்னைப் பார்த்துக்கொண்டு நிப்பினம், வெளிக்கிடுங்கோ."

அதன் பிறகு சாடையாகச் சறோக்காவின் முகம் மலர்ந்தது. உடனேயே சறோக்கா, அறைக்குள் ஓடினா. தடபுடவென்று சத்தம் கேட்டது. "இஞ்சாருங்கோ," என்ற குரல். இந்தக் குரல் எப்ப கேட்கும் என்று காத்திருந்தாற்போல சிவராசண்ணர் உடனே அறைக்குள் ஓடினார்.

மாமன்மார் அங்கு இருந்தபோதும் அபிதா என் மடியில் இருந்தாள்! "செல்லம் கொஞ்சினது காணும், வாடி வெளிக்கிட."

அவர்கள் குடும்பமாகப் போகிறபோது, நான் ஓடிய மோட்டார் சைக்கிள் அவர்கள் பின்னே போயிற்று. சறோக்கா வின் ஒரு தம்பி தனது மோட்டார் சைக்கிளை என்னிடம் தந்து, அவன் என் பின்னாலே இருந்தான். அபிதாவை என் முன்னே வைத்திருந்தேன். அதுதான் சறோக்காவிற்கும் திருப்தியாக இருந்தது. நான் அபிதாவுக்குக் கதை சொல்லியபடி போவேன் என்பது அவாவுக்குத் தெரியும். இளைய தம்பியின் மோட்டார் சைக்கிளில் போகும் சறோக்கா, எங்களைத் திரும்பித் திரும்பிப் பார்த்தபடியே இருந்தா.

எட்டு மைல்களை அந்த மோட்டார் சைக்கிள்கள் ஒழுங்கைகளால்தான் கடந்தன. நந்தாவில் தோட்டத்தின் சேறுகளையும் ஊரெழு வயலின் களிமண்ணையும் மோட்டார் சைக்கிள்கள் மிதித்தன.

நெஞ்சு பதைபதைத்தபடி இருந்தேன். இது இலேசான பயணமல்ல, இந்தியனாமி என் முன்னே திடுமுட்டாக முளைக்கலாம். முன்னால் போகும் சறோக்காவின் தம்பிமார் அக்கம்பக்கம் பார்த்தபடிதான் மோட்டார் சைக்கிள் ஓடினர். நானும் அப்படிப் பார்த்து ஓடினேன்; அதில் ஒரு பிரயோசனமும் இல்லை!

இளைய தம்பி முன்னால் போய்விட்டான். திடீரென ஓர் உருவம் என் முன்னே வந்து நின்றது. இலைதழைகளால் கட்டப்பட்ட உருவம்! தோளில் ஏகே 47. ஒரு கையில் 'வோக்கி ரோக்கி' "அண்ணை," என்றது அவ்வுருவம். நான் நடுநடுங்கி மோட்டார் சைக்கிளை நிறுத்தினேன். அவ்வுருவம் முகத்தில் அணிந்திருந்த துணியை நீக்கியது. பார்த்தால், 'அட, நம்ம முரளி.'

முரளி, விடுதலைப் புலிகளது மாணவர் அமைப்புப் பொறுப்பாளர். "அண்ணை நீங்களா," என்றான் முரளி. வெளிநாட்டிலிருந்து போராடுவதற்கென்றே வந்தவன் அவன். எந்த இயக்கத்தையும் தெரிவு செய்யாது, சரியான இயக்கத்தையே அவன் தெரிவு செய்திருந்தான். முரளியின் விடுதலை

அவாவுக்குத் தக்க, சில உதவிகள் அவனுக்குச் செய்திருக்கிறேன். அந்தச் சுருள் மயிர்கொண்ட செந்தளித்த முகத்தில் எப்போதும் எனக்கு இலயிப்பு இருந்தது.

"ஊருக்குப் போறம் முரளி, இஞ்சை இருக்கேலாது தானே," என்றேன். "ஓமோம், கவனமாய்ப் போங்கோ. கேகேஎஸ் றோட்டுப் பக்கம் நிறைய இந்தியனாமி, அதிலை ஏறிப்போடாதையுங்கோ."

"கேகேஎஸ் றோட்டைத் தாண்டித்தானே எங்கன்ரை ஊர்ப்பக்கம் போக வேணும்," என்றேன்.

"எந்த ஊர் அண்ணை?"

"அளவெட்டி."

"நீங்கள் மருதனார்மடம் வரை கேகேஎஸ் றோட்டிலை ஏறாதையுங்கோ. சுன்னாகம் தாண்டி மல்லாகம் தெல்லிப்பளைக்கிடையிலை கேகேஎஸ் றோட்டைத் தாண்டுங்கோ. இப்ப அங்காலையும் வந்திட்டாங்களோ தெரியேல்லை. வாற ஆட்களை விசாரிச்சு, எதுக்கும் கவனமாய்ப் போங்கோ. பொறுங்கோ, கொஞ்சம் நில்லுங்கோ, ஒருக்கால் கேட்டுச் சொல்லுறன்."

முரளி, 'வோக்கி ரோக்கி'யைத் தட்டி மெல்ல நடந்து போனான். 'வோக்கி ரோக்கி' கரகரத்தது.

"இப்பப் போகலாம். ஆனால் அடிக்கடி கேகேஎஸ் றோட்டிலை திரியிறாங்களாம், கவனமாய்ப் போங்கோ. நேற்றும் அந்த இடத்தில ஒரு கர்ப்பிணிப் பொம்பிளையைச் சுட்டிருக்கிறாங்கள். பார்த்துப் போங்கோ. தம்பியவை கவனம்."

முரளியின் சீரியசான முகத்தில் சற்றுப் புன்னகை படர்ந்தது. முரளியின் கைகளைப் பிடித்தேன். அவனை இனி எப்போது காண்பேன்?

காண்பேன்தானோ? ஒருக்கால் என்னவோ அழ வேண்டும் போல் இருந்தது.

தண்டவாளத்தின் அருகாக மோட்டார் சைக்கிளைச் செலுத்தி, எட்டாங்கட்டை ஆஸ்பத்திரிக்குக் கிட்டவாக மோட்டார் சைக்கிளைத் திருப்பினோம். இதோ கேகேஎஸ் வீதி வரப்போகிறது.

அதே இடத்தில்தான் முதல் நாள் ஒரு கர்ப்பிணிப் பெண் சுடப்பட்டு இறந்தார். பிள்ளைப்பேற்றுக்காக

எட்டாங்கட்டை ஆஸ்பத்திரிக்குக் கணவரின் சைக்கிளில் அவர் போகிறார். கேகேஎஸ் வீதியை மேவினால் ஆஸ்பத்திரி! கேகேஎஸ் வீதியை மேவினால் அவர்களுக்கு முதற்குழந்தை கிடைத்திருக்கும். கேகேஎஸ் வீதியை மேவினால் மூன்று உயிர்கள் இன்பத்தைப் பெற்றிருப்பார்கள்!

மேலாக, இந்தியனாமி ஈழத்திற்கு வந்திராவிட்டால் என்ன இனிமையாக, என்ன அற்புதமாக அவர்கள் வாழ்ந்திருப்பார்கள்!

"அப்படியே நில்லுங்கோ," என்று சறோக்காவின் தம்பி எல்லாரையும் நிற்பாட்டினான். மெதுவாக வேலிக்கரையோரம் ஊர்ந்துஊர்ந்து போய், மெல்ல கேகேஎஸ் வீதியை நோக்கினான். இரண்டு பக்கமும் மாறிமாறி உன்னிப்பாகக் கவனித்தான்.

"சரி வாங்கோ, சடக்கெண்டு கடக்க வேணும்," என்று அவன் சடக்கென்று மோட்டார் சைக்கிளில் கடந்தான். உறுமல் இல்லாமல் கடைசியாக மெல்லக் கடந்தேன். தார்வீதியைக் கண் பார்க்க மறக்கவில்லை; ஒரு வாகனமும் ஓடாத வீதியென்பதால் காய்ந்த இரத்தம் அப்படியே தெரிகிறது.

அவர்களது வீட்டை அடைந்தவுடன் சறோக்கா அபிதாவை வாங்கினா. "தேத்தண்ணி குடிச்சிட்டுப் போங்கோ தம்பி," என்று கெஞ்சினா சறோக்கா.

"இல்லையக்கா, பக்கத்திலைதானே வீடு. ரண்டு மூண்டு நாளிலை இஞ்சை வருவன், இந்தியனாமி உங்கன்ரை வீட்டை வரமுன்னம் நான் வந்திடுவன்," என்று சிரித்து உறுதி கூறினேன்.

சறோக்காவுக்குக் கண்கள் கலங்கியது. "பரிதி," என்று ஏக்கமாக அழைத்தா. "மகள் ஏங்கிப் போவாள். கட்டாயம் வாங்கோ தம்பி," என்றா. "கட்டாயம் வருவன் சறோக்கா," என்றேன். 'சறோக்கா'வை அழுத்தினேன்.

"நானும் ஏங்கிப் போவன்," என்றும் சொன்னா சறோக்கா.

ΟΟΟ

நான் எங்களது வீட்டுக்கு வந்துவிட்டேன். அப்பா அம்மாவிடம் வந்துவிட்டேன். அம்மா என்னைக் கண்டவுடன் "ராசா," என்று குழறினா. "வந்திட்டியோ ராசா, உன்னை எங்கை பார்க்கிறது எப்பிடித் தேடுறது எண்டிருந்தன். உன்னைத் தேடி அப்பா எப்பிடி வாறது? எங்கன்ரை நாட்டைச் சூழ்ந்து பிடிச்சிட்டாங்களே. இதுக்கா இவங்கள் வந்தவங்கள்? அப்பா உன்னைத்தேடி சைக்கிள் எடுத்துக்கொண்டு வெளிக்கிட்டால் எல்லாப் பக்கத்திலையும் இந்தியனாமி சூழ்ந்து

பிடிச்சு நிக்கிறாங்கள். ஐயோ ராசா... வந்திட்டாய். அது போதும். அம்மாளே நீதான் என்ரை மகனைக் கூட்டிக் கொண்டு வந்தாய். கும்பிடுறன் தாயே, உன்னை விழுந்து கும்பிடுறன்."

அம்மா அப்படியே நிலத்தில் விழுந்து கும்பிட்டா. அப்பா அம்மாவைப் பார்த்தபடி நின்றார். அப்பாவின் கண் ஒழுகிற்று.

ஏமம் சாமம் என்று ஏதுமில்லாமல் நாய்கள் குரைக்கின்றன. பேயைக் கண்ட குரைப்பு அல்ல அது. பேயைக் கண்டால் "ஊஊ... ஊ... ஊ," என்று ஊளையிடும் சத்தம் கேட்கும். அப்போது வைரவர் உலா வருவார். அந்நேரம் பார்த்துச் சுடலைக்குருவி ஊளையிட்டுப் பறந்தபடி போகும்.

இந்தக் குரைப்பு வேறு; ஒருபோதும் இல்லாக் குரைப்பு! இது, "ஈ... ஈ..." என்று முரசு தெரிய, பல்லு நெருமியபடி ஆத்திரப்பட்ட குரைப்பு! கடும்பகை கொண்டவர்களுக்குத் தான் இவ்வாறான குரைப்பு!

ஊரில் அத்தனை நாய்களும் அப்படிச் செய்கின்றன! கடும்பகை கொண்டவன் ஊரை ஆள்கிறான்!

எங்கோ தூரத்தில் வனஸ்பதி நெய் மணம் பரவுகிறது! இங்கு வீட்டிலிருந்து ரொமி, 'தவிடு பொடியும்'படி குரைக்கிறான். இந்தியனாமியின் துவக்குப்பிடியால் எத்தனையோமுறை அவன் அடி வாங்கியிருக்கிறான், அவன் அசரவில்லை. எதிர்ப்புக் குரல் எப்போதும் அவனிடமிருந்து ஒலிக்கிறது. வனஸ்பதி நெய் மணமே ரொமிக்கு இப்போது ஆகாது.

இந்தியப் பிரதமர் ராஜீவ் காந்தியும் இலங்கைக் கடற்படை வீரனிடம் துவக்குப்பிடியால் அடி வாங்கினார்தாம். ரொமிக்கு இருக்கும் ரோசம் அவரிடம் இருந்ததா தெரியவில்லை!

ஒருநாளைக்கு இரண்டு மூன்று ஊர்களை இந்தியனாமி பிடித்துக்கொண்டு வருகிறது. அப்படி வருகிறபோது, வீட்டில் யாரும் இருந்தால் அவர்கள் அநேகமாகச் சுடப்பட்டு இறக்கிறார்கள். வீட்டில் இருந்த இளந்தாரிகளை எங்கு கொண்டுபோகிறார்கள் என்றும் தெரியவில்லை.

கோயிலில் கூட்டமாக இருப்பவர்கள் அநேகமாகத் தப்பித்துவிடுகிறார்கள். திரைச்சீலை மூடிய மூலஸ்தானத்தில் இளம்பெண்கள், தெய்வத்தோடு தெய்வமாக.

வீடுகளை விட்டு யாவரும் அம்மாள் கோயிலுக்குப் போய் விட்டார்கள். அப்பா எவ்வளவோ சொல்லியும் கெஞ்சியும் அம்மா கேட்கவில்லை; 'வீட்டை விட்டு வெளிக்கிடமாட்டன்,' என்று உறுதியாக நின்றா.

"வாயில்லாச் சீவன்கள், ஆர் சாப்பாடு குடுப்பினம்? ரொமி, சீலா, லக்ஸ்மி. இதுகள் என்ரை ரத்தமில்லையா? கோழியைத்தான் விடுங்கோ, எங்கையும் மேயுங்கள். பூனையும் ஒரு எலியையாவது பிடிக்காதா? மற்றதுகள் என்ன செய்யுங்கள்? சொல்லுங்கோ? எங்களை நம்பித்தானே அதுகள் வாழுதுகள்? நான் வீட்டிலை நிற்கிறன், எங்கையும் போறாக்கள் போங்கோ. எனக்கு ஒண்டும் நடவாது. வாறதுகளும் மிருகங்கள் இல்லையே, மனிசர்தானே? இந்தியா எண்டால் எங்கன்ரை நாடுதானே? காந்தி, நேரு, சுபாஷ், வல்லபாய் பட்டேல்... எல்லாரும் எங்கன்ரை உறவுகள்தானே? இல்லை, என்னைச் சுடுகிறதெண்டால் சுட்டுட்டுப் போகட்டும். எனக்கு, என்னை நம்பியிருக்கிற இந்தச் சீவன்கள் முக்கியம், நான் எங்கையும் வரேல்லை."

"நீதான் சொல்லு, இந்தியா எங்கன்ரை நாடெண்டு." அப்பா சலித்துப்போனார்.

இதற்கு மிஞ்சியும் கேட்கவும் சொல்லவும் என்ன இருக்கிறது? வீட்டில் காந்தி, நேரு, சுபாஷ் ஆகியோரின் புகைப்படங்கள் சட்டமிட்டுப் பெரிதாக மாட்டி வைக்கப் பட்டிருக்கின்றன. கூடவே தந்தை செல்வாவின் படமும். அவற்றை விருத்தாந்தம் தெரிந்த நாளிலிருந்து பார்க்கிறேன்.

அப்படங்களைப் பார்த்த பின்னும் சுடுவார்களா, என்ன?

பின்னும் ஒரு சந்தேகம் எனக்கு, இப்புகைப்படங்களில் உள்ளவர்களை இந்தியனாமியால் அடையாளம் காண முடியுமா? மகாத்மா காந்தியை 'இவர் யார்?' என்று கேட்பார்களா? அப்படிச் சொல்லக் கூடாது, இந்தியாவின் காசுத்தாளில் காந்தியின் படம் இருக்கிறது. மற்றவர்களை?

ஊர் முழுவதும் அந்தகார இருள் சூழ்ந்திருக்கிறது. இந்தியனாமி கொண்டுவந்தது மிகுந்த இருளைத்தான். இருட்டினுள் நாய்களிற்குக் கண்கள் தெரிகின்றன; ஊளையிடுகின்றன.

ரொமி, பெலத்துக் குரைத்தபடியே இருக்கிறான். பக்கத்து வீட்டில் – நிர்மதியக்கா வீட்டில் – ரெக்ஸ்சும் குரைத்தபடியே இருக்கிறது.

சர்ரக்... சர்ரக் என்று வேலியோரம் பத்து நிமிசமாக ஒரு சத்தம்! யாரும் எட்டிப் பார்க்கத் தயாராகவில்லை.

ரொமி, துவக்குப்பிடியால் அடி வாங்கிய சத்தம் ரொமியின் உறுமலில் புரிந்தது. இந்தச் சாமத்துக்கு இந்தியனாமி எப்படி வரப்போகிறது?

'வள்' என்று ரொமி அடி வாங்கிய கத்தல். பிறகும் ஆக்ரோசமாகக் குரைக்கிறான். விளக்கைக் கொளுத்தி எழும்பிப் பார்க்க யாருக்கும் துணிச்சல் இல்லை!

விடியப்புறத்தின் சாடையான இருட்டுடன் எழும்பிப் பார்த்தோம். வெளியில் வந்தால் ரொமி முனகினான். வலது பின்னங்காலைத் தூக்கி நொண்டிக் காட்டினான். தடவுவதற்கு அவன் விடவில்லை. நொண்டிநொண்டி நடந்து அவன் எங்களைக் கூட்டிப்போனான்.

வளவின் வேலிக்கரையோரம் பற்றைகள், புற்கள் செழித்துப் பரவிய காணிக்குள்ளால் ஒற்றையடிப் பாதையாகப் பற்றைகளும் புற்களும் ஒருசீராக மிதிபட்டுக் கிடந்தன. ஒரு றக்ரர் சில்லுக்கணக்காக அது இருந்தது.

அதனைப் புரிவது கஸ்ரமல்ல. ஒரு நூறு இந்தியனாமி பாதை கட்டி அதில் பயணப்பட்டிருக்கின்றன.

எங்கு போயிருப்பார்கள்?

ООО

சாத்தாகலட்டிப் பக்கம் கேட்டது, பெருங்குரலெடுத்துக் குழறிய அந்தச் சத்தம். என் வீட்டிலிருந்து சாத்தாகலட்டி அவ்வளவு தூரமல்ல. என் வீடு; தஞ்சிட்டி முந்தல்; அம்மாள் கோயிலடி; பிறகு சாத்தாகலட்டி!

இந்தியனாமி வந்த அந்த ஆழ்ந்த அமைதியில் எதுவும் கேட்பது சாத்தியமே! மழை மப்பின் அடர்த்தியான வாடைக் காற்று எதையும் ஏந்திவந்து எம் காதில் இடுகிறது!

அம்மா மறிக்கமறிக்க நான் சைக்கிள் எடுத்து ஓடினேன்.

"ராசா, உந்தத் துலைவான்கள் பத்தைக்கை ஒளிச்சிருப்பாங்கள், கவனம்."

வீதி வழியெங்கும் கொட்டில் வீடுகள் எரிகின்றன. இந்தியனாமி ஒரு வீட்டுக்கும் கொள்ளி வைக்கவில்லை; பொஸ்பரஸைத் தூவிவிட்டுப் போயிருக்கிறது. காற்றுக்கு நின்று எரியும், பொஸ்பரஸ்!

வீதியின் மருங்கில் ஒரு உடல் கிடந்து துடிக்கிறது. அந்த உடம்பில் ஒரு துவக்குச் சூடு பட்டதில்லை.

இந்தியாவின் கூர்க்கா, தனது வில்லுக்கத்தியால் வயிற்றில் ஒரு கீறு வைத்துவிட்டான். குடல் அவ்வளவும் வெளியில் வந்து விழுந்துவிட்டது. வீதியோரத்தில் விழுந்து கிடப்பவன் தனது குடல்களைத் தூக்கிவைத்துக் குமுறுகிறான்.

சீக்கியனுக்கு ஒரு கத்தி; கூர்க்காக்காரனுக்கு இன்னொரு விதமான கத்தி!

குடல்கள் சரியான இடத்தில் பொருந்த வேண்டும். ஆஸ்பத்திரியில்தான் அது சாத்தியம். காரை எடுத்துக்கொண்டு வீதியில் வர யாரும் தயாராகவில்லை. ஆஸ்பத்திரிகளும் சரியாக இயங்கவில்லை.

குடல்களைத் தெருவில் கொட்டியவன் கனநேரமாகத் துடிக்கவில்லை! அவனது ஆவி மேலெழுந்தது; உடல் அடங்கிப்போயிற்று. அவனை எனக்குத் தெரியும், நாயனத்தை உன்னதமாக வாசிக்கத் தமிழ்நாட்டில் பயிற்சி எடுத்துவிட்டு வந்தவன்!

அந்த இடத்தில் இந்தியனாமி இல்லை; இந்தியனாமி எங்கே போனது என்று தெரியவில்லை. ஆட்கள் குழுமி விட்டனர்.

வானம் மப்பாக இருந்தது. ஒரு தாய் குழறிக்குழறி ஓடி வருகிறார், "ஐயோ... ஐயோ..."

மைந்தனின் தலையைத் தூக்கி மடியில் வைத்தார் தாய். அப்படியே மயங்கிச் சரிந்தார்.

அந்த நாள்தான் 'சோமசெட்' கார் வைத்து வாடகைக்கு ஓடுகிற குஞ்சனண்ணை காணாமல் போனார். 'காணாமல் போனார்' என்று சொல்ல முடியாது; அவர் 'காணாமல் போன'தைக் கண்டவர்கள் இருக்கிறார்கள்! அவர்கள் சொன்ன சேதி: 'இந்தியனாமி, குஞ்சனண்ணையைத் தமது வாகனத்தில் ஏற்றிக்கொண்டு கிழக்குப் பக்கமாக ஓடியது.'

அந்த நாள்தான் இராகவன் தன் வீட்டில் சரிந்து விழுந்தான். அவனது கால்கள் தரையை உதைத்துஉதைத்துத் துடித்தன. வாயில் நுரை தள்ளக் கிடந்தான் இராகவன்!

இராகவனின் அக்கா கௌரி ஒற்றைப்பின்னலை மார்பின் மேல் விட்டபடி அதைச் சொன்னாள்:

“ஒருத்தன் அத்துமீறி எப்பிடி எங்கன்ரை வீட்டுக்குள்ளை நுழைய முடியும்?”

‘ஒருத்தன்’ மாத்திரம் நுழைந்தானில்லை! எண்ணிப் பார்த்தால் தெரிந்திருக்கும், இருபது இந்தியனாமி!

கெளரியின் வீட்டுக்குள்ளால் இந்தியனாமி அந்த விடிகாலையில் போனது. கெளரிக்கு வீட்டின் முற்றத்தைக் கூட்டுகிற நேரம் அது. அம்மா, வீட்டினுள்ளே கூட்டிவிட்டுப் பசுவில் பால் கறந்து பால்த்தேநீர் போடும் ஆயத்தநிலையில் இருந்தார்.

இராகவன் அப்போது படித்துக்கொண்டிருந்தான்.

அந்த நேரம் படலை சடாரென அடிபட்டுத் திறந்தது. கேட்டுக்கேள்வி இல்லை; இந்தியனாமி!

முற்றத்தில் நின்ற வேப்பமரம் ஒன்றும் பேசவில்லை. பனைமரம் அமைதியாக நீட்டி நிமிர்ந்து பார்த்துக் கிடந்தது.

இந்தியனாமி போய்விட்டது; வயல்வெளியைத் தாண்டிப் போய்விட்டது; அழகொல்லைப் பிள்ளையார் கோயிலையும் தாண்டிப் போய்விட்டது.

இராகவன் இங்கு நுரை கக்கிக் கால் துடிக்கத்துடிக்கக் கிடக்கிறான்!

என்ன நிகழ்ந்தது என்று சொல்ல இராகவனுக்குத் தெரியவில்லை. எது கேட்டாலும் மலங்கமலங்க விழிக்கிறான். அவன் கல்லூரியின் உதைபந்தாட்டக் குழுவில் இருந்தவன். அவன் முன்னணி வீரன். எல்லாப் போட்டிகளிலும் ஒரு ‘கோல்’ஆவது போட்டிருந்தான்.

இப்போது, உலக உருண்டையைப் பார்ப்பதுபோலப் பந்தை அவன் பார்ப்பது யாருக்கும் சகிக்க முடியவில்லை. ஒற்றைக் காகம், அதுவும் அண்டங்காகம் கரைவதை அவன் இப்போது உன்னிப்பாகப் பார்க்கிறான்! காகத்தில் மாத்திரம் உலகம், அவனளவில் அடங்கி இருக்கிறது!

“ஒருத்தன் அத்துமீறி எப்பிடி எங்கன்ரை வீட்டுக்குள்ளை நுழைய முடியும்,” என்று கெளரி கேட்டது, என் காதுகளை விட்டு நீங்குவதாகவேயில்லை!

○○○

அமைதி காக்கக் கடல் கடந்து வந்தாரை மாலை அணிவித்து வரவேற்றோம். இனிச் சாவுகள் நிகழாது; சடலங்கள் நிறையாது;

துக்கமும் ஒப்பாரியுமாய்க் காலங்கள் கழியாது; துடித்துக் கதறியழும் வேளை வராது என்பதனை நம்பினோம். பதுங்குக்குழி இனித் தேவையில்லை; பாம்புக் கடியும் இனி இல்லை என்று மனசார நம்பினோம்!

ஆனால் ஒன்றுக்கும் ஆசைப்படக் கூடாது என்று மூன்று மாதத்தில் காலம், அடித்துச் சொன்னது; அநியாயமாக உயிர்களைப் பறித்துச் சொன்னது! கனவு காணக் கூடாது; கற்பனையில் வாழக் கூடாது என்றும் சொன்னது.

ooo

தை மாதம் பிறந்தபோது ஊரடங்குச் சட்டம் நீக்கப் பட்டிருந்தது. இனியும் நான் வீட்டில் நிற்க முடியாது. அருணன் தேடிவந்து சந்தித்தான்.

"மைச்சான் உனக்கொரு வேலையிருக்கு வா. உன்னால தான் அதைச் செய்ய முடியும்!"

o

7

மூன்றாம் அத்தியாயம்

1988

மூக்கை விரித்து முகர்ந்து பார்த்தான் அருணன். கிட்டடியில் மணக்கிறது, வனஸ்பதி நெய் மணம்! மிகச் சமீபத்தில் எங்கேயோதான் நிற்கிறார்கள். பயப்பிட ஒன்றுமில்லை. சைக்கிளின் பின் கரியரில் பெரிய மூட்டை. கண்டவுடன் விட்டு விடுவார்கள். வியாபாரிகளுக்கும் விடுதலைப் புலி களுக்கும் ஓரளவு வித்தியாசம் தெரியத் தொடங்கி விட்டது, இந்தியனாமிக்கு.

ஆனால், விடுதலைப் புலிகளுக்கும் இளந்தாரி களுக்கும் இன்னமும் வித்தியாசம் தெரியச் சிரமப் படுகிறார்கள்! வியாபாரிகளாக இல்லாத இளந்தாரிகள், இந்தியனாமியைக் கண்டவுடன் சூடுபட்டுச் செத்து மடிகிறார்கள்! இளந்தாரிகளுக்கு மீசை கத்தையாக இருக்கிறது. பிரபாகரனுக்கும் கத்தை மீசை!

பாஸ்கரன் பாவம், போனமுறை நிறைய நஷ்டப்பட்டுவிட்டான். ஒரு மூட்டை மிளகாயை இறுக்கிக் கட்டியதில் அவ்வளவு மிளகாய்களும் அழுகிவிட்டன. இறுக்கிக் கட்டியது மாத்திரம் காரணமல்ல; இயக்கச்சிச் சந்தியில் அவ்வளவு பேரையும் இந்தியனாமி மறித்துவிட்டது. ஒருநாள் முழுக்க இயக்கச்சிச் சந்தி வீதியின் மருங்கில் அனைவரும் இருந்தார்கள்; இரவுக்குப் படுத்தார்கள். தண்ணீர் தருவாரும் அங்கில்லை. நல்லவேளை, மாரிக்காலம் இது. ஆனால் மழை பெய்யவில்லை.

தண்ணீர் விடாய்த்தது என்று சொல்வார் யாருமில்லை! "பசி வயித்தைப் பிடுங்குதெடா," என்று சொன்னவன் நவத்தான். துடையைச் சொறிந்துகொண்டு அதனைச் சொன்னான்.

ஏன், இயக்கச்சிச் சந்திக்கு வந்தோரை இந்தியனாமி மறித்தது என்பதற்கான காரணம் சொல்ல எவருக்கும் தெரியவில்லை.

போனமுறையான் ஞாபகத்தை பாஸ்கரன் இன்னமும் வைத்திருக்கிறான். அழுகிவிட்ட அத்தனை மிளகாய்களையும் உப்புப்போட்டு அவித்துக் காயவிடச் சொன்னது சரசு; பாஸ்கரனின் அம்மா!

சரசு, சிவப்பியாக நல்ல அழகி! ஆனால் ஒருமுறை தவறுதலாக நெருப்பில் எரிந்ததில் உடம்பின் அழகு கெட்டுப் போயிற்று. முகம் அதே இலட்சுமிகரம்! தான் எரிவதற்குமுன் பாஸ்கரன் வந்து பிறந்ததனால் பாஸ்கரனிடம் தன் அழகைப் பெய்துவிட்டார் சரசு.

மழை பெய்கிறதில்லை; ஆனால் மழை மப்பும் வாடைக் காற்றின் ஈரலிப்பும் எதனையும் காயவிடப் போவதில்லை! பூஞ்சணம் பிடிக்க வைத்துவிடும். அவித்த மிளகாயில் பூஞ்சணம் பிடிக்கக் கூடாது என்று சரசுதான் அதிகம் பாடுபட்டார்.

பாஸ்கரன் இம்முறை பீட்ரூட் கட்டியிருக்கிறான். கிலோ இரண்டு ரூபா என்கிறார்கள். கிளிநொச்சியில் என்ன மாதிரியோ? கிலோவிற்கு இரண்டு ரூபா வைத்தாலே போதும் உழைப்பு! இலங்கையில் பீட்ரூட், விலை உயர்ந்த சாப்பாடு. மிகப் பிரமாதமான விருந்துகளிலேயே பீட்ரூட் கறி கிடைக்கும்!

முதலில் கிளிநொச்சிக்குப் போயாக வேண்டுமே! பாஸ்கரனின் உழைப்பை, பீட்ரூட் தனது சிவப்பு இரத்தத்தால் ஓரளவு காப்பாற்றிவிட முடியும்! இதில் தேறினால்தான் உண்டு.

அருணன், மூட்டையில் வெங்காயம் கட்டியிருக்கிறான். 'அரைக்கு அரை' இலாபம் வரும். இனி வாய் வல்லமையைப் பொறுத்தது.

அருணனின் வாய் அவ்வளவு வல்லமையைப் பெற்றதல்ல. பெற்றிருந்தால் அவனது அமைப்பில் அவன் மத்தியக்குழு உறுப்பினனாக இருந்திருக்க முடியும். அசோகா ஹோட்டலில் காலை பதினொரு மணிக்கே சர்ரென நுரைக்கும் பியரை அவன் கண்டிருப்பான்.

இப்போது வெங்காயம் கட்டியிருக்கிறான். 'வாய் வல்லமை' அதற்குத் தேவைப்படாது!

பம்பாய் சைக்கிள் ✤ 89 ✤

யாழ்ப்பாணத்து வெங்காயத்துக்கு நிகர் வேறுண்டோ?

யாழ்ப்பாணத்து வெங்காயம்; யாழ்ப்பாணத்துப் போயிலை; யாழ்ப்பாணத்துத் தேங்காய்; யாழ்ப்பாணத்து மீன்!

யாழ்ப்பாணத்தின் மாவீரம்!

வெங்காய மணம் அருணனுக்கு ஒருபோதும் ஆகாது. ஆண்களின் கமக்கட்டு வேர்வையிலிருந்து வருகிற மணம்போல. சில பெண்களின் தீட்டுநாளில் வரும் மணம்போல!

அதனால் அவன் தலையிடியால் தவித்த நாள்கள் அதிகம். நாத்தல் மணம்!

தனது சைக்கிளின் பின்கரியரில் அந்த மணத்தைக் காவி வருகிறான். 'இதுதான் கடைசி; இனி வெங்காயத்தைக் கட்டினால் என்னை 'உச்சு' எண்டு கூப்பிடு,' என்று அவன் சொன்னது காற்றுக்கும் தன் நெஞ்சுக்கும்.

இவ்வாறு நினைந்ததையிட்டுத் தன்னுள் புன்னகைத்துக் கொண்டான்.

இப்படியெல்லாம் என்னை நினைக்கவைப்பது எது? என்மீது நம்பிக்கையில்லாது போனதன் பிறகா?

எப்போது நம்பிக்கையில்லாது போனது?

இயக்கத்தைவிட்டு விலகிய பிறகா?

என்னை விடுதலைப் புலிகள் கடத்திச் சித்திரவதைசெய்து 'செல்லாக் கா'சாக்கி வெளியில் விட்ட பிறகா?

அல்லது? அல்லது?

சுபாவின் எந்த ஓர் உறவும் இல்லையென்றான பிறகா? சிநேகிதையாகவாவது இருந்திருக்கலாமே சுபா? விரக்தி, அவ்வளவு வெங்கொடுமையா?'

கழுத்தைச் சுற்றி வளைக்கிறது பாம்பு; குரல்வளையை நெரிக்கிறது கயிறு.

யாருக்கு யார் பாம்பு? யார் கயிறு?

○○○

சிறியும் அத்தானும் நவத்தானும் விஜயனும் முந்திரிகைப் பழத்தைக் கட்டியிருந்தனர். அது லேசில் அழுகாது. யாழ்ப்பாணத்திலிருந்து முந்திரிகைப் பழம் வெளியில் போகாததால் இப்போது யாழ்ப்பாணத்தில் கொஞ்சம் மலிவு.

ஆனால் மரத்தில் குலைகுலையாக முத்திக் கனிந்து நாள்கள் அதிகம் சென்றுவிட்டன. பச்சைப்பழம்; கறுப்புப்பழம்!

கிளிநொச்சியில் சிங்கள வியாபாரிகள் முந்திரிகைப் பழக்குலைகளைத்தான் அதிகம் வாங்குகிறார்கள். உறுதியான வியாபாரம்; உறுதியான இலாபம்! இலங்கை முழுவதற்கும் யாழ்ப்பாணம்தான் முந்திரிகைப் பழங்களைக் கிளிநொச்சியி னூடாகக் கொடுக்கிறது.

அதற்காக வியாபாரிகள் யாபேரும் முந்திரிகைப் பழக்குலைகளைக் கட்டிவிட முடியுமா? முந்திரிகைப் பழக்குலைகளுக்கு முதல் அதிகம் வேண்டும். அருணனுக்கும் சேர்த்துப் பாஸ்கரனே முதல் போட்டதில் பாஸ்கரனின் சைக்கிள் கேரியரில் முந்திரிகைப் பழக்குலை மூட்டை இல்லை!

தொடையைச் சொறிந்துகொண்டு விற்பதில் நவத்தான் வலு விண்ணன். அவன் தன் முகத்தில்கூடச் சொறிவான். அவனது முகத்தில் படைபடையாக வெள்ளைத் திட்டுகள்!

நவத்தானுடன் ஒட்டிக்கொண்டு சிறியும் விஜயனும் அத்தானும் முந்திரிகைப் பழங்களை விற்றுவிடுவார்கள். அவர்களது மேற்சட்டைப் பொக்கற்றில் தாள்க்காசு பம்மிக் கொண்டு கிடக்கிறது. ஒரு போண்டாவை உண்ணவும், தேநீர் ஒன்றினை அருந்தவும் அவர்கள் தாள்க்காசைத்தான் நீட்டு கிறார்கள். அந்தத் தாள்க்காசுக்குரிய சில்லறை, தேத்தண்ணிக் கடைக்காரனிடம் இல்லை. இவர்களைச் சினம் பிடித்துப் பார்க்கிறான்!

“திரும்பி வரேக்கை இந்த வழியாலை வாங்கோ, நான் மிச்சக் காசைத் தாறன்.”

“எந்த வழியாலை வருவமோ தெரியாது. இந்தியா வந்தெல்லே எங்கன்ரை வழியையெல்லாம் மாத்தி விட்டிட்டுது,” என்றான் நவத்தான்; அவன் அப்போது சொறிந்த இடம் கழுத்துப் பக்கம்!

○○○

அருணனுக்கு இது இரண்டாம் தரம். வீட்டில் யாவரும் குறிப்பிடும்படியாக மெலிந்திருக்கிறார்கள். ஐயா தோட்டத்தில் இறங்குவதில்லை. தோட்டம் பற்றை பத்திக் கிடக்கிறது. அம்மா போன பிறகு ஐயாவுக்கு எல்லாமே போய்விட்டன.

பாஸ்கரனிடம்தான் இரங்கிச் சொன்னான்: “எனக்கொரு உழைப்புக்கு வழி பாரெடா.”

"படிப்பு... படிப்பு எண்டு இருந்திட்டாய்; பிறகு இயக்கம் எண்டு போயிட்டாய். உனக்கு என்ன வேலை தெரியும்? ஆ...ஐம்பது அறுபது கிலோ பாரம் கட்டி நூறு மைல் சைக்கிள் உழக்குவியோ? ஒருநாள் முழுக்கப் பட்டினி கிடப்பியோ? ஒருநாள் எண்டில்லை, ரண்டு மூண்டுநாள் பட்டினி கிடப்பியோ? சடாரென முதுகிலை சூடு விழும். அதுக்குப் பயமில்லையோ? புலிகள் உன்னைத் தேடுகினம் எண்டால் புலியாலும் பிரச்சினை, இந்தியனாமியாலையும் பிரச்சினை. ரண்டு மூண்டுநாள் நித்திரை கொள்ள ஏலாமல் போகும். எல்லாத்துக்கும் ஆயத்தமெண்டால் உன்ரை உழைப்புக்கு நான் வழியைக் காட்டிறன்."

பாஸ்கரன் இந்த 'வழி'யைக் காட்டினான். முதலீடாகக் கொஞ்சக் காசும் தந்தான்.

விஜயனுக்கு இதுதான் முதல்தரம். லூசான சேர்ட்டையும் அணிந்து, குலைகுலையான முந்திரிகைப் பழமும் கட்டிக் கொண்டு வந்தான். முந்திரிகைப் பழம் எவ்விதத்திலும் பிரச்சினை தராது; லூசான சேர்ட்தான் பிரச்சினை. லூசான சேர்ட்டுக்குள் பிஸ்ரலோ ரிவோல்வரோ வைத்துக்கொண்டு புலிகள் வரலாம், தெரியுமோ? அதற்குள் கைக்குண்டை வைத்தாலும் தெரியாது. அது தெரியுமோ?

லூசான சேர்ட்டை யார் அணிகிறார்கள் என்பது விஜயனுக்குத் தெரியாது; இந்தியனாமிக்குத் தெரியும், விடுதலைப் புலி! இன்னொன்றும் அவர்களுக்குத் தெரியும்; 'ஏசியா பைக்' சைக்கிளை ஆர் ஓட்டுகிறார்கள் என்பதுவும். மேலுமொன்றும் தெரியும்: ஹோண்டா 185 அல்லது ஹோண்டா 200 மோட்டார் சைக்கிளை ஓட்டுபவர்கள் விடுதலைப் புலிகளின் மேல்நிலைத் தளபதிகள் என்பதுவும்.

இஃதொன்றும் தெரியாத அப்பாவி விஜயன்!

பாவம்தான் விஜயனும். அவனது தமையன், சிங்கள இராணுவத்தின் துப்பாக்கிச் சூட்டில் உடல் துடிதுடித்து அடங்கியதை நேரில் கண்டவன். எதுவோ உரத்தச் சத்தம் கேட்டால் விஜயனுக்கு உடல் சடசடவென நடுங்குகிறது. அப்போது கண்ணீர் வடிக்கக்கூடச் செய்கிறான்.

"கவனம், கவனம்," என்று மற்றவர்களுக்கு வெற்றிலை— பாக்குக் கொடுத்து விஜயனையும் அனுப்பிவிட்டார் விஜயனின் அம்மா மங்களம்மாள். அவர் "கவனம், கவனம்," என்று சொன்னது, விஜயனுக்கா மற்றவர்களுக்கா என்று

இரவி அருணாசலம்

ஊகிப்பது கடினமில்லை. ஆனால் 'விஜயனைக் கவனமாகப் பாருங்கோ' என்ற செய்தியும் அதனுள் ஒளிந்திருந்ததை யாவரும் அறிவர்.

ஒருவாய் தேத்தண்ணீர் தர விஜயனின் அம்மாவால் எப்படி முடியும்? விஜயனைத் தவிர உழைக்க ஆண்கள் இல்லாக் குடும்பம். பெண் உழைக்கக்கூடிய கிராமமுமல்ல. வெங்காயம் நட்டு, புல்லுப் பிடுங்கி, அரிவி வெட்டி, மிளகாய்ப்பழம் ஆய்ந்து அவ்வாறான உடலுழைப்புக் கொடுக்கும் சாதியில் அவர்கள் பிறக்கவில்லை. தவிலையும் நாயனத்தையும் கொட்டி முழக்கி என்ன பயன்? கோவில்களிலும் அது இப்போது உதவுகிறது குறைவு. சுற்றிவரச் சிங்கள இராணுவ அட்டகாசம். கோவில் திருவிழாவை யார்தான் கொண்டாடினர்? இப்போது சேவகம் ஏதுமில்லை.

'அந்தச்' சாதியில் பிறந்திருக்கலாம் என்று விஜயனின் அம்மா ஏங்காத நாள்களுமில்லை.

விஜயனுக்கும் பாஸ்கரன்தான் முதலிட்டிருக்கிறான்.

பாஸ்கரன், இவ்வாறு முதலிடும் காசைச் சும்மா பெற்றவ னில்லை! விடிகாலையில் எழுகிறான். அவன் ஏறுகின்ற பனைகள் பதினாறு. பனைகள் தந்த ஐந்து வெள்ளாளர்களுக்கும் அவர்கள் காணிக்குள், முட்டி நிறையக் கள்ளை வைத்துவிட்டு மீதிக் கள்ளைக் கொண்டு தவறணைக்குப் போகிறான். தவறணைக்கு நுரைக்க நுரைக்கக் கள்ளைக் கொடுத்துவிட்டு, அவன் போவது, தோட்டம் சாற அல்லது பாத்தி கீற. உடலை முறுக்கிப் பிழிந்து அவன் உழைக்கிறான்.

இப்போது தோட்டமுமில்லை; பாத்தியுமில்லை! மாரிக் காலத்தில் பனை கள்ளையும் சுரப்பதில்லை! வாழக் காசு வேணுமே!

இந்தியா வந்தால் பனையேறுவதிலும், தோட்டம் சாறுவதிலும், பாத்தி கீறுவதிலும் எந்தப் பயமும் இருக்காது என்றுதான் பாஸ்கரன் நம்பினான். சிங்கள ஆமி, ஹெலியால் வருகிறார்கள்; புக்காராவால் பீப்பா உருட்டுகிறார்கள்; பொம்மரால் நிலம் சிதைக்கிறார்கள்!

ஒருமுறை பாஸ்கரன் பனையில் இருந்தபோது, பனையைக் கீறிக் குண்டு விழுந்தது. பாஸ்கரன் மூல நட்சத்திரம், 'ஆண்மூலம் அரசாளும்'. அதனால் அன்று பாஸ்கரன் அவமாய்ச் செத்துப் போகவில்லை. சரசு அவ்வாறு நம்பினார்; என்றாலும் அன்று அம்மாள் கோயிலுக்குப் 'பெட்டி' கொடுத்தார்.

அப்படித்தான் ஒருநாள் பாஸ்கரன் தோட்டம் சாறிக் கொண்டிருந்தபோது, 'சர்'ரெனச் சத்தம் எழும்பியது. சத்தம் வந்த நேரத்திற்கு முன்னர் விமானம் போய்விட்டிருந்தது. விமானம் முன்னே, சத்தம் பின்னே. அதுவும் சாதாரண விமானம் அல்ல. மூக்கு கூம்பிய ஒரு கழுகு! சர்ரென முகிலைக் கிழித்துப் போயிற்று!

அப்போது வானத்திலிருந்து ஒரு பார்சல் அசைந்து அசைந்து கீழிறங்குகிறது. ஏதேனும் வெடிக்கும் குண்டோ என, பாஸ்கரன் அச்சப்பட்டான். ஆனால் அது சாக்கினால் கட்டிய பொதிபோல இருக்கிறது.

அந்தப் பொதி விழும் இடத்துக்குக் கணக்காகப் பாஸ்கரன் ஓடிப்போய் நின்றான்.

அவிழ்த்துப் பார்த்தான்; பத்துக் கிலோவாவது இருக்கக் கூடிய அரிசிப்பொதி; கூட மரக்கறிகளும் இருந்தன. இலங்கை மரக்கறிகள் ஒன்றிரண்டுதான். ஏனையவை ஏதோ இந்திய மரக்கறிகள். அவற்றை எப்படிச் சமைப்பது என்றுகூட அவனுக்குத் தெரியாது. அதுகுறித்து அம்மா சரசுவுடன் யோசித்தபடி இருந்தான்.

அவ்வாறு சமைப்பதற்குத் தேவையை விடுதலைப் புலிகள் வழங்கவில்லை.

விடுதலைப் புலிகள், "விமானத்திலிருந்து கொட்டுண்ட அத்தனை பொதிகளையும் விடுதலைப் புலிகளின் சிற்றூரவை அலுவலகத்தில் ஒப்படைக்கவும். அப்பொதிகளை யாரும் சொந்தத் தேவைக்குப் பாவித்தாலோ, மீறி ஒளித்து வைத்தாலோ கடுமையாகத் தண்டிக்கப்படுவீர்கள். புலிகளின் தாகம் தமிழீழத் தாயகம்," என்று ஒலிப்பெருக்கியில் அறிவித்தபடி போனார்கள்.

சட்டத்தை மீற பாஸ்கரனுக்குத் தெரியாது, யார் வைத்தாலும்.

சாக்கினை உடைத்துப் பார்த்ததே பிழையோவென எண்ணிய பாஸ்கரன், சாக்கைச் சடசடவெனக் கட்டிச் சிற்றூரவைக்குக் கொண்டேகினான்!

ooo

"என்ன சாப்பிட்டு வெளிக்கிட்டனி," என்று விஜயனிடம் கேட்க வாய் உன்னியது, பாஸ்கரனிடம். 'வேண்டாம்,' என்று விட்டான். விஜயனின் முகம், 'ஏதும் சாப்பிடவில்லை,' என்று சொல்லிற்று. தான் தின்ற புட்டுக் கட்டியும் செமிக்காது என்று பாஸ்கரன் உணர்ந்தான்.

இரவி அருணாசலம்

அத்தானுக்கு இதே நிலைமைதான். போனமுறை வெங்காயம் கட்டி வந்தபோது, இந்தியனாமி 'செக்' பண்ணிய நேரத்தில் மூவாயிரம் ரூபாயைத் தொலைத்தார். 'தொலைத்தார்,' என்று சும்மா சொல்லக் கூடாது! தொலைக்க அங்கு எதுவுமில்லை. துவக்குத் தூக்கிக் கடல் கடந்து வந்தவர்கள் செய்த வேலை அது!

எதையும், யாரிடமும் கேட்க அத்தானுக்குப் பயம். மூவாயிரம் ரூபா சும்மா காசில்லை. இவ்வளவு முதலிட்டு, இவ்வளவு சைக்கிள் உழக்கி, இவ்வளவு தூரம் கடந்து, இவ்வளவு ஆபத்தை மீறி, இவ்வளவு பட்டினி கிடந்து, இவ்வளவு நித்திரை துறந்து, கிடைக்கும் இலாபம் ஆயிரம் ரூபாய்க்குள்தான்.

சுளையாக மூவாயிரம் ரூபாய்! மூன்று ஆயிரம் ரூபாய் நோட்டுக்கள் போய்விட்டன!

எப்படி எடுத்திருப்பாங்கள் அதனை?

பயம். பயம். பயம்!

அத்தானுக்கு அனைத்திலும் பயம்! இந்தியனாமியின் அத்தனைத் துவக்குகளின் முனைகளும் தன்னை நோக்கித்தான் நீள்கின்றன என்பதில் மகா உறுதிகொண்டவர் அவர்! துவக்குகள் சீறினால், குண்டுகள் யாவும் அவரது இதயத்துக்குத் தான்! பயமன்றி வேறு காரணம் ஏதுமில்லை.

"நாரி முறிய உழைச்ச காசு. பாழ்பட்டுப் போவாங்கள்," என்று மனைவி பெருங்குரலெடுத்துத் திட்டினார்.

"சத்தம் போடாதே," என்று சத்தம் போட்டார் அத்தான். இந்தியனாமிக்கு இந்தச் சத்தம் கேட்டால்?

அத்தானால் அதைக் கற்பனைசெய்ய முடியவில்லை!

என்றாலும் அத்தான், தலைப்பாகை கட்டி, வாய் சிவக்க வெற்றிலை போட்டுச் சிரித்தபடிதான் வந்தார். அடர்த்தியான அவரது தலைமயிருக்குத் தலைப்பாகை கட்டியிருக்கத் தேவையில்லை.

ooo

காலை இளஞ்சூட்டு வெயிலில் புறப்பட்டாயிற்று. விடிகாலையில் கூவியபின், 'க்ளிக். . . க்ளிக். . .' என்று சப்தமெழுப்பிய பிறகு பறவைகள் குளிருக்குள் ஒடுங்கிக் கிடந்தன. மனிதர் தம் உழைப்பைத் தொடங்கிவிட்டார்கள், இந்தியனாமி நியமித்த எல்லைகளுக்குள்!

மிகச் சமீபத்தில்தான் மணக்கிறது. இந்தப் பாதையால் வந்திருக்கக் கூடாது. சன நடமாட்டமில்லை; எதுவும் நடக்கலாம். துப்பாக்கியின் குண்டுச் சத்தம் தொலைதூரத்துக்குக் கேட்காது. கேட்டாலும் 'யாரோ வெடி கொளுத்திப்போடுகிறார்கள்!'

அதற்காகப் பலாலி சுற்றி வருவதென்றால், வெகுதூரத்தையும் வெகுநேரத்தையும் அவன் கணித்தான். எப்படித்தான் பார்த்தாலும் மேலதிகமாகப் பத்து மைல்; மேலதிகமாக ஒரு மணித்தியாலம்!

ஆனால் தன்னுடன் கற்ற ரோஸ்மேரியிடம் ஒரு வாய் தேநீர் வாங்கிப் பருகிவிட்டு வந்திருக்கலாம்.

வழமை அப்படித்தான்; இம்முறை பாதை மாறியது.

ஒரு சின்னப் பயம்; சடாரென எதிர்பார்க்கமுன்னர் முதுகைத் துளைக்குமோ குண்டுகள்!

புன்னாலைக்கட்டுவன் சந்தியிலிருந்து புத்தூர்ச் சந்தி! இந்தியனாமியின் கூர்க்காக்கள் ஆக்கிரமித்த நிலம். கத்தியெடுத்தால் இரத்தம் காணாமல் கத்தியை உறையுள் வையார் கூர்க்காக்கள்! யாருக்கும் மரணம் கொடுப்பதில் எவ்வித இரக்கமும் கூர்க்காக்களிடம் இல்லை!

நவத்தான் அப்பவும் சொன்னான்: 'பலாலியாலை போவம்,' என்று. யார் கேட்டார்கள் அதனை? நவத்துக்குத் தெரியும், எது சரியென்று. அவன் உடம்பைச் சொறிவதுபோல மூளையையும் சொறிகிறான்; அவனுக்குச் சரியானது தெரிகிறது.

"ஸ். . . ஸ். . . ஸ்ஸ். . ." என்று கேட்டது. இது நாகப்பாம்பின் அல்லது புடையன் பாம்பின் "ஸ். . .ஸ். . .ஸ்ஸ். . ." என்ற ஒலிக்குறிப்பு அல்ல. இந்தியனாமியின் பூட்ஸ்கால் சப்தத்தில் பாம்புகள் அஞ்சிப்போய்ப் புற்றுக்குள் படுத்திருக்கும்!

அருணன்தான் சுற்றும்முற்றும் உன்னிப்பாகப் பார்த்தான். அவனுக்கு இரட்டைப் பயம்! விடுதலைப் புலி; இந்தியனாமி!

பற்றைக்குள் படுத்துத் துவக்கை நீட்டியிருந்தார்கள், இந்தியனாமி; கூர்க்கா! அவர்கள் எழும்பியபோது, இடுப்பில் கூர்க்கத்தியுடனான 'வார்' தொங்கியது.

சரி, அவ்வளவுதான். இனி 'காம்ப்'ற்குக் கொண்டுபோய் நாரி முறிக்கப் போறாங்கள். உயிருக்கு ஆபத்தில்லை, அது மாத்திரம் ஆறுதல்!

எல்லாரும் சைக்கிளை நிற்பாட்டினார்கள். அருணனின் சைக்கிள் சரியப் போனது, தாங்கினான். யாவரையும் சுற்றி வளைத்துக்கொண்டனர் கூர்க்காக்கள்!

அருணனுக்குக் கூர்க்காக்கள் பலர் தோழர் மாவோவின் முகச்சாடையில் தெரிந்தனர்; சிலர் தோழர் சூஎன்லாய்போல! என்ன கொடுமையெடா இது! மொட்டந்தலைக்கும் முழங்காலுக்கும் முடிச்சுப் போடுவது இப்படித்தானா?

“எங்க? எங்க? என்ன?” ஒரு கூர்க்கா திக்கித் திணறிக் கேட்டான்.

பாஸ்கரன், “நாங்கள் யாவாரத்துக்குப் போறம் ஐயா,” என்றான்.

“வெயா. . . வெயா. . .” என்றான் கூர்க்கா.

“பிஸ்னஸ். . . கிளிநொச்சி,” என்றான் அருணன்.

“வாட். . . வாட். . .” என்று சாக்கைக் குத்திக் கேட்டான்.

“வெஜிரபில் அன்ட் புரூட்ஸ்.”

“ஓப்பின். . . ஓப்பின்.”

சரி, இனி எல்லாவற்றையும் அவிழ்த்துக் காட்டிக் கட்டுவதென்றால் நாளைக்குத்தான் கிளிநொச்சிக்குப் போக முடியும். பின்னேரம் ஆறு மணிக்கு ஊரடங்குச் சட்டம் வேறு வருகிறது!

நவத்துக்கு ஆற்றாமை தாங்க முடியவில்லை. அவனுக்கு எவ்வளவோ வேகமாகப் பரந்தனைக் காண வேண்டும்போல இருந்தது. இருட்டுவதற்கிடையில் போக வேண்டும். பரந்தன் போனால் பிறகு கரடிப்போக்குச் சந்தி! லிங்கத்தின் சாராயத் தவறணைக்குக் கரடிப்போக்குச் சந்தியாலும் போகலாம்; பரந்தன் சந்தியாலும் சைக்கிள் மிதிக்கலாம். கரடிப்போக்குச் சந்தியால் வலு கிட்ட.

கனகியின் கணவன் முத்துவேல், நவத்தைக் கண்டவுடன், வேறை பல சோலி இருக்கென்று போய்விடுவான். பிள்ளைகள் இருவரையும் விளையாட அனுப்பிவிடுவாள் கனகி!

அரைப்போத்தல் சாராயமாவது கிடைக்கும். கனகி காத்திருப்பாள்; அரைப்போத்தல் சாராயம் வைத்து மாத்திர மல்ல!

“சரி, எல்லாத்தையும் அவிழுங்கோ,” என்று நவம் வெடித்துச் சொன்னான்.

அவிழ்த்ததைப் பார்த்த கூர்க்காக்காரன், கை நிறைய முந்திரிகைப் பழக்குலைகளை அள்ளினான். அவன், பச்சை

முந்திரிகைப் பழக்குலைகளை எடுத்தானில்லை; சிவப்புக் குலைகளையும் எடுத்தானில்லை! அவன் எடுத்தது, கறுப்பாய்த் திரண்ட முந்திரிகைப் பழக்குலைகளை! ஓர் இளம்பெண்ணின் கொத்தான ஒருபிடிக் கூந்தல்போல இருந்தன அவை!

விஜயனை மாத்திரம் பிடித்தான், கூர்க்கா. "புலி... புலி..." என்று அவன் முணுமுணுப்பு வந்தது. "இல்லை ஐயா, இல்லை ஐயா," என்று கெஞ்சினான் விஜயன்.

சிறிதான் பிறகு சொன்னான்: "நீ உந்த லூசான சேர்ட்டைப் போடாதை எண்டு சொன்னன்; கேட்டியோ?"

பட்டென்று நவம் வெடித்தான்: "ஏன் உந்தக் கதையை? பலாலியாலை போவமெண்டு நான் சொன்னனான்தானே? 'நீங்கள்தான் இதாலை போவம்' எண்டியள். இப்ப பார், ரண்டு மணித்தியாலம் வீணாய்ப் போச்சுது. இந்தியனாமி, எங்களைச் சிலவேளை 'காம்ப்'பிலை கொண்டுபோய் வைச்சிருந்தால் எங்கன்ரை நிலைமை என்னவெண்டு யோசிச்சுப் பாருங்கோ."

"ச்சீ... இவங்கள் யாவாரிகளிலை இரக்கப்படுவாங்கள்," என்றான் பாஸ்கரன்.

"உவங்களோ? மயிரில் இரக்கம்; நேரம் போச்சுதல்லெ," இன்னும் வெடித்தான் நவத்தான். அப்போது அவன் ஒன்றையும் சொறியவில்லை.

இப்போதைக்கு நவத்தின் ஆத்திரம் தீராது. நவத்தின் சாக்குக்கட்டிலிருந்துதான் முந்திரிகைப் பழங்கள் அதிகம் போயிருந்தன. அவனது கருத்துத் திரண்ட முந்திரிகைப் பழங்கள், யாருக்குத்தான் ஆசை வராது!

இனி இந்தப் பயணம் முழுவதும் நவம் புறுபுறுப்பான். அவனது சைக்கிள் எப்படியும் நூறு யார் முன்னேதான் ஓடிக் கொண்டிருக்கும்.

நவத்தான் அப்படிச் சென்றபோதிலும், எதிரில் வந்தவர்களிடம் "உங்காலை போகலாமா?" என்று விசாரித்தபடிதான் சைக்கிளை ஓட்டினான்.

"எவடத்திலை ஆர்மி நிக்குது?"

"நிக்கிறவங்கள் கூர்க்காவோ, சீக்கியரோ, அல்லாட்டில்?"

"தமிழ் ஆர்மியோ? மட்றாஸ் ரெஜிமென்ட்... ஆ... பேந்தென்ன உசாரா சைக்கிளை உழக்குங்கோ."

இரவி அருணாசலம்

"நிலாவரையிலை ஆர்மி கொஞ்சம் கடுமை," எதிராக வந்தவர் சொன்னார். அவரது முகம் வீங்கியிருக்குப்போல.

இன்னொரு தத்து; நவம் எரிந்து பார்த்தான். நவத்தின் சைக்கிள் பின்னடித்தபோது ஏனையோரின் சைக்கிள்களும் பின்னடித்தன. இந்த மாரிப்பொழுதிலும் யாவருடைய சேர்ட்டுகளும் தொப்பலாக வியர்வையில் நனைந்திருந்தன.

◯

8

அதிகாரம்: 4

1984

நானும் அருணனும் ஒன்றாகக் கொக்குவில் தொழில்நுட்பக் கல்லூரியில் கற்றோம். நான் கல்லூரியிலிருந்து அங்கு போயிருந்தேன். மகாவித்தியாலத்திலிருந்து அவன் அங்கு வந்திருந்தான். அத்தனையும் அவனது வேர்த்து வடிந்த முகத்தில் தெரிந்தன.

எனக்கு 'பிஸிக்கல் சயன்ஸ்'படிப்பாவது பல்கலைக்கழகத்தில் கிடைத்திருக்கும். ஒரு புள்ளி குறைந்ததில் தவறிப்போனேன். அப்பா என்னை மீண்டும் பரீட்சை எடுக்கச் சொல்லி வற்புறுத்தினார். "ஓம்," என்றேன். சும்மாதான் சொன்னேன். நான் பொறியியலாளர் ஆக வேண்டும் என்பது அப்பாவின் பேரவா.

அப்பாவின் வழியில் பொறியியலாளர் அதிகம்பேர் இருக்கிறார்கள். அப்பாவின் பூட்டன், பாட்டன், தாத்தா, அம்மான்மார், அண்ணன்மார், மைச்சான்மார், எல்லாரும் 'கணித மூளை' மிகுந்தவர்கள். அப்பாவும் கணித ஆசிரியர். எனக்கும் தூய கணிதம், பிரயோகக் கணிதம், அட்சரக் கணிதம், கேத்திரக் கணிதம், திரிகோணக் கணிதம், எண் கணிதம் என்று எல்லாக் கணிதங்களும் நன்றாக வரும். ஆனால் இரசாயனம் என்று ஒரு பாடம் இருக்கிறதே, அது எனது பொறியியலாளர் கனவைப் பொடிப்பொடி ஆக்கியது.

அப்பாவுக்கு இதொன்றும் விளங்கவில்லை. நான் பொறியியலாளர் ஆக வேண்டும் என்று ஒற்றைக்காலில் நிற்கிறார். எனக்கோ, ஒரு வருடம் வீணாகப் போகப்போகிறது என்பதுபோக, நான் மீண்டும் பரீட்சையில் பாஸ் பண்ணிப் பல்கலைக்கழகம் போவேன் என்பதில் ஒரு சொட்டும் நம்பிக்கையில்லை!

என்னிலும் பார்க்க ஒரு புள்ளி கூட எடுத்தவனும் நானும் ஒரே வீதியில் சைக்கிளில் அலைந்தோம்; அவன் யாழ்ப்பாணப் பல்கலைக்கழக 'பிஸிக்கல் சயன்ஸ்' மாணவன். நான் தொழில் நுட்பக் கல்லூரி மாணவன்.

அம்மாணவர்களைப் பார்த்து மனஉளைச்சலுக்கு ஆளானேன். 'பிஸிக்கல் சயன்ஸ்' படித்த அக்குழாமில் அழகான சில பெண்களும் இருந்தனர். அப்போது என்னிடம் ஏற்படும் வெப்பிராயம் சொல்லி மாளாது.

சில மாதங்கள் அத்துக்கம் என்னைத் தின்றுகொண்டே இருந்தது.

யாழ்ப்பாணப் பல்கலைக்கழகமும் கொக்குவில் தொழில்நுட்பக் கல்லூரியும் அருகருகேதான் வளாகங்களை வைத்திருந்தன. ஒருவிதத்தில், சரியாகச் சொன்னால் ஒரு தண்டவாளமே, இரண்டு வளாகங்களையும் நேர்க்கோட்டில் பிரித்தது.

நான், 'யாழ். பல்கலைக்கழகத்தில் படிக்கிறேன்,' என்கிற மாதிரி ஊருக்குள் நடந்து திரிந்தேன். ஒரு புள்ளிதானே குறைவு; ஊருக்குத் தெரியவா போகிறது? எனது ஆங்கில அறிவு ஊருக்கு நன்றாகவே தெரியும். அது யாவற்றையும் சரிக்கட்டிவிட மாட்டாதா?

ஊரில் பலர், நான் யாழ். பல்கலைக்கழகம்தான் போகிறேன் என நினைக்கிறார்கள்; நினைத்துவிட்டுப் போகட்டும். நான் பொய் சொல்லவில்லை; உண்மையும் சொல்லவில்லை! யாரும் ஐமிச்சமாகக் கேட்டால் சிறு புன்னகையோடு கடந்துவிடுவேன். புன்னகை செய்யும் மாயம் என்ன? எனது புன்னகை மிக வசீகரமானது, வனிதா அதைப் பலமுறை சொல்லியிருக்கிறாள்! "எந்தப் பெண்தான் உன்ரை சிரிப்புக்கு மயங்க மாட்டாள்."

ஊரிலிருந்து நான் ஏறுகிற பஸ், பல்கலைக்கழகப் பக்கம் தான் போகிறது. பக்கத்தில் தொழில்நுட்பக் கல்லூரி இருப்பது ஊரில் யாருக்கும் தெரியாது.

என்றாலும் இந்த அயலில் ஓர் அறை எடுத்துத் தங்க வேண்டும்; அந்த அறையில் பங்காளனாகப் பல்கலைக்கழக

மாணவன் இருக்க வேண்டும்! அவன் 'பிஸிக்கல் சயன்ஸ்' படித்தால் நல்லது.

இவற்றையெல்லாம் சொன்னபோது, அருணன் என்னைப் பயங்கரமாகத் திட்டினான். அவ்வாறு அவன் திட்டுவதற்கு மூன்று கிழமைகள் எடுத்திருந்தன. என்னை அவனும், அவனை நானும் புரிந்துகொள்வதற்கு மூன்று கிழமைகள் போதாது. அதற்கிடையில் அவன் அவசரப்பட்டுவிட்டான்.

"உனக்கேன் இவ்வளவு கொம்ப்ளெக்ஸ்," முகத்துக்கு நேரே வலது கையை நீட்டி உறுதியாகக் கேட்டான்.

"உனக்கு ஒண்டும் விளங்காது, ஊரிலை வெட்கமா யிருக்கேடா," என்றேன்.

"இதிலை என்ன வெட்கம்? எல்லாம் படிப்புத்தானே?"

இவனுக்கு இதை எப்படிப் புரியவைப்பேன்? அவனுக்கு எதுதான் விளங்கியது? எதை விளங்கி அவன் வாழ்வை நடத்துகிறான்?

திரும்பத்திரும்ப அருணன் ஆத்திரப்படுவான், விரலைக் கண்ணுக்கு முன்னே நீட்டிக் கத்துவான்: "நீ மனிசனே இல்லை. கொம்ப்ளெக்சிலை உழலிறாய்."

ஆனால் யாவற்றையெல்லாம் மீறி என் நெருங்கிய நண்பனாக – அவன் 'தோழன்' என்கிறான் – அவன் ஆவதற்கு மூன்று கிழமையே அதிகம் என்பேன்!

அவன் கறுப்புத் தோல் கொண்டவன்; நான் சிவலை! ஒல்லியானவன் அவன்; நிமிர்ந்த நெஞ்சினன் நான்! மதர்ப்பாக இருக்கிறேன்; வறண்டுபோய் இருக்கிறான் அவன். என்னைப் பெண்கள் திரும்பிப் பார்ப்பார்கள்; முழுமையாக அவனைத் தெரியாவிட்டால் வெறுத்துப் பார்க்கும் சந்தர்ப்பம் அவன்மீது பெண்களுக்கு உண்டு.

நானும் அக்காவும்தான் பிள்ளைகள். அக்கா பொறியியலாளரைக் கலியாணம் கட்டிப் போய்விட்டாள்; இப்போது இங்கிலாந்தில்.

ஒரு தமக்கைக்கும் இரு தங்கைமாருக்கும் நடுவில் இருக்கிறான் அருணன். அவனது வீட்டில் ஒரு கலியாணமே நடந்தது. இன்னமும் இரண்டு கலியாணப் பந்தல் போடப்பட வேண்டும். இரண்டு பந்தல்களையும் அருணனால் போட முடியுமோ தெரியாது.

❋ 102 ❋   இரவி அருணாசலம்

அவனது தந்தையின் தவறுக்கு அவனைப் பொறுப்பு ஏற்கச் சொல்ல யாருக்கு உரிமை இருக்கிறது? தன் தகுதி, தரம் அறிந்து அவர் பிள்ளைகளைப் பெற்றிருக்க வேண்டும்.

ஆனால் அவர் என்னிடம் சொல்கிறார்: "நீ எனது இரண்டாவது மகன். அவன் கறுப்பு மகன்; நீ சிவலை மகன். ராசா என்ரை கையுக்குள்ளை வாடா."

போவேன், அவரது கையுக்குள் போவேன்! அருணனின் அம்மா – எனக்கும் அம்மாதான் – அதைச் சிரித்தபடி ஆசையாகப் பார்த்திருப்பார். ஆனாலும் அவர் தருகின்ற பருப்புக் கறியுடனான சோற்றை என்னால் சாப்பிட முடிவதில்லை. எனக்காக இரண்டு முட்டைகளை ஒன்றாகப் பொரிக்கிறார். ஆனாலும் என்னால் அங்கே சாப்பிட முடிவதில்லை!

என்றாலும் ஒன்றில் கவனமாக இருக்க வேண்டும், அருணனின் தங்கைமார் யாரையும் நான் காதலித்துவிடக் கூடாது. அவர்களும் எனக்குத் தங்கைமார்தான்!

ஆயினும் ஒன்று சொல்வேன்; அருணனின் கண்களிலிருந்து ஒளி வீசுகிறது. உள்ளத்தின் ஒளி; உண்மை ஒளி! அதில்தான் மயங்கினேன் என நினைக்கிறேன்!

ஓர் அறையை நானும் அருணனும் பகிர்ந்துகொண்டோம்.

ooo

சுபா, இலட்சுமிகரமானவள்! குடும்ப அமைப்பின் உடற்பாகம் கொண்டவள். சேலை உடுக்காது அவளைக் காண்பது அரிது! மதுரை மீனாட்சிஅம்மனின் மூக்குத்தியை அவள் இரவல் வாங்கித் தன் மூக்கில் வைத்திருக்கிறாள்; அப்படித்தான் நினைக்கிறேன். அவளைப் பார்த்தால் கையெடுத்துக் கும்பிடத் தோன்றும். அல்லது 'என்னம்மா' என்று கேட்கத் தோன்றும். அவளுடன் 'அம்மா' என்ற சொல் இணையாது சுபாவைப் பற்றிப் பேச முடியாது.

அருணனுக்கு இவள் – சுபா – அதிகபட்சம்! அருணன், கண்ணாடியும் தாடியும் கறுத்தும், சுபாவோவென்றால் தெய்வீகம்! என்ன நினைக்கிறான் அவன்?

அவர்களுக்கிடையில் எப்படிக் காதல் பிறந்தது என்று நான் ஒன்றும் சொல்லப்போவதில்லை. சொல்ல வெளிக்கிட்டால் மிக நீண்டுபோகும். அது இங்கு தேவையில்லாதது.

சுபாவைப் பார்த்துக் கும்பிடலாம். ஆனால் தெய்வீக அழகு எனக்கு ஒத்துவராது! நான், சுருண்ட மயிர்கொண்ட நடிகை

ஜெயசுதாவின் காதலன்! எனக்கு ஏற்றவள் இன்னும் இந்த உலகில் பிறக்கவில்லை. அதற்காக ஜெயசுதாவைக் கலியாணம் கட்ட முடியாது. எனக்கேற்ற பெண்ணைத் தீவிரமாகத் தேடும் எண்ணமும் எனக்கில்லை.

யாவற்றுக்கும் காலம் இருக்கிறது; நேரம் இருக்கிறது!

அந்தக் காலம் தந்த, இயற்கையின் மகள்தான் மல்லிகா! அதைப் பிறகு சொல்கிறேன்.

○

9

நான்காம் அத்தியாயம்

1988

சுற்றுமுற்றும் சின்னப் புற்களும் பெரிய பற்றைகளும் நிறைந்த ஒரு வெளி தெரிந்தது. பெரிய மரங்கள் ஏதுமில்லை. பனைகூட இல்லை! அது சதுப்பு நிலம்; நீர் பரந்து காணப்பட்டது; கலங்கல் நீர்! அடியில் கறுப்பு மண். நீர் சலசலத்தபடி இருந்தது. அச்சலசலப்பை உண்டாக்கியது வாடைக் காற்று.

வாடைக் காற்று, மழையை இப்போது நிறுத்தி விட்டுத் தென்றலாக வீசியது. வீட்டில் ஓய்வாக இருந்தால் இப்போது கூதலோடும்.

மூட்டைகள் கட்டிய சைக்கிள்களை உன்னி உன்னி உழக்கினார்கள். மேலாகச் சூழவர இந்தியனாமி!

இவற்றினிடையே கூதல் ஓட முடியாது. வாடை தொட்ட தென்றலிலும் உடம்பு வேர்க்காமல் வேறென்ன செய்யும்?

மேகம் கவிந்த பிரம்மாண்டமான வானம். அதன் கீழ், தங்களுக்கென ஓர் உலகை வைத்திருக்கும் ஒவ்வொருவரும் சின்னச் சின்னப் புள்ளிகளாக அசைந்தார்கள்.

அப்பால் பெருந்தோட்ட வெளி. சிறுசிறு குட்டைகளில் மழைநீர். தோட்டங்களில் தோட்டக் காரர் யாருமில்லை. தோட்டமும் இல்லை; பயிரும் இல்லை. மண் வெட்டிக்கொண்டு கொத்து வாரின்றிக் காத்திருந்தன தோட்டங்கள்!

தோட்டங்கள் எவையும் 'தோட்ட'மாக இல்லை! தோட்டங்கள் யாவற்றிலும் டாங்கிகள் புகுந்திருந்தன. யானைகள் புகுந்துசெய்த துவம்சம்போல இருந்தது தோட்டம்!

இம்முறையே முதன்முதலாக வந்திருந்தபடியால் விஜயன் நிரம்பவும் ஆச்சரியப்பட்டான். சிதைந்துபோயிருந்தன வீடுகள், கட்டடங்கள், தோட்டங்கள்! எங்கணும் அந்நிய மணம் – வனஸ்பதி நெய் மணம் – வியாபித்திருந்தது.

வீடுகளிலும் தோட்டங்களிலும் இருந்தெழுந்த கதிரைகளிலும் படுத்த கட்டில்களிலும் நடந்து திரிந்த ஒழுங்கைகளிலும் நனைந்த நீரிலும் சேற்றிலும் அதே மணம்! இதுவரை இந்த ஊர் சந்தித்திருக்காத மணம்!

துரத்தித்துரத்தி வன்புணர்வுக்குள்ளாக்கப்பட்ட பெண்களும் உடம்பு முறிய, இடுப்பு நோக அதே மணத்துடன் எழுந்தார்கள். அந்த மணத்தினை அவர்களால் தாங்க முடியாதிருந்தது. அந்த நெய் மணத்தினை அவர்களால் போக்க முடியவில்லை. சிலரிற்குத் தற்கொலை செய்வதைத் தவிர வேறெதுவும் தெரிந்திருக்கவில்லை.

ஐந்து பிள்ளைகளின் தாயாரானால்தான் என்ன, அவரும் அந்த மணத்தைத் தன்மீது படரக்கொண்டிருந்தார்! அவர் தன்மீது படர்ந்த மணத்தை ஒருவரிடமும் கேட்டு உறுதிப்படுத்த விரும்பவில்லை. அவ்வாறு ஒருவரிடமும் கேளாமல் ஐந்து பிள்ளைகளுக்காக அவர் வாழ வேண்டியிருந்தது.

"அம்மா மணக்குதா?" என்று விசும்பல்களுக்கிடையில் தாயாரிடம் தன் நெஞ்சை ஒருத்தி காட்டினாள்! கன்றிப் போன நான்கு காயங்கள் இரண்டு முலைகளிலும் இருந்தன. தாயாரோ, 'ஓ'வெனக் குழறச் சக்தியும் சூழலும் இல்லாது அறைக்குள் போய் விக்கி விக்கி அழலானார்.

அம்மாவால் என்ன சொல்ல முடியும்? பாவம் அவள்! "இல்லை," என நெஞ்சறியப் பொய் சொன்னாள்.

"காலை மணந்து பார்," என்றாள், புருசனிடம் ஒருத்தி. "ஓம். மணக்குது," என்று அவன் உண்மை சொன்னான். நெஞ்சறியாமலும் அவனால் பொய் சொல்ல இயலவில்லை. அவளினால் புருசனிடம் பிறகு ஒட்ட முடியாததாகிப் போய் விட்டது. அவளது இரண்டு பிள்ளைகளும் பேந்தப் பேந்த விழித்தனர்! தற்கொலைசெய்ய அதுதான் அவளைத் தடுத்தது.

இரவி அருணாசலம்

அவ்வளவுதான், வீடுகள் வெளிகள்போல, தோட்டங்கள் வயல்கள்போல, நிறையக் குடும்பங்களும் சிதைந்துபோய் விட்டன. வாழ்வும் சிதைந்துபோயிற்று.

○○○

தூரத்தில் டாங்கிகளும் பச்சை உடுப்புகளும் மங்கலாகத் தெரிந்தன. "நிக்கிறாங்கள்," என்று எச்சரிக்கைத் தொனியில் கூறினான் நவத்தான். சைக்கிள்கள் அவ்வளவும் பின்னடித்தன. பாஸ்கரன் முன்னதாக இறங்கி சைக்கிளைக் கொஞ்சம் சரித்தும் விட்டான். 'விழுந்தது விழட்டும்,' என்று அவன் தன் சாரத்தை அவிழ்த்து இறுக்கக்கட்டினான்.

"என்ன அது," என்று உறுக்கினான் இந்தியனாமி. அவனுக்குத் தமிழ் தெரிந்திருக்கிறது; தமிழனோவும் தெரியாது!

"நாங்கள் யாவாரிகள். கிளிநொச்சிக்குப் பழங்களும் மரக்கறிகளும் கொண்டுபோறம்," என்றான் பாஸ்கரன்.

"ஓப்பின். . . ஓப்பின்," என்றான் இந்தியனாமி. நவத்தின் முகத்தில் எள்ளும்கொள்ளும் வெடித்தன. "பலாலியாலை போயிருக்கலாம்," என்று பிறகும் முணுமுணுத்தான். எல்லோரும் சைக்கிளை நிறுத்திச் சாக்குக் கட்டுக்களை அவிழ்த்தனர்.

"ரைட். ரைட்," என்று முந்திரிகைப் பழக்குலைகளில் சிலவற்றை எடுத்து, வழியனுப்பி வைத்தான் இந்தியனாமி.

புத்தூர்ச் சந்தியில் தேநீர்க் கடை குறுக்கிட்டது. போண்டா இருந்தது; வாய்ப்பன், வடை, வாழைப்பழம் உண்டனர். தேநீர் குடித்தனர் பலர். அவரவர் பணத்தை அவரவர் செலுத்தினர். பாஸ்கரன் தனக்கும் அருணனுக்கும் சேர்த்துத் தன் பணத்தைக் கொடுத்தான்.

அத்தான் வெற்றிலைச் சரையைத் திறந்தார். வாய் சிவக்க வெற்றிலைபாக்கு போட்டது அருணனும் பாஸ்கரனும் சிறியும் அத்தானும். நவத்தான் அப்போதும் தொடையைச் சொறிந்து கொண்டிருந்தான்.

இனி கிளிநொச்சிக்குப் போனபிறகுதான், இரணைமடுக்குள வாய்க்காலில் ஒரு குளிப்பு; தவளக்கிரி ஹோட்டலில் மரை இறைச்சிக் கறியுடன் ஓர் உறைப்பான உணவு! பிறகு 'படம் ஓடி'க் கனகாலம் ஆன பராசக்தித் தியேட்டரில் நுளம்புக்கும் அஞ்சாது ஒரு படுக்கை!

கிளிநொச்சியில் நிற்கிற சிங்கள ஆமி, கொடுப்புக்குள் நமட்டுச் சிரிப்பு வைத்து, இவர்களுடன் நல்ல சிநேகிதம். சிலநேரம் சாராயமும் வார்த்துவிடுகிறான்!

அப்போது அவனிடமிருந்து சிங்களத்தில் ஒரு கேள்வி: "உங்களுடைய இந்திய மாத்தயாக்கள் எப்படி? நல்ல சாப்பாடு தருகிறார்களா? எங்களுடைய சாப்பாடா இந்திய மாத்தயாக்களுடைய சாப்பாடா எது நன்றாக இருக்கிறது?"

ooo

மதியம், உச்சியிலிருந்து சரிந்துவிட்டது. சாடையான மப்பாக இருந்தது வானம். மழை பெய்யப்போவதில்லை. மந்தாரம்தான் உலகைத் தன்னுள் மூடிவைத்திருக்கிறது. வேளைக்கு இருட்டிவிட்டாற்போலத் திகில்!

இருட்டுவதற்கிடையில் கிளிநொச்சி போக வேண்டும். இருண்டால் ஆனையிறவில் சிங்கள ஆர்மி, கிளிநொச்சி போக விட மாட்டாங்கள். இயக்கச்சியில் படுக்க வேண்டியதுதான்.

தார்வீதியால் போவது இனி தோது அல்ல. "கனகம்புளியடிச் சந்தியிலை ஆர்மி கொஞ்சம் கரைச்சல் குடுக்கிறாங்கள்," என்று சைக்கிளில், எதிர்த்துப்போன சிலர் சொல்லினர்.

ஒழுங்கையால்தான் போக வேண்டும். சரசாலைக்குள் இறங்கி, அப்படியே மீசாலைச் சந்தியில் ஏறலாம். கனகம் புளியடியைக் காணத் தேவையில்லை. ஒழுங்கைகளில் வயல்சேறு. ஓட்டம் கொஞ்சம் மந்தித்தது, பரவாயில்லை!

கனகம்புளியடிச் சந்தியிலை நிற்கிற சீக்கியக் கொமாண்டோ, எப்போதும் தலைவிரி கோலமாக நிற்கிறான். தன் கூந்தலை அவன் அள்ளி முடிக்கிறானுமில்லை; சீக்கியத் தலைப்பாகை போடுகிறானுமில்லை! வெயிலில் காயவிடு கிறானாம். யாழ் பல்கலைக்கழக மருத்துவப் பீட மைதானத்தில் வீழ்ந்துபட்ட அத்தனை சீக்கியப் படையினரும் இவனது தலைமையில் இருந்தவர்கள்போல. திரௌபதைப்போல ஏதும் சபதம் எடுத்தானோ, 'பிறகுதான் என் கூந்தலை அள்ளி முடிப்பேன்,' என.

மீசாலைச் சந்தியில் ஏறினால், கண்டிவீதியில் கொடிகாமம் போய், பளை கண்டு, இயக்கச்சி மிதந்து, ஆனையிறவு தாண்டி, பரந்தன் ஏறி, பிறகு கிளிநொச்சி! ஆனையிறவில் நிற்கிற சிங்கள ஆமி இப்போது தமிழரைத் தடவித் தடவி அனுப்புகிறான். முந்திரிகைப் பழக்குலைகளை விரும்பிக் கொடுத்தால்தான்

இரவி அருணாசலம்

கையேந்திப் பெற்றுக்கொள்கிறான். ‘இவங்களோடையே இருந்திருக்கலாம், இந்தியனாமி வந்திருக்கத் தேவை யில்லை,’ என்று சொறிந்துகொண்டு சொல்கிறான் நவத்தான். அவனுக்கு உடம்பு முழுக்கச் சொறிவதில் அலுப்பில்லை போலும்!

வயல்வெளியால் போகும் ஒழுங்கைகள்தான் இப்போதைய பாதை. நெற்கள், கதிர் வைக்கத் தொடங்கியிருப்பதைப் பார்த்தான் அருணன். வரும் வழியில் தோட்டங்கள் சிதைந்திருக்கின்றன. இங்கு வயல்வெளி செழித்திருக்கிறது. இந்தியனாமியின் கால் பாவாத இடம்போலும் இது!

பசுமையான நெல்லின் பால் மணம் மூக்கைத் துளைத்தது. வயல்களுக்குள் வெள்ளம் நொதும்பி வழிந்தது. சாடையான காற்றில் அசைந்தாடியது நெல்தார். வயல்கள் ஒரு பக்கம் சரிந்தாற்போல அலையலையாக மிதந்தன. கண்ணுக்கெட்டிய தூரம்வரை பச்சைப்பசேல்!

இடையிடை, குளம்; நீரோடை; சிறு குழி! யாவற்றிலும் மழைநீர், ததும்பி மினுங்கித் தெளிந்து, நெளிந்து அசைந்தன.

வெண்மணல் செழித்ததாக அந்த ஒழுங்கை இருந்தது. சைக்கிள்கள் ‘சிலீக்’ பண்ணிச் சரியும் தறுவாய். சைக்கிளை ஊன்றி உழக்கினர்.

புறாக்கள் குறுகுறுத்துப் பறப்பதைப் பார்த்தான் அருணன். அவனுக்கு இஃது உலகு செய்யும் மாயம்; மயங்கிக் கிடப்பான்.

வயலை மேயாமல் புற்களை மேய்வதற்காகக் கட்டை அடித்து மேய்ந்துகொண்டிருந்தன மாடுகள். பரந்த சின்னப் புல்வெளி. சிறு பிள்ளையார் எண்ணெய் வழவழப்புடன் மருத மரத்தின் கீழ் இருந்தார். ஒரு சின்ன விளக்கு ஜோதி தந்தது. பிள்ளையாரின் இடையில் சிறு பட்டுத்துணி.

இந்தப் பெரிய மருத மரங்களின் கீழ் சிறுபிள்ளையார் ஒரு பொருட்டல்ல. பிள்ளையாரிடம் அந்தக் கவலை ஏதுமில்லை. ‘இரம்மியமான பிரதேசமாக இருக்கிறதே,’ என்ற ஒன்றேதான் மனசில் பதிந்துபோய் இருந்தது அவனுக்கு.

‘இந்த இடத்தில் சுபாவுடன் கைகோத்துத் திரிந்தால்,’ என்று நினைந்த கணம் அருணனின் மனம் சுருண்டது. அவளது நீண்ட கூந்தல் காற்றுக்கு அலையாடும். அபூர்வமாக அவளிடம் மூக்குத்தி இருக்கிறது. வேறு பெண்களிடம் மூக்குத்தி அவ்வளவு கண்டதில்லை. சுபாவின் முகம் ஒருபோதும் சிரிப்பதில்லை; முகத்திற்குப் பதிலாக மூக்குத்திதான் சிரிக்கிறது. நீண்டதாக

ஒற்றைப் பின்னலிட்டு அவள் வந்தால், நீண்ட பின்னலும் தலையில் அவை குமியும் இடமும் செட்டிநாகம் படம் எடுத்தாற்போல அல்லவா இருக்கிறது அவள் தேகம்!

அருணனிடம் பெருமூச்சு எழுந்த கணம் உற்றுப் பார்த்தான். தூரத்தில் ஒரு பெண் குடத்துடன் போகிறாள். அவளது பின்பக்கம் தெரிகிறது, குடமொன்று அசைந்தாற் போல. அருணன் உன்னிப்பாகக் கவனித்தான். கிட்ட நெருங்க நெருங்க 'அவள் சுபாவாக இருக்குமோ,' என்ற யோசனை தொட்டது.

'மனப்பிராந்தி அல்லால் வேறு என்ன? இப்போதுதான் சுபாவை யோசித்தால் உடனே சுபா தோன்றுவாளா? இப்போது காணும் பெண்ணிடம் அடர்த்தி மிகுந்த கொண்டை, தலையில் தேங்காய் கணக்காக இருக்கிறது. சுபாவின் தலையில் கொண்டையா?'

'இது சரசாலை. சுபாவும் 'சரசாலை' என்றுதானே சொன்னாள். 'மட்டுவில் அல்ல; தெற்குச் சரசாலை' என்று அழுத்திச் சொன்னாள். 'தெற்குச் சரசாலை'தானே இது?'

நெருங்க நெருங்க 'இது சுபாவாக இருக்குமோ,' என்ற சந்தேகம்.

இல்லை, இது வெறும் பிரமை. சுபாவின் மயக்கம் இன்னும் தீரவில்லை.

இல்லை. இது சுபாதான்.

சுபா குடத்துடன் போவாளா? பெரிய படிப்புப் படித்தவள். எங்கேயோ ரீச்சராக இருக்கிறாள்.

ரீச்சர் குடம் தூக்கக் கூடாதா?

இது சுபாதான்! அப்படியே தெரிகிறது.

நெஞ்சு ஒருமுறை அதிர்ந்து தீய்ந்தது. சுபா! ஓம் சுபாதான்.

அந்த அழகி; அவன் காதலி! இயற்கையின் புதல்வி! ஓமோம், சுபாதான்!

அதிகாரம்: 5

1987

எப்படியோ அருணன் என் வீடு தேடி வந்து விட்டான். இப்போது இரவுக்கு மாத்திரம்தான் ஊரடங்குச் சட்டம். ஆனால் பின்னேரம் நான்கு மணிக்கே ஊர் அடங்கிவிடுகிறது. வீதிகளில் அசுமாத்தம் இல்லை.

அந்த நேரத்தில்தான் அருணன் என்னிடம் வந்தான். சூரியன் எவ்வளவுதான் வெளிச்சம் தந்தாலும் அது, என்னைப் பொறுத்து அகால நேரம் தான்! வீதிவழிய ஒருவர் இல்லை; இந்தியனாமி மாத்திரமே.

"என்ன மைச்சான்? இந்த நேரத்தில வாறாய்? பயமில்லையா?"

"என்ன பயம்? இப்பிடி எவ்வளவு 'நேரத்தை'க் கண்டிட்டம்," என்று சிரித்தான் அருணன்.

"வா ராசா... வா ராசா... என்ன இவ்வளவு காலமும் காணேல்லை," என்று அம்மா அருணனை வரவேற்றா.

"ஓம் அம்மா! எங்கை பிரச்சினைகள்தான், முந்தியமாதிரி ஓடியாடித் திரியேலுமே எங்கை பார்த்தாலும் இந்தியனாமி. அதே ஊத்தை நாத்தம். எப்ப என்ன செய்வான் எண்டு தெரியாது. அதுக்குள்ளை அடிக்கடி ஊர் சுத்தி வளைப்பு. என்ரை இயக்கக்காரர் தலையாட்டிகள். என்னெண்டு இதுக்குள்ளை தப்பிப் பிழைக்கிறது?

ஒரு அவசர அலுவலா இப்பப் பரிதியிட்டை வந்தனான்; அம்மா நீங்கள் எப்பிடி இருக்கிறியள்? சுகமே," என்று சடசடவென்று கதைத்து முடித்தான் அருணன்.

"சுகத்துக்கென்ன குறைச்சல் ராசா, பரிதியும் வீட்டோடை நிக்கிறதிலை வலு சந்தோசம்."

"அவனை வீட்டை விட்டு எழுப்பிக் கலைக்கிறதுக்காகத் தான் இப்ப நான் வந்தனான்," என்று சிரித்தான் அருணன்.

"அருணனின்ரை வேலை எப்பவும் சனத்துக்காகத்தானே, அதிலை ஒரு குறையுமில்லை ராசா. பரிதியும் எப்பவும் வீட்டிலை நிற்காமல் சனத்துக்காக உலையட்டும். அதுசரி ஐயா சகோதரிமாரின்ரை சுகங்கள் எப்பிடி?"

"இருக்கினம் அம்மா. அம்மா போனபிறகு ஐயா கொஞ்சம் ஒடிஞ்சிட்டார். எங்கை அப்பாவைக் காணேல்லை?"

"அவருக்கென்ன மத்தியானம் சாப்பிட்டிட்டு ஒரு படுக்கை; இப்ப எழும்பிடுவார். இனி வெளியாலை போக ஏலாது ராசா. இஞ்சை நிண்டிட்டுத்தானே போறது? இரவைக்குக் கதைப்பம். நீங்கள் கதையுங்கோ."

"ஓம் அம்மா, நிண்டிட்டுத்தான் போறன். இரவைக்குக் கதைக்கிறன்."

முற்றத்தில் கதிரைகளைப் போட்டு இருவரும் இருந்தோம்.

"உனக்கு சிவகுமார்சேரைத் தெரியும்தானே," என்று கேட்டான் அருணன். பிறகு சொல்லத் தொடங்கினான்:

"சிவகுமார் சேர், சிலருடன் இணைந்து, போரினால் பாதிக்கப்பட்ட ஈழத்தமிழர்களுக்காகத் 'தமிழர் புனர்வாழ்வுக் கழகம்' என ஒரு அமைப்பைத் தொடங்கியிருக்கிறார். இந்திய அமைதி காக்கும் படை வந்தபிறகு, ஈழத்தமிழர் மிகமிகப் பாதிப்புக்குள்ளாகியுள்ளனர். எனவே அவர்களுக்கான புனர்வாழ்வு வேலைகளைத் துரிதமாகவும் ஆழமாகவும் அகலமாகவும் செய்ய வேண்டியிருக்கிறது. அதற்குத் தன்னல மற்ற தொண்டர்களும் ஊழியர்களும் அதிக அளவில் தேவைப் படுகின்றனர். அவர்கள் படித்தவர்களாகவும் மக்களுடன் இயல்பாகப் புழங்கக் கூடியவர்களாகவும் இருக்க வேண்டும். மிகப் பொறுப்பானதொரு வேலை! அவர் என்னைக் கேட்டார்; நான் உன்னைச் சொன்னேன்."

"ஏன்ராப்பா நீ அந்த வேலையைப் பொறுப்பெடுத் திருக்கலாமே?"

“இல்லை மைச்சான், இதிலை ரண்டு பிரச்சினை இருக்கு. முக்கியமான பிரச்சினை, இதொரு என்ஜிஓ! என்ஜிஓ எண்டால் அரசு சார்பற்ற நிறுவனம். வெளிநாடுகளின்ரை உதவியிலைதான் தங்கி நிற்கப்போகுது. சிவகுமார் சேர் நோர்வே நாட்டைத்தான் அதிகம் நம்பியிருக்கிறார். அதொண்டும் பிழையில்லை. ஆனால் எனக்குச் சரிவராது. நோர்வே எண்டால் அமெரிக்காவின்ரை இன்னொரு முகம். அமெரிக்காதான்! ஆனால் அமைதியான மென்மையான முகம், அவ்வளவுதான். இது எனக்கு ஒத்துவராது. மற்றது என்னெண்டால் நான் ஒரு இயக்கத்திலை வேலை செய்திருக்கிறன், அந்த இயக்கம்தான் மக்களுக்கு உதவி செய்யுது எண்டும் யாரும் நினைக்கலாம். ஏனெண்டால் அந்த இயக்கம் இப்ப இந்தியாவோட நிக்குது. நான் அந்த இயக்கத்தை யும் இந்தியாவின் மேலாதிக்கத்தையும் வன்மையா எதிர்க்கிற ஒராள், விடுதலைப்புலிகள்கூட என்னைப் பிழையா விளங்கிற சந்தர்ப்பம் இருக்கு. என்னை மண்டையிலையும் போடலாம். விளங்குதா உனக்கு? நீ எனக்காகச் செய்ய வேண்டிய உதவி இதுதான். நாளைக்கே நான் உன்னை சிவகுமார் சேரிட்டைக் கூட்டிக்கொண்டு போறன், நீ அவரோட வேலை செய். அருமையான ஆள் அவர்! இது முக்கியமான வேலையெ டாப்பா, எனக்காகச் செய்ய மாட்டியா?”

என்னால் மறுக்க முடியவில்லை!

அருணன் பிறகு கேட்டான்: “சறோக்கா குடும்பத்தைச் சந்திச்சியா? அவையள் எப்பிடி இருக்கினம்?”

○○○

மார்கழி மாத அறுகம்புல்லுப் பச்சையில் ஓடிய கையொழுங்கை யில் சிவலிங்கண்ணருடன் சைக்கிள் ஓடினேன். மார்கழி மாத முன்பனி, இப்போது தையுக்குரிய பின்பனியாகவும் மூசிமூசிப் பெய்தது.

பனிப்போர்வையில் படுத்துக் கிடந்தது ஊர். எனக்குப் படுத்துக் கிடக்க முடியாது.

“உதிலை நில் தம்பி... இந்தா ஓடிப்போயிட்டு ஓடிவாறன்,” என்றார் சிவலிங்கண்ணர். அவர் ஓடிப்போன கோயிலின் மூலதெய்வம் எவர் என்று எனக்குத் தெரியவில்லை.

கோப்பாயின் வயல்வெளியில் ஒரு கோயிலின் தேர்முட்டி யடியில் சைக்கிளை ஒதுக்கிவிட்டு நின்றேன். நிறைமாதமாகி விட்டது வயல்வெளிக்கு. தலை சரிந்து, வாடைக் காற்றில் அலையாடின நெற்கதிர்கள். வனஸ்பதி நெய்மணம் இன்னமும்

போகவில்லை. துப்பாக்கிச் சூட்டுச் சத்தங்கள் கேட்பது குறைந்துவிட்டது. இப்போது பெருவெடிச் சத்தம் ஒன்றுமே கேட்பதில்லை.

அவ்வப்போது ஒரு வெடிச்சத்தம் அல்லது இரண்டு வெடிச்சத்தங்கள். சமீபத்தில் எங்கேயோ, ஓர் உயிர் அதன்போது அடங்கிப்போகிறது. அதன்போது எழும் அழுகுரல் எதுவும் கேட்பதில்லை. தூரம் காரணமோ, இந்தியனாமியின் முடக்கம் காரணமோ எதுவும் அறியேன்.

ஆனால். . . ஆனால். . .

சூட்டுக் காயத்துடன் இளைஞர்களின் உடல்கள் பனை மரங்களிலும் வேறுசில மரங்களிலும் கட்டப்பட்டிருக் கின்றன. 'துரோகி' என்று எழுதிய பதாகை அந்த உடலத்தில் தொங்குகிறது. யாருக்கு யார் துரோகி என்று தெரியவில்லை. விடுதலைப்புலிகள் செய்தவையா, இந்தியனாமியுடன் நிற்கின்ற இயக்கங்கள் செய்தவையா என்பதும் தெரியவில்லை. விடுதலைப் புலிகள் செய்வதற்கான சந்தர்ப்பம் குறைவு, அவர்கள் இந்தியனாமிக்கு ஒளித்தோடித் திரிகிறார்கள்.

ஊர்ஊராகத் திரிகிற என் வேலையில், கிழமைக்கு மூன்று உடலங்களையாவது அவ்வாறு பார்க்கிறேன்.

"முத்தன்ன வெண்ணகையாய் முன் வந்தெதிரெழுந்தன்
அத்தன் ஆனந்தன் அமுதன் என்றள்ளூறித்
தித்திக்கப் பேசுவாய் வந்துன் கடைதிறவாய். . .
சித்தம் அழகியர் பாடாரோ நம் சிவனை. . .
எத்தோ நின் அன்புடைமை எல்லாம் அறியாமோ. . .
இத்தனையும் வேண்டும் எமக்கெல்லோர் எம்பாவாய். . ."

மாணிக்கவாசகரின் திருவெம்பாவைப் பாடலில் இலயித்து நின்றேன். கணகணவென்று மணிச்சத்தம் கேட்கிறது.

ஏதோ ஓர் இறையனார், திருவெம்பாப் பூசையில் ஆழ்ந்து போயுள்ளார். பூசை முடியச் சுண்டல் கட்டாயம். மோதகம், வடை வரலாம்; வாழைப்பழம் இல்லாமலா?

பனிக்குளிருக்கு வாழைப்பழம் ருசிப்பதில்லை!

சிவலிங்கண்ணர், வீபூதிக் குறியும் சந்தனப் பொட்டுமாய் ஓடிவந்தார். காதில் பூவும் இருந்தது.

"மினைக்கெட்டிட்டனோ? ஒண்டும் யோசியாதை யுங்கோ, இண்டையோடை எல்லா அலுவல்களையும் முடிச்சிடலாம்."

சிவலிங்கண்ணரைப் பிடிப்பது இலேசான விசயமல்ல. விடிய ஆறு மணிக்கு முன்னர் நித்திரைப் பாயில்தான் சிவலிங்கண்ணரை அமத்தலாம். ஐந்தாறு நாள்களுக்கு மேல் அவரிடம் உலைந்தாயிற்று. அவரைத் தேடி அவரது வீட்டுக்கு வந்த நேரமெல்லாம், ஒன்பது மணிப் பொழுது. எனக்கு அது காலை; அவருக்கு மத்தியானப் பொழுது என நினைக்கிறார் போலும்!

இனிக் கவனமாக இருக்க வேண்டும். ஆறு மணியாகி ஐந்து நிமிசத்தில் அவர் வீட்டு வாசலில் நின்றேன். இன்றுதான் அகப்பட்டார். இன்றுடன் இங்கு காரியங்களை முடித்து அறிக்கை எழுதிக் கொடுத்துவிட வேண்டும்.

ஒன்பது மணிபோல வந்த நாள்களில் அவரது வீடு பூட்டிக் கிடக்கிறது. ஊரில் எங்கேயோ நிற்கிறார். ஊர் வேலைகள் அவருக்கு அம்பாரம்.

இதோ, இன்று விடிகாலை 6.05.

ஐந்து நிமிசமில்லை; கக்கூஸ் அறைக்குப் போனார். ஏழு நிமிசமில்லை; தோய்ந்துவிட்டு வந்தார். இரண்டு நிமிசமில்லை; வேட்டி, சேர்ட் அணிந்து வெளியில் வந்தார்.

பொக்கை வாய் வந்துவிட்டது அவருக்கு.

பொக்கை வாய் பொய் சொல்லாது என்றில்லை. தாறுமாறாகப் பொய்சொல்கிறது. யாரையும் பாதியாது, செல்லாக் காசாக இருக்கிறது பொய்! எனக்குச் சிவலிங்கண்ணரைத் தெரியும். அவரது பொய், உலகத்தை நசுக்காது. பொஞ்சாதி இல்லாத அவரது குடும்பத்தைக்கூட ஒன்றும் செய்யாது.

"உங்களுக்கொண்டும் தெரியாது தம்பி, வயல்வெளி யுக்கை இந்தியனாமி நிண்டுகொண்டு. . ."

"என்ன நடந்தது, வடிவாச் சொல்லுங்கோ."

"என்னத்தைத் தம்பி சொல்ல? தோட்டத்துக்கு நடந்ததைச் சொல்லவோ? அல்லாட்டில் குடும்பத்துக்கு நடந்ததைச் சொல்லவோ?"

இப்போது திருவெம்பாவைப் பூசையில் அவர் என்னத்தை வேண்டியிருப்பார்? இறுதியாக அவர் சொல்லும் வசனம்:

"தென்னாடுடைய சிவனே போற்றி
எந்நாட்டவர்க்கும் இறைவா போற்றி"

இறுதியிலும் இறுதியாக அவர் சொல்லும் வசனமும் ஒன்றுண்டு:

"இன்பமே சூழ்க; எல்லோரும் வாழ்க!"

இதனைச் சொல்ல எத்துணை மனத்திடம் இருந்திருக்க வேண்டும்! நஞ்சும் வஞ்சகமும் பேயும் சூழாத மனிசரிடம்தான் இது சாத்தியம்!

பலாலியிலிருந்து இந்தியனாமியின் பீரங்கிப்படை நீர்வேலி, கோப்பாய் வழியாக யாழ்ப்பாணம் சென்றிருக்கிறது. போராளிகளால் கோப்பாயில் உக்கிர வழிமறிப்புச் சமர்.

இந்தியனாமிக்கு ஒன்றுதான் செய்யத் தெரிந்தது. கண்மூடி... கண்மூடி... கண்டபடி... கண்டபடி... ஊரை, உயிரைச் சிதைத்திருந்தது!

இதற்காகத்தான் சிவலிங்கண்ணர் பணிமனைக்கு வந்திருந்தார். பாதிக்கப்பட்ட தோட்டக்காரர்களின் பட்டியல் சிவலிங்கண்ணரின் கையில் இருந்தது. எல்லாம் செய்வது சிவலிங்கண்ணர். ஆனால் பெயர் போவது, 'கோப்பாய் வறிய விவசாயிகள் சங்கம்' என்பதற்கு.

அங்கு இறந்த ஊர்க்காரரின் எண்ணிக்கை ஐம்பதுக்கு மேல் என்றார் சிவலிங்கண்ணர். இறப்பு பற்றியது என் ஆளுகைக்குள் வராது. அது முருகையாண்ணனின் டிப்பார்ட்மெண்ட். அதற்குள் புக எனக்கு அனுமதியில்லை. நான் யாழ்ப்பாண மாவட்டத்தின் பீ.எம்.ஓ. திட்டமிடலை மேற்பார்வையிடும் அதிகாரி!

இந்த வேலையை எனக்கு எடுத்துத் தந்தவன் அருணன். அவனிடம்தான் இந்த வேலை கொடுக்கப்பட்டது, அவன் மறுத்துவிட்டான்.

"அருணன் சொன்னபடியால்தான் உங்களை இந்த வேலைக்கு எடுத்தனாங்கள்," என்று பணிப்பாளர் சிவகுமார் சேர் சொன்னபோது என்னிடம் எஞ்சி இருந்தது அருணன் மீதான மதிப்பும் திகைப்பும். பீ.எம்.ஓ. வேலை இலேசானதல்ல. ஐந்து இலக்கச் சம்பளம்! அரச அதிகாரிகளே நான்கு இலக்கச் சம்பளம்தான் எடுக்கிறார்கள். யாழ்ப்பாண அரச அதிபர் தன் சம்பளத்தை எண்ணுவதைவிட, நான் என் சம்பளத்தை எண்ணும்போது அதிக நேரம் எடுக்கிறது.

இந்தச் சம்பளத்தை இலங்கையில் – தொழில்நுட்பக் கல்லூரியில் படித்த எனக்கு – எவரினாலும் தந்துவிட முடியாது.

இரவி அருணாசலம்

நோர்வேக்கு – நொராட்டுக்கு – இருக்கிற பணத்துக்கு, அவர்களுக்கு அமெரிக்கா கொடுக்கிற பணத்துக்கு இலங்கையை விலைக்கு வாங்கிவிட அவர்களால் யோசிக்க முடியும்.

அதனால்தான் அருணன் இங்கு வேலைசெய்ய மறுத்தான்.

நான் இப்போது மாதத்துக்கு ஒரு சேர்ட் அல்லது ஒரு ஜீன்ஸ் புதிதாக வாங்குகிறேன். ஜீன்ஸ் வாங்கினால் ரீஷேர்ட் இல்லாமலா?

அருணனிடம் ஒரு டெனிம் ஜீன்ஸ் இருக்கிறது. சதுரக் கட்டம் போட்ட மூன்று சேர்ட். சதுரக் கட்டங்களில் அவனுக்குப் பிரியம் அதிகம்! சதுரக் கட்டங்களின் வர்ணங்கள் மாத்திரம் வேறுபடுகின்றன. மற்றும்படி வேர்வை நாற்றம் ஒன்றே அவற்றுள் ஒன்றுபடுகிறது. அவனுக்கு, 'ரீஷேர்ட் போடுபவர் டீசென்றான மனிதர்' அல்லர்!

"வாடா, ஒரு ஜீன்சும் ரெண்டு சேர்ட்டுமாவது எடன். உன்ரை சேர்ட்டிலையிருந்து வேர்வை நாறுதெல்லே," அருணனை வில்லங்கப்படுத்தினேன்.

"ஐயோ, உந்தப் பாவக் காசு வேண்டாம்."

அவன் 'பாவக் காசு' என்று சொல்லித்தான் இந்தப் பீ.எம்.ஓ. வேலையை மறுத்தான். நான் அருணனுடன் மிகவும் மல்லுக்கட்டிப் பார்த்துச் சொன்னேன்: "உன்னுடைய நிலைமைக்கு இந்த வேலைக்கு நீ போறதுதான் முக்கியம்."

அருணன் ஒருபோதும் என் கருத்தைத் தன் கருத்தாகக் கொள்வதில்லை. இன்னும் சொன்னால், என் கருத்து எப்போதும் பழமைவாதிகளின் பிற்போக்குவாதிகளின் குட்டிப் பூர்ஷ்வாக்களின் குறுந்தேசியவாதிகளின் கருத்து என அவன் உறுதிபட நம்புகிறான்.

"எடேய், என்ஜிஓக்கள் எப்பவும் நாட்டைச் சுரண்டத்தான் வாறாங்கள். நாட்டிலை விடுதலைப் போராட்டம் ஏதும் நடந்தால் அதை மழுங்கடிக்கத்தான் வருவாங்கள். ஆரும் சிந்திக்கிற ஆக்கள் இருந்தால் காசு குடுத்து அந்தச் சிந்தனையைக் குழப்பத்தான் வருவாங்கள். ஒரு இனம் தனக்கென்று ஏதும் பண்பாட்டு விழுமியங்களை வைச்சிருந்தால் அதை எப்படிச் சீர்குலைக்கலாம் எண்ட யோசனைதான் அவங்களுக்கு."

இதைச் சொல்லி முடித்தபோது அருணனுக்கு மூச்சுப் பறியவில்லை; எனக்குத்தான் மூச்சுப் பறிஞ்சுது.

"இவ்வளவும் சொல்லுற நீ என்னை ஏன் இந்த வேலைக்குத் தெரிவுசெய்தாய்," என்று கேட்டேன்.

அவன், "உனக்குத்தான் அரசியல் இல்லையே," என்றான். மேலும் சொன்னான்: "நீதான் குட்டி பூர்ஷ்வா ஆயிற்றே, உனக்கு இதொண்டும் பிரச்சினை இல்லையே."

பிறகு அருணன் சொன்னான்: "இல்லையடாப்பா, பிழையா விளங்காதை. நாங்கள்தான் கொள்கை அது இது எண்டு தாலி கட்டி வாழுறம்; உனக்குத்தான் அப்பிடி ஒண்டும் இல்லையே."

இதைச் சொன்னபோது அருணனின் முகம் வெட்கத்தில் தத்தளித்தது. கண்கள் ஒருக்கால் விரிந்துவிட்டு மூடிக்கொண்டன. நா தழுதழுத்ததையும் கண்டேன்.

என் மனசு ஆறுதலாகும்படி பிறகு சொன்னான்: "ஆரோ ஒருத்தன் இந்த வேலைக்குப் போகத்தான் போறான்; அது நீயா இருக்கட்டுமன். நீயெண்டால் கொஞ்சமாவது மக்களின்ரை நலனிலை இருந்து சிந்திப்பாய்; இந்த வேலைக்கு அது மிகமிக முக்கியம். மற்றது சிவகுமார் சேர், 'நம்பிக்கையான ஓராள் வேணும்' எண்டும் சொன்னவர்."

இந்த வாக்கியங்கள் என்னைக் குளிர்வித்தன.

அருணன் எப்போதும் இப்படித்தான்; 'கொள்கை அது இது' என்று கதைக்க வரும்போது, நா தழுதழுக்கிறது; வெட்கத்தில் முகம் சுருங்குகின்றான்! கண்கள் படும்பாடு சகிக்கவொண்ணாதது; ஏனென்று புரியவில்லை.

அப்படிச் சொல்லக் கூடாது, ஏனென்று புரிகிறது. கொள்கையும் கோட்பாடும் தனக்கும் தன்னைப் போன்ற ஏழைகளுக்கும் தாழ்த்தப்பட்ட மக்களுக்கும் உரியதென அவன் நம்புகிறான். நான் வசதியாக வாழ்கிறேன். மூன்று நேர உணவுக்குப் பஞ்சமில்லை.

என்னிடம் எப்போதும் அயர்ன் பண்ணின உடுப்பு. வேர்வை மணக்காத சேர்ட்டினை அருணன் ஒருபோதும் அணிந்ததில்லை.

என்னையிட்டு அருணன் யோசிப்பது இவ்வாறுதான்: 'இவன் நல்லவன்! தன்னைச் சகோதரனாகப் பாவிக்கிறான்! என்றாலும் கொள்கை, கோட்பாடு என்று ஒரு மண்ணும் இவனுக்குக் கிடையாது.'

❍

11

ஐந்தாம் அத்தியாயம்

1988

நெருங்கியபோது சுபா, இவர்களைக் கவனிக்க வில்லை.

"ஹல்லோ, சுபா," என்றான் அருணன்.

அவள் திடுக்கிட்டாள். சடக்கென ஏறிட்டுப் பார்த்தாள். "நீங்களா? பயந்திட்டன்," என்று அவள் சொன்னபோது சொண்டு நடுங்கியது. சடக்கென நெற்றியில் முத்தாக வியர்வை. கண்கள் இன்னமும் மருண்டுகொண்டு நின்றன.

குங்குமம் இட்டிருக்கிறாள் நெற்றியில்; உச்சியிலும்!

அருணனுக்கு அந்த சினிமாப் பாடல் வரிகள் சட்டென ஞாபகம் வந்தது:

"நெற்றியிலே பொட்டு வைத்தாள்... நெஞ்சை அதில் தொட்டு வைத்தாள்... தொட்டு வைத்த நெஞ்சுக்குள்ளே தூங்குபவர் எவரோ யாரோ..."

அந்த 'எவரோ யாரோ' தானில்லையென்று அருணனுக்கு இப்போது உறுதியாகத் தெரிகிறது...

யாவற்றையும் புரிவது கடினமல்ல. அந்நியமாகிப் போனாள்! அவளது கன்னங்கள் விரிந்து மினுங்கின. முகம் பரந்து கிடந்தது. மூக்குத்தியின் மின்னல் இன்னமும் போகவில்லை. ஆனால் இது மதுரை மீனாட்சியின் மூக்குத்தி அல்ல. மூக்குத்தி இப்போது சிரிக்கவுமில்லை!

கண்கள் தாழ்த்தி அவளது வயிற்றைப் பார்த்தான், அருணன். முகம் விரிந்து மினுங்கியதன் காரணம் தெரிகிறது. கன்னக்கதுப்பில் ஒரு மினுக்கம்! அஃது இன்னோர் அழகு; இன்னொரு கவர்ச்சி!

"எப்பிடி இருக்கிறியள்," என்று கேட்டாள் சுபா.

"பார்க்கத் தெரியேல்லையோ, வியாபாரம் செய்யிறன்," என்றான் அருணன். தன் கைகளையும் அவளது கைகளையும் ஒப்பிட்டு ஏனோ பார்க்கத் தோன்றியது. அவளது கைகள் செழித்துக் கிடந்தன. வெயிலை அந்தக் கைகள் கனநாளாகக் காணவில்லை!

அண்டங்காக்கா தலையைத் திருப்பித்திருப்பிப் பார்ப்பது போல கண்களைக் கொண்டிருந்தான் அருணன்.

பிறகு சொன்னான்: "வேலையும் இல்லைத்தானே, இப்ப இதிலை இறங்கியாச்சு."

"ஏன்? எப்ப?" விழியால் வியந்துகொண்டு போனாள் சுபா. வியாபாரம் செய்கின்ற முகம் கொண்டவனா இந்த அப்பாவி! வியாபாரம் என்றால் 'கள்ளம்' எல்லாம் செய்யத் தெரிய வேண்டுமே! இந்த அப்பாவிக்கு எதுதான் தெரிகிறது? காதலித்தவளைக் கைப்பிடிக்கக்கூடத் தெரியவில்லையே!

சுபா, "மெலிஞ்சு கறுத்துப்போனியள்," என்று முணுமுணுப்பாகச் சொன்னாள்.

"ச்சீ," என்று சிரித்தான். "உனக்கு... உங்களுக்குக் கிட்டத்தானே வீடு," என்று ஏதோ கேட்க வேண்டும்போல அவனது வாயிலிருந்து வார்த்தைகள் விழுந்தன.

அவளது குங்குமத் திலகமும் கன்னக்கதுப்பின் மினுக்கமும் வயிற்றின் பெருப்பமும் அவள் அந்நியமாகிப் போனதன் அடையாளங்கள்!

அவள்தான் மறுக்கிறாள்: தலையைக் குனிந்து, "உனக்கு எண்டே சொல்லலாம்..." பிறகு, "உந்த வீடுதான்," என்றது அவளது குரல்.

அவள் கைகாட்டிய திசையில், தென்னந்தோப்புக்கிடையே வெண்மையாய் ஒரு வீடு தெரிந்தது. சிவந்த ஓடுகள்! நிலத்தி லிருந்து வீடு மூன்றடியாவது உயரமாக இருந்தது. 'சோ'வென மாரி பொழியும் காலத்தில் வெள்ளம் தேங்குகின்ற வளவாக இருக்கலாம். வெண் வீடு; சிவந்த ஓடு; தென்னந்தோப்பு; நிலத்தில் பச்சையாய்ப் புல்வெளி! அழகு, வடிவு, இரம்மியம்!

இரவி அருணாசலம்

இதில் பிறந்தவள், வளர்ந்தவள் எளிமையாய்த் தன் அழகை இந்த உலகில் பரப்ப மாட்டாளோ?

"வீட்டை வாங்கோவன்."

"இல்லையில்லை, அவங்கள் பார்த்துக்கொண்டு நிக்கிறாங்கள். பொழுதுபடுறத்துக்கிடையிலை கிளிநொச்சிக்குப் போக வேணும்."

இடுப்பில் இருந்த குடத்துடன் அவளது மௌனமும் இடுப்பில் இருந்துகொண்டது. இடுப்பில் சாய்ந்து படுத்திருப்பது, மகனா, மகளா?

அருணன்தான் அதனைக் கலைத்தான்: "எல்லாத்தையும் சொல்லாமல் செய்து போட்டியள். நான் மூண்டாவது ஆளா? 'உன்னுடைய சுபாவுக்கெல்லா கலியாணம் முடிஞ்சுது,' எண்டு ஆரோ சொல்லி அறிய வேண்டிக் கிடந்தது."

குரல் தளதளக்கச் சொன்னபோது காகம் ஒன்று கரைந்தது!

"இல்லை, இல்லை. அப்பிடிச் சொல்லாதையுங்கோ. நான் ரெக்னிக்கல் கொலிச்சுக்கு உடனை ஓடி வந்தனான்; ஹெலி சுடச்சுட, பொம்மர் குண்டு போடப்போட ஒவ்வொரு நாளும் வந்தனான். விசரி மாதிரி அங்கை இங்கை உலைஞ்சன்; லைபிறரியிலை இருப்பன், பிறகு எழும்பி தண்டவாளம் நெடுக நடப்பன். அப்பிடியே கோண்டாவில் மட்டும் போயிருக்கிறன். அந்த நாளுகளிலை றெயின் ஒண்டும் ஓடேல்லை, ஓடியிருந்தால். . . ஓடியிருக்கலாம்!

". . .என்னைப் பார்த்த ஆரும் 'நாய்க்குட்டி விசரி' எண்டு தான் நைச்சிருப்பினம். ஓம். . . நான் நாய்க்குட்டி விசரிதான், என்ரை நாய்க்குட்டி ஆரெண்டு ஆருக்குத் தெரியும்? எனக்குத் தான் தெரியும்." வெடித்து வெம்பினாள் சுபா. குடத்தில் தண்ணீர் சலசலவெனத் தளும்பிற்று. அவளது வயிற்றில் இருந்த மகனோ மகளோ வெம்பியிருக்கக்கூடும்!

அருணன் தலை குனிந்தான், கண் சிந்திற்று.

"நான் அங்கை வந்தது எனக்குக் கலியாணம் எண்டு சொல்லுறதுக்கில்லை; நான் என்ன செய்யிறது எண்டு கேட்க. உங்களிட்டை மாத்திரம்தான் நான் அதைக் கேட்கலாம். அப்ப எல்லாம் எனக்கு ஆர் இருந்திச்சினம்? உங்கன்ரை பிரெண்ட் பரிதியைக்கூடச் சந்திக்க முடியேல்லை. நான் பட்டபாடு ஆருக்குத் தெரியும்? ஆண்டவனுக்கும் தெரியாது. தெரிஞ்சிருந்தால் எனக்கு ஏதும் வழிகாட்டியிருப்பார். ஏன் என்னை அனாதரவா விட்டிட்டு ஓடினீங்கள்? இப்பிடியே

விசரியாப் போயிடுவமோ எண்டுகூட யோசிச்சன். எப்பிடித் தான் யோசிச்சாலும் விசரியாக முடியாமல்தான் கிடந்தது. இப்ப நான் விசரி, பிள்ளை வயித்தில தரிச்சாப் பிறகு படுவிசரி. உங்களுக்கு ஒண்டு தெரியுமோ? நீங்கள் தந்த பிள்ளை இல்லை இது. . . ஆனால் எனக்கு. . .” தலை குனிந்தது.

அருணன் இப்போது சுபாவைப் பார்த்தபடியே நின்றான். குனிந்துதான் நிற்கிறாள் சுபா. நிமிர்ந்து பார்த்திருந்தால் கண்ணீர் குமுறி ஒழுகியது தெரிந்திருக்கலாம்!

சிறிது நேரமாகக் குடம் இடுப்பில் இருக்க, முதுகு குலுங்கியது.

“நீங்கள் எப்பிடி இருக்கிறியள்,” என்று கண்களைத் துடைத்தவாறு அவள் சமாதானமாகக் கேட்டாள். கேட்ட கேள்வியில், ‘உலகம் தனக்கானது; உலகம் தன்னை விட்டுப் போகவில்லை,’ என்று முற்றுமுழுதாக உணர்ந்தான் அருணன்.

“நீங்கள் எப்பிடி இருக்கிறியள்,” என்று திருப்பிக் கேட்டான் அருணன்.

“என்னைக் கேளாதையுங்கோ,” என்று பிறகும் அவளது முகம் குனிந்தது. “பார்த்தால் தெரியேல்லையோ? இருக்கிறன், ஆனா நிம்மதியா இல்லை,” என்று இழுத்துச் சொன்னாள். “அம்மா ஐயாவுக்காக இருக்க வேண்டிப் போய்ச்சு,” என்றும் சொன்னாள். “இப்ப எனக்கு இன்னும் இரண்டு பேர்; அவையளுக்காக இருக்கிறன்.”

அந்த இரண்டு பேரில் வயிற்றில் இருப்பது ஒன்று. மற்றையது. . . மற்றையது. . .

மனம் தீய்ந்துபோயிற்று!

“மூண்டாவது ஆளும் என்னோடை எப்பவும் இருக்கிறார். ஆனால் என்னோடை அவர் வாழ விரும்பேல்லை. அவருக்கு அரசியல்தான் முக்கியமாய்ப் போய்ச்சு,” இதைச் சொல்லி நிமிர்ந்து அருணனின் முகத்தைப் பார்த்தாள்!

அருணன் திரும்பக் கேட்டான்: “நீங்கள் எப்பிடி இருக்கிறியள்.”

“இருக்கிறன், நீங்கள் என்னை ஒரேயடியா மறந்து போனியள்போல.”

“ஓம். . . மறந்துதான் போனன், ஒரேயடியா இல்லை; அப்பப்ப நினைப்பன். பூரணை நிலா தெரிஞ்சால் உங்கன்ரை முகம்தான் உடனை ஞாபகம் வரும். உண்மையாச் சொல்லுறன்,

பூரணைக்கு ஒருநாள் குறைஞ்ச நிலாவைப் பார்த்தாலும் உங்கன்ரை முகம் தெரியுறேல்லை.”

சொல்லிவிட்டு மௌனமாக இருந்தான் அருணன். கண்கள் தென்னைமர வட்டுக்குள் நின்றன. பிறகு சொன்னான்:

“நான் அரசியலை முற்றுமுழுதா விட்டிட்டன் சுபா. நீங்கள் முற்றுமுழுதா விடச்சொல்லி முந்திக் கேட்டியள். எல்லாம் முடிஞ்சாப் பிறகு இப்பதான் விட்டன். ‘விட்டிட்டன்...’ எண்டும் அதைச் சொல்லக் கூடாது. ‘விட’ப்பண்ணிப் போட்டாங்கள்.”

வாடையின் கூதற்காற்று ஓடியபோதும் வேர்த்தது அருணனுக்கு. அவன் உடலின் அத்தனை அங்கங்களையும் அடக்கிவிட்டிருந்தான். ஒன்றினாலும் சுபாவுக்கு ஒரு கதை சொல்ல முடியாது! ஆயினும் கண்கள் யாவற்றையும் சுபாவுக்குச் சொல்லிக்கொண்டிருந்தன...

“குடும்பத்திலை ஞாயமான பிரச்சினை... மைச்சானும் ஷெல்லடியிலை செத்துப்போனார்... அக்காவும் பிள்ளைகளும் இப்ப வீட்டோடை...”

“எப்ப இது நடந்தது..?”

“ஒரு வருசமாச்சு... ‘ஒப்பிறேசன் லிபிரேசன்’ நடக்க முன்னம்...”

“ஒப்பிறேசன் லிபிரேசன்’ எண்டால்...”

அருணன் இதற்குப் பதில் சொல்லவில்லை! “பிரச்சினை கூடீட்டுது...” என்று மட்டும் சொன்னான்.

“நானும் உங்களுக்குப் பிரச்சினை தந்திட்டன்போலை...”

“சீச்சீ... அப்பிடியெல்லாம் ஒண்டுமில்லை... ஒரு அதிர்ச்சிதான்... இப்பவும் நம்ப முடியாமல்... ‘என்ரை சுபா’ எண்டு எட்டி உங்கன்ரை கையைப் பிடிக்கட்டோ... எண்டமாதிரி... நீங்கள் இப்பவும் என்னுடையவள் எண்டுதான்... வேண்டாம் சுபா... ஒண்டும் கதைக்காதையுங்கோ... நீங்கள் எப்பவும் நீங்களா இருங்கோ... அவங்கள் பார்த்துக்கொண்டு நிக்கிறாங்கள், நான் போக வேணும்... நான் வாறன்... பிறகு நேரம் கிடைச்சால் வருவன்... உங்களுக்கு மகனோ மகளோ பிறந்தபிறகு வாறன்... உங்கன்ரை வீடு தெரிஞ்சிட்டுதுதானே...”

“கட்டாயம் வருவீங்களா..?” என்று கண் கலங்கி நிமிர்ந்தாள். குரல் தளதளத்தது. “நீங்கள் வந்து என்ரை... என்ரை... ம்...

பிள்ளையைப் பார்க்க வேணும்... இன்னும் ரண்டு மாசம் தான்...”

“வாறன்... கட்டாயம் வருவன்... உங்கன்ரை பிள்ளையைப் பார்க்க...”

“இது என்ரை பிள்ளை மாத்திரம் இல்லை...”

சடக்கென்று கையை எட்டிப் பிடித்தாள். உடனேயே விட்டுவிட்டாள்! வயல்வெளியில், தென்னந்தோப்பில் சுற்றுமுற்றும் அவள் கண்கள் ஓடின. நெற்றியில் வேர்வை அரும்பிற்று.

“உங்களை நான் நல்லா விரும்பிறன்...” என்று குசுகுசுப்பாகச் சுபா சொன்னாள்.

ஒருகணம் அருணனுக்கு இது இனித்தது. இந்தக் கறுப்பு உடம்புக்காரன்; கண்ணாடிப் புடையன்... இவனையா இந்தப் பேரழகிக்குப் பிடிக்கிறது!

“போட்டுவாறன்...”

○○○

“ஆர்..?” என்று கேட்டான், காத்துநின்ற பாஸ்கரன்.

“என்னோடை படிச்ச பிள்ளை...”

“கலியாணம் முடிச்சிட்டுதுபோல...” கடைக்கண்ணால் அருணனைப் பார்த்தான், பாஸ்கரன். கண் சுருக்கத்தில் அருணனுக்கு அது விளங்கியது. கண், சில சமயம் விசமம் செய்யும்.

‘கையைப் பிடித்ததைக் கண்டானோ...’

அருணன் இப்போது பாஸ்கரனைக் கடைக்கண்ணால் பார்த்தான்.

சுபா எட்டிக் கையைப் பற்றியபோது கை சுட்டது. இக்குளிரிலும் வேர்வைப் பிசுபிசுப்பிலான கை அது. ‘உங்களை நான் நல்லா விரும்பிறன்...’ என்று குசுகுசுப்பாகச் சொல்கிறாள். இதற்கு என்ன அர்த்தம்? கழுத்தில் தாலி மினுங்க ஒரு பெண், அத்தாலியைக் கட்டாத பிற ஆடவனுக்குச் சொல்லக்கூடாத வார்த்தை இது!

சொல்கிறாள்! தாலியை மீறி அதைச் சொல்லவைப்பது எது? அவளது காதல் அத்தனை ஆழம் மிகுந்ததா?

வேண்டாம் சுபா. நீ கொஞ்சம் எல்லை மீறுகிறாய். நீ உன் புருசனுக்கு நேர்மையானவளாக இரு. உனக்குப் பிறக்கப்போகும் குழந்தைக்கு உண்மையான தாயாக இரு. யாருக்குப் பெற்றாயோ அவனுக்கும் உண்மையாக இரு. பிற ஆடவனை நினைந்து ஏங்குகின்ற தாய், உன் பிள்ளைக்கு வேண்டாம். பெற்றோருக்குக் கீழ்ப்படிந்த பெண்ணாக இரு. பழைய வாழ்வை மறந்துவிடு. கனவாக மறந்துவிடு. ரெக்னிக்கல் கொலிச்சில் படித்துப் பாஸ் பண்ணியதுபோல இதையும் ஓர் அனுபவமாக எறிந்துவிடு.

காலையில் எழு. குளி. சமை. வேலைக்குப் போ!

மாணவர்களை உன் பிள்ளைகளாக நேசி.

மாலையில் கணவனுடன் கைகோத்தபடி உலாத்து. கணவனை மாத்திரம் காதலி!

அருமையான வயல்வெளி உண்டு; ரசி. புறாக்கள் குறுகுறுத்துப் பறப்பதைப் பார். கொக்குகள் விண்ணென்று வயல்வெளிக்குள் இறங்குவதைக் கவனி. தென்னந்தோப்பில் குருவிகள் பேசும் காதல் மொழிகளைக் கேள்.

இளமையான நெல்லின் மணத்தை நுகர். கொஞ்ச இளங்கதிர்களை வாய்க்குள் போட்டு மென்று அதன் இளம்பாலை ருசி.

மருதநிலத்துச் சின்னப்பிள்ளையாரிடம் போ. சிறு விளக்கேற்றி ஒரு பூவைத்துக் கும்பிடு. ஒரு தோப்புக்கரணம்கூட வேண்டாம். கண்ணையும் மனசையும் பிள்ளையாரிடம் நிறுத்திவிடு!

பிறக்கப்போகும் குழந்தைக்கு என்ன பெயர் வைக்கலாம் என்று யோசி. ஆண்பிள்ளையா பெண்பிள்ளையா என்று தெரியவில்லையா? ஆணென்றால் ஆதவனிடமிருந்து யாசி. பெண்ணென்றால் அம்புலியை நேசி. இரவில் கணவனின் நெஞ்சில், அவனது நெஞ்சு மயிரை அளைந்தபடி சுகமாக நித்திரைகொள்.

போ!

'உங்களை நல்லா நேசிக்கிறன்' என்று சொல்லாதே. நெற்றியில் குங்குமமும் நெஞ்சினில் தாலியும் தரித்த பிறகு அதனைச் சொல்லாதே. முன்னர் காதலித்தபோது சொல்லி யிருக்கலாம்; சொன்னாய்தான். இன்னும் அழுத்திச் சொல்லி யிருக்கலாம்; கண்ணுக்குள் கண் பார்த்து, கை அழுத்திச் சொல்லியிருக்கலாம். கண்களைத் தாழ்த்தி, மேற்கண்ணால்

பம்பாய் சைக்கிள் 125

முகம் பார்த்து, ஒருக்கால் கண் சிமிட்டிச் சொல்லியிருக்கலாம்:
'நான் உங்களை நல்லா விரும்பிறன்.'

அப்படி எவ்வளவு யுகம் கழிந்தாலும் வாழ்ந்திருக்கலாம்!

ஒரு சிட்டுக்குருவியாகப் பறந்து திரிந்தாய். நெஞ்சில் தத்தித்தத்தி நடை பயின்றாய். நெஞ்சைக் கால்களால் விறாண்டினாய். நெஞ்சில் கூடுகட்டி அடைக்கலமாய்க் குடிபுகுந்தாய். உண்ட களைப்பின் மயக்கத்தில் நெஞ்சில் உறங்கினாய்.

அப்ப, அப்ப, சொல்லியிருக்கலாம்.

இப்ப காலம், வெகுதூரமும் வெகுநேரமும் ஓடிவிட்டது!

"பாஸ்கரன், நீ யாரையும் காதலிச்சிருக்கிறியா," என்று திடீரெனக் கேட்டான் அருணன்.

"ஏன் கேக்கிறாய்?"

"இல்லை, சொல்லேன்."

"நிறைய," என்று கண் சிமிட்டினான். "கனபேரைக் காதலிச்சனான்; சிலரை நான் விட்டனான்; பலதுகள் என்னை விட்டுதுகள். அதெல்லாம் ஒரு பம்பல். இப்ப ஏன் கேக்கிறாய்?"

"இப்ப நான் கதைச்சனே ஒரு பிள்ளை, மூண்டு வருசமா அவளை நான் காதலிச்சனான்."

"சீ, அந்தப் பிள்ளை கலியாணம் முடிச்சிட்டுதுபோல."

"நான் காதலிச்சனான், அவ்வளவுதான்."

"என்னடாப்பா வலுசிம்பிளாச் சொல்லுறாய்?"

"அவங்கள் அங்கை போட்டாங்கள், பொழுது படுகுது. சைக்கிளை மிதி, போய்ச் சேருவம்."

"எங்கை போய்ச் சேரப்போறாய். ஆ, வடிவான, லச்சுமிகரமான ஒரு பிள்ளையை விட்டிட்டு எங்கை போய்ச் சேரப்போறாய்? சொல்லு. இந்தத் தேவதையைக் கைவிட்டிட்டியே! எங்கை போய் வாழப்போறாய்? இப்பிடி ஒரு பிள்ளை கிடைச்சால் அவளைக் கும்பிட்டுக்கொண்டே வாழ்ந்திருக்கலாமேடா? நீ ஒரு பரதேசி. இனி உனக்கென்னடா வாழ்வு! போடா, நாயே."

○

இரவி அருணாசலம்

12

அதிகாரம்: 6

1988

ஒருநாள் வரதனைக் கண்டேன். கண்டபோது வரதன் என்று தெரியவில்லை.

அது கைதடிப் பாலத்தில் சூரியன் இறங்கிக் கொண்டிருந்த பின்னேரம் ஐந்துமணிபோல. வெள்ளை வேட்டி, வெள்ளை சேர்ட். சைக்கிள் ஹாண்டிலில் பனையோலையில் செய்த உமல் பை! கண்ணாடியணிந்து வயது போனவர் போகிறார் என்று நான் அவரைக் கழிந்தேன். "என்ன மைச்சான்," என்று குரல் கேட்டது. அந்த இடத்தில் அந்த வயது போனவர் மாத்திரமே. காற்று எங்கேயோ இருந்து வரதனின் குரலைக் கொண்டு வந்ததா?

வயதுபோனவர் சென்ற சைக்கிள் நின்று என்னைத் திரும்பிப் பார்த்தது. கண்ணாடிக்குள்ளால் கண்கள் தெரிகின்றன. நரைத்த தாடி, மீசைக்குள்ளால் முகம் தெரிகின்றது. பரிச்சயமான ஒருத்தர்போல.

"என்ன மைச்சான்! என்னை அடையாளம் தெரியேல்லையா? அப்ப சரி, பயப்பிடாமல் திரியலாம்," என்று சிரித்தது அந்த உருவம்.

இன்னும் கிட்ட நான் அவரிடம் போனேன். கிழட்டு முகமல்ல அது; வரதனின் வயதுபோன முகம்! என் வயதொத்தவனின் முகமா இது? "வரதன், எட நீயா?" ஆச்சரியத்தை மீறி என்னுள் பயம் புகுந்தது. "என்னடாப்பா! பயமில்லாமல்

திரியிறாய்," என்று கேட்டேன். இந்தியனாமி எப்போதும் சென்றுவருகிற வீதி அது.

"என்னை அடையாளம் தெரியுதா? இல்லைத்தானே? பிறகென்ன பயம்?"

"ஆரும் அடையாளம் கண்டால்?"

"என்னோடை நெருங்கிப் பழகின நீயே அடையாளம் காணேல்லை, ஆர் காணுவினம்?"

விடுதலைப் புலிகளின் முக்கியப் பொறுப்பாளன் வரதன். பிரபாகரனுக்கு அடுத்து, மாத்தையாவிற்கு அடுத்து வரதன்! என்னுடனும் அருணனுடனும் தொழில்நுட்பக் கல்லூரியில் ஒன்றாகப் படித்தவன். இவனும் அருணன்போலப் படிப்பை முடிக்கவில்லை. இருவரும் விடுதலைப்போர் என்று போனாலும் இருவேறு திசை!

இயக்கப் புதினம் எதுவும் இப்போது அவனிடம் இல்லை. இந்தியனாமியுடன் சண்டை தொடங்கியபோது, நல்லூர் வீதியில் அவன் என்னைக் கடைசியாகக் கண்டான். அப்போது அவன் எனக்குச் சொல்ல ஒரு புதினம் இருந்தது. "மைச்சான், எம்ஜிஆர் நேற்று இந்தியக்காசிலை நாலுகோடி ரூபாய் அனுப்பியிருக்கிறார். வள்ளல்தான்."

வரதன் சற்று மெலிந்தாற்போல இருந்தான். அவனுடன் கதைக்க நிறைய இருந்தாலும் அவனது மெலிவு இப்படிக் கேட்க வைத்தது:

"வரதன், சாப்பாட்டுக்கு என்ன செய்யிறாய்?"

"சாப்பாடு தரச் சனமா இல்லை? சனம் எப்பவும் எங்களோடையடா."

"வீட்டை வந்து சாப்பிட்டிட்டுப் போவன்."

"பழைய வீடுதானே? அங்கால் பக்கம் வந்தால் கட்டாயம் வாறன். கனநாள் நிக்கமாட்டன். அதுசரி, அருணன் எங்கை? அவனைக் கவனமா இருக்கச் சொல்லு. அவரின்ரை ஆக்கள்தானே இப்ப அட்டகாசம் செய்யினம். "

"அவையள் அட்டகாசம் செய்யட்டும். அருணனுக்கும் அதுக்கும் என்ன சம்பந்தம்? முதல் நீ கவனமா இரு."

"கவனமா இருக்கிறம். எச்சரிக்கையா இருக்கிறம். ஆனால் பயமா இருக்கேல்லை. இஞ்சை இப்ப எனக்குக் கொஞ்ச வேலை இருக்கெடாப்பா. முடிச்சிட்டு நானும் போயிடுவன்."

"எங்கை?"

"வேறை எங்கை! காட்டுக்குள்ளைதான்."

"பயமில்லையா!"

"என்ன பயம்? தலைவர், மாத்தையா, எல்லாரும் அங்கைதான். காடுதான் இப்ப எங்கன்ரை வீடு. வனவாசம் எண்டு வையன். நாங்கள் திரும்ப வருவமெடாப்பா; உவங்களை ஓடஓடக் கலைச்சுப்போட்டு வருவம், யோசியாதை."

◦◦◦

உரும்பிராய்க் கிராமத்துக்குள் புகுந்தது இந்தியனாமி. இந்தியனாமிக்குச் சிவகுமாரனைத் தெரியாது. சிவகுமாரன் பிறந்து வளர்ந்த ஊர் இது என்று தெரியாது. ஈழத்தமிழரின் ஆயுதப் போராட்டத்தின் முதற்புள்ளி சிவகுமார் என்று தெரியாது.

எதுதான் தெரிந்து இந்தியா இங்கு வந்திருக்கிறது?

நான் குறிப்பெடுக்கும் கொப்பியுடன் உரும்பிராய்க் கிராமத்துக்குள் போய் நிற்கிறேன்.

கணேசண்ணர், யாவற்றையும் வந்து எமது அலுவலகத்தில் சொல்லியிருக்கிறார். சொன்ன தகவல்களுடனும் மேலதிகத் தகவல்களுடனும் ஒரு பெரிய குறிப்பேட்டை நான் வைத்திருக்கிறேன். குறிப்பேட்டைக் காவுகின்ற போதெல்லாம் ஈழத்தின் அவலப் படிமத்தைக் காவுகிறேன் என்று என்னுள் ஓர் எண்ணம்.

உரும்பிராயின் அவலங்களைக் கணேசண்ணர் சொன்ன போது அது பணிப்பாளர் சிவகுமார் சேருக்குப் பொறுக்க வில்லை; என்னை அழைத்தார்: "நீதான் இதுக்குச் சரியான ஆள். இண்டுஇடுக்குவிடாமல் சகல விவரங்களையும் சேகரி. இந்த விசயம் வெளியாலை ஆருக்கும் தெரியாது. ஒரு கிராமமே துடைத்தழிக்கப்பட்டுப் போறதெண்டால்... இது 'ஜாலியன் வாலாபாக்' படுகொலைபோல. இந்தியாவாலை அந்தப் படுகொலையைத் தாங்கேலாமல் இருந்திருக்கு. ஆனால் இஞ்சை ஈழத்தில இந்தியாவாலையே அது நடக்குது."

சிவகுமார் சேர் சற்று அமைதியாகிவிட்டு ஆங்கிலத்தில் இதனைச் சொன்னார்: "உனக்கு ஒன்று தெரியுமோ, ஜெனரல் டயர் என்பவன்தான் 'ஜாலியன் வாலாபாக்'

படுகொலையைச் செய்தவன். அவன் இங்கிலாந்துக்காரன்; ஓர் இந்தியன் இலண்டனுக்குப் போய் ஜெனரல் டயரைச் சுட்டுக் கொன்றிருக்கிறான். ஈழத்திலிருந்து ஒருவர் இந்தியாவுக்குப் போய் இதற்குக் காரணமான ஒருவரைச் சாக்காட்டிட மாட்டார் என்று நிச்சயமாக எங்களுக்குச் சொல்ல முடியுமா?"

பிறகு தமிழில் சொன்னார்: "என்ன மண்ணாங்கட்டிக்கு இவங்கள் இஞ்சை வந்தவங்கள்? அமைதிப்படையாம். அமைதிப்படை! இந்தியா இதுக்குப் பதில் சொல்லுற காலம் கன தூரத்தில இல்லை!"

பணிப்பாளரிடம் ஆவேசமாக இவ்வாறான வார்த்தைகள் வந்ததை நான் ஒருபோதும் கேட்டதில்லை. பணிப்பாளர் தலையையும் கண்களையும் ஆட்டியபடியே இருந்தார். கண்மணிகளின் நரம்புக் கோடுகளில் இரத்தச் சிவப்பு ஊர்கிறது!

"நீ நாளைக்கே போ. ஒரு கிராமமே துடைத்தழிக்கப் படுகிறது. பிறகெதற்கு நாங்கள் இருப்பான்? கணேசண்ண இவரோட போங்கோ. எல்லா விபரங்களையும் இவருக்குச் சொல்லுங்கோ. உதைச் சும்மா விடேலாது. நான் ஒருக்கால் உலகம் முழுவதும் இதை அறிவிக்கிறன். பரிதி, நீ போறாய். ஒரு அறிக்கை எனக்குத் தாறாய். உன்ரை இங்கிலீஸ் நல்ல இங்கிலீஸ். ஏதோ இங்கிலீசிலையே சிந்திக்கிறவன் மாதிரி இருக்கும் உன்ரை எழுத்து. நீ போ. நாளைக்கே போ. பிறகு என்ன நடக்குது எண்டு பார்."

எனக்கும் உற்சாகம் தொற்றிக்கொண்டது. இது குதூகலம் அல்ல; சந்தோச உற்சாகமும் அல்ல! கடமையைச் சரிவரச் செய்ய வேண்டும் என்ற உற்சாகம்! பாதிக்கப்பட்ட மக்களுக்கு நிவாரணம் கிடைக்க வேண்டும், இந்தியாவை அம்பலப்படுத்த வேண்டும் என்கின்ற உற்சாகம்!

அருணன் என்னுள் புகுந்துவிட்டான் என்று தெரிகிறது.

"பனைக்கரங்கள் அசைக்கிறாள் பாசமிக்க அன்னை மண்
போர்க்களத்தில் நிற்கிறாள் மகனே என்றழைக்கிறாள்..."

அருணன் பாடுவது அப்படியே கேட்கிறது...

○○○

ஒருநாள் பகலில் உரும்பிராய்க் கிராமம் முற்றாக அழிந்து போயிற்று. பலாலி வீதியால் வசாவிளானிலிருந்து யாழ்ப்பாணத்திற்கு வருகிறது இந்தியனாமி. இடையில் உரும்பிராய்க் கிராமம். அக்கிராமத்தினுள் புகுந்தது இந்தியனாமி.

ஊருக்குள் ஒரு தலையையும் காணவில்லை. பதுங்குக் குழிகளுக்குள் எந்தத் தலையையும் காண முடியாத இருட்டு!

இந்தியனாமிக்கு ஏதும் செய்வதற்கு எந்த ஒருவழிதானும் தெரியவில்லை. ஒன்றைச் செய்தது, பதுங்குக்குழியின் பெருப்பத்தைப் பொறுத்து, ஒன்றோ இரண்டோ மூன்றோ கைக்குண்டுகளை, கிளிப்பைக் கழட்டி பதுங்குகுழிக்குள் உருட்டிவிட்டுச் சென்றது.

இந்தியச் சீக்கியனின் தலைப்பாகைக்குள் இருந்தது மூளை அல்ல; வன்மம்! பிந்திரன்வாலேயை அவன் நினைவில் கொள்ளவில்லை!

சூரியன் பனைக்குள் இறங்கமுன்னர் உரும்பிராய்க் கிராமத்தில் இருந்தோர் ஆயிரம் பேர். சூரியன் அடுத்தநாள் வெளிக்கிளம்பியபோது உரும்பிராய்க் கிராமத்தில் ஓர் உயிரையும் காண முடியவில்லை.

அங்கு ஒருதுளிக் கண்ணீர் சிந்த எவரிருந்தார்? ஊளையிட நாய்கள் மாத்திரம் நின்றன.

பராசக்தியக்காவின் மகள் கொழும்பில்; ஒரு மகள்! அவித்த மோர்மிளகாய் மகளுக்கு மிக விருப்பம்! அம்மாவின் கைப்பக்குவம் யாருக்கும் வராது. மோர்மிளகாய் என்று மாத்திரமல்ல; மாங்காய் வத்தல், எலுமிச்சம்பழ ஊறுகாய்.

அம்மாவின் கைப்பக்குவம் யாருக்கும் வராது.

அம்மாவுடன் வாழ்ந்ததால் மரக்கறி உணவு மாத்திரம் உண்ட மகள், மச்சந்தின்னிப் புருசனுடன் வாழ வந்ததில் மீனையும் இறைச்சியையும் அளைய வேண்டியதாயிற்று. ஆரம்பத்தில் ஓங்காளித்துச் சத்தி எடுத்தாள்; இப்போது ஓங்காளிப்பு மாத்திரமே. பிள்ளை வயிற்றில் தரித்தபோது மாத்திரம் சத்தி எடுத்தாள்.

இப்போது சத்தி எடுக்கிறாள்.

மோர்மிளகாய், மாங்காய் வத்தல், எலுமிச்சம்பழ ஊறுகாய் என்று பொதி கட்டி வைத்துவிட்டா, பராசக்தியக்கா. டிசம்பர் லீவு வருவதற்கிடையில் அத்தனை பொதிகளுடனும் அவா கொழும்புக்குப் பயணம் ஏறுவா!

மகள் இப்போது சத்தி எடுக்கிறாள்.

டிசம்பர் லீவு வருவதற்கிடையில் வேறொன்று வந்து விட்டது. ஊருக்குள் புகுந்தது வனஸ்பதி நெய் மணம்!

பம்பாய் சைக்கிள்

நெய்மணம் வீசிய பிறகு சாப்பாட்டுக்குப் பஞ்சப்பட்டது ஊர். நவம்பர் மாதத்தில் யுத்தநிறுத்தம் இரண்டு நாள்கள் வந்தபோது கடையொன்றில் ஐந்து றாத்தல் கோதுமை மாவைப் பராசக்தியக்காவும் பெற்றிருந்தா.

பராசக்தியக்காவுக்கு உண்ணுதல் ஒரு பிரச்சினையேயல்ல. தொடர்ந்து நான்கு நாள்கள் பட்டினி கிடக்கும் வல்லமை அவருக்கு இருந்தது. சீலையில் கற்பூர மணம் வர, அவர் பிடிக்கும் விரதம் அப்படி. ஒவ்வொருநாளும் ஒரு நேரத்துக்குக் கோதுமைமாப் புட்டும் சம்பலும் உண்டு வாழ்ந்தா பராசக்தி யக்கா. இடையிடை மோர்மிளகாய்ப் பொரியலுடனும் புட்டு உண்டா. மகளிடம் போனபிறகு அறுசுவை உணவு உண்ணலாம்!

அவ்வளவு நாள்கள் செல்லவில்லை. ஒவ்வொரு நாளும் மூன்று கோயில்களுக்குப் போய், மூன்றுமுறை விபூதி பூசி, நேர்த்திக்கடன் செய்தவர் பராசக்தியக்கா.

இந்தியனாமி ஈழத்தில் புகுந்ததன் பிற்பாடு கோயில் களுக்குப் பெரிதாகச் சக்தி கிடையாது என்பது அவர் எண்ணம்! இப்போது கோயில்களுக்குள்ளும் புக முடியாது. ‘அப்பனே முருகா’ என்றோ, ‘அம்மாளே’ என்றோ, ‘பிள்ளையாரப்பனே’ என்றோ, ‘என்ரை சிவபெருமானே’ என்று நீட்டி முழக்கியோ எந்தத் தெய்வத்தையும் கும்பிடும் வல்லமை ஆருக்கு இருந்தது? எந்தக் கோயிலிலும் சுவாமிகூட இல்லை! ஒருநாள் தெரிந்தது, எந்தக் கோயிலுக்கும் போக முடியாதென.

பத்து நாள்கள் கோயிலுக்குப் போக முடியாத சாபமோ, என்னவோ!

பதுங்குக் குழிகளை எல்லோரும் கைவிட்டுவிட்டார்கள். சிங்கள இராணுவத்தின் உயிர் பறித்தலின் அச்சுறுத்தலுக்காகத் தான் முன்னர் பதுங்குகுழி தேவைப்பட்டது. ஈழத்தமிழர் களுக்குக் கவசமாக இப்போது இந்திய அமைதி காக்கும் படை வந்திருக்கிறது. பதுங்குக்குழி இனி எதற்கு?

பதுங்கு குழிகளைப் பாம்புகள் பயன்படுத்தட்டும் என்று எல்லா ஈழத்தமிழர்களும் பதுங்கு குழிகளைப் பாம்புகளுக்கும். மாரிக்கால வெள்ளத்துக்கும் திறந்து விட்டுவிட்டார்கள்!

நான்கு மாதங்களுக்கிடையில் இப்படியொரு அனர்த்தம் நிகழுமென்று, இப்படியொரு அவலம் நேருமென்று யார் கண்டார்கள்?

பராசக்தியக்கா யாவற்றையும் கொழும்புக்குத் தனது மகளுக்குக் கொண்டுபோவதற்காகப் பொதி கட்டிவிட்டார்.

தனது உடம்பு காவ ஏலுமானதிலிருந்து ஒரு பத்துக் கிலோ அதிகமாக.

வண்ணவண்ண விளக்குகள் ஏந்தி, கொழும்புக்குக் 'கோச்சு'கள் போகின்றன. யாழ்ப்பாணத்திலிருந்து ஒன்றில் ஏறினால், விடியக் கொழும்பு! இந்தியனாமி வந்தபிறகு எல்லாம் சுளுவாகிவிட்டதே!

முன்னர் கொழும்புக்குப் போக மூன்று நாள்கள் எடுத்த காலமும் இருந்தது. ஆனையிறவு, தாண்டிக்குளம், மதவாச்சி, அனுராதபுரம், என்று கொண்டுபோன பொதிகளுடன் இறங்கி, சிங்கள இராணுவப் பரிசோதனை முடிந்து, ஏறிப்போகிற காலமும் இருந்தது.

இந்தியனாமி வந்தபிறகு, கொழும்புக்குப் போக எட்டு மணித்தியாலத்திற்கு மேல் ஒருபோதும் எடுத்ததில்லை.

யார் நினைத்திட்டார் இதனை! 1987 நவம்பர் மாதத்தின் இரண்டாம் கிழமை! இந்தியனாமி உரும்பிராய்க் கிராமத்துக்குள் புகுந்திட்ட நாள்!

மகளுக்காகக் கட்டிய எல்லாப் பொதிகளும் பராசக்தி யக்காவின் கல்வீட்டில் இருக்கின்றன. பராசக்தியக்கா ஒருநூறு புழுக்களுடன் தன் வீட்டின் பதுங்கு குழிக்குள் உக்கிப்போய்க் கிடந்தா. அது தீபாவளிக்கு முதநாள்!

○○○

எனது குறிப்பேடு நிரம்பியது. உரும்பிராய் என்ற ஒரு கிராமத்துக்கு இவ்வளவு பக்கங்கள் போயிருக்கத் தேவையில்லை. உரும்பிராய், பழம்பெரும் கிராமமாக இருக்கட்டுமன், சோழ இளவரசன் கட்டிய கருணாகரப் பிள்ளையார் கோயில் அங்கு இருக்கட்டுமன், சிவகுமாரன் பிறந்து வாழ்ந்த ஊராய் இருக்கட்டுமன் அதற்காக இவ்வளவு பக்கங்களில் பதிய வேண்டும் என்ற அவசியம் ஏதும் இல்லை!

பார், பக்கங்களால் வாழ்க்கையை அளக்கிறோம்.

"சொல்லுங்கோ கணேசண்ண, என்ன செய்வம்,"

நெடுவலாக நின்ற கணேசண்ணைக்கு எதைச் சொல்வ தென்று தெரியவில்லை. அவரது கண்கள் இடுங்கி இடுங்கி விரிந்தன. வாடைக் கூதலுக்கே உடல் நடுங்கிற்று.

"என்னத்தைச் சொல்ல தம்பி," என்று சொண்டு துடித்தார். ஒருக்கால் கருணாகரப் பிள்ளையாரின் கோபுரத்தை அவரது கண்கள் ஏறிட்டன. 'பிள்ளையாரப்பா...'

"அண்ணை ஒண்டும் யோசியாதையுங்கோ. என்ன செய்ய வேணும் எண்டதைச் சொல்லுங்கோ சரி, சொல்ல வேண்டாம். நான் பார்த்ததை எழுதிக்கொண்டு போறன்."

தோட்டங்கள் சிதைந்திருக்கின்றன. மாரிமழைக்குப் பச்சைப்பசேல் என்றிருக்க வேண்டிய தோட்டம். இருவாட்டி மண் சிவந்து சேறாய் இருக்கிறது. இருவாட்டிமண்போலச் செழிப்பான மண் வேறேது இருக்கிறது? ஒருபோக வெங்காயம், ஆயிரம் கண்டுத் தரைக்கு ஐம்பது மூட்டை கொடுத்திருக்க வேண்டும். மழை 'சோ'வெனப் பெய்கிறது. இப்போது வெங்காயம் நட வேண்டும்.

வெங்காயம் நட வேண்டிய நேரத்தில் எந்த முகாமுக்கு இந்தியனாமி இவர்களைத் துரத்திச்சோ தெரியாது.

தோட்டம் ஒருபுறம் இருக்கட்டும். சில பெண்களிடம் கணவன் இல்லை! சிலபேரிடம் குடும்பமே இல்லை.

இவர்களுக்கு எதை நிவாரணமாகக் கொடுப்பது? இதன் மூலம் எப்படி இவர்களது துக்கத்தைத் தீர்த்துவிட முடியும்?

என்ன செய்வதென்று எனக்குத் தெரியவில்லை. ஒன்றை நான் எழுதிக் கொடுத்தால் என் நிறுவனம் அதை அப்படியே செய்யும். பீ.எம்.ஓ. நான்! என்னிடமும் சில அதிகாரங்கள் இருக்கின்றன

அதிகாரம், செல்லாக் காசாகிற இடமும் உள்ளது.

பாதிக்கப்பட்டோர் சொல்கிற கதைகளுக்குக் காது கொடுப்பதே இங்கு உத்தமம். அதுவே பெருத்த நிவாரணம்!

நான் 'காது கொடுக்க' இப்போது பழகிவிட்டேன். பழகுவதென்ன, பழகுவது; மனம் ஒன்றிப்போய்க் 'காது கொடுக்க' வேண்டும்! அவர்களது துயரை என் துயராக ஆக்கிக்கொள்ள வேண்டும். ஓர் அம்மா 'கதை' சொன்னால், என்னுடைய அம்மா அதைச் சொல்கிறார், அவ்வளவுதான். மனத்தால் அதனைக் கேட்க வேண்டும். ஓர் இளம்பெண் ஏதும் சொன்னால், என் தங்கை சொல்கிறாள். முதிய பெண் என்றால் அவள் என் அக்கா!

அவர்கள் சொல்கின்ற அந்தப் பாதிப்படைந்தவர் யார்? என் உறவு!

அந்தப் பாதிப்பு யாருக்கு? எனக்கு!

என் வீட்டு வளவினிலும் இது நிகழலாம் என்று யோசிக்க வேண்டும். எவரும் புறமில்லை என்று அறிதல் வலு முக்கியம்!

இரவி அருணாசலம்

என் மனமும் உணர்வும் புலனும் அதற்கு ஆயத்தமாயிற்று. எனக்கு நண்பர்கள் மாத்திரம் உள்ளனர்; எதிரிகள் இல்லை! 'நான் மனிதன்' என்று உணரச் சந்தர்ப்பம் இங்கு உருவாயிற்று. என்னை அருணன்தான் அப்படி மாத்தியிருக்கிறான்போல! அப்படி வளர்த்துவிட்டான்.

மனிதர் முக்கியம்; அவர்களது கதைகளிற்குக் காது கொடுப்பது மிகமிக முக்கியம். எங்களது பணிப்பாளர் எப்போதும் அதனை வலியுறுத்துவார்.

சிவகுமார் சேர் அதனைத்தான் ஊழியர்களைக் கூட்டிய பொதுக்கூட்டத்தில் சொன்னார்.

"நான் இந்தக் கூட்டத்தைக் கூட்டுவதையிட்டுத் தயவு செய்து ஒருவரும் குறை விளங்க வேண்டாம்," என்ற பீடிகை யுடன்தான் கூட்டம் ஆரம்பமானது.

அவரது முகம் வழமைக்கு உரியதாக இல்லை! பூப்பறிப்பது போல இருந்த அவரது கைகள், இப்போது வலிந்து மாங்காயைப் பிடுங்கும் கைகள்போல அமைந்தன. அவர் முதலில் முருகையாண்ணனைப் பார்த்தார். பிறகு என்மேல் அவரது கண்கள் நிலைக் குத்தின.

மத்தியானத்திற்குச் சற்றுப் பின்பாக அவர் இந்தக் கூட்டத்தைக் கூட்டியிருந்தார். மத்தியானத்திற்குப் பிறகு முருகையாயண்ணன் நித்திரை தூங்காத நாள் எதுவுமில்லை. அவரது கண்கள், கண்ணைச் சிமிட்டி நித்திரைக்கு அழைப்பது யாருக்கும் தெரிந்ததல்ல! அவரது கறுப்புக் கண்ணாடிக்கு அந்த வல்லமை இருந்தது.

ஆனால் இந்தக் கூட்டத்தில் அவர் நித்திரை தூங்க முடியாமல் போய்விட்டது.

○○○

முருகையாண்ணனின் முன்னே காரை நகரிலிருந்து வந்த முதிய பெண் அமர்ந்திருக்கிறார்.

"சரி விசயத்தைச் சொல்லெணை," முருகையாண்ணன்.

"ஐயா அண்டைக்கு இந்தியனாமிக்காறங்கள் ஊருக்குள்ளை வாறாங்கள்; சூட்டுச் சத்தங்கள் ஒண்டும் கிடையாது மோனை. இந்தியனாமி எண்டால் எங்கன்ரை ஆமிதானே? சிங்கள ஆமியே? இந்தியனாமிக்கு நாங்கள் பயப்பிட என்ன இருக்கு? அவங்கன்ரை சத்தம் கேட்டு என்ரை மோன் வெளியாலை எட்டிப் பார்த்திருக்கிறான்."

"முதல் ஒப்பாரியை நிப்பாட்டு. எணை ஆச்சி, உதெல்லாத்தையும்தானே இதிலை எழுதியிருக்கிறாய். பேந்தும் ஏன் திரும்பச் சொல்லுறாய்? கையெழுத்துப் போடுவியே? இல்லாட்டில் இதிலை கையொப்பத்தை வை. ஐடென்ரிகார்ட் கொண்டந்தனியே?"

முகமெல்லாம் கறுத்துப் போய்ச்சு அந்த அம்மாவுக்கு! ஒரு கதை சொல்ல விடுகிறானில்லை இந்தப் பாவி!

விடுவிடுவென்று மடியைத்துழாவி அடையாள அட்டையை எடுத்தார் அந்த அம்மா.

"இஞ்சார் ஐடென்ரிகார்ட கொண்டந்தனியோ எண்டு தான் கேட்டனான், காட்டச்சொல்லிக் கேட்டனானே? வை உள்ளுக்கை. சொன்னால் சொன்னதைச் செய்யுங்கோ," முருகையாண்ணன்.

சிவகுமார் சேருக்கு முகம் சிவந்திருந்தது, மத்தியான வெயிலினால் அல்ல. சொண்டை நாக்கினால் நனைத்து நனைத்துக் கூட்டத்தைப் பார்த்தார். நாங்கள் பதினைந்து பேரளவில் இருந்தோம். முருகையாண்ணன் முக்கியமாக அங்கு இருந்தார். சிவகுமார் சேர் என்னைப் பார்த்துப்பார்த்துப் பேசினார் ஆங்கிலத்தில்:

"போரினால் பாதிக்கப்பட்ட மக்களுக்கான புனர்வாழ்வுப் பணியைத்தான் நாங்கள் இங்கு செய்கிறோம். அவர்கள் கைகளைக் கால்களை மாத்திரம் இழந்த மனிதர்கள் அல்லர். கணவனை இழந்தவர், மகனை இழந்தவர், தந்தையைத் தாயை இழந்தவர் என்று பலதரப்பட்ட மனிதர்தாம் இங்கு வருகிறார்கள். அப்படி வருகிறவர்கள் பெற்றோராக, சகோதரராக, பிள்ளைகளாக, அயலவர்களாக, உற்றாராக, உறவினராக இங்கு வருகிறார்கள். இங்கு நாங்கள் வியாபாரம் செய்யவில்லை. இலங்கை, இந்திய இராணுவத்தால் பாதிக்கப் பட்டோருக்கு உதவிகள் செய்கிறோம். ஆனால் பாதிக்கப்பட்ட மக்களுக்கு அவர்களின் பாதிப்பிற்கேற்ப நாங்கள் கொடுக்கிற நிவாரணம் எதுவும் ஈடாகாது! மகனையோ மகளையோ தாயையோ தந்தையையோ சகோதரத்தையோ இழந்து வாற உறவுகளுக்கு நாங்கள் எவ்வளவு கொடுக்கிறோம்? வெறும் மூவாயிரம் ரூபாய். அந்த இழப்புகளுக்கு அதுவா பெறுமதி? இழப்பு என்றால் மரம் பாறி விழுந்தது மாதிரியா அல்லது ஒரு நாய்க்குட்டி செத்தது மாதிரியா?

"கொஞ்சம் யோசித்துப் பாருங்கள், இந்த இழப்பு களுக்கு என்ன நிவாரணம் எங்களால் கொடுக்க முடியும்? இதை எப்படி விளங்க முடியும், சொல்லுங்கள்?

“ஒன்றை மாத்திரம் எல்லாரும் விளங்கினால் நானும் மகிழ்ச்சி அடைவேன். மூவாயிரம் ரூபா காசை மாத்திரம் வாங்க அவர்கள் இங்கு வரவில்லை. தங்களது வேதனைகளை, வெப்பியாரங்களைச் சொல்லி ஆற, ஓர் இடம் அவர்களுக்குத் தேவைப்படுகிறது. முன்னரென்றால் ஒப்பாரி வைத்துப் பெலத்து அழுவார்கள். பெலத்து அழுகிறபோதே துக்கம் கரைந்துவிடும். அப்படியும் கரையாவிட்டால் மாமனிடமோ மைச்சானிடமோ முறையிட்டு அழுவார்கள்.

“இப்போது ஒப்பாரி வைக்க ஏலுமோ? மாமனிடமும் மச்சானிடமும் இன்னும் உள்ள எல்லா உறவுகளிடமும் இப்படித் துக்கம் நிரம்பி வழிகிறதே. யாவரிடமும் துக்கம் நிரம்பி இருக்கிறதே! யாருக்கு யார் சொல்லி ஆற முடியும்?

“தங்களது வேதனைகளைச் சொல்லி ஆற, ஓர் இடம் அவர்களுக்கு வேண்டும். கோயிலோ குளமோ முந்தியமாதிரி இப்போது இல்லை! கோயிலின் மடத்தில் இருக்கலாம், குளத்தங்கரையில் இருக்கலாம்.

“ஆறுதல் தேடித்தான் அவர்கள் இங்கு வருகிறார்கள். நாங்கள் அவர்களுக்குக் காசு கொடுக்கிறோமோ இல்லையோ, அவர்கள் சொல்கிற கதைகளுக்குக் காதைக் கொடுப்போம்! அது மிகமிக முக்கியம்! அதில் எங்களுக்கு நட்டம் என்று ஏதும் இல்லை; நேரம் போகிறது, அவ்வளவுதானே! நேரம் வீணாகப் போகிறது என்று யாரும் கருத்திவிடாதீர்கள். யாவற்றுக்கும் சேர்த்துத்தான் எங்களுக்குச் சம்பளம் வருகிறது.

“வருகிறவர்கள் மனுசர்! மூக்கும் முழியுமாக வாழ வந்தவர்கள்! அதனை நினைவில் வைத்திருங்கள்!

“அவர்கள் என்ன கதை சொன்னாலும் முதலில் உங்கள் காதுகளைக் கொடுங்கள்; திறந்துவிடுங்கள்! அந்தக் கதை எங்களுக்கு ஏற்கெனவே தெரிந்ததாக இருக்கட்டும். பரவாயில்லை. அவர்கள் அந்தக் கதையைத்தான் விண்ணப்பப் படிவத்தில் எழுதியிருக்கிறார்கள், அதனை நாங்கள் வாசித்துவிட்டோம். பரவாயில்லை. அவர்களைச் சொல்லவிடுங்கோ, எதுவென்றாலும் சொல்லட்டும். அவர்கள் சொல்வதற்கான வெளியை ஏற்படுத்துங்கோ. அவர்களிடம் புதிதாகக் கதை கேட்கிற மாதிரி எங்களுடைய காதுகளைக் கொடுப்போம்.

“அவர்கள் தங்களது சோகக் கதைகளைக் கொட்டுகிற இடமாக இதனை ஆக்குங்கோ. அவர்கள் தங்களுடைய மன வெப்பியாரங்கள் எல்லாம் நீங்க, அழுகிற வீடாக இதனை மாத்துங்கோ.

"காதைக் கொடுப்பதும் தோளைத் தழுவுவதும் கைகளைப் பற்றுவதும் தரும் ஆறுதலை எந்தப் பணத்தாலும் தந்துவிட முடியாது!

"மனித மனங்களைப் புரிவதுதான் ஆகப்பெரிய மனிதாபிமானம்!"

யாவற்றையும் சொல்வதற்கு நமது பணிப்பாளர் நாயகம் சிவகுமார் அவர்கள், இருபது நிமிடங்களை எடுத்துக் கொண்டார்; ஆங்கிலத்தையும் எடுத்துக்கொண்டார்! யாவற்றையும் சொல்வதற்கு ஆங்கிலம்தான் அவருக்கு இலகு! இங்கிலாந்தில் மேல்படிப்புப் படித்தவர் ஆயிற்றே!

நான் மாத்திரம் முருகையாண்ணனைப் பார்க்கவில்லை! அவரது தலை குனிந்தபடியே இருந்தது. இருதுளிக் கண்ணீர் கீழே சிந்தியதைக் கண்டேன்.

குனிந்த தலையைப் பார்த்த யோகன், முரளி, வசந்தி, கீதா... யாவரும் பிறகு குனிந்த தலையைப் பார்க்கவில்லை. அவர்களது கண்கள் சிவகுமார் சேர்மீது நிலைத்தன.

ஜெயாக்கா விசும்பிவிசும்பி அழுகிறா. கண்ணீர் இல்லாமல் எந்தக் கதையையும் ஜெயாக்காவினால் கேட்க முடியாது; அது சிரிப்புக் கண்ணீரோ, அழுகைக் கண்ணீரோ. எதுவாயினும் 'தனது கதை' என்று யாவற்றையும் பார்க்கிறா.

கண்மூடி நான் இருந்தேன். எனக்குள் மேலும் ஓர் உலகம் விரிகிறது! நான் இன்னொரு மனிதனாக ஆகிறேன்.

நான் மென்மேலும் கவனமாக இருக்க வேண்டும்.

நான் உத்தமனும் அல்ல; அதமனும் அல்ல; மத்திமன்!

○

இரவி அருணாசலம்

13

ஆறாம் அத்தியாயம்

1985

மனோகரமான காலம் என்று அதனைச் சொல்லலாம். குளிர்ந்த காற்று வீசுவதைப்போல, மழை பெய்வதைப்போல, இளநுங்கு குடிப்பதைப் போல, ஒரு சிட்டுக்குருவியாக சுபா வருகை புரிந்தாள். பூப்பூவாக இருந்தது அவளது சிரிப்பு. கள்ளமில்லாக் கண்கள் அவளிடம் இருந்தன.

அவள் வருகை புரிந்தபோது இவ்வளவு அனுபவத்தைத் தருவாள் என்று அருணன் எதிர்பார்க்கவில்லை. அருணனின் வறண்ட வாழ்க்கைக்கு இஃது தென்றல்; மழைத்துமி; சோளகக் காற்று; பௌர்ணமியில் பொங்கும் பெருங்கடல்; கீரிமலையின், விடியல் அல்லது இரவுக் கேணி! இலைகளின் மழைநீரை உதறி உதறி விசுறுகிற வாடைக் காற்று! சோளகத்தின் பழவாசனை தரும் வருடல்! பின்னேரத்து மல்லிகைப் பந்தரின் நறுமணம்.

தனுவைப்போல, சியாவைப்போல, கலைவாணியைப்போல, ஹேமாவைப்போல, யஸ்மினைப்போல அழகைச் சுமந்துகொண்டு சாதாரணமாகத்தான் அவள் வந்தாள்! சிறுகீற்றாய்த் திருநீறு பூசி வந்தாள்!

தலைமயிரை விரித்து அவள் வந்ததில்லை. ஒற்றைப் பின்னலுடன் வந்தாள். அல்லது இரட்டைப் பின்னலுடன். மயிர் விரிந்திருந்தால், அதில் பேய் குடிகொள்ளும்! சரசாலைக் கிராமம் சொல்லித்

தந்தது; அவளது ஆச்சியும் அவளுக்கு அதனைச் சொல்லித் தந்திருந்தனள்!

அவள் வந்தபோது காற்றில் ஓடிக்கொலோனின் மணம் ஒன்று வீசியது.

வயல் சூழ்ந்த நிலத்திலிருந்து வந்தாள். நீரால் குளம் நிறைந்த கிராமத்திலிருந்து வெளிக்கிட்டாள். தென்னைகள் நிறைந்த வளவிலிருந்து அவள் புறப்பட்டாள். பாலும் தயிரும் தேங்காய்ப் பூவின் மணமும் வீசும் வீட்டிலிருந்து அவள் காலடி எடுத்து வைத்தாள்! சின்னப் பிள்ளையாரை மனதில் நினைந்து, நெஞ்சில் வலதுகையில் ஐந்து விரல்களும் பதியக் கும்பிட்டு பஸ் ஏறினாள்.

பின்னேரங்களில் குடத்தில் நீர் சுமப்பாள். பொழுதுபடும் முன் இரண்டு பசுக்களையும் கட்டிவைத்துப் பால் கறப்பாள். முகம் கழுவி, சிறுகீறாக நீறு பூசி, சுவாமிப் படத்தின் முன் ஒரு நிமிசம் நிற்பாள். அவளுக்கு வணங்க மூன்று தெய்வங்கள்: பன்றித்தலைச்சி கண்ணகை அம்மன், மருதநிலத்துச் சின்னப் பிள்ளையார், செல்வச் சந்நிதி முருகன்!

இருளும்முன் கமகமக்கிற பால்த்தேநீர் யாவருக்கும் கொடுப்பது, அவளது கைகள்.

பிறகு, படிக்கும் புத்தகம் அவள் முன் விரியும்!

இரவு என்ன சாப்பாடு? புட்டா? இளநீர்ப்பதத்தில் தேங்காய் துருவிப் புட்டுக்குக் கொடுப்பாள். சம்பலுக்குத் துருவிய முதிர்ந்த தேங்காய்!

கத்தரிக்காய்ப் பொரித்த குழம்பு எனில், அவளது கைகள் கத்தரிக்காய்களை நறுக்குகின்றன. வெங்காயம் உரிக்கவும் தேங்காய் துருவவும் அவளது கைகள் தவறவில்லை.

இரவுக்கு இடியப்பம்தானா? இடியப்பம் பிழிவாள்! சம்பலையும் பாற்சொதியையும் அவளே செய்கிறாள்! பாற்சொதிக்குத் தேசிக்காய்ப் புளி அல்லால் வேறு என்ன? பழப்புளி ஒருபோதும் அவளுக்கு ஆகாது!

மீன் குழம்புக்குத்தானே பழப்புளி! மீன்குழம்பை இவளது வீடு எப்போது கண்டது? எந்த இறைச்சியின் துண்டங்கள் இவளது குசினியில் சமைபட்டன?

இவளது வீட்டில் பசுவும் வளர்ந்தது, தென்னையும் வளர்ந்தது, ஆடும் வளர்ந்தது, நாயும் வளர்ந்தது. ஆனால் கோழிகள் வளர்ந்ததில்லை.

இரவி அருணாசலம்

கோழியென்றால் முட்டை இடும். முட்டையைக் கையால் தூக்கவேண்டி வரும். அந்த 'மச்ச'த்தை எப்படிக் கையால் தொடுவது? ஆசாரம்; அவ்வளவு ஆசாரம்! ஆனால் ஐயர் குடும்பம் இல்லை சுபத்ரா.

வீட்டில் கொக்கரித்துத் திரியக் கோழி இல்லை! 'சூரியன் இதோ வருகிறான்' என்று அறிவிக்கச் சேவல் இல்லை!

இங்கு மகிழ்ச்சியை நிறைக்க வந்திருக்கிறாள். ஆனந்தம் பொங்க வந்திருக்கிறாள். தன் எளிமையான, மென்மையான அழகை இங்கு பரப்ப வந்திருக்கிறாள். இனிமையாகச் சொல்லாட அவள் வந்தாள்!

அருணனின் நெஞ்சு தீய்ந்துபோகும்படி செய்ய, மூக்குத்தி மின்னிய முகத்துடன் வந்திருக்கிறாள் சுபா!

பெரிதாகச் சொல்ல ஒன்றுமில்லை; அருணனுக்குச் சுபாவை மிகவும் பிடித்திருக்கிறது. என்ன காரணம்?

அவளது எளிமையான அழகா? மூக்குத்தி மின்னும் முகமா? கிராமியச் சாயலா? கள்ளமற்ற கண்களா? கூந்தலின் அடர்த்தியா? பொதுநிறமா? அப்பாவித்தன்மையா? நடையில் இருக்கும் ஒரு நளினமா?

கேள்விகள் எதற்கு; விடை: இறைவன் வகுத்த வழி!

ஒருமுறை கையைப் பிடித்துச் சாத்திரம் பார்த்தாள். அப்போது மல்லிகை மணம் தரும் ஓடிக்கொலோன் வாசனை வீசியது. அந்த வாசனை அவளது வயிற்றின் தொப்புளிலிருந்து தான் உற்பத்தியாகியிருக்க வேண்டும்!

"எனக்கு உதிலை நம்பிக்கையில்லை," என்றான் அருணன்.

"எனக்கு உதிலை நிறைய நம்பிக்கை இருக்கு," என்றாள் சுபா. "மற்ற ஆக்களின்ரை நம்பிக்கையை மதிக்கப் பழகுங்கோ," என்றும் சொன்னாள்.

அவள் அப்படிச் சொன்னதில் அருணன் உடனே அடங்கினான். சுபாவின் சொண்டுச் சுழிப்பைப் பார்த்து மருண்டு போனானோ என்னவோ. மூக்குக் கண்ணாடிக்குள் ளால் அருணனின் கண்கள் மயக்கமுற விரிந்தன.

திருக்கணிதப் பஞ்சாங்கத்தின் உரிமையாளரான சிதம்பரநாத குருக்களின் அயல் வீடு சுபாவுக்குரியது. சுபாவுக்குத் தெரியாத சாத்திரமா? சோதிடமா? எண் சாத்திரமா? எதுதான் சுபாவுக்குத் தெரியாது?

வாக்கியப் பஞ்சாங்கத்தில் சுபாவுக்கு நம்பிக்கையில்லை. வாக்கியப் பஞ்சாங்கம் அனுபவத்தால் சாத்திரம் சொல்கிறது. திருக்கணிதப் பஞ்சாங்கம் நட்சத்திரங்களையும் கோள்களையும் கணித்து, உள்ளதை உள்ளபடி சொல்கிறது!

வாக்கியப் பஞ்சாங்கம் கொக்குவிலிலிருந்து வருகிறது. திருக்கணிதப் பஞ்சாங்கம் இவளது ஊரிலிருந்து!

சுபாவுக்கு அருணனின் எந்த உணர்வையிட்டும் கவலையில்லை. அருணனின் வலதுகையை இழுத்துக் கண்கள் இடுக்கிப் பார்த்தாள். கையைப் புரட்டிப்புரட்டியும் பார்த்தாள். கறுத்து, எலும்பு துருத்திய கை! சிதம்பரநாதக் குருக்களின் பாவனை சுபாவுக்கு வந்தது. இரண்டு ரேகைகள் கையை விட்டு விலகி எங்கேயோ ஓடுகின்றன. குழப்படிக்கார ரேகைகள்!

"நீங்கள் சின்னப்பிள்ளையிலை குழப்படிக்காரனாய் இருந்திருப்பியள்," என்றாள் சுபா. "ஆனாலும் படிப்பிலை வலுகெட்டிக்காரன்," என்றும் சொன்னாள். அப்போது அருணனிடம் பெருமிதச் சிரிப்பு இருந்தது.

சுபா கண்களை மூடி எதையோ எண்ணினாள், கைவிரல்கள் மடிந்தன. "உங்களுக்கு ஐஞ்சு பிள்ளைகள்," என்றது அவளது வாய். 'ஆம்பிளைப் பிள்ளைகள் எவ்வளவு? பொம்பிளைப் பிள்ளைகள் எவ்வளவு,' என்று கேட்க யோசித்தான் அருணன், கேட்கவில்லை.

பிறகு அவள் ஒன்று சொன்னாள்: "உங்களுக்குக் கலியாணம், ம்ம்... உங்களோட படிக்கிற பிள்ளைதான்; காதல் கலியாணம்தான்; உங்களைவிட அவள் கொஞ்சம் கெட்டிக்காரி; உங்களைவிட அவள் அழகிலும் கூட. அவள் சிவலை; உங்களின் அமாவாசைக் கறுப்புக்கு அவள் பொருத்தமில்லை! ஆனாலும் அவள் உங்களுக்குக் கிடைப்பாள். அவள் உங்களுக்குக் கிடைச்சால் உங்களைப்போலக் குடுத்துவைச்சவர் எவருமில்லை."

அத்தனை அடக்கமும் ஒடுக்கமும் கொண்டு நாணித் தலை குனியும் பெண்ணிடம் இத்தனைக் குறும்பா?

"நீங்களும் உங்கன்ரை சாத்திரமும்," என்று எல்லாவற்றையும் சுழட்டி எறிந்துவிட்டு எழுந்தான் அருணன்.

அப்போது சுபாவின் சிரிப்பைக் கண்டால், அவளது கன்னத்தைக் கடிக்காமல் விட முடியாது. அல்லது அவளது சொண்டையாவது உறிஞ்ச வேண்டும்!

‘சொண்டை உறிஞ்ச வேண்டும்,’ என்று உணர்ந்த அக்கணத்தில் அருணனிடம் நெஞ்சுள் எதுவோ ஒன்று தீப்பற்றியது. ‘கொஞ்ச வேண்டும்’, அது காதல்! ‘சொண்டை உறிஞ்ச வேண்டும்’, அது காமம்!

“உங்கன்ரை பிரெண்ட் யாரையும் காதலிக்கிறாரோ,” என்று பரிதியிடம் கேட்டாள் சுபா. இதனைப் பரிதி சொன்ன அன்றிரவு தன்னளவில், யாவற்றையும் உறுதிப்படுத்திக் கொண்டான்!

பரிதி மேலும் சொன்னான்: “உன்ரை பெயரைச் சொல்லவே சுபாவின் கண்கள் மின்னுதெடா. நீ குடுத்து வைச்சனி. உனக்கு அவள் தேவதையில்லை, தெய்வம்! விட்டிடாதையெடா, நீ ஒரு பேரழகன் எண்டு இப்பதான் எனக்கு விளங்குது.”

அருணன், முகம் விகசித்துக் குனிந்தான்!

சுபா!

சுபாவுக்கு அப்பால் தன் நெஞ்சில் இன்னொருத்தி இல்லை! தாலி கட்டுவதைச் ‘சின்ன நூல்கண்டு பெண்களைச் சிறைப்படுத்துகிறது’ என்று நினைப்பவன் அருணன்.

‘தாலிச்சரடோ மஞ்சள் கயிறோ எதுவும் வேண்டாமே. ‘உனக்கு நான், எனக்கு நீ’ என்ற உறுதி போதும். எது நடந்தாலும் என்ரை பொஞ்சாதி, என்ரை புருசன் எண்டு இருக்க வேணும். எது நிகழ்ந்தாலும் எங்கள் இருவருக்குமென்று சொல்ல வேணும். பிழையா எது நடந்தாலும் அவமானமா அதை நினைக்காமல் பெருந்தன்மையா மன்னிச்சுக்கொண்டே போக வேணும். ‘மன்னிச்சுக்கொண்டு போறம்’ எண்டதுகூடத் தெரியக் கூடாது. அப்பிடி நடக்க வேணும். நீ வேறை, நான் வேறை எண்டு ஒண்டும் இல்லை. நீயும் நானும் ஒண்டு; மனசார ஒண்டு! எங்கள் இருவருக்கும் சேர்த்துத்தான் பிள்ளைகள் பிறக்கப் போகிறார்கள். புருசனுக்கு ஒரு பிள்ளை; பொஞ்சாதிக்கு ஒரு பிள்ளை எண்டு எங்கையும் இல்லை.’

தென்னைகள் நிறைந்த வளவில் சின்னக் குடில் போதும். இரண்டு பசுக்கள் போதும். ஆயிரம் கண்டுத் தோட்டக்காணி போதும். ஐந்து ஏக்கர் வயல் போதும். ஆணும் பெண்ணுமென இரண்டு பிள்ளைகள் போதும். சரி, மூன்று பிள்ளைகள்! வளவில் மாவும் பிலாவும் வாழையும் வளர்க்க வேண்டும். தென்னைகள் ஒருபுறம் இருக்கட்டும். நிழல் தர இரண்டு வேப்பமரங்கள் வேண்டாமா? ஒரு சைக்கிள் போதாதா என்ன? தேவையென்றால் C50 மோட்டார் சைக்கிள்! அதைச் சுபாவும் ஓடப்

பழக்க வேண்டும். கறுப்பு வெள்ளையில் 12இஞ்சி ரீவி! இரவின் பொழுது போகும்.

"ராசாத்தி உன்னைக் காணாத நெஞ்சு காத்தாடி போலாடுது," ரீவியில் அந்தப் பாட்டுக்காட்சி போடுவார்கள், இல்லையா? அந்தப் பாட்டு என்ன படத்தில்? அந்த 'இராசாத்தி...'

சுபா...

அந்த அழகும் எளிமையும் குழந்தைமையும் கிடைத்து விட்டால் இந்த உலகில் வேறென்ன வேண்டும்?

பிறகு அருணன், பரிதியிடம் கேட்டான்: "நீ சுபாவைப் பற்றி என்ன நினைக்கிறாய்? அவளுக்கு நான் பொருத்தமோ?"

❍❍❍

'உனது குதூகலமே எனக்கு அளவற்ற சந்தோசத்தைத் தருகிறது. சிரித்தபடி இரு. உன்னிடம் ஏற்படும் சோர்வுகூட என்னுள் அயர்ச்சியைத் தரும். நான் உன்மீது வைத்திருக்கும் பெரும் மையலுக்குத் தமிழில் சொல்ல வார்த்தைகள் இல்லை! தமிழ் அந்தளவு வறுமைப்பட்டிருக்கிறது.

நீ எனக்கு வசந்தமாக இரு. நீ எனக்குச் சுகந்தமாக இரு. கோடைக் காலங்களில் தென்றல் காற்றாகவும் மழைக் காலங்களில் போர்வையாகவும் உன் உடல் என்னுடன் இருக்கட்டும். அளவற்றபடி உன்னை நேசிக்கிறேன் என்பதனை எப்படி நான் புரியவைக்க? 'மலர்ச்சியாக இரு' என்பதை மட்டுமே எனக்குத் திரும்பத்திரும்பச் சொல்லத் தெரிகிறது. பூ எப்போ மலரும்? பொழுது எப்போ விடியும்?'

அருணன் இதனை நாள்குறிப்பில் எழுதிய நாள்: 1984 ஜனவரி 10ஆம் திகதி, செவ்வாய்க்கிழமை! மோகனமான இரவினில் இதனை எழுதியிருந்தான். அப்போது சிணுங்கல் மழை! இருட்டுக்குள் மழை தூறியதை யாரும் காணவில்லை. மழை, யன்னலில் பொட்டுப்பொட்டாகப் பூக்களை விரித்தன. மழையொலி கேட்ட அக்கணம் அருணன் பூரித்தபடியிருந்தான்.

அருணன் தன்னுள் இரசித்தபடியும் சிரித்தபடியும் இதனை எழுதியபொழுது, பரிதி அந்த அறையில் இருக்கவில்லை.

"உங்கன்ரை ரூமிற்கு வந்து உங்களைப் பார்க்க வேணும் போல இருக்கு. எப்பிடி பிரஷ் பண்ணிறியள்? எப்பிடி நித்திரை கொள்ளுறியள்? எப்பிடி ஷேவ் எடுக்கிறியள்? எப்பிடிக் குளிக்கிறியள்? எப்பிடி? எப்பிடி?

"எல்லாத்தையும் வந்து ஒளிச்சு நிண்டு பார்க்க வேணும் போல கிடக்கு.

"நெஞ்சின் ஓரத்தில் இருக்கையில் இந்தத் தூரம் என்ன செய்யும், இல்லையா அருண்?

"உங்கன்ரை நெஞ்சு மயிருக்குள்ளை நான் சிட்டுக்குருவியாக் கூடு கட்ட வேணும், என்ரை துரை!"

சுபா இதனைத் தனது டயரியில் எழுதிய நாள் இது: பின்பனி பெய்த, 1984 ஜனவரி 12ஆம் திகதி, வியாழக்கிழமை.

யாவற்றையும் அருணனுக்குச் சுபா சொல்லாமல் விடவில்லை; முகம் மலர்த்திச் சொன்னாள். அருணனும் அவ்வாறு, தான் நாள்குறிப்பில் எழுதியதைச் சொல்லியிருக்க வேண்டும், சொல்லவில்லை. அப்படி வெளிப்படையாக எதையும் சொல்கிற பிறவியுமல்ல அவன்! 'எனக்கானவளுக்கு ஏன் சொல்ல வேண்டும்?'

"உங்கன்ரை நெஞ்சு மயிருக்குள்ளை நான் சிட்டுக்குருவியாக் கூடு கட்ட வேணும், ராசா!" என்று சுபா சொன்ன பிறகு கனவுகளில் இலயித்தான் அருணன். வாயினில் நுரை ததும்ப 'பிரஷ்' பண்ணும்போது சந்தோசம் குமிழியிட இருந்தான். 'ஷேவ்' செய்யும்போது வரும் எரிவையும் எரிச்சலையும் சற்று நேரத்திற்கு மறந்தான். 'ஷவர்' இலிருந்து குமிழியாக நீர் தலையில் இறங்கும்போது புத்துணர்ச்சியுடன் ஆனந்தப்பட்டான்.

தான் இவ்வாறு மாறுவதையிட்டு அருணனுக்குத் தன்மீது கழிவிரக்கம் வந்தது. மீசையும் தாடியும் இல்லாத முகம் அவனிடம் ஒருபோதும் இருந்ததில்லை. இப்போது தடித்த மீசை மாத்திரம் இருக்கிறது. சுபா கத்தரிக்கோல் கொண்டு வந்திருந்தாள். மீசையை மாத்திரம் அவளுக்கு ஒழுங்குபடுத்தத் தெரிந்திருந்தது. தாடியை 'ஷேவ்' செய்வதற்கான 'பேர்மா ஷார்ப்' பிளேற்றுகளும் அவள் கொண்டுவந்தவற்றுள் இருந்தன.

அருணன், 'இது பிரதான முரண்பாடு அல்ல; சின்ன முரண்பாடு' எனத் தனக்குள் சொல்லிக்கொண்டான்.

"மீசையை உங்களுக்கு ஒழுங்குபடுத்தத் தெரியாதா," என்று கேட்டாள் சுபா. தனது கைப்பைக்குள் இரகசியமாகக் கத்தரிக்கோல் கொண்டுவந்து அருணனின் மீசையைக் கத்தரித்து ஒழுங்குபடுத்தினாள். கன்னத்தைப் பிடித்து, முரண்டு பிடித்த மயிர்களை வெட்டிச் சீராக்கினாள்.

முரண்டு பிடிக்கிற இவனை எதனால் வெட்டி, எப்படிச் சீராக்க முடியும்?

பிறகு கன்னத்தில் சவற்கார நுரை அப்பி 'ஷேவ்' செய்யத் தொடங்கினாள். சுபாவின் முகம் அப்போதும் செந்தளித்தபடி தெரிந்தது. பிளேற்றுகள் கன்னத்தில் இரத்தக் கீறலை ஏற்படுத்த வில்லை!

'இந்த மரக்கறிக்காரியிடம் இந்தளவு அடாவடியா? தேவதை என நினைத்தால், இவள் என்ன மோகினியாக இருக்கிறாள்!'

அருணன் சடக்கென சுபாவின் முகத்தை இழுத்து முத்தித்தான். முகம் சிவந்தாள் சுபா. முதல் முத்தம்!

முதல் முத்தத்தின் பெறுமதியை எந்த விலையென யார் அறிவர்?

○○○

அரசியல் வேலைகள் அருணனுக்கு இறுக்கமாயிற்று. மக்கள் அமைப்பைக் கட்டியெழுப்புகிற இயக்கத்தில் அவன் இருக்கிறான். ரிவோல்வருக்கும் பிஸ்ரலுக்கும் இடையிலான வித்தியாசம் அவனுக்குத் தெரியாது. *AK47* இற்கும் *T56* இற்கும் இடையிலான வித்தியாசத்தை அவனால் கண்டுபிடிக்க முடியாது!

ரஸ்யா, சீனாவில் தொடங்கி நிக்கரகுவா, எல்ஸால்வடோர் புரட்சிகள்வரை அவன் 'அக்குவேறு ஆணிவேறாக' அறிந்தவன். இங்கிலாந்துச் சிறையில் ஐரிஷ் விடுதலைப் போராளி பொபி சான்ட்ஸ், ஏன் சாகும்வரை உண்ணாவிரதம் இருக்கிறான் என்பதனை விலாவாரியாகச் சொல்ல முடியும்.

மக்கள் அமைப்புகளைக் கட்டும் இயக்கத்துக்கு அருணன் போல அரசியல் வகுப்பு எடுக்க யாரும் இல்லை.

"போராட்டத்திற்காக ஐக்கியப்படுவோம்; ஐக்கியத்திற் காகப் போராடுவோம்!" என்பது அவனது முக்கிய வாக்கியம்.

பிரதான முரண்பாடு, பகை முரண்பாடு, சிநேக முரண்பாடு, சின்ன முரண்பாடு என்பதில் தெளிவு கொண்டிருக்கிறான்.

"உனக்கும் எனக்கும் இடையில் எதில் முரண்பாடு இருக்கிறதோ, அதைத் தெளிந்துகொண்டால் நானும் நீயும் எதில் உடன்பட்டு வேலை செய்யலாம் என்பதிலும் தெளிவு கொள்ளலாம்" என்பான்.

"தேசிய விடுதலைப் போராட்டத்தில் ஐக்கிய முன்னணியே அடிப்படை நாதம்; தலைமை தாங்குபவர் யார் என்பதனை

மக்கள் தீர்மானிக்கட்டும்" என்பான். தமிழ்த் தேசத்தின் சிறுமுதலாளிகள் அவனுக்கு எதிரிகள் இல்லை; நேசசக்தி!

யாவும் தோழர் மா சே துங் எழுதிய 'புதிய ஜனநாயகப் புரட்சி' நூலிலிருந்து கற்றுக்கொண்டவைதாம். தேசியம் பற்றித் தெளிவாகச் சொல்லிய நூல் அது! வெறும் கல்வியாக அதனைப் பார்க்கவில்லை; அனுபவத்தில் அதை வடித்தான்! தோழர் மாவோ, அருணனுக்கு அதிகம் வழிகாட்டினார். ஆனால் அவனது இயக்கம், தோழர் மாவோவை அவ்வளவாக ஏற்றுக்கொள்ளவில்லை.

அதற்குக் காரணமும் உள்ளது. தோழர் மாவோவின் பெயரை உச்சரித்தால் 'இந்த இயக்கம் சீனச் சார்புடையது' என இந்தியா நினைத்துவிடும். தமிழீழத் தேசிய விடுதலைப் போராட்டம், இந்தியாவின் ஆதரவில்லாமல் நகர்ந்துவிட முடியாது. சீனா எப்போதும் சிங்கள அரசுக்குச் சார்பாக இருக்கிறது. இலங்கையின் சீனக் கொம்மியூனிஸ்ற்காரர்களை – மாவோயிஸ்றுகளை – 'சிறீமாவோயிஸ்றுகள்' என்றுதான் நக்கலடிக்கிறார்கள். ஈழத்தில் பெரும்பாலானோர் சிறீமாவையும் சீனாவையும் பிரித்துப் பார்ப்பதில்லை. சிறீமா இலங்கையின் பிரதமராக இருந்த ஒருவர்.

இதில் அருணனது இயக்கம் தெளிவாக இருந்தது. இயக்கத்தின் தலைவர் தோழர் பத்மநாதனாக இருந்தால் என்ன, சக தோழர்கள் வரதராஜன், ஹேமச்சந்திரா ஆகியோராக இருந்தால் என்ன, மிகத் தெளிவாக இருந்தார்கள். 'இந்தியா நமது தோழமை – தந்தை – நாடு!' தோழர் பத்மநாதனுக்கு மாவோவின் தத்துவங்களில் உள்ளூர விருப்பம் இருந்தாலும், 'சீனா நமது எதிரி' என்று யோசிக்கிறார். அல்லது இந்தியாவை வீணாக ஏன் பகைத்துக்கொள்வான் என்று யோசிக்கிறார்.

இந்தியப் பிரதமர் இந்திரா காந்தியின் ஒரு சொல்லுக்குக் கட்டுப்பட்டுத் தாங்கள் கடத்திய அமெரிக்கர்களான மெலன் தம்பதியினரை விடுதலை செய்யவில்லையா என்ன?

சுபாவுக்கு யாவற்றையும் கூறுவதில் உள்ள சந்தோசம் அருணனுக்கு வேறெதிலும் இல்லை. சுபாவுக்கு இவற்றைச் சொல்லச் சொல்ல விளங்கியதோ இல்லையோ இவனை ஆச்சரியத்துடன் கண்கள் விரியப் பார்த்தாள். சுபாவும் உற்ற 'தோழி' ஆவாள் என்பது அவனது எண்ணம் மாத்திரமல்ல; திண்ணம்!

தனக்கென்று வரப்போகின்ற சுபாவின் இளமையும் கிராமியமும் உண்மையும் நேர்மையும் அவளை வைக்கப்

போகின்ற இடம் வேறு என்பதை அருணன் உணர்ந்தான். தனது இயக்கத்திற்கு மிகத் தோதானவள் இவள்! சுபா தனது இயக்கத்தின் மகளிர் அணியின் பொறுப்பாகக்கூட வரும் சந்தர்ப்பம் இருக்கிறது. அதற்குத் தனது அரசியல் அமைப்பு எவ்வளவு மகிழ்வு காட்டும்!

தனது தாடிபற்றியே அதிகம் பேசும் சுபா, அவ்வாறு வந்த பிறகு தாடி வைப்பது ஒன்றும் யாருக்கும் பிரச்சினையாக இருக்கப் போவதில்லை. அவனது இயக்கத்தின் அடையாளமே தாடிதானே! தலைவருக்கு அடர்த்தியான தாடி; அடர்த்தியான தலைமயிர்!

ஆனால் அரசியல் வேலைகள் இறுக்கமான பிறகு சுபாவைச் சந்திக்க முடிந்ததில்லை. பரிதியையும் சந்தித்து நீண்ட நாளாயிற்று.

"நீ என்னுடையவள் என்றானபிறகு அரசியல் வேலை செய்ய ஈஸியா இருக்கு," என்றான். சுபா சட்டென எரிச்சலுடன் அருணனைப் பார்த்தாள். சுட்டுப் பொசுக்குவதற்கு விரிந்தன அவளது கண்கள்.

அருணனுக்கு உடனே எதுவும் புரியவில்லை. 'இதற்கு ஆத்திரப்பட ஒன்றுமேயில்லை,' என்பதை மாத்திரம் தெரிந்தான்.

இரவுகளில் தோழர்களுடன் கிராமங்களில் தங்கும்போது, ஓரத்திலிருந்து சுபா கண் சிமிட்டினாள். 'சுபா எனக்குள், என்னுடன் இருக்கிறாள்,' என்பதே போதுமாக இருந்தது.

○

அதிகாரம்: 7

1988

வசாவிளானுக்குள் கால் வைத்தேன். வசாவிளான் என்கின்ற ஊரை அங்கு நான் காணவில்லை. வசாவிளானுக்கு வடக்குப் பக்கம் பலாலி விமான நிலையம். யாழ்ப்பாணத்தின் மிகப்பெரிய சிங்கள இராணுவ முகாமும் அங்குதான். சிங்கள இராணுவ முகாம் அமைந்த இடத்தில் தமிழர்களின் நடமாட்டம் இருக்காது என்பது ஆச்சரியமல்ல.

கிழக்குப் பக்கமாக ஒட்டகப்புலம். 'முறிவுதறிவு' என்றால் 'புக்கை' கட்டுகிற இடம். பக்கத்தில் நெல்லிமரம் விளைந்த தோலகட்டி. யாழ்ப்பாணமெங்கும் நெல்லிரசம் இங்கிருந்துதான் போகிறது.

இவ்வளவு ஊர்களும் இங்குதான் இருந்தனவா, என்றுதான் கேட்கத் தோன்றுகிறது. எந்த ஊரினது அடையாளமும் இங்கு தெரியவில்லை. காடு பற்றிக் கிடக்கிறது வசாவிளான்.

சிங்கள இராணுவ முகாமை அண்டிய ஊர் என்பதால் பத்து வருடக் காலமாகத் தமிழ்ச்சனம் இங்கு வசிக்கவில்லை.

இப்போது இந்திய அமைதிப்படை வந்திருக்கிறது. இந்தியாவை மீறி, சிங்களத்தால் என்ன செய்துவிட முடியும் என்று ஈழத்தமிழர் பெரிதும் நம்பினர்.

இந்திய அமைதிப்படை வந்தபிறகு வசாவிளானில் தமிழ்ச் சனங்கள் வாழ வந்துவிட்டார்கள். வீடு, வாசல், வளவு, தோட்டம், வயல் யாவும் துளிர்க்கத் தொடங்கிவிட்டன. யாவற்றிலும் பச்சை படர்கிறது.

○○○

மனம் நிறைந்த சிரிப்பைக் கண்களில் வைத்து, கிளியன் என்னை வசாவிளான் முழுவதும் கொண்டு திரிந்தான். ஆளைப் பார்த்தால் சின்னப் பெடியன்போல இருக்கிறான். என் வயசை ஒத்த வயசு அவனுக்கு!

கிளியனிடம் ஓயாது சிரித்த, செந்தளித்த முகம் இருக்கிறது. அவனது ‘கதை’ கேட்ட பின்னர், ‘எப்படி, இப்படி முகத்தைத் தன்னில் பொருத்திக்கொண்டான்,’ என்று நான் திகைக்காத கணம் கிடையாது!

கிளியனுக்கு ஓர் அண்ணன் இருந்தான்; தங்கையும்! அவனது ஐயா இறந்து ஆண்டுகள் பலவாகிவிட்டன. இரண்டாயிரம் கண்டுத் தோட்டத்தை இவனும் அம்மாவுமாகச் செய்கிறார்கள். இல்லை, இனித்தான் செய்யப்போகிறார்கள். இப்போதுதான் வசாவிளானுக்கு வந்திருக்கிறது இவர்களது குடும்பம். ஐந்து வருடங்களாகச் சுன்னாகத்தில் வசித்தனர்.

அம்மாதான் குடும்பத்தைக் கொண்டு நடத்துகிறார். அம்மாவின் சீலையில் எப்போதும் கற்பூரம் மணக்கிறது. எப்போதாவதுதான் மோர்மிளகாய் பொரித்த எண்ணெயின் மணம் அம்மாவிடமிருந்து நுகர முடியும். அம்மா, ‘சோமவாரம்’ என்றுகூடப் புதன்கிழமைகளில் விரதம் பிடிக்கிறார்.

அம்மாவுக்கு விரதங்கள் கனத்துப்போயிற்று. ஆடிச் செவ்வாய், ஆவணி ஞாயிறு, புரட்டாசிச் சனி, ஐப்பசி வெள்ளி, கார்த்திகைத் திங்கள் என்று விரதங்கள் இருக்கின்றன. அதற்குமப்பால் தொண்டைமானாறு செல்வச் சந்நிதி முருகன், நல்லூர்க் கந்தசாமி, மாவிட்டபுரம் கந்தசாமி, நயினாதீவு நாகபூசணி அம்மன் என்றான கோயில்களின் கொடியேற்றம், தேர், தீர்த்தத் திருவிழாக்கள் என்ற நாள்களின் விரதங்களைச் சுன்னாகத்திலும் அம்மா மறக்கவில்லை.

ஐப்பசி வெள்ளி விரதத்துக்கு அம்மாவின் சாப்பாடு அமிர்தம்! பச்சையரிசியில் பொங்கல். கத்திரிக்காய் அல்லது வெண்டிக்காய் பொரித்த குழம்பு, பச்சைமிளகாய்ச் சம்பல், நெருப்பில் வாட்டிய அப்பளம், மோர்மிளகாய்ப் பொரியல்.

வசாவிளான் ஊரின் அம்மன், முருகன் கோயில்கள் பன்னிரண்டு நாள்த் திருவிழாக்களைக் கொண்டிருக்கின்றன.

இருபத்தி நான்கு நாள்கள் சுன்னாகத்திலும் அதற்கு விரதம்! விரதங்களை எண்ணிக்கொண்டால், வருசத்தின் அரைவாசி நாள்களை அது தின்கின்றது.

பிறகு... பிறகு...
சொன்னால் நிறைய விரதங்கள்!

அதனால் எப்போதும் அம்மாவின் சேலையில் கற்பூரம் மணக்கிறது. அம்மாவிடம் அம்மாள் குடிகொண்டிருக்கிறாள் என்பதைக் கிளியன் அறிவான். கற்பூரம் மணப்பது மாத்திரம் காரணமல்ல. அம்மாவின் அடர்க்கூந்தலில் ஒன்றிரண்டு நரைக்கீறு மட்டுமே தெரிகின்றது. அம்மாவிடமிருந்து இன்னமும் இளமை விடைபெறவில்லை. ஆயினும் அம்மாவிடம் எப்போதும் வெள்ளைச்சேலை. குங்குமப் பொட்டிடாத நெற்றியில் திருநீற்றுக் கீறும் சந்தனப் பொட்டும். சந்தனப் பொட்டு, குங்குமமாகத் துலங்குகிறது.

அம்மாள் எப்படி இருப்பாள் என்று கிளியனுக்குத் தெரியாது. 'இப்படித்தான் இருப்பாள்' என்று அம்மாவைப் பார்த்து ஏதோ புளகிதம். அம்மா நடக்கின்றபோது கால்களைப் பார்க்கின்றான் கிளியன். நிலத்தின்மேல் கால் பதியாது நீரின் மேல் நடப்பதுபோன்ற ஒரு நடை.

அம்மாளின் பாதங்கள் அப்படித்தான். ஒருபோதும் நிலத்தில் பதிவதில்லை!

கடைக்கண்ணால் கிளியனின் அண்ணனைப் பார்க்கிற அம்மா, கிளியனைக் கண்ணுக்கு நேரே பார்க்கிறா. அப்போது ஒன்று புரிந்துபோயிற்று; கிளியனை அம்மா அதிகம் நம்புகிறா மாத்திரமல்ல; விரும்புகிறா!

அந்த அம்மா, கிளியனின் அம்மா ஒருநாள் செத்துப்போனா. அவலமான நேரத்தில் நிகழ்ந்த சாவு; அகாலமான காலத்தில் நேர்ந்த சாவு!

"கையெடுத்துக் கும்பிடுறன் ஐயா, ஒருத்தரையும் ஒண்டும் செய்து போடாதையுங்கோ," அம்மாவின் கடைசி வாக்கியம் அது!

நிலத்தில் முழங்கால் ஊன்றி அம்மா கையெடுத்துக் கும்பிட்டா.

மத்தியானப் பொழுது அது. சூரியன் மாத்திரம் சுட்டெரிக்கவில்லை.

வீட்டினுள்ளே ராசுவும் கிளியனும் இருக்கிறார்கள். தங்கை, பக்கத்து வீட்டுக்கு விளையாடப் போய்விட்டாள்.

ராசுவின் கண்கள், பேந்தப் பேந்த முழிக்கின்றன. கிளியனுக்குத் தீர்க்கமான கண்கள். ராசுவுக்காகத்தான் கிளியனின் கண்கள் கலக்கம் கொள்கின்றன.

இந்தியனாமி ஊரைச் சுற்றிவளைத்து வருகிறது. கிளியனின் வீட்டுக்கு முன்னால் தார்வீதி. அதற்குமப்பால் பத்தாயிரம் கண்டுத் தோட்டம். அதற்குள்ளால்தான் வருகிறது இந்தியனாமி. அங்குள்ள பயிர்பச்சைகளைப் பற்றி அவர்கள் அக்கறைப்பட்டதாகத் தெரியவில்லை. தோட்டக்காணியைத் தாறுமாறாக மிதித்துக்கொண்டு வந்தது அவர்களது சப்பாத்துக் கால்!

தோட்டத்தைச் சுற்றிப் பற்றைக் காடு. சடசடவென இந்தியனாமியை நோக்கிக் குண்டுகள் தீர்படுகின்றன. நான்கைந்து கிரனைட்டுகளும் இந்தியனாமிமேல் விழுகின்றன. பிறகு ஐந்து சைக்கிள்களில் எட்டு இளைஞர்கள் ஓடுகிறார்கள்!

இப்படித்தான் இங்கு நிகழ்கிறது. பாகிஸ்தானினதோ சீனாவினதோ எல்லை அல்ல, ஈழம்! பாகிஸ்தான், சீனா எல்லையெனில் எங்கிருந்து குண்டு வருகிறது என்று தெரியும். ஈழத்துக்கு எல்லை இல்லை! எல்லையிட யாரினாலும் இயலாது. பற்றைகளும் சுடுகின்றன, காடுகளும் சுடுகின்றன, தோட்ட வெளியும் சுடுகின்றது, கடல்கூடச் சுட்டுப் பொசுக்கு கிறது! விடுதலைப் புலிகளுக்குத் தங்கள் உயிரும் எதிரிகளின் உயிரும் துச்சம்!

பிழையான இடத்தில் இந்தியனாமி கால் வைத்துவிட்டது; அகலக்கால்! ஈழம், பாகிஸ்தானும் அல்ல; சீனாவும் அல்ல. போராளிகளின் பூமி!

இந்தியனாமிக்கு இறப்பு எங்கிருந்து வருகின்றது என்றும் தெரியவில்லை. எத்தனை பேர் இறந்தார்கள் என்றும் தெரியவில்லை.

சுற்றிவரக் கண்மண் தெரியாமல் சுட்டது இந்தியனாமி. எப்போதும் எங்கேயும் இந்தியனாமி அதனைத்தான் செய்கிறது. ஐந்தாறு குண்டுகள் கிளியனின் வீட்டுச் சுவரைத் துளைத்தன. சீமெந்துச் சுவரில் ஆறு துளைகள்!

அம்மா பதைபதைத்த குரலில் கத்தினா: "வீட்டுக்குள்ளை ஓடுங்கோ, ராசாக்களே வெளியிலை முகத்தைக் காட்டாதையுங்கோ, நான் முன்னுக்கை நிக்கிறன்."

கிளியன், வீட்டின் வளவைத் தாண்டி ஓடியிருக்க முடியும். ராசுவால் ஓடிவிட முடியாது. ராசுவுக்காக கிளியன் வீட்டிற்குள் நின்றான். வேர்த்து ஒழுகுகிறது, கிளியனுக்கு.

முற்றத்தில் இந்தியனாமி வந்துவிட்ட சரசரப்பு கிளியனுக்குக் கேட்டது. அம்மா ஏதோ பேசுகிறார், தமிழில்தான் பேசுகிறார். அதுவும் கிளியனுக்குக் கேட்டது. அம்மா இரண்டு கைகளையும் எடுத்துக் கும்பிட்டது கிளியனுக்குத் தெரியாது. கிளியன் அதை எதிர்பார்த்திருக்க மாட்டான்.

அம்மா பேசியது தமிழ்; யாழ்ப்பாணத் தமிழ்! இந்தியனாமிக்குத் தமிழே புரியாது; யாழ்ப்பாணத் தமிழா புரியப்போகிறது?

அம்மா, கையெடுத்துக் கும்பிட்டதும் புரியவில்லை என்று எப்படிச் சொல்ல முடியும்? இந்தியாவில் இந்து மதத்தினர் அத்தனைபேரும் இறைவனைக் கையெடுத்துத்தான் கும்பிடு கிறார்கள். வந்தவர்கள் சீக்கியரல்லர்; கூர்க்காக்களுமல்லர்.

அம்மாவின் வாய்க்குள் பிஸ்ரலை வைத்து ஒரு குண்டினைச் செலுத்தியது இந்தியனாமி. அம்மா, 'க்...' என்ற சப்தமெழுப்பி, கண் செருகிச் செத்து விழுந்தபிறகு அயலில் குண்டுச்சத்தம் எதுவும் கேட்கவில்லை. செம்பாட்டுப் புழுதி மண்ணில் கைகள் கூப்பியபடி அம்மா கிடந்தா!

கிளியன் அப்போது உயிர் தப்பினான்! கிளியனின் அண்ணன் ராசுவும் அதன்போது தப்பினான்! ராசுவுக்குப் 'போலியோ' வந்தபோது ஐந்து வயது. அதன்பிறகு அவனது இடது கால் இயங்கவில்லை; இப்போது எதுவுமே இயங்கவில்லை.

கிளியன் தலையில் கைவைத்து விக்கித்துப்போனான்!

○○○

கிளியன் வாய்கொள்ளாச் சிரிப்புடன் எப்போதும் வருகிறான். "என்ன அண்ணை செய்யிறது, இப்பிடிச் சிரிக்கிறது அம்மாவிடமிருந்துதான் எனக்கு வந்தது. அப்பிடிச் சிரிக்காட்டில் அம்மாவை மறந்துபோனன் எண்டெல்லோ அர்த்தம். நான் சிரிச்சுச்சிரிச்சுத்தான் அம்மாவின்ரை மனசை ஆத்த வேணும்."

சோளகம் குப்புற விழுத்துமாப்போல வீசியது. புழுதியைக் கண்ணுக்குள்ளும் வாய்க்குள்ளும் அள்ளிப்போட்டது. கிளியனை அவனது உடம்பைப் பார்த்து எத்தி விட்டுவிடும் இந்தச் சோளகக் காத்து! "துத்துத்தூ," என்று வாய்க்குள் விழுந்த மண்ணைத் துப்பி வந்தான் கிளியன்.

"சுப்பிரமணியண்ணை இப்பவும் கொட்டிலைக் கட்டி யிருப்பார் எண்டு நம்பிறியளோ," என்று கேட்ட கிளியனுக்கு என்னிடம் பதிலில்லை. "போய்த்தான் பார்க்க வேணும்."

"பத்தைகள் எப்பிடி முளைச்சிருக்கு எண்டோ," கிளியன் அப்படிக் கேட்டும் சிரித்தான்.

வீடுகள் சிதைந்தவர்களுக்குத் தற்காலிகக் கொட்டில் அமைக்க, மூவாயிரம் ரூபா கொடுக்கிறது நமது நிறுவனம். மூவாயிரம் ரூபாயையும் ஒரேநேரத்தில் கொடுப்பதில்லை. மூன்று முறையாக, மூன்று ஆயிரம் ரூபா கொடுக்கிறார்கள். என் வேலைகளில் ஒன்று, அத்தனையையும் போய்ப் பார்த்து 'சரி' என ஒப்பமிடுவது.

முதலில் கொடுக்கும் ஆயிரம் ரூபாயில் காட்டுத் தடிகள், கிடுகுகள், குழைக்க வேண்டிய செம்மண் ஆகியவற்றை வாங்க வேண்டும்.

அவை வாங்கப்பட்டிருக்கின்றனவா என்று நான் வழங்கும் உறுதியில் அடுத்த ஆயிரம் ரூபாவை நமது நிறுவனம் கொடுக்கிறது.

கொட்டில் எழும்பி இனிக் கூரைதான் என்றபோது மீதி ஆயிரம் ரூபா. அத்தனையும் நான் உறுதிப்படுத்த வேண்டும். எனக்குச் சின்ன அளவிலேனும் அதிகாரம் இருக்கிறது.

இந்த அதிகாரம் எனக்குச் சுவைக்கிறது!

முதலில் கொடுத்த ஆயிரம் ரூபாயில் சுப்பிரமணியண்ணை, ஒன்றும் வாங்கியதாகத் தெரியவில்லை. சுப்பிரமணி யண்ணைக்குத் தடித்த மீசை இருக்கிறது. அடர்ந்த தாடி வரத்தக்க முகம்! கறுத்து உயர்ந்த உடம்பு. கண்கள், உறுத்திய பார்வையைக் கொண்டிருக்கின்றன. கறுத்துத் திரண்ட இந்த உடம்பில் ரோச மயிர்கள் இல்லாமல் போகாது. அதை உணராது கேட்டுவிட்டேன்:

"என்ன அண்ணை, எவ்வளவு தரம் உலைஞ்சிட்டம்? இன்னும் ஒண்டும் செய்யேல்லை. காசை வாங்கேக்கை மாத்திரம்... வேண்டாம், நான் அதிகம் கதைக்கக் கூடாது. உங்களுக்குக் கொட்டில் போட விருப்பமில்லையெண்டால் காசைத் திருப்பித் தாங்கோ; நாங்கள் அந்தக் காசை பாதிக்கப் பட்ட வேறை ஆருக்கும் குடுத்து உதவலாம்."

என் நாக்கில் சனி புகுந்ததை அந்தக் கணத்திலேயே உணர்ந்தேன். கணம் பிந்திவிட்டது. கிளியனின் சிரித்த வாயும் சடக்கென மூடியது. அப்போது காற்றும் வீசியதாகத் தெரியவில்லை; இலைகள் அலுங்காமல் இருந்தன. என் வயிற்றில் சட்டென அமிலம் ஊறியது.

இரவி அருணாசலம்

சுப்பிரமணியண்ணர், உடன் தன் வீட்டினுள்ளே போய் விறுக்கென்று வெளியே வந்தார்.

"கொண்டு போங்கோ உங்கன்ரை பிச்சைக்காசை. ஒரு பக்கம் இந்தியனாமி, இஞ்சாலை சிங்கள ஆமி; இடையில நீங்கள். எல்லாரும் எங்களை ஆய்க்கினைப்படுத்த வந்திருக்கிறியள். நாங்களென்ன ஒண்டுக்கும் வழியில்லாமல் இருக்கிறம் எண்டா நினைக்கிறியள்? ஒரு வெறும் பச்சைத் தாளைத் தந்திட்டு எங்களைப் பிச்சைக்காரர் மாதிரியல்லே நடத்திறியள். உங்கன்ரை ஒரு புண்டரியமும் எனக்கு வேண்டாம். என்னாலை என்ரை சொந்தக்காலிலை நிக்க ஏலும். கொண்டுபோங்கடா உங்கன்ரை 'சாமானை'."

ஆயிரம் ரூபாய்த்தாளைச் சுழற்றி எறிந்தார். அப்போது காற்று அதிகம் இல்லாததனால் அப்படியே நிலத்தில் விழுந்தது. ஆலம்பழத்தைப் பொறுக்கிற மாதிரி அந்தப் பச்சைத்தாளை எடுத்தேன். மனசு மிகமிக நொந்தது. நான் யார், மக்களுக்கு ஊழியனா, மக்களின் அதிகாரியா?

சிவகுமார் சேர் என் நெஞ்சில் சடாரென வந்து நின்றார். 'என்னெடா செய்யிறாய் நீ!' சிவகுமார் சேர் இந்தச் செய்தியை அறிந்தால் மிகக் கொதிப்பார். மக்களின் ஊழியன் நான்! என்ன பிறவி நான்! இந்த இடத்தில் அருணன் இருந்திருந்தால் என்ன செய்திருப்பான்?

"ஐயா உங்களுக்கு உதவி செய்ய ஆக்கள் இல்லையோ? சொல்லுங்கோ நான் வாறன். எப்ப வர," இதுதான் அருணனின் வாக்கியமாக, கேள்வியாக இருக்கும். அவன் சாரத்தையும் கொடுக்குக் கட்டிக்கொண்டு உதவிசெய்ய வந்திடுவான்.

அருணனின் மூஞ்சையின் மேலே காசு எறிய எவருக்குத் தான் மனம் வரும்? இதோ, என் மூஞ்சையில்தான் காசு எறிபட்டிருக்கிறது!

மங்களேசண்ணரை உடனே யோசித்தேன். இந்தக் காசை அவருக்குக் கொடுத்திருக்கலாம்.

○○○

நாவற்குழிப் பாலம் தாண்டி எதிர்க்காற்றில் சைக்கிள் உழக்கி மறவன்புலம் போனேன். எதிர்க்காற்றில் சைக்கிள் உழக்கிய களைப்பு வேறு. நாவற்குழிச் சந்தியில் இந்தியனாமி வீதி நிறைந்து நிற்கிறாங்கள். வனஸ்பதி நெய்யின் மணம் ஊரை மேவிக் கிடக்கிறது.

கடைகள் எதுவும் திறந்து இல்லை! சோடா ஒன்றும் குடிக்க முடியாது. கடையைத் திறந்தால் இந்தியனாமியும் அதனுடன் ஒட்டிய 'ரிபிஎல்எப்'பும் சோடா அத்தனையையும் காசு கொடுக்காமல் குடித்து முடித்துவிடும்.

எனக்கு வந்த எரிச்சலில் உடலெங்கும் சூடு பரவிற்று.

இவர்களுக்குள்ளால் நான் சைக்கிள் ஓடிவிட முடியாது. இந்தியனாமியில் ஒருத்தனையாவது என் சைக்கிள் தொடும். அவன் சடக்கெனக் கை நீட்டுவான். என் கோபமும் பொல்லாதது!

சட்டென இந்தியனாமி யாவரும் என்னை மொங்கு வார்கள். 'புலிப் பயங்கரவாதியைச் சுட்டுக் கொன்றோம்' என்று அவர்கள் செய்தி பரப்பினாலும் கேள்வி கேட்க அங்கு யாரும் இல்லை. அனாதையாக என் சவம் நாவற்குழிச் சந்தி அருகில் கிடக்கும்.

எதற்கு வீண் வில்லங்கம்! நான் சைக்கிளை உருட்டிக் கொண்டு போனேன். வேர்த்துக்கொட்டிய அந்த வெயிலுக்குப் பூவரச மர நிழலின் கீழ் பனங்குற்றியில் மூன்று இந்திய இராணுவத்தான்கள் இருந்தார்கள்.

ஒருவன் என்னைப் பார்த்து ஏதோ சொன்னான். எனக்கு எதுவும் விளங்கவில்லை. அவனிடம் என் அசட்டுச் சிரிப்புப் போயிற்று. அவனுக்கு முறைப்பு வந்தது. சைகையால், 'சைக்கிளைத் தூக்கிக்கொண்டு நட' என்று அவன் சொன்னதை நான் புரியாத மாதிரி கடக்க முயன்றேன். அவன் பூவரச மர நிழலிலிருந்து எழுந்து வந்தான். அவன் வந்த வேகம், என் மூஞ்சையை உடைப்பதற்கு வீறுகொண்டதாக இருந்தது. நான் உடனேயே சைக்கிளைத் தூக்கினேன். அவன் தலையை மேலும் கீழுமாக ஆட்டினான்.

அவன் அதிக உயரமாக இருந்தான். அவனது தோள்மூட்டின் கீழே என் தலை இருந்தது. அவனது நீண்ட கைகளின் ஒரு விசுக்கே என்னை நிலைகுலையச் செய்துவிடும்!

எனக்கு ஒன்று புரிந்தது: நாங்கள் அவர்களுக்கு மனிதர்களே யல்லர்.

சைக்கிளைத் தூக்கிக்கொண்டு ஐம்பது யார் தூரம்வரை நடந்தேன். அது நடையேயல்ல. ஆவேசமும் வெப்பியாரமும் கையாலாகா நிலைமையும் என்னைத் தன்பாட்டில் இயக்கியது. நான் மனிதப்பிறவியே அல்ல; மிருகமும் அல்ல! வெறும் புழு! எலும்பும் தோலும் தசையும் அற்ற புழு! வெயிலில் துடித்துப்

போய்க் காயும் புழு! அவ்வாறுதான் அந்த இடத்தில் என்னை நான் உணர்ந்தேன்.

இவங்கள் யார், இந்தியாவின் எங்கோ ஒரு மூலையில் இருந்துவிட்டு வந்து எங்களை இயக்க?

சைக்கிளைத் தூக்கச் சொன்ன இராணுவத்தானைத் தவிர மற்றைய இரண்டு இராணுவத்தான்களும் கெக்கலி கொட்டிச் சிரித்தான்கள்.

பிறகு அவன்களில் ஒருத்தன், 'சைக்கிளை ஓடு,' என்று சைகை செய்தான்.

அவர்கள் 'இறங்கு,' என்று சொல்ல இறங்கவும், 'சைக்கிளைத் தூக்கிக்கொண்டு நட,' என்று சொல்ல நடக்கவும், இப்ப 'சைக்கிளை ஓடு' என்று சொல்ல சைக்கிளை ஓடவும் நான் யார்? கொஞ்ச ஓர்மம், கொஞ்ச வீறாப்பு, கொஞ்சத் தன்மானம், கொஞ்ச ரோசம் என்னிடம் இல்லையா? சுயமரியாதை ஏதும் இல்லையா?

அவன்களது முகம் என்னை விட்டு நீங்கும்வரை சைக்கிளை உருட்டிச் சென்றேன். அப்போதும்கூட நான் பட்ட அவமானம் என்னை விட்டு நீங்குவதாயில்லை.

இந்தியாவிலிருந்து வந்த ஒருத்தன் என்னுடைய தேசத்தில் 'நான் என்னசெய்ய வேண்டும்' என்று தீர்மானிக்கிறான். ஆனால் ஒல்லாந்து தேசத்திலிருந்து வந்த யோஹான், என்னைக் கேட்டே எல்லாம் செய்கிறான்.

ooo

நட்டநடு வெயிலில் நெட்ட நெடுங்குத்தியாகப் பனைகளும் பரிதவித்து நின்றன. சேர்ட்டின் வேர்வையையும் தாண்டிச் சூரியன், முதுகில் குத்தினான். தோள்மூட்டுப் பக்கம் சேர்ட், இன்னொரு மங்கிய நிறம் கொள்ளத் தொடங்கிவிட்டது. வீட்டு விறாந்தையில் "ஸ்ஸ். . . அப்பாடா," என்று புழுக்கம் போக்கி நின்றார் மங்களேசண்ணர்.

உடைந்த வீடுகளையும் சிதைந்த தோட்டங்களையும் எப்போதோ பார்த்திருந்ததுதான். அவற்றின் மேலே மீண்டும் எங்கள் சைக்கிள்கள் ஊர்ந்தன. ஏற்கெனவே நேர்முகம் செய்தவர்களை மீண்டும் சந்தித்தேன். இரண்டாம் கட்டமாக அவர்களைப் பார்க்கிறேன். அவர்கள் செய்த வேலையைப் பார்க்கிறேன். திருப்தியாகவே இருக்கிறது. அடுத்த தவணை பணம் கொடுக்கலாம்.

என் அறிக்கை கண்டுதான் கொடுப்பார்கள்.

அப்படியே மங்களேசண்ணர் இன்னோரிடம் கூட்டிப் போனார்.

ஒரு கொட்டில், யாருமே இல்லை; இரண்டு முட்டிக் கள்ளு இருந்தது, திண்ணையில். செதுக்கின சிரட்டை, இரண்டு! வெயிலுக்குத் தோது. ஆனால்,

வெயிலுக்கு ஒன்றும் ஏத்துவதாக இல்லை; தாகம்தான் கூடியிருந்தது. மடமடவெனக் குடித்தேன். நிதானமாகக் குடித்தார் மங்களேசண்ணர்.

பிறகு யோசித்தேன்: 'இவங்கள் எவ்வாறு என்னைச் சைக்கிளைத் தூக்கிக்கொண்டு போகச் சொல்ல முடியும்? அந்த இடத்தில் நான் சைக்கிளைத் தூக்கிச் செல்வதற்கான காரணம் என்ன? சைக்கிளைத் தூக்கிக்கொண்டு போவதைப் பார்த்துக் கெக்கலி கொட்டிச் சிரிக்கும் ஏளனம் ஏன் இவர்களுக்கு வந்தது?'

நான் மிகமிக அவமானப்பட்டுக் குறுகிப் போகிறேன். நான் மனிதனாக மாத்திரம் இருந்தேன். சமூகத்தில் கள்ளன், போக்கிரி என்று எனக்குப் பெயர் இருக்கவில்லை. அருணன், தன் மூக்குக் கண்ணாடிக்குள்ளால் என்னைப் பார்த்து, "மைச்சான் நீ நல்லவன்டா," என்கிறான். அந்த அருமையானவன் சொல்வதற்கு அப்பால் யார், என்னைப் பற்றி என்ன சொல்ல இருக்கிறது?

சிவகுமார் சேர் சொல்கிறார்: "உன்னிடம் ஒரு வேலையை நம்பி ஒப்படைக்கலாம். எந்த வேலையென்றாலும் திறம்படச் செய்கிறாய்," ஆங்கிலத்தில் சொல்கிறார்.

ஒழுங்காகக் கல்வி கற்றேன். மூக்கும் முழியுமாக மனிதர்களுக்கு உரிய அத்தனை தகைமையும் எனக்கு இருந்தன. கற்றிருக்கிறேன்; இந்தச் சமூகத்தில் ஆங்கிலம் பேச எனக்குத் தெரிகிறது.

பேசத் தெரியாவிட்டாலும் பரவாயில்லை, இவர்கள் யார், என் சுயத்தைச் சீண்டிப் பார்க்க? என் சுயமரியாதையைத் தீண்டிப் பார்க்க?

இவ்வாறு நான் அவமானப்பட என்ன காரணம்?

நான் மாத்திரம் இந்தியனாமியால் அவமானப்பட்டதல்ல. ஈழத்தமிழர் யாபேரும் ஏதோ ஒருவகையில் அவமானப்பட்டுக் கொண்டிருக்கிறார்கள்.

என்னுள் புழுங்கிக்கொண்டு தவித்தேன்.

காரணம் 'கள்ளு' என்று சொல்லாதீர்கள்; கள்ளு எனக்கு ஏத்தவில்லை என்று சொல்லிவிட்டேன்.

சாராயமோ அல்லது கசிப்போ குடிக்க வேண்டும்! நாவற்குழிக்கு நேரே போய் அவனது முகத்தில் ஓங்கிக் குத்த வேண்டும்! மூக்குச் சிதைந்து இரத்தம் சீற வேண்டும்! அந்தக் குத்து, இந்தியப் பிரதமர் ராஜீவ் காந்தியின் மூக்குக்கும் சேர்த்து!

000

"சாப்பிட்டுப் போகலாம்," என்றார் மங்களேசண்ணர். அவரது பிள்ளையார் கோயில் திருவிழாவின் ஏழாம் நாள். இந்தியனாமிக் காலத்தில் திருவிழாக் கொண்டாட்டம் என்று ஏதுமில்லை. சிகரம், சப்பறம், சாத்துப்படி எதுவுமில்லை. தவில் கச்சேரி இல்லை; நாயன முழக்கமில்லை. சின்னமேளம் இல்லை; கோஷ்டி கானம் இல்லை. கூத்து இல்லை; கடலைக்காரிகள், ஐஸ்பழக்காரங்கள், பலூன் வியாபாரிகள் என்று கும்பல் ஏதுமில்லை!

கோயிலின் அயலில் உள்ளோர் மாத்திரம் விரதம் பிடிக்கிறார்கள். வாழையிலையில் தயிருடன் மரக்கறிச் சோறு உண்கிறார்கள். பிறகு வெத்திலைபாக்குப் போட்டு அல்லது சுருட்டுக் குடித்து, ஒரு கண் அயர்வு.

மங்களேசண்ணரும் அவரது குடும்பமும் விரதம். கள்ளும் மரக்கறியும்தான் என்று மங்களேசண்ணர் ஏலவே சொல்லி விட்டார்; அதனால் குடித்திருந்தார்.

தயிர் புளித்ததைத் தவிர வேறெந்த ருசியும் அவர்களது விரதச் சாப்பாட்டில் இருக்கவில்லை. முட்டையையும் மரக்கறி என நினைத்து அவித்து அல்லது பொரித்துத் தந்திருக்கலாம். கள்ளு மரக்கறியெண்டால் முட்டையும் மரக்கறிதான்! மச்சம் ஏதும் இல்லாத சாப்பாட்டை என் வாய் தொடப் பஞ்சிப் படுகிறது. இரண்டு மாம்பழங்கள் சீவிக் கிண்ணத்தில் இருந்தன; நிறைந்த உணவு!

பாக்குச் சீவி வெத்திலையில் வைத்துத் தந்தார் மங்களேசண்ணர் மனைவி மாலாக்கா. நான் உண்டென வெத்திலையில் சுண்ணாம்பைக் கீறினேன்.

– அவன் அதிக உயரமாக இருக்கிறான். அவனது நீண்ட கைகளின் ஒரு விசுக்கே என்னை ஒன்றுமில்லாமல் பண்ணி விடும். –

நான் மீண்டும் நாவற்குழிச் சந்தியால் போக வேண்டும். அவன் பூவரச மர நிழலின்கீழ் தறிபட்ட பனங்குற்றியில் இருக்கலாம். எங்களூர்ப் பனைகளைத் தறித்துப் போட இவர்களுக்கு யார் உரிமை கொடுத்தது? அவர்களே தறிக்கவில்லை; எங்கள் ஆட்களைக் கொண்டு தறித்துப் போடுகிறார்கள்.

சுண்ணாம்பின் காரம் நாக்கை அவித்தது. அது அப்போது எனக்குத் தேவையென உணர்ந்தேன்.

என் நினைவு எங்கேயோ இருக்கிறது. அப்போதுதான் மாலாக்கா கேட்டார்:

புளியடி முடக்கு தாண்டிய பிறகு வருகிற பெரிய கல்வீடு, மங்களேசண்ணரின் கூடப்பிறந்த தங்கையினுடையது. 83 யூலைக் கலவரத்தின் பிறகு தங்கை, 'ஒப்பின் விசா' கிடைத்ததென்று குடும்பத்துடன் இங்கிலாந்து போய்விட்டார்.

எறிகணை வீச்சினால் வீட்டின் ஒரு பகுதி சிறு சேதம் அடைந்திருக்கிறது. அந்த வீட்டில் யாரும் வசிக்கவில்லை; வசிக்கப் போவதுமில்லை. மாட்டுக் கொட்டிலாகக்கூட அது இராது. ஆனால் 'கொட்டில் போட ஏதும் உதவிசெய்ய ஏலாதா,' என்று மாலாக்கா கேட்டார். மேலும் அவர் சொன்னார்:

"அண்ணர் ஊர்த்துளாவாரங்களோடுதானே மினைக்கெடு கிறார்; தங்கச்சிக்கு இந்த ஒரு உதவியாவது செய்யக் கூடாதா, எண்டு அவள் கேக்கிறாள்."

இங்கிலாந்திலிருந்து அப்படி ஒரு கடிதம் வரும் என்று நான் நம்பவில்லை.

மங்களேசண்ணரைப் பார்த்தேன், அவர் உடனேயே முகத்தைத் திருப்பினார். அவருக்கும் அதில் சம்மதம் என்று தெரிகிறது.

கொடுக்கிற காசில் ஒரு வேலிகூடக் கட்ட மாட்டார் மங்களேசண்ணர் என்று எனக்கு உறுதியாகத் தெரிந்தது. இங்கிலாந்தில் வசிக்கும் தங்கச்சிக்கு மூவாயிரம் ரூபா குறித்து எதுவும் தெரிந்திருக்காது. தெரிந்திருந்தாலும் கேட்டிருக்க மாட்டார். மூவாயிரம் ரூபா என்றால் முப்பது பவுண்டுகளுக்கும் குறைவானது. ஒரு நாளிலேயே இங்கிலாந்தில் முப்பது பவுண்டை உழைத்துவிடுவார்கள். அங்கிருந்து இங்கு பிச்சை கேட்கும் அளவு கேவலமான மனிதர்களாக அவர்களை நான் நினைக்கவில்லை!

மங்களேசண்ணரின் சேமிப்பில் இன்னொரு மூவாயிரம் ரூபா ஏறப்போகிறது! அரசாங்கம் தந்த யுத்த நிவாரணப் பணமான ஆயிரம் ரூபாயை இரண்டு இடத்தில் வாங்கி யிருக்கிறார் மங்களேசண்ணர். மனைவியின் ஊரில் ஆயிரமும் தனது ஊரில் ஆயிரமும்; இரண்டாயிரம் ரூபா! அதைச் சிரித்துப் பெருமையாகச் சொல்லிக்கொண்டார். அப்போது கள்ளுக் குடித்திருந்தோம். கள்ளின் போதையும் சிரிப்பில் கலந்திருந்தது.

கள்ளும் மரக்கறிச் சாப்பாடும் வெத்திலை பாக்கும்... ம்... நக்குண்டுவிட்டேன்!

என் பணமும் அல்ல. மிகவும் பாதிக்கப்பட்டவர்களுக்குப் போக வேண்டிய பணம்! மூன்று தவணை என்றாலும் சுளையாக மூவாயிரம் ரூபா!

இந்தக் காசை மாலாக்கா கேட்கிறார்; நக்குண்டு நாவிழந்தேனா?

அலுவலகத்தில் பணிப்பாளர் சிவகுமார் சேர் எப்போதும் சொல்கிறார்: "பரிதி, கவனம். இது ஆரோ தாற காசுதான். ஆனால் அந்தக் காசு சரியான ஆளுக்குப் போகுதோ எண்டதை உறுதிப்படுத்த வேண்டிய கடமை எங்களுக்கு இருக்கு. அதாவது உன்னட்டை இருக்கு. *every drop is precious* . ஒவ்வொரு துளியும் பெறுமதியானது. அதை நாங்கள்தான் உணர வேணும். அதே சமயம் ஆருக்குப் போகக் கூடாது என்பதிலும் தெளிவு இருக்க வேணும். நீ நல்லவன்; ஆனால் உன்னட்டைக் கொஞ்சக் குழப்படி இருக்கு. அது சமூகத்துக்கு நல்லதல்ல. அண்டைக்கே சொல்ல வேணும் எண்டு யோசிச்சனான். அண்டைக்கு உன்ரை நிலைமை சரியில்லாமல் இருந்துது. நீ இப்பிடி ஒரு நிலைமையில இருப்பாய் எண்டு நான் ஒரு சொட்டும் எதிர்பார்க்கேல்லை. அதுதான் அப்ப நான் சொல்லேல்லை, உனக்குத் தெரியுமா அது?"

சட்டென எனக்கு ஒரு திகைப்பு! 'அண்டைக்கு' என்றால் எண்டைக்கு? ம்ம்?

15

ஏழாம் அத்தியாயம்

1985

பாலாய் நிலவு காய்ந்தது. மெதுவாய் நூல் பிடித்துப் பனி இறங்கியது. இரைச்சல் இல்லாத கடலை இரவினில் அருணன் அறிய வில்லை. பூம்புகார் எனும் அந்தக் கடற்கரைக் கிராமத்தில் பிரான்சிசும் தேவனும் உடனிருக்க அருணன் வகுப்பு எடுத்தான். வகுப்பில் பிரான்சிசும் தேவனும் மாணவர்களாகக் கேள்வி எழுப்பு கிறார்கள். அது நாடகமல்ல; பிரான்சிசும் தேவனும் மாணாக்கர்களாக இருக்க விரும்புகிறார்கள். அருணன் அப்படியான ஆசிரியன்!

இவர்களது கேள்விகள், அரசியல் வகுப்பில் மாணவர்களாக இருக்கும் ஏனையோருக்கும் தெளிவான விளக்கங்களைக் கொடுக்கின்றன.

'ஒரு தேசிய இனம் விடுதலை பெற்ற பிறகே, வர்க்க விடுதலை சாத்தியமாகும். ஓர் இனம், இன்னோர் இனத்தை நசுக்க முற்படும்போது ஒடுக்கப்படும் இனம், வர்க்க விடுதலைபற்றிச் சிந்திக்க முடியாது. இலங்கையில் தமிழ்த்தேசம் விடுதலையானால் மாத்திரமே சிங்கள மக்கள் தமது பிரதான முரண்பாடு எது என்பதனை விளங்கிக் கொள்வர். அப்போதுதான் அவர்களது விடுதலை யும் சாத்தியம். சிங்கள மக்கள் ஒருபோதும் நமது எதிரிகள் அல்லர். உண்மையில் அவர்கள் நமது நேச சக்திகள். ஒரே தீவுக்குள் வாழும் நாம் எமது பிரச்சினைகளை அவர்களுடன் மனம்திறந்து நேசமொழியில் பேச வேண்டும்.'

செபமாலையண்ணர் வீட்டில் இராச் சாப்பாடு. கடல் தந்த மீனில் யாவும் இருந்தன. சுறாமீன் புட்டு, விளைமீன் குழம்பு, அறக்குளாமீன் பொரியல், திருக்கை வறை, இறாலில் சொதி, கணவாய்ப் பிரட்டல்.

இதொன்றும் சுபாவுக்குப் பிடித்தமான உணவல்ல. சுபா சொல்வாள்: ‘உருளைக்கிழங்கும் முருங்கைக்காயும் போட்ட பிரட்டல் கறி’, ‘நெய் விட்ட, சுடச்சுடத் துவரம்பருப்புக் கறி’ ‘தேசிக்காய்ச் சொதியும் இடியப்பமும்’, ‘கத்தரிக்காய் பொரிச்ச குழம்பும் அரிசிமாப் புட்டும்’, ‘தோசையும் தாளிச்ச சம்பலும்’, ‘இட்டிலியும் சாம்பாரும்’, ‘குழையல் சோறு’. . .

ஆனால் சுபாவுக்கு இந்தக் கடற்கரைக் கிராமம் பிடிக்கும். கடற்கரையிலும் புல்வெளி! எந்தக் கடற்கரைக் கிராமத்தில் மணலும் புல்வெளியும் கடலும் இணைந்தாற்போல அப்படி இருக்கிறது!

இந்தக் கடல்வெளியில் சுபாவுடன் கைகோத்து நடந்தால், கடல்காற்று சுபாவின் கூந்தலை அளையும். மயிற்கற்றைகள் கலைந்து, நெற்றியில் புரண்டு கண்களை மறைக்கும். கற்றைகளை ஒதுக்கிக் கண்களில் ஒரு முத்தம்!

பிரான்சிஸ் சுறாமீன் புட்டுக்கு இறால் சொதியை மாத்திரம் விட்டு உண்டான். அறக்குளா மீன்பொரியலும் கணவாய்ப் பிரட்டலும் அவனது தட்டில் உண்டென இருந்தன. இறாலின் தலைகளும் சொதியில் இருந்தன,நூல்களின் சிறு முடிச்சுப்போல. வாய்க்குள் அவை தடக்குப்பட்டன. அதனை நாக்கால் தள்ளி, இறாலை உறிஞ்சினான். வாய்க்குள் இறாலின் சாறு பிழிந்தது.

கடலில் பிறந்தவன் பிரான்சிஸ். ஆழ்கடலில் புகுந்தவனுக்குக் கடல் தந்தவைகளில் எது, எப்போது, எதற்குத் தோதானது என்பது புரிந்துவிடும்! மீனுடன் பிறந்து, மீனுடன் வாழ்ந்து, மீனுடன் நீந்தி, மீனுடன் உறைபவன் பிரான்சிஸ்!

அவனது கைகளும் உடலின் இறுக்கமும் முகத்தின் ஒடுக்கமும் தீட்சண்யமான கண்களும் பாறை நெஞ்சும் யாவற்றையும் சொல்லிவிடும்.

கடலைக் கயிறு கட்டி மத்தால் கடைந்தவர்களுடன் காலம் போரிட்டு வென்றிடல் முடியாது.

அருணன், உணவு வகைகளில் கொஞ்சம்கொஞ்சமாக எடுத்தான். அவன் மாட்டிறைச்சிப் பிரியன். மாட்டிறைச்சி ரோஸ்டும் றொட்டியும் தரும் இன்பத்தை வேறெதனாலும் தந்துவிட முடியாது. பிறகு சுடச்சுட ஒரு பிளேன்ரீ! மூன்று நேரம் அவற்றைத் தந்தாலும் இன்பம் கொள்வான்.

“நல்லாச் சாப்பிடுங்கோ தம்பியவை. திண்டவன் பெலவான்,” என்றார் செபமாலையண்ணன்.

“நீங்கள் எங்களுக்காக உழைக்கிறனியள். நல்லாச் சாப்பிட்டு உடம்பை இந்த மாதிரி வைச்சிருக்க வேணும்,” என்று தனது உடம்பை இறுக்கிக் காட்டினார். நெஞ்சில் மயிர் இல்லை!

பிறகு ஆவேசம் வந்ததுபோலச் செபமாலையண்ணர் சொன்னார்:

மறவர் படைதான் தமிழ்ப்படை – குல
மானம் ஒன்றுதான் அடிப்படை
வெறிகொள் தமிழர் புலிப்படை – அவர்
வெல்வார் என்பது வெளிப்படை

தம்பியவை, புலிப்படை வெல்லும். நீங்கள் வெல்லுவியள். உங்கன்ரை கண்ணிலை அது தெரியுது.

“புலி அப்பிடியே இரையைக் கவ்விறதுக்குக் கூர்ந்து பார்க்கும். அந்தப் பார்வை அப்பிடியே உங்களிட்டை இருக்கு. நீங்கள் அந்த இந்த அரசியல் வகுப்பெண்டு இங்கினேக்கை வராதையுங்கோ; வந்து வீணாச் சிங்களவனிட்டை மாட்டுப்படாதையுங்கோ. உங்களுக்குக் கனக்க வேலைகள் இருக்கு, உங்களுக்குத் துவக்குத் தூக்கப் பெடியங்கள்தானே வேணும்? அவங்கள் வருவாங்கள், நாங்கள் அனுப்பி வைப்பம். என்ரை மோனை அனுப்'பேல்லையே! அவன் இப்ப எங்கை இருக்கிறானோ! பிரபாகரனுக்குப் பொடிகார்ட் எண்டு சொல்லிச்சினம். எனக்கு என்னத்தைத் தெரியும் ராசா? உங்கன்ரை தலைவரைக் கண்டால் கேளுங்கோ, உவன் செபஸ்தி எங்கையெண்டு. அநேகமாத் தலைவருக்குப் பக்கத்தில நிப்பான்.”

செபமாலையண்ணர் ‘முஸ்பாத்தி’ பாவிச்சிருக்கிறார். அல்லாமல் அப்படியொன்றும் கதைக்க முடியாது.

“சரி, நான் அலட்டிக்கொண்டிருக்கிறன்; நீங்கள் போய்ப் படுங்கோ.”

கடற்கரை ஓரம் இருந்த கொட்டிலில் மூன்று கயிற்றுக் கட்டில்கள் போடப்பட்டிருந்தன. உடனேயே ஒரு கயிற்றுக் கட்டிலில் குறட்டை விடத் தொடங்கினான் தேவன்! இம்மை மறுமை தெரியாதவன் அவன்!

“அண்ணை பார்த்தீங்களே! எங்களையும் புலிகள் எண்டுதான் அவையள் நினைக்கினம். எங்களை எண்டில்லை, இங்கை போராடுறவை எல்லாரும் அவையளுக்குப் புலிகள்.

164 இரவி அருணாசலம்

ஈபிஆர்எல்எப், புளொட், டெலோ எண்டு எந்த இயக்கமும் அவையளுக்குத் தெரியாது. போராடுறவை எல்லாரும் புலிகள். முந்தி, தந்தை செல்வா, அவரின்ரை சின்னம் வீடு; பிறகு அமிர்தலிங்கம், அவரின்ரை சின்னம் உதயசூரியன். இப்ப போராடுறவையின்ரை சின்னம் புலி! போராடுறவை எல்லாரும் புலிகள், புலிகள்."

"நீ இப்ப என்ன சொல்ல வாறாய்?"

"எனக்கென்னவோ அண்ணை, சனம் தெளிவாகத்தான் இருக்கு, நாங்கள்தான் வீணாச் சனத்தைக் குழப்பிறம்போலை படுகுது. 'நாம் ஈழவர். நமது மொழி தமிழ். . . நமது நாடு ஈழம். . . இதனுள் இஸ்லாமியரும் மலையகத் தமிழரும் அடங்குவர்,' எண்டெல்லாம் இப்ப நாங்கள் கதைக்க வேணுமே அண்ணை?"

அருணனுக்கு, உடனேயே இதற்கான பதிலைக் கடற்காற்று ஏந்தி வரவில்லை! யோசித்தபடி நின்றான்.

"இதுக்கெல்லாம் பதில் உங்களிட்டை இல்லையண்ணை. நீங்கள் உங்கன்ரை தத்துவத்தைச் சனத்துக்குத் திணிக்கிறியள். இஸ்லாமியரும் மலையகத் தமிழரும் தாங்கள் என்ன செய்ய வேண்டும் என்பதனை அவர்கள்தானே தீர்மானிக்க வேணும். யாழ்ப்பாணத்தார் எப்பிடியண்ணை அவர்களுடைய கருத்தைத் தீர்மானிக்கிறது? எங்களுடைய கருத்தை அவர்களிடம் திணிக்க முடியாதல்லா! சிங்களவன் அடிக்கிறான், அவனுக்குத் திருப்பி அடி! அவ்வளவுதான். 'அவலம் தந்தவனுக்கே அதனைத் திருப்பி வழங்கு' வலு சிம்பிள்; உதுக்கேன் அண்ணை உவ்வளவு தத்துவம்?"

பிரான்சிஸ், தான் கதைக்கும் விசயத்தில் தெளிவு இருப்பதாக அருணனுக்குப் படுகிறது. 'நாங்கள்தான் தத்துவத்தை விழுங்கிப்போட்டுச் செமிக்க முடியாமல் திண்டாடுகிறம்.'

மேலும் பேச, பிரான்சிசை அருணன் விட்டான்.

"அண்ணை, சிங்களவர்களோடை இனித் தமிழர் சேர்ந்து வாழ ஏலாது. அப்பிடித்தான் தமிழாக்கள் நினைக்கினம். நானும் அது சரியெண்டுதான் சொல்லுவன். எங்களுக்கு ஒரு நாடு வேணும். அந்த நாட்டின்ரை பெயர் ஈழமோ தமிழீழமோ எதுவெண்டாலும் சரிதான். எங்களுக்கு ஒரு நாடு வேணும்! இதுதான் சனத்தின்ரை விருப்பம். விடுதலைப்புலிகளுக்கு இதிலை குழப்பம் இல்லை; பிரபாகரன் சொன்னாராம், 'மார்க்ஸைப் படிச்சு என்ன செய்யிறது, எங்கன்ரை விடுதலைக்கு எது தேவையோ, எது சரியோ அதைச் செய்வம்,'

எண்டு. அவர் அப்பிடிச் சொன்னதுதான் சரி. இங்கை பலர், மார்க்ஸ் சரியோ, மாவோ சரியோ, ரொஸ்கி என்ன சொல்லுறார், ஸ்ராலின் என்ன செய்யிறார்; திரிபுவாதி, புரட்டல்வாதி எண்டெல்லாம் எவ்வளவு குழப்பம்? பிரபாகரன் உதுக்குள்ளை மாட்டுப்படேல்லை. நாங்கள்தான் அவரைத் தனிநபர் பயங்கரவாதி எண்டு திட்டுறம். அவர் ஒண்டுக்கும் கவலைப்படாமல் எல்லாம் செய்துகொண்டு போறார்; நாங்கள் அவரைத் திட்டிக்கொண்டு ஒண்டும் செய்யாமல் இருக்கிறம், இல்லையாண்ணை? மக்களைத் திரட்டிறத்துக்கெண்டு வகுப்பு எடுக்க வாறம். இஞ்சை அவனவன் தெளிவா இருக்கிறான், இல்லையாண்ணை?"

அருணன் ஒன்றுக்கும் 'ஓமென்றும் இல்லையென்றும்' சொல்லவில்லை. "வாவன், கடற்கரைப் பக்கம் உலாத்துப் போட்டுக் கதைச்சிட்டு வருவம்."

கயிற்றுக் கட்டிலிலிருந்து குதித்தான் பிரான்சிஸ். தேவனின் குறட்டைச் சத்தம் கேட்டபடியிருந்தது.

நிலாப்பெண், கடலின்மேல் காலித்துக் கிடந்தாள்! அலைக்குஞ்சுகள் நிலவினில் தளும்பித் தன் நூறு கரங்களால் இவர்களின் கால்களைத் தழுவ வந்தன. நல்லன எவையும் தோல்வியைத் தழுவக் கூடாது. அருணன் தன் கால்களை அலைக்குஞ்சுகளிடம் தின்னக் கொடுத்து நின்றான்.

சுபாவும் அப்படி நிற்பாள். பேரோசையுடன் காண்டாமிருக மாக அலை வந்தாலும் அப்படி நிற்பாள்!

பிரான்சிஸ் மணலில் கால்கள் புதைய நடந்து வந்தான். அலைக்குஞ்சுகள் கால்களைத் தொட அவன் அனுமதிக்கவே யில்லை!

அவனுக்கு அலையென்ன அலை, சமுத்திரக் கடல் வேண்டும்; முக்குளித்து எழுவான்!

மேலே நிலாப்பெண்; கீழே அலைக்குஞ்சுகள்! யாருக்குக் கிடைக்கும் இந்தப் பாக்கியம்? சுபாவிடம் போய் யாவற்றை யும் உரைக்க வேண்டும்!

அருணனின் குதூகலத்தைக் கண்டு பிரான்சிஸ் வியந்தான். பிரான்சிஸ் ஏறாத கடல் இல்லை; அவன்மீது மேவாத நிலவும் இல்லை. கடல்தாயின் பிள்ளை அவன்; நிலாப்பெண்ணின் அண்ணன் அவன்!

"என்னிலை உள்ள வெறுமையெல்லாம் நீங்கிச் சந்தோசமா இருக்கிறன்ரா," என்றான் அருணன்.

"தெரியுதண்ணை, பயமில்லாமல் சுதந்திரமா வாழ எங்களுக்கு ஒரு தேசம் வருமண்ணை, நான் நம்பிறன்."

"நம்பித்தானே தோழர் இந்தப் போரிலை நாங்கள் இறங்கியிருக்கிறம்."

"நீங்கள் நம்பித்தான் இறங்கியிருக்கிறியள், அது எல்லாருக்கும் தெரியும். ஆனால் மற்ற தோழர்கள்! தோழர் பத்மநாதனைத் தவிர மேல்மட்டத்திலை இருக்கிற மற்ற தோழர்கள், வண்டியும் தொந்தியும் வைச்சு 'றோ' குடுக்கிற காசிலை உண்டு உறங்கிச் சீவிச்சுக் கழிக்கினம்."

"ஒண்டும் தெரியாமல் கதைக்கக் கூடாது, பிரான்சிஸ்."

"உங்களுக்குத் தெரியாதண்ணை; இஞ்சை எல்லாருக்கும் தெரியுது. நீங்கள் அப்பாவி. உங்களுக்கு இதொண்டும் தெரிய வாய்ப்பில்லை. மேல்மட்டத்திலை இருக்கிற ஒருத்தர் 'றோ'வைப் பிடிச்சு தன்ரை தம்பியை டெல்லியிலை இருக்கிற நேரு பல்கலைக்கழகத்துக்குப் படிக்க அனுப்பிறார்; அந்தத் தம்பி இஞ்சை நிற்கேக்கை என்ன செய்தவர் தெரியுமோ? அப்பாவிப் பொடியளை இந்தியன் ரெயினிங்குக்கு வாரிவாரி அனுப்பியவர். ஆனால் அவர் ஆயுதத்தைத் தொட்டதில்லை. ரிவோல்வருக்கும் பிஸ்ரலுக்கும் உள்ள வித்தியாசம் அவருக்குத் தெரியுமோ, என்னவோ!"

பிரான்சிஸ் நிறையத்தான் தகவல்களைச் சேகரித்து வைத்திருக்கிறான். ஆனால் இதில் எவ்வளவு உண்மையான தகவல்கள்?

அருணனுக்கு ஒன்று உறைத்தது. அந்தத் 'தம்பி'தான் தன்னுடனும் தொடர்புகொண்டது. ஆனால் அவரை இப்போது ஒரு வருடத்திற்கு மேலாகக் காண முடியவில்லை. பிரான்சிஸ் சொல்வதில் ஏதும் உண்மை இருக்க முடியுமோ?

"அண்ணை எல்லாத்தையும் காலம்தான் தீர்மானிக்குது; மக்கள்தான் தீர்மானிக்கிறார்கள். காலத்தோடை ஒத்து நாங்கள் ஓட வேணும்; மக்களோட சேர்ந்து நாங்கள் ஓட வேணும். இன்னும் சொன்னால் ஒருபடி முன்னுக்கு ஓட வேணும். இல்லாட்டில் காலம் எங்களைக் கைவிட்டுவிட்டு ஓடிவிடும். மக்கள் எங்களை மன்னிக்கவும் மாட்டார்கள்."

பிரான்சிசின் அத்தனை வார்த்தைகளையும் அத்தனை கேள்விகளையும் கடல் விழுங்கிக்கொண்டிருந்தது. கேள்விகள் மாத்திரம் ததும்பித்ததும்பி மேலே வந்தன.

கண்களை மூடிக் கடற்கரை மணலில் சரிந்தான் அருணன். பிரான்சிஸ் எழுந்து நடக்கும் அரவம் கேட்கிறது.

"பூம்புகார் எண்ட வடிவான கடற்கரைக் கிராமத்தில," என்று சுபாவுக்குச் சொல்லச் சில சங்கதிகள் இருந்தன.

○○○

சுபாவுக்கு ஒன்றும் சொல்ல முடியாமல் திடீரெனத் தமிழ்நாட்டுக்குப் பயணம் ஏகினான் அருணன். பிரதேசக் குழு உறுப்பினர்களுக்கும் மத்தியக் குழு உறுப்பினர்களுக்கும் தமிழ்நாட்டில் அவசரக் கூட்டம்!

அருணன், பிரதேசக்குழு உறுப்பினன்!

சுபாவுக்கும் பரிதிக்கும் பயணம் சொல்ல முடியவில்லை; படகேறினான். சுபாவை நினைந்து நெஞ்சு ஒருகணம் தீய்ந்தது!

சுபாவுடன் மனதால் பேசினான்: 'என்னெடா யோசிக்கிறாய்? திரும்ப ஓடிவந்திடுவன். ஒண்டும் யோசியாதை. நெஞ்சின் ஓரத்தில் இருக்கையில் இந்தத் தூரம் என்ன செய்யும், இல்லையா சுபா!'

○

16

அதிகாரம்: 8

வருடம்

அன்றைய நாளை நினைவுகூர முனைந்தேன். நினைவு தப்பவில்லை. எப்படி மறக்க முடியும் அதனை? நான் முதன்முதலாகப் பியர் குடித்த நாள். அன்றைக்கு சிரித்தபடி இருந்தேன், அதிகமாக! எதற்கும் சிரிப்பு! பெருங்காரியம் செய்த திருப்தி.

நீண்டு உயர்ந்த கிளாஸ்; மண்ணிறத் திரவத்தில் வெண்ணுரை! ச்சா என்ன அழகு!

அடிக்கடி கள்ளுக் குடித்திருக்கிறேன். பிளாவில் அல்லது சிரட்டையில் கள்ளுக் குடிப்பதில் எனக்கு அவ்வளவு விருப்பமில்லை. கொஞ்சம் அரியண்டமும்கூட. கள்ளே ஒரு அரியண்டம். பன்னாடையில் எவ்வளவுதான் வடித்தாலும், அதில் மிதக்கிற பூச்சி இலையான்களைப் பார்த்து விடுகிறேன். அந்தக் கள்ளுக்குச் சிரட்டை, பிளா...

சுத்தமாகக் கழுவிய பெரிய கிளாசில் மிகச் சுத்தமாக வடித்த கள்ளை விட்டுக் குடித்தால் அது மிக ருசிக்கிறது. மினுங்கும் கிளாசில் வெள்ளைத் திரவம்!

சாராயம் குடித்த நாளை எண்ணலாம். அது குடிக்கும் நாள்கள் எனக்கு அவ்வளவாக வாய்க்க வில்லை. கள்ளுக் குடித்ததுத் தெரிந்தால் வீட்டில் அவ்வளவு ஏச மாட்டார்கள். சாராயம் குடித்து விட்டு வீட்டைப் போக இயலாது. சாராயம் குடிப்பவர்களுக்கு ஒரு பெயர்தான் இருக்கிறது: குடிகாரன்! அம்மா அப்படித்தான் நினைக்கிறா.

சற்கு என்கின்ற சற்குணம், என்னை முதலாம் குறுக்குத் தெருவுக்குக் கூட்டிப்போனார். யாழ்ப்பாணத்திலேயே ஒரு 'சைனீஸ் ரெஸ்ற்ரோரண்ட்' முதலாம் குறுக்குத் தெருவில்தான் இருக்கிறது.

சற்கு எனக்குப் பியர் வாங்கித் தந்தார்; ஒரு போத்தல் மாத்திரம் அல்ல! பியர், கசப்புடன் நல்ல ருசி. யாழ்ப்பாணத்து வெக்கைக்கு, தொண்டை வழியே குளிரக்குளிர உள்ளே இறங்குகிறது. அடிவயிற்றிலும் குளிர் மிதப்பதை உணர்கிறேன். அப்படியே சாடையான ஒரு போதை.

சற்கு, தனக்கான ஒரு போத்தல் பியரை, தொடர்ந்தும் வைத்திருந்தார். கள்ளு மாத்திரமே குடிக்கின்ற வாய் அது. மீன் பொரியல் அடிக்கடி வந்தது. ஒருக்கால் 'டெவில் மட்டன்'. அதனைப் பச்சைமிளகாய் கடித்து உண்டேன். போதை, உச்சந்தலைக்கு ஏறியதில் அங்கிருந்து வேர்வை ஒழுகிற்று. இறுதியாக பிரைட் ரைஸ். அதைச் சற்குவும் சாப்பிட்டார். சற்கு, தனக்கு மிஞ்சி வைத்திருந்த பியரை எனக்கு வார்த்தார்! அது ஒரு பெரிய கிளாஸை நிரப்பிற்று.

எனக்குக் கதைப்பதற்கு நிறைய விசயங்கள் இருந்தன. எனது வீரப்பிரதாபங்கள் பலவற்றைச் சொன்னேன் என நினைக்கிறேன். புன்னகை மாறாமல் அதனைக் கேட்டுக் கொண்டிருந்தார் சற்கு. நான் சொன்ன விசயம் ஒன்றும் இப்போது நினைவில் இல்லை. அந்தப் புன்னகை மாறா முகம் மாத்திரம் நினைவில் இருக்கிறது.

"லவ் ஷிப்" என்று சற்கு சொன்னபோது, சின்னக் கிளாசில் கால்வாசிக்கு மண்ணிறத் திரவம் வந்தது. மயக்கமூட்டிற்று அந்தக் கிண்ணம்! அப்படியொரு சொர்க்கத்தை ஒருபோதும் அனுபவித்ததில்லை. மினுங்கும் கிளாஸ்; மண்ணிறத் திரவம்! அந்த 'லவ் ஷிப்' எனக்கு மாத்திரமே. அது, 'விஸ்கி' என்றார், சற்கு! விஸ்கி, இத்தனை மந்திரம் தெரிந்ததா?

பியர், பிறகு விஸ்கி! ச்சாய். . . இதுவல்லவோ வாழ்வு!

எவ்வளவு சாப்பிட்டும், குடியினால் வந்த தளம்பலைக் கட்டுப்படுத்த முடியவில்லை. நான் பிறகும் வேலைக்குப் போயிருக்கக் கூடாது. ஆனால் போயிருக்க வேண்டியது அவசியம். 'லஞ்ச் பிரேக்'கிற்குத்தானே இவ்வளவும் நிகழ்ந்தது. 'லஞ்ச் பிரேக்'கிற்கான மணித்துளிகளை அதிகரித்துவிட்டேன். அதற்கு ஒன்றும் சொல்ல மாட்டார்கள்.

ஆனால் வேறொரு பாதகம்: 'லஞ்ச் பிரேக்'கிற்குப் பிறகு சிவகுமார் சேரிற்கு அறிக்கை ஒன்று தருவதாகவும் வாக்குறுதி அளித்திருந்தேன்.

என் தளம்பல் நடையைச் சரிசெய்தவாறு அலுவலகத்திற்குப் போகிறபோது சிவகுமார் சேர் வாசலில் நின்றார். நேரம் போகப்போக நான் உச்சிக்கு ஏறிக்கொண்டிருந்தேன்! பனை உச்சிகூட எனக்குத் தெரியவில்லை. மண்ணிறத் திரவம் செய்த விளையாட்டால் அப்போது தள்ளாட்டம் இன்னும் கூடி விட்டது. சிவகுமார் சேர் செய்யும் நல்ல காரியங்களுக்காக அவரை ஒருக்கால் தாடி உரஞ்சும் சிவந்த கன்னத்தில் கொஞ்ச வேணும் எனும் உத்வேகமும் என்னுள் எகிறிற்று.

சற்று இப்படி எனக்குப் பிழைவிட்டிருக்கக் கூடாது!

சரி, அவர்தான் பிழைவிட்டார்! எனக்கு எங்கே அறிவு போயிற்று?

○○○

இப்போது இந்தியனாமி ஈழம் முழுவதையும் கைப்பற்றி விட்டது. அவ்வப்போது சில்லறைக் குண்டுச் சத்தங்கள் தவிர வேறெவ்வித அசம்பாவிதமும் நிகழவில்லை. தோட்டக்காரர் தோட்டத்தைச் சாற வேண்டும்; வயல்காரர் வயலை உழ வேண்டும். தோட்டத்தையோ வயலையோ செய்யும் விவசாயிகளுக்குப் பசளை, உரம் போன்றனவும் கிருமிநாசினி, ஏனைய மருந்து வகைகள் போன்றனவும் வழங்க எமது நிறுவனம் ஒப்புக்கொண்டது.

சிவகுமார் சேர் அதற்கான பொறுப்புகளை என்னிடம் வழங்கினார். அதற்கு எதிர்ப்பு இருந்ததாகக் கேள்வி. "அவன் சின்னப் பொடியன், அவனால என்ன செய்ய ஏலும்," என்று கேட்டவர் கந்தசாமி ஐயா. "அவனால ஏலும்," என்று உறுதியாகக் கூறி, சிவகுமார் சேர் ஒன்றுக்கும் மசிந்தாரில்லை.

நான் அதிகாரம் கொண்டவன் ஆனேன்! ஆனால் இந்த அதிகாரம் மக்கள் நலனுக்காக மாத்திரமே! எனக்குப் பயமில்லாமல் இல்லை. சரியாகச் செய்ய வேணுமே! 'எங்கே தடுக்கி விழுவேன்' என்று பார்த்துக்கொண்டிருக்கிறார்கள் ஒரு சிலர். சிவகுமார் சேரின் நம்பிக்கை பொய்த்துப்போகக் கூடாது.

நான், எதற்கும் ஆலோசனை கேட்பவனிடம் உடனே ஓடிப்போனேன். அருணன்!

"ஒண்டுக்கும் யோசியாதை, உது நல்ல விசயமெடாப்பா. ஈழத்தை எடுத்துக்கொண்டால் விவசாயிகளும் மீனவர்களும் காப்பாற்றப்பட வேணும். அவர்கள்தான் ஈழத்தின்ரை முதுகெலும்பு. உங்கன்ரை நிறுவனம் இதை யோசித்தது பெரிய விசயம். சிவகுமாரை மெச்சவேணுமெடாப்பா. உந்த வேலைக்கு

– வேலை எண்டு சொல்லப்பிடாது, பெரும் ஊழியம். – அதுக்கு எங்களால என்ன செய்ய ஏலுமோ அதைச் செய்ய வேணும். இப்ப என்னாலை செய்யக்கூடியது இது ஒண்டுதான், நான் உன்னைச் சரியான ஆளிட்டைக் கூட்டிக்கொண்டு போறன்."

அவன் அவ்வாறு சொன்னது, எனக்குச் சூரியன் உதித்தாற் போல் இருந்தது. எனது பாரம் அத்தனையும் இறங்கிவிட்டன. அவன் காட்டும் பாதை ஒருபோதும் பிழைத்ததில்லை. இனி சரிவான பாதையில் என் சைக்கிள் ஓடப்போகிறது.

அருணன் என்னைக் கூட்டிச்சென்றது சற்கு என்கின்ற சற்குணமிடம். அவர் 'பேர்டி பைசர்' என்கின்ற ஜெர்மனி விவசாய நிறுவனத்தின் யாழ்ப்பாண மாவட்ட முகவர். அவ்வளவு பெரிய பொறுப்பு வகிக்கும் ஒருவரின் முகம் அவ்வளவு செழித்துக் கொழுத்து இருக்கவில்லை. சாதாரண விவசாயியின் உடல்மொழியே அவரிடம் இருந்தது. வேர்த்துக் கறுத்துக் களைத்த உடல்! அவருடன் பழகிச் சற்று நாள்கள் கழித்துத்தான் தெரிந்தது, விவசாயம் செய்வதிலும் பெருவிருப்பு அவருக்கு இருந்திருக்கிறது. அவரிடம் வயல்காணி இல்லை; அவர் தோட்டம் கொத்துகிற விவசாயி. பத்தாயிரம் கண்டுத் தோட்டம்! தனி ஒருவராகச் செய்வது இலேசான காரியமல்ல.

தோட்டம் செய்வதிலும் நிறையப் பரிசோதனை முயற்சிகள் செய்து விளைச்சலைப் பெருக்கினார். "வெங்காயத்தைப் பாத்தியிலை நடுறேல்லை; வரம்புகளை அதிகம் வைச்சு வரம்பிலைதான் நடுகிறனான். அப்பத்தான் வெங்காயம், கூட விளைஞ்சு வரும். வரம்பிலை சொரியல் மண்ணெல்லா! தண்ணியும் அவ்வளவு தேவையாயில்லை. ஆயிரம் கண்டுக்கு ஒரு அந்தர் அதிகமாக விளைஞ்சுது."

பணப்பயிராகப் புகையிலைக் கன்று நடுவதில்லை என்பதில் உறுதியாக இருந்தார். "அது சமூகத்திற்குக் கேடு!" வீட்டுச் சாப்பாட்டுத் தேவைக்காகக் குரக்கன், சாமை, வரகு என்பன விளைவதற்காகப் பத்தாயிரம் கண்டுத் தோட்டத்தில் இடம் ஒதுக்கப்பட்டிருந்தது. மேலும் ஒன்றை இரகசியம்போல எனக்குச் சொன்னார்: "நான் இந்தக் கொம்பனியிலையிருந்து எந்த மருந்தையோ உரத்தையோ என்ரை தோட்டத்திலை பாவிக்கிறேல்லை."

பயிர்களுக்குப் பூச்சி, புழு பிடிக்காதிருக்கச் சாம்பரும் சாணியும் கரைச்சுத் தெளித்தார். இலை, தழைகளை அவர் தோட்டம் நிறைய உட்கொண்டது. தரிசாக எந்தக் காணியையும் விடவில்லை; நைதரசனைத் தோட்ட மண் உறிஞ்சுவதற்காகச் சணல் நட்டார். வாடகைக்கு ஓட்டிவந்த ஆட்டுப்பட்டி அடிக்கடி

அவர் தோட்டத்தில் நின்றது. மாடு கட்டும் அட்டாளையை அடிக்கடி இடம்மாற்றிஇடம் மாற்றிக் கட்டினார். பல இரவுகளின் படுக்கை, அவருக்கு அட்டாளையில். அப்போது மூத்திரத்தையும் தோட்டத்திலேயே பெய்துகொண்டார்.

இவற்றை அவர் சொன்னபோது, வெள்ளை முழுக்கை சேர்ட்டும் கறுப்பு லோங்சும் அணிந்திருந்தார். விவசாயப் பட்டதாரியான அவர் தனது அலுவலகம் வருகிறபோது எப்போதும் அவ்வாறுதான் அணிவார். தூய வெள்ளை! செம்பாட்டு மண்ணின் நிறம் துளிகூட அதில் இருக்காது.

சற்குவைக் கூட்டிக்கொண்டுபோய் சிவகுமார் சேரின் முன் விட்டேன். நானும் அருகிலிருக்க ஒரு மணித்தியாலப் பேச்சுவார்த்தையிலேயே ஒப்பந்தம் கையெழுத்தானது. இரண்டு இலட்சம் ரூபாவுக்கான ஒப்பந்தம்! இது சரியானால் அடுத்த ஆறு மாதத்தில் மேலும் இரண்டு இலட்சம் ரூபாவுக்கான ஒப்பந்தம்.

"நல்ல ஒரு ஆளை பிடித்துத் தந்திருக்கிறாய்," என்று சிவகுமார் சேர் என்னிடம் சொன்னார். முகம்கொள்ளாத மகிழ்ச்சி. அருணனை அக்கணம் நினைத்தேன். அதனைச் சிவகுமார் சேரிடம் சொல்லவில்லை; சொல்லத் தேவையுமில்லை. அவர் என்னைத்தான் மெச்சியபடி இருக்கிறார்.

"இப்படி ஒரு ஒப்பந்தம் இலங்கை முழுவதிலும்கூட எங்கன்ரை கொம்பனிக்கு வரேல்லை. இதாலை என்ரை பெயர் எங்கன்ரை கொம்பனி முழுக்க அடிபடுகுது. நல்ல சந்தோசம் தம்பி," என்றார் சற்கு.

அந்தச் சந்தோசத்தை என்னுடன் கொண்டாட 'சைனீஸ் ரெஸ்ற்ரோரண்'டிற்கு சற்கு என்னைக் கூட்டிச்சென்றார் என்று கருதினால் அது எனது படுபிழை. 'இது ஒருவகை லஞ்சம்' என்று நீங்கள் கருதினால் அதுவும் படுபிழை.

சற்குவின் நிறுவனம் ஓர் ஆயிரம் ரூபாயைச் சற்குவுக்கு அனுப்பியிருந்தது. 'எப்படியோ அவர்களுக்கு ஒரு விருந்துபசாரம் செய்க.'

சிவகுமார் சேர், 'மாட்டனே,' என்று விட்டார். "நான் வருவது எமது நிறுவனத்துக்கு அழகல்ல. இது மக்களுக்குச் சேவை புரிகின்ற நிறுவனம். அதற்கப்பால் நான் கொண்டாட்டங்களைப் பற்றிச் சிந்திக்க முடியாது. நீதான் கடும் ஊழியம் செய்தாய். நீ போவதுதான் வெகு பொருத்தமானது." சிவகுமார் சேருக்கு இதனை ஒப்புவிக்க ஆங்கிலமொழியே தேவைப்பட்டது.

உண்மையில் கடும் உழைப்புத்தான். சற்குவும் தனது சக்திக்கு மீறி உழைத்துத் தந்தார். எனக்கு இரவு பகல் அதே யோசனையாகவே இருந்தது. யானைகள் துவம்சம் செய்த காடுபோலத் தோட்டங்கள் இருந்தன. கலட்டுத் தரையோ என்னுமாப்போல வயல்கள் இருந்தன. இதிலிருந்தது தோட்டமா வயலா பற்றைக் காடா எனப் பல காணிகளை அறுதியிட முடியவில்லை.

எல்லா இடங்களுக்கும் சற்குவும் வந்தார். நிலத்தில் கைவைத்தார். விரலால் நிலத்தைச் சுரண்டினார். சில இடங்களில் சுரண்டிய மண்ணை நாக்கில் வைத்துச் சுவைத்தார். கிணற்றை எட்டிப் பார்த்துப் பிறகு நீரள்ளிப் பருகினார். அந்நிலத்தில் முளைத்திருந்த செடி, கொடிகளைப் புடுங்கிப் பகுத்தறிந்து பார்த்தார்.

அவர் சொன்ன பல விசயங்கள் எனக்குப் புரியவில்லை. "என்ன செய்ய வேணும், சொல்லுங்கோ." அவ்வளவும்தான் நான் அவரிடம் சொன்னேன்.

"இது நான் செய்த தோட்டம்," என்று ஒரு நிலத்துக்காரர் அடித்துச் சொன்னார். 'இல்லை, இது வயல்காணி' என்றது சற்குவின் மனம்.

நீண்ட விசாரிப்பின் பின்தான் தெரிந்தது, அவர் வயல்காணியில் தோட்டம் செய்கிறார். "நல்ல விளைச்சல் தராது," என்று சற்கு சொன்னார்.

சற்கு ஒரு விவசாயப் பட்டதாரி என்பது பிறகுதான் எனக்குத் தெரிந்தது.

சற்கு பல இடங்களில் திகைத்துப்போய் நின்றார். ஒரு சில இடங்களில் அவரது கண்களும் கலங்கிற்று.

"என்னெண்டு நிலம் கீறி அது நனைத்துப் பச்சையாக்கப் போறாங்களோ," என்று குமுறிக் குமுறிக் கேட்டார். "இதுக்கோ அமைதிப்படை எண்டு இஞ்சை வந்தவங்கள்? அமைதிப்படை செய்யிற காரியமோ இது? இது அமைதிப்படையா, இல்லை; அட்டூழியப் படை, ஆக்கிரமிப்புப் படை!"

❍

17

எட்டாம் அத்தியாயம்

1985

"வாங்கோ தோழர்." இருட்டுக்குள் குரல் கேட்டது. எப்போதோ கேட்ட குரல். அது கரகரத்தும் தடித்தும் போயிருந்தது. நெடுகிலும் சிகரெட் பிடித்ததனால் தொண்டையிலிருந்து அப்படிக் குரல் கமறிற்று. இருட்டுக்குள் தணலின் கங்கு தெரிகிறது. தோழரின் வாயில் இப்போதும் சிகரெட்.

முழங்காலளவு தண்ணீரில் நின்று அருணனை இழுத்தார் தோழர். அருணனின் கால்கள், உப்புக் கரித்த கடல்நீரை அளைந்தன. இப்போது நெருக்கத்தில் தோழரின் முகம். குப்பென்று ஒரு நாத்தம்! புகையிலை மாத்திரம் இந்த நாத்தத்தைத் தரவில்லை. கலவையான ஒரு நாத்தம்!

தெருவிளக்கின் சிறிது வெளிச்சம். அருணன், தோழரைக் கண்டுகொண்டான். தோழர் பசுபதி! முகத்தில் கண்ணாடி! ட்ரொஸ்கி அணிந்தது போன்ற கண்ணாடி. அதே ட்ரொஸ்கியின் ஆட்டுக் கிடாய்க் குறுந்தாடி. அவனது வாயிலிருந்தது சிகரெட் அல்ல; பீடி. ட்ரொஸ்கி, பீடிதான் குடிப்பாரா தெரியவில்லை.

தோழர் பசுபதியை முதலில் கண்ட இடத்தை நினைவுகூர்ந்தான் அருணன். யாழ். பல்கலைக் கழகத்தில் உண்ணாவிரத இருக்கை. அங்கு ஓடியாடி வேலை செய்கிறான் பசுபதி. அவன்தான்

உண்ணாவிரதத்தைத் தலைமையேற்று நடத்துவதுபோலத் தெரிகிறது. யாழ். பல்கலைக்கழக மாணவன்தான் தோழர் பசுபதி என நினைத்தான் அருணன்.

'அல்ல அவன் ஓ.எல்.கூட பாஸ் பண்ணாத ஒருத்தன்,' என்று தோழர் மூர்த்தி சொல்வதற்கு ஒரு வருடம் பிடித்தது. அப்போது பத்துப் பதினைந்து அரசியல் கூட்டங்களும் முடிந்துவிட்டிருந்தன.

பசுபதியிடம் என்ன கேள்வி கேட்டாலும் சாடையாகப் புன்னகைப்பான். மந்தகாசப் புன்னகை! அதிலிருந்து யாரும் உறுதியான பதிலை எடுத்துவிட முடியாது.

"நீ இயக்கத்தில் இருக்கிறாயா?"

மந்தகாசப் புன்னகை! 'ஓம்' என்றும் இல்லாத, 'இல்லை' என்றும் இல்லாத தலையசைப்பு! இவன் இயக்கத்தில் இருக்கிறானா, இல்லையா? அதனை அறிந்துகொள்ள ஆறாவது அறிவுக்கும் அப்பால் இன்னோர் அறிவு வேண்டும். அருணன், அந்த 'இன்னோர் அறிவு'க்குப் பஞ்சிப்பட்டான். தோழர் மூர்த்திக்கும் அது குறித்து ஒன்றும் தெரியவில்லை. விளங்குதோ, இல்லையோ அரசியல் வகுப்புகளுக்கு ஒழுங்காக வருகிறான். இயக்கத்தில் இருக்கிறான் என்றே எடுத்துக்கொண்டான் அருணன். எனவே 'தோழர்' என்று அவனை அழைக்கப் பஞ்சிப்படவில்லை.

இயக்கத்தில் ஓர் 'எடுபிடி'யாக அவன் இருந்தான். இயக்கத்திலிருந்து யார் என்ன சொன்னாலும், "ஓம் தோழர், ஓம் தோழர்," என்ற இரண்டு சொற்களுக்கு அப்பால் அவனிடம் வேறு சொற்கள் இல்லை! அவனது உடம்பில் தடித்தனம் மிகுந்திருந்தது. அவனிடம் தாடியும் மீசையும் மெலிதாகத்தான் முளைத்தன. அவை தன் முகத்தில் செழித்து வளரவில்லை என்பதில் அவனுக்குத் தீராக் கவலை!

எந்தக் கூட்டம் நிகழ்ந்தாலும் அவன் முன்வரிசையில் இருப்பான். மேடையில் யார் பேசினாலும் அதற்குரிய எதிர்வினையாகச் சிரிப்பினையோ கோபத்தினையோ நக்கலினையோ பின்னால் திரும்பிப் பார்த்து வெளிப்படுத்து வான். தனக்கு அத்தனையும் புரிந்துவிட்டதாக மற்றவர்களுக்கு அவன் புரியவைக்கிறான். தன் உணர்வை உலகுக்கு அப்பட்ட மாக அறிவிக்கிறான் அவன்!

ஜனநாயகவாதி, தேசியவாதி, சோசலிஸ்ட், கொம்மியூனிஸ்ற் என்கின்ற படிநிலை அவன் அறியாதது. நேரே

கொம்மியூனிஸ்ற்! அவனது கேள்விஞானம்தான் அவனை மாபெரும் கொம்மியூனிஸ்ற் ஆக்கியது. அதனால் உடனேயே 'தோழர் பசுபதி' ஆகிவிட்டான்! "பசுபதி," என்று அவனை யாரும் கூப்பிடக் கூடாது; திரும்பிப் பார்க்கமாட்டான். "தோழர் பசுபதி!" அப்போதுதான் அவன் முகம் திரும்புகிறது. தான் ஒரு கொம்மியூனிஸ்ற் என்பதில் அவனுக்கு அடக்க முடியாத மிகுந்த பெருமை இருந்தது. அது அவனுக்குக் கொடுத்த மமதையையும் மகத்தான அடையாளத்தையும் வேறெதுவும் கொடுத்ததில்லை.

எவர் ஒருவரையும் அவன் படித்ததில்லை. வாசிப்பு என்றால் என்னவென்றே அவனுக்குத் தெரியாது. ஆனால் அவனிடம் ஓர் ஒழுங்கு இருந்தது. மார்க்ஸ், ஏங்கல்ஸ், லெனின், ஸ்ராலின், மாசேதுங், சேகுவேரா; 'மார்க்சிஸ்ட்' என்பதிலும் பார்க்க 'மாவோயிஸ்ற்' என்பது இன்னும் பெரிது என்பதை அவன் அறிவான். ஆனால் அவன் சார்ந்த இயக்கம் அதை அங்கீகரிக்கவில்லை அல்லது அனுமதிக்கவில்லை. சேகுவேராவையும் கொம்மியூனிஸ்ற் என்று இயக்கம் அனுமதித்தது கிடையாது. அதனால் சேகுவேராவைப் பட்டும் படாமலும் அவன் சொல்லிக்கொள்வான். ஆனால் சேகுவேராவின் என்னவோ ஒரு கவர்ச்சி, அவனை மிகவும் வளைத்துப்போட்டது. அந்தச் சுருட்டை ஒருக்காலாவது வாயில் வைத்துவிட வேண்டும்!

ஆனால் அவனது வாயில் பீடி!

"எப்பிடி இருக்கிறாயடா?" விசாரித்தான் அருணன்.

"நான் உன்னைத் 'தோழர்' என்றுதானே சொல்கிறேன்," என்றான் பசுபதி.

அருணனுக்குத் தன் பிழை புரிந்துபோயிற்று. பசுபதி, பிறகு எப்போதும் 'தோழர் பசுபதி' ஆனான்!

"ஒரு ரீ குடிச்சிட்டுத்தான் இனி எல்லாம்," என்றான் தோழர் பசுபதி.

'மிட்நைட் டீ ஸ்டால்' என்று இருந்தது ஒரு தேநீர்க்கடை. அருணனின் கையிலிருந்த ரேடியம் மணிக்கூடு, சாமம் 'ஒன்று பதினாறு' என்று காட்டியது. அருணன், பரிதியிடம் எப்போதோ ஒருநாள் இரவல் வாங்கி அந்த மணிக்கூட்டைக் கட்டியிருந்தான். பரிதியின் கைக்கு 'சீக்கோ' மணிக்கூடு வந்துவிட்டது. இலண்டனிலிருந்து அக்கா அனுப்பியிருந்தார். எனவே அருணனின் கைக்கு இந்த மணிக்கூடு.

காலில் ஒட்டியிருந்த உப்பு மணல் துகள்கள் இப்போது உதிர்ந்துபோயிருந்தன. காலில் இருந்த செருப்புக்குள் மணல் துகள் உறுத்திற்று!

தேநீர்க் கடையிலிருந்து சினிமாப் பாடல் ஒன்று பரவுகிறது: "ராத்திரியில் பூத்திருக்கும் தாமரைதான் பெண்ணோ..." அருணன் இப்போதுதான் இந்தப் பாடலைக் கேட்கிறான். சினிமாப் பாடல்களில் அவ்வளவு பரிச்சயம் இல்லாதவன் அவன். "யாருக்கு யார் சொந்தம் நான் சொல்லவா... எனக்கென்றும் நீயே சொந்தம் மாலை சூடவா..." இந்த சினிமாப் பாடலைத்தான் அருணன் உருகிக் கேட்டிருக்கிறான். தேநீர்க் கடைகளிலிருந்து வந்து, அவனது காதுக்குள் புகுந்த பாடல் அது. இந்தப் பாடலை இடையிடை அவன் முணுமுணுப்பதுண்டு. அவ்வாறு முணுமுணுப்பதற்குக் காரணம், பாடலின் வரிகளா, ஜேசுதாஸின் குரலா, சுபா என்கின்ற அழகுமயிலா என்று அவனால் தீர்மானிக்க முடியவில்லை. ஆனால் அதற்குமப்பால் ஒன்றுண்டு என்று அவனுக்குத் தெரியாது; பாடலின் மெட்டு! "யாருக்கு யார் சொந்தம் நான் சொல்லவா... எனக்கென்றும் நீயே சொந்தம் மாலை சூடவா..."

அருணனுக்குத் தெரிந்த, நெஞ்சைத் தொட்ட பாடல்: "அலைகள் பாயும் கடலிலே அன்னை நாட்டை நோக்கியே வேங்கைபோல எழுகிறோம்..." எந்நேரமும் அதனை அவன் முணுமுணுக்கிறான். சினிமாப் பாடலை முணுமுணுப்பது 'பாவம்' என்றும் அவன் யோசிக்கிறான்.

இப்போது இது ஒரு பாடல், நல்லாத்தான் இருக்கு. சங்கீதம் கலந்த ஒரு திரையிசை! "ராத்திரியில் பூத்திருக்கும் தாமரைதான் பெண்ணோ!"

"கண்ணதாசனுக்குப் பிறகு இப்போது நல்லதொரு பாடலாசிரியர் வந்திருக்கிறாராம், பெயர்? ம்ம்... ஆ... வைரமுத்து. அவர்தான் இந்தப் பாட்டை எழுதியிருக்க வேணும்," என்றான் அருணன்.

"இல்லை," என்று அதனையும் தோழர் பசுபதிதான் மறுத்துச் சொல்கிறான். "இதை எழுதினது புலமைப்பித்தன், பாடலாசிரியர் புலமைப்பித்தன்." பெருமை பொங்க யாவரையும் பார்த்தான் பசுபதி.

மேலும் சொல்லலானான்: "அவர் எங்கன்ரை போராட்டத்துக்கு வலு ஆதரவு. எல்லா இயக்கத்தோடையும் அந்த மாதிரி உறவு; அவரின்ரை வீட்டிலைக் கீழை

பிரபாகரன் சாப்பிட்டுக்கொண்டிருப்பார். மேல்வீட்டிலை உமாமகேஸ்வரன் சாப்பிட்டிட்டுப் பல் குத்திக்கொண்டிருப்பார். அப்பிடி எல்லாரோடையும் வலு சிநேகம்."

தோழர் பசுபதியின் பெருமை மிகுந்த முகம், 'மெர்க்சூறி லைற்' வெளிச்சத்தில் விகசித்தது.

"புலமைப்பித்தன் வேறை என்ன பாட்டு எழுதியிருக்கிறார்?"

"ஆயிரம் நிலவே வா," என்று மெல்லமாகப் பாடினான் பசுபதி.

அந்தப் புலமைப்பித்தனா "ராத்திரியில் பூத்திருக்கும் தாமரைதான் பெண்ணோ," என்று இரட்டை அர்த்தத்தில் பாடல் எழுதுகிறார்?

அருணனுக்கு எல்லாம் குழப்பமாக இருக்கிறது. தமிழ்நாட்டுக்கு வந்திருக்கக் கூடாதோ?

படகில் வந்த நால்வருக்கும் பால் தேநீர் வருகிறது. தோழர் பசுபதிக்கு வந்தது பால் தேநீர் அல்ல; 'பிளேன்ரீ'யின் நிறம். ஆனால் அதுவுமல்ல. அதைக் குடித்துச் சிறிது நேரத்திற்குப் பிறகு அவனது வாயிலிருந்து அதிகமான வார்த்தைகள் கொட்டுண்டன. பிறகு எழுந்து பீடி பிடிக்கப்போகிறான்.

எண்ணெய்ப் பிசுக்குப் பிடித்த தலைகணியை அந்த 'லொட்ஜில்' தந்தார்கள். ஆண் பெண் என்று எவ்வளவு தலைகளைக் கண்ட தலைகணி அது என்று தெரியவில்லை. பின்னேரத்தில் குடித்துவிட்டு, இரவினில் வாடகைக்கு ஒரு பெண்ணை அமர்த்திவந்து, அந்தப் பெண் தலை வைத்த தலைகணியாகவும் இருக்கலாம். எத்தனை பேன்கள் ஊர்ந்த தலைகணியோ!

அருணன் அந்தத் தலைகணியைத் தூக்கிப் பக்கத்தில் வைத்துவிட்டுக் கைகளைத் தலைக்கு வைத்தான். நித்திரை வருகிறதாக இல்லை. 'புதியதோர் உலகம்' காண வேண்டி அவன் தமிழ்நாட்டுக்கு வந்திருக்கிறான். தலைவர், மத்தியக்குழு உறுப்பினர்கள் யாவரும் தமிழ்நாட்டில்தான். ஒருவரும் களத்தில் – ஈழத்தில் இல்லை. அதுவும் சரிதான். ஈழத்தில் இவர்களில் யாரேனும் ஒருவர் இருந்தால் அவர்களது உயிருக்கு உத்தரவாதம் இல்லை. சிங்கள இராணுவத்தினால் மாத்திரமல்ல.

சுந்தரம், உமைகுமாரன், இறைகுமாரன், ஓபராய் தேவன் போன்றோரின் உயிர்கள் யாரினால் பறிக்கப்பட்டன?

ஒருகணம் சுபா வந்துபோனாள்! அது இரு கணம், மூன்று கணம் என்று நீடித்தது. செதுக்கின முகம், நீட்டுத் தலைமயிர், வீபூதிக்கீற்று இட்ட நெற்றி, செந்தளித்த சிரிப்பு, புளகித்த மனம், கண்ணை மூடி சுபாவில் இலயித்துக் கிடந்தான். இப்போது என்ன செய்வாள், ஆழ்ந்த உறக்கம் கொள்வாளா? நிலவில் மினுங்கும் தென்னோலையைப் பார்த்திருப்பது தன் ஆனந்தம் என்று ஒருநாள் சொன்னாள்.

“தென்னங்கீற்று ஊஞ்சலிலே தென்றலில் ஆடிடும் சோலையிலே

சிட்டுக்குருவி பாடுது தன் பெட்டைத் துணையைத் தேடுது. . . ம்ம்சுவம். . .”

என்று அப்போது சுபா பாடினாள். இந்தப் பாட்டெல்லாம் எப்படி இவளுக்குத் தெரிகிறது? கிறங்கிப்போய்க் கிடந்தான் அருணன்.

அருணன் நித்திரையாவதற்கு அதிக நேரம் ஆகவில்லை. படகில் மிதந்து, குதித்து வந்த களைப்பு, அவனை அப்படியே நித்திரை ஆக்கிற்று. சுபா கரைந்துகொண்டு போகிறாள்.

தமிழ்நாடு அருணனுக்கு மிகுந்த ஆச்சரியத்தைக் கொடுத்தது. கடலுக்குள் இராமேஸ்வரம் கரை தெரிகிறபோதே, கூட ஒரு மணம் வந்தது. கரையில் தெரிகிற மஞ்சள் வெளிச்சத்திலிருந்து வந்த மணம். கோயிலில் மனக்கிற ஒரு வாசனை. சாம்பிராணி, கற்பூரம், சந்தனம் எல்லாம் சேர்ந்த ஒரு மணம்! கூட நெய்மணம்! கடலில் மச்சத்தின் மணத்தைக் காணவில்லை.

விடிகாலையில் எழுந்து, காலைக்கடன் முடித்து, தொட்டியில் தண்ணீர் அள்ளித் தலைக்கு வார்த்து வெளிக்கிடும் வரையில் வாய் தேநீரைக் காணவில்லை. வயிறு பொச்சத்தில் கமறியது. ஒருபோதும் தேநீர் குடியாது காலமை இருந்ததில்லை. வீட்டில் தேநீருடன்தான் அம்மா காலையில் எழுப்புவா. படிப்பதற்கு அறை எடுத்து வந்தபோதும் காலையில் எழுந்தவுடன் முதல் செய்கிற வேலை, தேநீர் வைப்பது. தேநீர்க் கோப்பையுடன்தான் பரிதியை எழுப்புவான் அருணன். இயக்க வேலை என்று எங்கு நின்றாலும் காலைத் தேநீருக்குரிய ஆயத்தம் இரவே முடிந்துவிடும்.

தமிழ்நாடு இன்னும் எதையெதைப் பழக்கப்போகுதோ?

சாப்பாட்டுக் கடையில் காலமைக்கு இரண்டு, மூன்று உணவு என்று இருந்தன. புட்டு, இடியப்பம், ரொட்டி, பாண் என்று எதுவும் கிடையாது. இட்லி, வடை, தோசை, பொங்கல்,

ஊத்தப்பம், அடை என்று கடையில் சொன்னார்கள். “இட்லி,” என்றான் அருணன். அதைத் தந்துவிட்டு, ‘அடுத்தது?’ என்று கண்ணால் கேட்டான், சிப்பந்தி. தோழர் பசுபதி, “வடை,” என்றான். ”ஊத்தப்பம்,” என்று அருணனின் வாய் முணுமுணுத்தது! ‘ஒருக்கால் தின்றுதான் பார்ப்போமே!’

பிறகுதான் தேநீர் வந்தது, இல்லை கோப்பி! அருமையான கோப்பி. இப்படியொரு கோப்பியை ஒருபோதும் அருணன் குடித்ததில்லை. “இன்னொரு கோப்பி.”

“சர்க்கரை கம்மி,” என்றான் பசுபதி. எல்லாம் புதுசாக இருக்கிறது. சர்க்கரை போட்டா கோப்பி தருவார்கள்? ‘சர்க்கரை என்றால் சீனிதான்’ என்றும் சொன்னான்.

யாவற்றையும் அருணனுக்காகத்தான் ஓடர் பண்ணினான் பசுபதி. அவன் எதனையும் உண்ணவில்லை. அவனுக்கு இராத்திரி வந்த பிளேன்ரீபோல ஒன்று வந்தது. ஆயினும் அவனிடமிருந்து வார்த்தைகள் ஏதும் வரவில்லை. யோகியாக, மௌனியாக, எல்லாம் தெரிந்தவனாக, ஒன்றும் தெரியாதவனாக அவன் இருந்தான். விறைத்த பார்வையும் வெறித்த பார்வையும் அவனிடம் இருந்தன.

குதிரை வண்டி ஒன்றிடம், “ஸ்ரேசனுக்குப் போக எவ்வளவு காசு,” என்று கேட்டான். “ரண்டு ரூபாய்,” என்றது குதிரை வண்டியாள். அருணனுடன் நால்வரும் தோழர் பசுபதியும் அதனுள் அடைபட்டனர். குதிரை வண்டியில் வெளிக்கிட்டது. ரிக்கெற்றை எடுத்து, இவர்களை ரயிலேற்றிவிட்டு, இராமேஸ்வரம் புகையிரத நிலையத்தில் தோழர் பசுபதி தரித்து, தனித்து நின்றான்.

“தோழர், நான் விரைவா சென்னைக்கு வருவன். அங்கை சந்திக்கிறன். தோழர்மாரைக் கேட்டதெண்டு சொல்லு. பத்மநாதனை, வரதராஜனை, ஹேமச்சந்திரனை எல்லாரையும் சந்தி. ‘தோழர்’ எண்டு கூப்பிட மறந்திடாதை. ஒண்டும் யோசியாதை. போட்டுவா. சென்னையில சந்திக்கிறன்.” குரல் பிறழாமல் அவனால் எதனையும் சொல்ல முடியவில்லை.

புகையிரதம் புறப்பட்டபோது அவனிடம் கை காட்டினான் அருணன். அவன் எதனையும் கவனிக்கவில்லை. தோழர் பசுபதியின் முள்மயிர் நிறைந்த பிடரிதான் தெரிந்தது.

“தோழர், உன்னோடை நிறைய கதைக்க வேணும். நீங்களெல்லாம் படிச்ச ஆக்கள்; என்னை மாதிரியல்ல. நீங்கள் இதுக்குள்ளை அம்பிட்டு அழியாதையுங்கோ. எனக்கு

இதைவிட்டால் வேறை வழியில்லை. அதாலை இதுக்குள்ளை நிக்கிறன்; நிண்டு அழியிறன். சாகும்வரை எனக்கு இதுதான் வழி. ஆனால் உங்களுக்கு எவ்வளவோ வழியிருக்கு."

விடிய எழுந்து பல் விளக்கியபோது, ஒருவரும் இல்லாச் சமயத்தில் தோழர் பசுபதி இதனைச் சொன்னான். அவனது முகத்தில் தெளிவிருந்தது. வள்ளத்தில் வந்த நால்வரில் ஒருவன் திடீரென அருகிலிருந்து முளைத்தான். "பிறகு கதைக்கிறேன் தோழர்," என்று பசுபதி போக, முள்ளாய்க் குத்திய அவனது பிடரி மயிர் தெரிந்தது.

இராமநாதபுரத்தில் இன்னொரு புகையிரதம். அது பாம்பன் பாலத்தில் ஊர்ந்தபடி போகிறது.

○○○

1967 மாரிக்காலம். 'ச்சோ'வென மாரி பொழிகிறது. மண் வீட்டின் ஓலைக்கூரையைப் பிரித்து எறியுமாப்போலக் காற்று. காற்று அப்படி வீசினால் மழை பெரிதாகப் பெய்யாது. ஆனால் இப்போது அப்படி அல்ல. காற்றும் ஊளையிடுகிறது; மழையும் சீறிப் பாய்கிறது. கிணறுகள் எல்லாம் நிரம்பி வழிகின்றன. "இப்பிடி ஒரு மழையை வாழ்நாளிலை கண்டதில்லை," என்கிறா அம்மா. அதே காலத்தில்தான் இந்தக் கொடுமை நடக்கிறது.

தமிழ்நாட்டின் தனுஷ்கோடிக்கும் இலங்கையின் தலைமன்னாருக்கும் இடையில் அதிகம் ஆழமான, அதிக தூரமில்லாத கடல். பன்னிரண்டு மைல்கள்! சென்னையில் ரிக்கெட் எடுத்தால் கொழும்பில் வந்து இறங்கலாம். 'இந்தோ – சிலோன் எக்ஸ்பிரஸ்' என்று ஒரு ரயில், சென்னையிலிருந்து வெளிக்கிட்டு தனுஷ்கோடிவரை வருகிறது. சிலோன் கப்பல் கொம்பனி, தனுஷ்கோடியிலிருந்து 'போட் மெயில்' என்றொரு கப்பலைத் தலைமன்னாருக்கு விடுகிறது. மூன்று மணித்தியாலங்களில் தலைமன்னாரில் ஆட்களை இறக்கிவிடும். பிறகு தலைமன்னாரிலிருந்து கொழும்புவரை இலங்கை அரசாங்க ரயில்.

இரவு, இருட்டு. சென்னையிலிருந்து வந்த ரயில் இராமேஸ்வரத்திலிருந்து தனுஷ்கோடிக்குப் போகிறது. வேகமாக ஓடிய ரயில் இப்போது மெதுவாக ஊர்கிறது. தூறத்தொடங்கிய மழை, இப்போது கடும் மழையாகி ரயிலை உலுப்புகிறது. புயல்காற்றும் பலமாக. பாம்பன் பாலத்தைக் கடந்தாலும் கடலில்தான் ரயில்.

புயல்காற்று ரயிலை உலுப்பி எடுத்தது. யன்னல்கள் வழியாகக் காற்று குபுகுபுவென ரயிலினுள் பாய்கிறது. வாடை, சொடுக்கி அடிக்கிறது. ரயிலின் கீழே அலைகளின் ஆர்ப்பரிப்பு. படார்படார் என்று ரயிலை அடிக்கின்றன அலைகள். திக்குத் தெரியாத கடலில் ரயில்! பெரும் இரைச்சலோடு காற்றும் கடலும் ரயிலை மோதுகின்றன. அலைகள் உக்கிரமாக ரயில் பெட்டிகளை உடைக்கின்றன.

இருட்டினுள் கடலா வெள்ளக்காடா என்று தெரியவில்லை. வெள்ளக்காட்டுக்கும் இப்படி அலைகள் இருக்குமா? ஓர் அலையில் சடாரென பெட்டி ஒன்று உடைந்து அலையில் இழுபட்டுப் போகிறது. ரயிலினுள் இருந்த பயணிகளின் குழறல் சத்தம், கடலின் இரைச்சலையும் புயலின் வெடிப்பையும் மழையின் சீறலையும் மேவி ஓங்காரித்து எழுகிறது. சடார் சடாரென வெட்டும் மின்னலின் ஒளியில் பீதிகொண்ட முகங்கள் தெரிகின்றன. மரணபீதி!

குபுகுபுவெனத் தண்ணீர் ரயில்பெட்டிக்குள் நிரம்புகின்றன. அல்லது ரயில் பெட்டிகள் கடலினுள் மூழ்குகின்றன.

"ஐயோ அம்மா," என்று அவலக் குரல்கள்.

ரயில் பெட்டிகளுக்கு மேலாக அலைகள் மோதி, இப்போது அலைகள் மோத வழியில்லாது, கடல் முற்றாக ரயிலை விழுங்கி விட்டிருந்தது.

அந்தக் கடல், அந்த வெள்ளக்காடு, அந்தப் புயல், அந்தக் கடும் மழை; சுமார் எழுநூறு உயிர்களை விழுங்கிவிட்டிருந்தன என்ற செய்தி இலங்கைக்கும் வந்தது.

அதே பாம்பன் பாலம்; அதே மாதிரி ஊர்கிற ரயில்.

○

18

அதிகாரம்: 9

1988

வானம் தெளிவாக இருந்து வெயில் எரித்த பின்னேரம். சோளகம், மேகங்களைக் கலைத்து விட்டது. சோளகம் விசிறியதில் வெயில் சுவற வில்லை. சாடையாகக் குளிர்ந்தது என்றும் சொல்ல லாம். பனங்கூடலின் மருங்கிய ஒழுங்கையில் சைக்கிள் உழக்கினேன். பனங்கூடல்கூடக் குளிர்ச்சியைத் தந்தது.

அது வடலியடைப்புக் கிராமம்!

பனங்கூடல் முடிந்து, தோட்டவெளியில் சின்னதொரு கோயில் தெரிந்தது. நாம்பிரான் அல்லது வைரவர் கோயிலாக இருக்கலாம். பிறகு தெரிந்தது, அது அம்மன் கோயில். 'அம்மன் கோயிலுக்குப் பக்கத்தில வீடு,' என்று அலுவலகத் தில் சொல்லியிருந்தார்கள். தனமக்காவும் ஒருவிதத்தில் அம்மன்தான்; சின்ன அம்மன்! அது அவாவைப் பார்த்த பிறகுதான் தெரிந்தது.

வீட்டின் விலாசம் சரி. 'அம்மன் கோயில் வீதி, இலக்கம் 13.'

"நீதான் போ," என்று சிவகுமார் சேர் பிரத்தியேகமாக எனக்கு இந்த விலாசத்தைத் தந்து சொன்னார். அவரது முகத்தில் ஓர் ஒளிக்கீற்று! அவர் இதில் விசேச கவனம் கொள்கிறார். 'பெரிய இடமோ,' என்று ஒருகணம் யோசித்தேன். 'பெரிய

இடம் என்று யோசிக்கிற அளவுக்கு சிவகுமார் சேர் அப்பிடியான ஆள் இல்லையே,' என்றும் யோசித்தேன்.

வீடாக அதனைத் தெரியவில்லை, கொட்டில்; சின்னக் கொட்டில்! ஆனால் கல்வீடு இருந்த சிலமனும் தெரிகிறது. ஆங்காங்கே கொங்கிறீட் கல், சீமெந்துச் சுவர்! அவற்றினிடையே ஒரு குடிசை வீடு!

"வீட்டுக்காரர், வீட்டுக்காரர்," என்று படலையைத் தட்டினேன். நாய் எதுவும் ஓடிவரவில்லை. ஆச்சரியம், நாயில்லா வீடெதுவும் யாழ்ப்பாணத்தில் கிடையாது. அதற்காக இந்தியனாமி வந்ததில் நாய் அரைவாசியாகக் குறையவுமில்லை. இந்தியனாமிக்கு நாய்தான் முதல் சத்திராதி. இயலுமான அளவுக்கு நாய்களையும் இந்தியனாமி சுட்டுக் கொன்றது.

ஒரு மனிதன் இறந்து கிடந்தபோது அங்கு இரண்டு நாய்கள் இறந்து கிடந்தன.

நாய்க் குரைப்பு இல்லாமல் ஒரு படலை திறந்தது; அது எனக்கு முதல் அனுபவம். அப்படி எண்ணித் திகைத்து, திறந்த வாய் மூட முன்னம் இன்னோர் அதிர்ச்சி!

படலையைத் திறந்து வந்த கன்னிகை, தனேஸ்வரி! ஈரம் இன்னும் காயாத கூந்தல். அதில் ஒரு முடிச்சுப் போட்டிருந்தாள். கட்டான உடம்பில் ஒரு சேலைச் சுற்றல். இன்னமும் திலகம் இடாத நெற்றி. அதுகூட ஓர் அழகு! அவளது பொதுநிறம், எந்த வெள்ளை உடம்பையும் மேவி நிற்கும். அதன் காரணம் அவளது உடல் கட்டா, மயங்கிக் கிடக்கும் காந்த விழிகளா, 'வாவா,' என மதர்த்த ஆண்களை இழுத்துப்போடும் அவளது மேற்கண் சிரிப்பா, சொண்டு விரிப்பா?

தனக்குப் பிடித்த ஆண்களைக் கண்டால் அவளிடமிருந்து எழும் கண்ணடிப்பா?

எனக்கும் அவள் கண்ணடித்திருந்தாள், ஒருமுறை மாத்திரம் அல்ல, அது முன்னர்.

ஐந்தாறு வருடங்களுக்கு முன்னர் அவள் என்னைக் கிளர்ச்சியூட்டுபவளாக இருந்தாள். எங்கு என்னைக் கண்டாலும் ஒரு கண்ணடிப்பும் விசமப் புன்னகையும். அருணனுடன் போன போதும்கூட.

அருணன் என்னைக் கடைக்கண்ணால் நோக்கினான். பிறகு அவளைப் பார்த்தான். "உனக்கு எப்பிடி இவளைத் தெரியும்?"

அப்படி அவளைத் தெரியாது என்கிற மாதிரி முகத்தை வைத்தேன். ஆனால் என் முகத்தில் மந்தகாசப் புன்னகை ஊர்ந்தது என நினைக்கிறேன். "எனக்குத் தெரியாது, இளந்தாரிகளைப் பார்த்துச் சிரிக்கிறதுதானே அவளின்ரை தொழில்."

அருணன் அதை நம்பவில்லை என்று தெரிந்தது.

பார்த்தாலே கிளர்ச்சியூட்டும் என் ராஜகுமாரி! தனு... தனம்... தனேஸ்வரி!

○○○

ஒருநாள் இரவு, புதினமாகவும் இரகசியமாகவும் குமார் எனக்கொரு விவரம் சொன்னான். அந்த நேரம் அறையில் அருணன் இருக்கவில்லை. "மைச்சான் இண்டைக்கொரு அடிசரக்கைக் கண்டன்ரா."

இதில் என்ன இரகசியமும் புதினமுமிருக்கிறது?

முற்றவெளியிலும் முனியப்பர் கோயிலடியிலும் அவர்கள் நடை பயில்வதைக் கண்டிருக்கிறேன். யாழ்ப்பாண நகரச் சந்தையின் மேல்மாடியில் பத்துப் பெண்களாவது மலினமான ஒப்பனையுடன் 'வொயில் சாரி' கட்டி உலாத்தித் திரிகிறார்கள். அடிவயிற்றையும் நெஞ்சுப்பாகத்தையும் தவிர மற்றைய இடங்களைச் சீலை அவ்வளவாக மறைக்கவில்லை. நெஞ்சு நிமிர்த்தி, குண்டி ஆட்டி ஒரு நடை அவர்களுக்கு. பொக்குள் உட்குழிந்து அழகாகத் தெரிகிறது. அழகென்ன அழகு, கிளர்ச்சியூட்டுகிறது. சேலையும் கூந்தலும் காற்றில் பறக்க, உலாத்தும் எந்தப் பெண்ணைக் கண்டாலும் அவர்களிடம் வரும் மயக்கும் புன்னகையை என்ன சொல்ல? மேல்மாடியில் உள்ள கடைக்காரர்களுடன் வளைந்து நெளிந்து குழைந்து சிரிக்கிறார்கள்.

இருள் பட்டவுடன் பஸ் நிலையத்திலும் மினிபஸ் நிலையத்திலும் அவர்கள் உலாவுவதை நிறையத் தரம் கண்டிருக்கிறேன். பஸ்ஸின் கடைசி ஆசனத்தில் இத்தகைய பெண் ஒருத்தி இருக்கிறாள் என்றால் முன்னே உள்ள ஏனைய ஆசனம் ஒன்றில் அவளை அழைத்துப்போகும் ஆண்மகன் ஒருவன் இருக்கிறான்.

இதில் என்ன இரகசியமும் புதினமுமிருக்கிறது?

ஆனால் குமார் சொன்னது 'அடிசரக்கை' இட்ட வர்ணனை அல்ல. அவனாலும் இப்படிக் கதைக்க முடியும் என்பது என் ஆச்சரியம். 'தேவதைபோல இருக்கிறாள். கட்டான உடம்பு.

குடும்பத்துக்கு ஏற்ற பெண்; தயக்கமில்லாமல் கலியாணம் கட்டலாம். கோயில் கட்டிக் கும்பிடலாம், பாதபூஜை செய்யலாம். பிஞ்சுப் பெண். புதுசா வந்திருக்கிறாள். 'அடிசரக்கு' எண்டே அவளை நம்ப முடியாது.'

குமாருக்கு அவ்வளவும் சொல்ல அரை மணித்தியாலம் போதவில்லை.

குமார், யாழ்ப்பாணப் பட்டணம் போய், காற்று வாங்கப் பண்ணைப்பாலம்வரை நடந்தான். திரும்பி முனியப்பர் கோயில்வரை வந்தான். றீகல் படமாளிகைக்கு முன்னால் ஒரு கிழவி கடலை விற்றுக்கொண்டிருந்தார். பக்கத்தில் ஓர் அழகிய குமரிப்பெண்! கிழவியின் பேரப்பிள்ளையாக இருக்கலாம். அத்தனை இளமை! அதற்கு மிஞ்சிய அழகு!

அவளிடம் ஒரு நிமிசமாவது பேச வேண்டும், அந்தச் சொண்டுச் சுழிப்பைப் பார்க்க வேண்டும். குமார், கடலைக் கொட்டையினை ஐம்பது சதத்துக்கு வாங்கினான். அப்போது "நீ நல்ல வடிவாய் இருக்கிறாய்," என்றான். அந்தக் குமரிப்பெண், கண்ணடித்து, குமாரின் கையைக் கிள்ளிக் கடலையைக் கொடுத்தாள்!

குமார் கிறங்கிப்போனான். அவனுக்கு அடிவயிற்றின் நுனியில் கசிந்தது. பசிக்கு வாயில் உமிழ்நீர் சுரப்பதுபோல.

"நேரமிருக்கா," என்று மோட்டுத் துணிச்சலில் கேட்டு விட்டான், குமார். "இப்ப வரட்டா," என்று அவள் உடனே கேட்டாள். அவளைக் கூட்டிப்போக, குமாருக்கு அறை எதுவும் கிடையாது. நான்தான் தனிய என்றால் எனது அறைக்குள் கூட்டிவர குமாருக்கு எந்தப் பிரச்சினையும் இல்லை. இந்த அறைக்கே அந்தப் பெண்ணையும் தள்ளிக்கொண்டு வந்து விடுவான். எனக்கும் தந்து, அவளுக்குக் கொடுக்க வேண்டிய முழுக் காசையும் என்னிடம் கேட்பான்!

ஆனால் அருணன் இந்த அறையில் இருக்கிறான். எந்நேரமும் வரலாம்.

அடுத்தநாள் குமாருடன் போனேன். அவள் அதே இடத்தில் இருந்தாள், குத்துவிளக்காக. நீளமாக ஒற்றைப் பின்னல். முகத்துக்கு மஞ்சள் தேய்த்திருந்தது. நெற்றியின் இரண்டு பக்கமும் கத்தரிக்கப்பட்ட தலைமுடி. அது நெற்றியில் வளைந்து, நெளிந்து கவர்ச்சியைத் தந்தது. மார்பு சிறிது, நுங்குபோல. கொய்யாப்பழம் என்றும் சொல்லலாம்.

"என்ன தம்பி ஓடீட்டாய்," என்று கடலைக்காரக் கிழவி கேட்டார். அந்தச் சிங்காரப் பெண்ணிடம் விசமச் சிரிப்பு.

அள்ளிக் கொஞ்ச வேண்டும்போல இருந்தது. அப்படியே அவளை அலாக்காகத் தூக்கினால், அவளுடைய நுங்கு மார்பு என் வாயில்.

கற்பனையில் சுகம் கண்டேன்!

சிங்காரப் பெண்ணின் விசமச் சிரிப்பு என்னைச் சுண்டியது. என்னைத் தின்றது! அவளது சொண்டு அசைவைப் பார்த்தேன். தோடம்பழச் சுளையை அப்படியே விழுங்க வேண்டும்.

யாழ்ப்பாணப் பட்டணத்தில் அடிக்கடி உலைந்தேன். குமாரும் என்னுடன் அலைந்தான். அருணனுக்கு இது எதுவும் தெரியாது. அருணன் ஒருநாள் சொல்கிறான்: 'நிலவு இருக்க வேணும். . . நானும் சுபாவும் நிலவைப் பார்த்தபடி. . . அவளது நீண்ட நெடுங்கூந்தல் என் கைகளில் கொத்தாக... ஒரு முத்தம்கூட இட மாட்டேன். . . கன்னத்தைத் தடவுவேன். . . தலையில் கை வைப்பேன். . . அவளது தலை என் நெஞ்சில் அடைக்கலமாகும். . . இரவு நீண்டுவிடும். . . நீள வேண்டும். . . நானும் சுபாவும்... சுபாவும் நானும்... அம்புலி மாத்திரம் எங்கள் இருவரிடையே இருக்கிறது... இந்த உலகில் வேறெவருமில்லை... இரவு விடிந்துவிடுகிறது... நிலாப்போல நீல வெளிச்சம். அவள் என் நெஞ்சில் அடைக்கலமாக... நெற்றியில் மாத்திரம் ஒருக்கால் கொஞ்சுவேன். . .'

இப்பேர்ப்பட்ட அருணனுக்கு இந்த அடிசரக்கைப் பற்றி ஏதும் பறைய ஏலுமா?

இனி இவளை அடிசரக்கு என்று சொல்ல வேண்டாம். இவள் அடிசரக்கல்ல; தேவதை!

நானும் குமாரும் ஒன்று செய்தோம். எப்போது யாழ்ப்பாணப் பட்டணம் போனாலும் சைக்கிளிலோ நடந்தோ எங்கள் கால்கள் முற்றவெளிக்கு, முனியப்பர் கோயிலடிக்கு ஏகின. எப்படியோ அவளைக் கண்டோம். காணாத நாள்களில் ஏக்கம் என்னைத் தின்றது. எவனது அணைப்பினில் அவள் இப்போது சுருண்டு கிடப்பாள்? அப்படிச் சுருண்டு கிடக்க வேண்டிய பெண்ணல்ல அவள்; தேவதை! இத்தனை அழகினையும் கட்டான உடலினையும் கொண்டு அவள் அடிசரக்காக வேண்டுமா? காத்திருந்து நான் அவளைக் கலியாணம் கட்ட வேண்டும்!

அப்போது சோளகக் காற்றும் சேர்ந்து என்னை நெருப்பினில் இட்டது. வெந்துவெந்து துடித்தேன். சோளகக் காற்றுக்கு இருக்கும் விசமக் குணத்தை யாரும் அறிய மாட்டார்; நான் அறிவேன்!

அவளை நான் ஒன்றும் செய்ததில்லை. அவளது சின்னிவிரலைக்கூடத் தொட்டதில்லை. ஆனாலும் அவளினால் அடிக்கடி கிளர்ச்சியுற்றேன். 'ஆண்மகன் நான்' என்பது உறுதி!

அவள் குங்குமப் பொட்டு இட்டிருக்கக் கூடாது. கண்ணாடிச் சீலையினூடு அவளது இடையும் பொக்குளும் தெரிந்திருக்கக் கூடாது! என்னைப் பார்த்துக் கண்ணடித்து அவள் சிரித்திருக்கக் கூடாது! பெண்ணின் கண்ணடிப்புக்கு உள்ள வலிமையை எவர் அறிவார்!

கற்பனையில் என்னிடம் நிறைய காமக்கதைகள் இருந்தன. ஆனால் பிறகு என்னிடம் காமம் இல்லை: கதையில்லை; எப்படிக் கற்பனை செய்தும் அக்கதைகள் என்னிடம் வருவதே யில்லை! தனு மாத்திரம் வருகிறாள்.

என்னையிட்டு அரியண்டப்பட்டேன்.

அவளது பெயர் எனக்கு எப்படியோ தெரிந்துவிட்டது: தனு. . . தனேஸ்வரி. . . தனம்!

ooo

இங்கே, இப்போது படலைத் திறந்து தனேஸ்வரி நிற்கிறாள். பெயர் சரியாகத்தான் இருக்கிறது: சிதம்பரப்பிள்ளை. தனேஸ்வரி! நான் ஒரு ஆம்பிளை நிற்கிறேன் என்று அவள் பொருட்படுத்தினாளில்லை! முன்னமே தெரிந்த ஒருத்தன் நிற்கிறானே என்று எந்த அசுமாத்தமும் இல்லை. முற்றாக என் பார்வையைத் தவிர்த்தாள். என்னை அவளுக்குத் தெரியவில்லை! அப்படி அவள் முகம் சொல்லிற்று.

என்னை மறந்துவிட்டாளோ? அல்லது எல்லாவற்றையும் தான் மறந்துவிட்டாளோ?

முற்றத்தில் வெள்ளை மணல் விரித்திருந்த பெரிய கொட்டில். வாசலுக்கு வேப்பமரம் கிளை விரித்திருந்தது. எட்டி அள்ளக்கூடிய சிறிய கிணறு. சுற்றிச் செவ்வரத்த மரங்கள். வீட்டின் பெரும்பகுதியை நெருப்பு தின்றிருந்தது.

நெருப்புக்கு யார் கஸ்ரப்பட்டவர், யார் பணக்காரர் என்று தெளிவாகத் தெரியும். தண்ணீர், எதுவும் அறியாதது! தண்ணீர் இரக்கம் காட்டினாலும் நெருப்பு ஒருபோதும் இரக்கம் காட்டுவதில்லை!

"என்ன அக்கா நடந்தது," என்று கேட்டேன். 'அக்கா' என்ற சொல் கேட்ட மாத்திரம் என்னை ஊடுருவிப் பார்த்தாள். பார்வையில் சடக்கென அன்பு மின்னியது!

"என்னத்தைத் தம்பி சொல்ல," என்று சலித்துப்போய்ச் சொன்னாள்.

"என்னத்தைத் தம்பி சொல்ல?" இந்த வாக்கியத்தை, வாழ்வு நெடுகிலும் கேட்கிறேன். இந்தியனாமி வந்தபிறகு வாழ்வு தின்ற எல்லா மனிதரும் இந்த வாக்கியத்துடன்தான் தங்கள் துக்கத்தைச் சொல்லத் தொடங்குகிறார்கள்.

○○○

தனமக்காவிற்குக் கொட்டில் கட்டிக் கொடுக்க மாத்திரம் என் மனது ஒருப்படவில்லை. வெறும் மூவாயிரம் ரூபாயுடன் முடிந்துவிடுகிற காரியமல்ல இது! அவாவிற்கு நிறையச் செய்ய வேண்டும். அத்தனை துன்பப்பட்டிருக்கிறா தனமக்கா!

என்ன செய்யலாம், ஏது செய்யலாம்?

உத்தியோகப்பூர்வமில்லாது, நிறுவனத்திற்குத் தெரியாது தனமக்காவிடம் ஒருநாள் பின்னேரம் தனியே போனேன். என்னிடம் கள்ளமில்லை. எனினும் காதலியைச் சந்திக்கப் போகின்ற கிளர்ச்சி என்னிடம் இருந்ததை ஒப்புக்கொள்ள வேண்டும். கிளர்ச்சி இருந்ததற்குக் காரணம், பின்னேரப் பொழுது மாத்திரமே. சோளகக் காற்று வீசியதை வேண்டுமானால் குறிப்பிடலாம். நான் அவாவிடம் எவ்வேளையிலும் போகத் தயாராக இருந்தேன்.

"தேத்தண்ணி குடியுங்கோ," என்று பித்தளை மூக்குப்பேணியில் வெறும் தேநீர் தந்தா. "எப்பிடியக்கா இருக்கிறியள்," என்று கேட்டேன். மூக்குத்தி மின்ன, சின்னதொரு சோகச் சிரிப்பு.

பிறகு கேட்டேன்: "என்னை ஞாபகமிருக்கா?"

"ஓம் தம்பி, ஞாபகமில்லாமல்," என்று மெலிதாகச் சிரித்துத் தலையைக் குனிந்தா. முகம் சிவந்தது.

"தம்பி. . . கலியாணம் முடிச்சாச்சோ," என்று குறும்புச் சிரிப்புடன் அடுத்த கேள்வி வந்தது.

தலைவாசல் திண்ணையில் இருந்தேன். தனமக்கா மற்றைய திண்ணையில் இருந்தா. திண்ணையில் வந்து இருந்தபோது அவாவின் நடையில் தயக்கம் இருந்தது.

"தம்பிக்கு வாற பொம்பிளை குடுத்து வைச்சவள்," என்று ஏன் சொன்னாவோ தெரியவில்லை. நான் தனமக்காவையே உற்று நோக்கி யோசித்தபடி இருந்தேன். தனமக்கா குடும்பப்பெண்ணுக்குரிய தோரணையில் வருகிறா.

தலைமயிரை விரித்துத் திரிந்த தனமக்கா இப்போது இல்லை. தலையில் குடுமி இருக்கிறது, தேங்காய் அளவு.

'எப்பிடி இவாவுக்கு உதவி செய்யலாம்?'

தனமக்கா தனித்துப் போனா. அம்மா இல்லை; சகோதரங்கள் யாரும் இல்லை. இந்தியனாமிதான் இவாவுக்கு உதவி செய்கிறது. எப்படியென்றால் எந்த ஆண்மகனும் பின்னேரம் ஆறுமணிக்குப் பின்னர் எங்கும் உலாவ முடியாது. அதனால் தனமக்காவின் வீட்டுப் படலைத் தட்டவோ, தனமக்காவின் குடிசைக்குள் அத்துமீறி நுழையவோ எவருக்கும் தைரியம் இல்லை!

இந்தியனாமியின் சீக்கியர் சிலர் தனமக்காவின் வீட்டை அநேகமாகப் பின்னேரங்களில் நோட்டம் விடுகிறார்கள். ஆனால் அவர்களது அதிகாரி சீக்கியனாக இருந்தாலும் பிந்திரன்வாலேயை நேசிக்கிறான்போலை. ஒடுக்கப்பட்ட மக்களின் உணர்வு அவனுக்குத் தெரியுமாக்கும்.

"நான் எல்லாத்தையும் விட்டிட்டன் தம்பி. இந்த அரியண்டம் பிடிச்ச வாழ்க்கை வேண்டாம். உடம்பு உருகினதே இதாலைதான். என்னைக் கிழண்டிப்போகச் செய்ததும் இதுதான். ஒரு ஆம்பிளை என்ரை உடம்புத் தண்ணி வத்துமட்டும் என்னை எடுக்கிறான். அவன் சக்கையா என்னை எறியேக்கை இந்த உடம்பில ஒரு சொட்டுத் தண்ணி கிடையாது. இந்த ஒரு பொந்துக்கை ஒரு நாளைக்கு எத்தினை எலி புகுது. எலி மாத்திரமே புகுது? அணிலும் உடும்பும் அறணையும் ஓணானும் சிலவேளை பல்லியும் பாம்பும் அரியண்டமா இருக்கு. தம்பிக்கு இதொண்டும் விளங்காது. வாழைப் பழத்தைச் சூப்பலாம். மூத்திர நாத்தத்தை எப்பிடிச் சூப்பலாம்? என்னத்தைத் தம்பி நான் கதைக்க? ஒண்டும் கதைக்கவும் கூடாது.

"விடிய ரண்டரை மூண்டு மணிக்கு, அனுபவிச்சதுக்குக் காசும் தராமல், வெருட்டியும் போட்டு அநாதரவா பருத்தித்துறை பஸ்ராண்டிலை விட்டவங்கள், பிறகு ஏதோ இயக்கம் எண்ட பெயரிலைத் துவக்கும் கையுமா வாறாங்கள். என்ரை உடம்பை ஆசைதீரத் திண்டவையள் சொல்லினம், 'நீ உந்தத் தொழிலைக் கைவிட வேணும்; இல்லாட்டில் சுடுவம்.'

"என்னோடை ஒண்டடி மண்டடியாத் திரிஞ்ச நாகேசக்காவைப் பண்டத்தெருப்புச் சந்தியிலை வைச்சுச் சுட்டுப் போட்டாங்கள். அவாவின்ரை கழுத்தில ஒரு போர்ட்: 'நான் தமிழ் இளைஞர்களைச் சீரழிக்கிறேன். அதனால் என் மரணத்திற்கு நானே பொறுப்பு.'

"இதை எழுதினவன் ஆரெண்டு எனக்குத் தெரியும்; நாகேசக்காவிட்டை எத்தினை தரம் போனானோ தெரியாது. கையால தூக்கி மூத்திரம் பேலத் தெரியாதவன் நாகேசக்காவிட்டை என்ன செய்திருப்பான்? எனக்கு இப்பிடி ஆயிரம்பேரைத் தெரியும்.

"இவங்கள் இப்ப இந்தியனாமியோடை நிக்கிறாங்கள். . . ம். . ."

பிறகும் 'என்னத்தைச் சொல்ல,' என்று தனமக்காவிடம் பெருமூச்சு எழுகிறது. பெருமூச்சு, தனமக்காவுக்கு ஒரு வடிகால்! மூச்சு வெளியே வந்து உடம்பைச் சமனப்படுத்துகிறது.

"என்னக்கா யோசிக்கிறியள்," என்று ஒரு கேள்வியைக் கேட்டு வைத்தேன். தனமக்காவிடமிருந்து இன்னமும் கவர்ச்சி போகவில்லை. பெருத்த சொண்டு அவாவிடம் இருக்கிறது!

ஒரு கவலை என்னைச் சூழ்ந்தது. இவ்வளவு பிரச்சினைகள் நிகழ்கிறபோதும் நான் இவற்றை மீறி அப்பால் நிற்கிறேன். என்னை எதுவும் நோகடிக்கவில்லை. நான் பஞ்சத்தில் உழன்றே னல்லன். எந்த ஒரு தோட்டாவும் என் தோள்பட்டையைச் சிராய்த்ததில்லை. தனமக்கா பலது சொல்கிறா. எனக்குத் துக்கம் வருகிறது. அது என் நெஞ்சின் தசைகளைப் பிய்த்து எறிந்த துக்கம் அல்ல. வெறுஞ்சொல்லான துக்கம்; சோகம்!

"நான் என்ரை தொழிலைக் கைவிடுறன், அம்மாவுக்கு அது வலு சந்தோசம். நான் நல்ல வடிவா இருந்தனான். இந்த வடிவுதான் எனக்கு எதிரி. வடிவில்லையெண்டால் நான் கூலி வேலைக்குப் போயிருப்பன். வெங்காயம் கிண்டவோ, மிளகாய் ஆயவோ, புல்லுப் புடுங்கவோ, நாத்து நடவோ, ஏதோ ஒரு வேலை; கிடையாமலா போகும்? நாரி முறிஞ்சு வேலை செய்ய நான் பஞ்சிப்பட்டனா? கூழோ, கஞ்சியோ குடிச்சு எங்கன்ரை சீவியம் நிம்மதியாய்ப் போயிருக்கும்.

ஆனால் என்ன நடந்தது? என்ரை உடம்பு சீரழிஞ்சுது. எத்தினை ஆம்பிளைகளை இந்த உடம்பு கண்டது. இந்த அழகு செய்த வேலைதானே அது? உடம்பு முறியாமல் வேலை செய்யலாம் எண்டுதான் இந்தத் தொழிலுக்கு வந்தன். ஆனால் இந்த உடம்பை நாலா ஐஞ்சா எட்டா நிமிர்த்தி வளைச்சு முறிச்சுப் போட்டாங்கள்."

தனமக்காவிடம் பிறகும் ஒரு பெருமூச்சு.

"நான் என்ரை தொழிலை விட்டிட்டன் தம்பி. நீ என்னை அங்கை கனகாலமாக் கண்டிருக்க மாட்டாய். என்ன...

நான் தொழிலை விட்டிட்டன், நாகேசக்காதான் ‘நீ நடிகை மாதிரி நல்ல வடிவா இருக்கிறாய். நாங்கள் ஒருநாளைக்கு நூறுரூபா உழைச்சால் நீ ஆயிரம் ரூபா உழைப்பாய்’ எண்டா. நான் நாளுக்கு ஆயிரம் ரூபாய்க்குக் கிட்ட உழைச்சன். உழைச்சன். இதைக் கல்வீடா மாத்த அத்திவாரம் போட்டது அந்தக் காசிலைதான். ஒருநாள் எனக்குச் சுளையா ஐயாயிரம் ரூபா கிடைச்சுது. அசோகா கொட்டலெண்டு, தம்பிக்குத் தெரியுமோ என்னவோ! மூண்டு நட்சத்திர கொட்டலாம், அங்கை இரவு தங்கப்போன முதல் பொம்பிளை நான். ஒரு வெள்ளைக்காரன் கூட்டிக்கொண்டு போனான். ஆருக்கும் சந்தேகம் வரேல்லை. அவ்வளவு வடிவா இருந்தன். விடிகிற நேரம்... காகம்கூடக் கரையேல்லை. அவன் என்ரை நெஞ்சிலை தாள்க்காசா ஐயாயிரம் ரூபாயை வைச்சான். நான் ஒருநாளும் அவ்வளவு காசைக் கண்டதில்லை. ஆனால் இதின்ரை பெறுமதி எனக்குத் தெரிஞ்சுது. நான் கட்டிற வீட்டுக்கான சீமெந்துக்கு இந்தக் காசு போதும்.

“ஆனால் உடம்பு உருக்குலைஞ்சு போட்டுது. பித்தவெடிப்பு மாதிரி உடம்பு முழுக்கப் பொருக்கு வருகுது. தோல் வறண்டு போகுது. நல்லெண்ணெய் பூசிப் பார்த்தன், வறண்டது வறண்டதுதான்.

“நீ இந்தத் தொழிலை விடு...’ எண்டு அதையும் நாகேசக்கா தான் சொல்லுறா. நான் விட்டிட்டன். அண்டைக்கு அம்மா வுக்கு வந்த சந்தோசம். ஒண்டும் யோசியாதை பிள்ளை, இந்த வளவிலையிருந்து வாற வருமானம் காணும். கூழோ கஞ்சியோ குடிப்பம். நாத்து நடப் போகலாம். புல்லுப் புடுங்கப் போகலாம். வெங்காயத் தாழ்வைக்குப் போகலாம். வாழுறதுக்கு வழியா இல்லை!’

“இதொண்டும் கிடையாட்டில் அரிசிமா இடிக்கப் போவன். புழுங்கலரிசி குத்தப்போவன். மிளகாய்த்தூள்கூட இடிச்சுக் குடுப்பன். செய்யிறதுக்கு வேலையா இல்லை!

“எங்களுக்குக் கலியாணம் இல்லையெண்டது தெரியும். ஆனால் மானத்தோடை உழைச்சு வாழத் தொடங்கினன். வேலை வேலையெண்டு திரிஞ்சன்.

“போனான் தம்பி, எல்லா வேலைக்கும் போனான். நாரி தெறிச்சுது. கிடைச்ச வேலை அத்தனையும் செய்தன். கணநாளைக்குப் பிறகு இரவு நிம்மதியான நித்திரை.

“அதுக்கும் ஒருநாள் உலைவைக்க வந்துது...”

மணல் நிலம் என்றாலும் ஊரி குத்துகிற வளவு அது. ஊரி குத்திக் காலில் இரத்தமும் கசிகிறது.

"தம்பிக்குக் களைப்பா இருக்கோ என்ரை கதை கேட்க?"

"ஐயோ, இல்லையக்கா நீங்கள் சொல்லுங்கோ."

"இப்பிடி நடக்கும் எண்டு நான் ஒரு சொட்டும் எதிர்பார்க்கேல்லை. பொம்மர் வந்து குத்திச்சுது. ஷெல் விழுந்து வெடிச்சுது. எல்லாத்துக்கும் பங்கருக்கு ஓடினம். உயிரை எப்பிடியோ காப்பாத்தினம். ஆனால். . . ஆனால். . ."

தனமக்காவிடம் கண்கள் மிரண்டு கிடந்தன. பேயைக் கண்ட திகைப்பு. முழுமை பெறாத கல்வீட்டை என் கண் பார்க்குது.

"தம்பி, இந்திய அமைதிப்படை வருகுது. இனி ஒரு பிரச்சினையும் இல்லையெண்டு பங்கரையெல்லாம் மூடீட்டம். அதுக்குமேல வீட்டுத் தோட்டம். ஆனால் இந்த அறுவாங்கள் வந்தாங்கள். ச்சீ. . . தூமைச் சீலைகள். எல்லாம் போய்ச்சு. எல்லாம் போய்ச்சு."

தனமக்கா குனிந்தா. உடம்பு குலுங்கிற்று. மூக்கைச் சீறினா. முந்தானைச் சீலை மூக்குக்குப் போயிற்று.

"பகல் பத்துமணி இருக்கும்; முதல்நாள் சாப்பிடுறதுக்கு ஒரு தீனும் இல்லை. நானும் அம்மாவும் காலமைக்கு எழும்பெல்லை. எழும்பி என்ன செய்யிறது? சுருண்டு படுத்திருக்கிறம். மீன்காரன் கோர்ணை அடிச்சுக்கொண்டு போகிறான். ஏதும் வாங்கிறதுக்குக் கையிலை காசு இல்லை. கொஞ்ச அரிசி இருக்கு, முருங்கையிலை காய் இருக்கு. ஒரு குழம்பு, முருங்கையிலையிலை வறை. அப்பிடித்தான் யோசிச்சுக்கொண்டிருக்கிறம். சாப்பிடுறதையும் நாலரை ஐஞ்சு மணிக்குச் சாப்பிட்டால் இரவுக்குச் சாப்பாடு தேவையில்லை. இப்பிடி நானும் அம்மாவும் கதைக்கிறம்.

"அந்த நேரம்தான் கொட்டிலுக்குப் பின்னாலை சரசரப்புச் சத்தம். பார்த்தால், கொட்டிலைப் பிரிச்சுக் கொண்டு வாறாங்கள். அவ்வளவு பேரின்ரை முகத்திலையும் தலைப்பாகையும் தாடியும். திம்மெண்டு நெடுத்து வாறாங்கள்.

"அம்மாவுக்குக் கண் தெரியேல்லை, 'ஆர் மோனை. . . ஆர் மோனை. . .' எண்டு கேட்கிறா. . . அம்மாவுக்கு விளங்கீட்டுது, வாறது ஆர் எண்டு. நெய் மணம்! ஊர் நாய்களுக்கே விளங்குது, அம்மாவுக்கு விளங்காதே!"

ஏழு இந்திய இராணுவத்தான்கள் தனமக்காவின்மேல் விழுந்து எழும்பின. ஒன்றுக்கு மாத்திரம் தலைப்பாகை இல்லை; தாடி இருக்கிறது. அவனது தலையிலிருந்து மயிர்க்கத்தை கொட்டுண்ணக் கீழே விழுகின்றது. பெண்களின் அடர்ந்த கூந்தல்போல. அதிலிருந்தும் வனஸ்பதி நெய் மணம்.

அவன்தான் அவர்களுக்குத் தலைவன்போல.

தன்னை 'வலோத்காரப் படுத்துவதைத்' தாங்கும் வலிமை தனமக்காவுக்கு இல்லை! இறுதியாகத் தனமக்காவின் மேல் படுத்து எழும்பியவன், தனமக்காவுக்கு ஓர் உதை விட்டான். அவன் வாயிலிருந்து கடூரமாக ஒரு சொல் வந்தது: இந்திய பாசை எதுவும் தனமக்காவுக்குத் தெரியாது! ஆனால் கடூரமான சொல்லின் உணர்வு தனமக்காவுக்குத் தெரிந்தது: "வேசை!"

தனமக்கா மயங்கிச் சரிந்தபின், தனமக்காவின் மேல் 'ஏறியவங்கள்' எவ்வளவுபேர் என்று அவாவால் கணக்கிட முடியவில்லை. அப்போது 'பாரத நாடு பழம்பெரு நாடு' என்ற வரி தனமக்காவின் மனதில் ஏன்தான் வந்திருந்தது?

மயக்கம் தணிந்தபின் எழுகிறா தனமக்கா. அடுப்படியின் வாசலில் அம்மிக்கல். அதற்கருகே ஓர் உருவம் நீட்டுக் கிடக்கிறது. தனமக்காவின் கண்கள் மங்கிப்போயிற்று. உருவங்கள் ஆவிபோல அசைகின்றன. முக்கிமுக்கி, இரத்தம் வடிந்த கால்களை இழுத்துஇழுத்து, தனமக்கா அந்த உருவத்தின் அருகே போகிறா.

அம்மிக்கல்லில் அடிபட்டுக் கிடப்பது அம்மாவின் தலை. இரத்தம், நீராய்ப் பாதை வகுத்து ஓடியிருக்கிறது. தனமக்காவுக்கு 'ஐயோ,' என்று குழற ஏலாமல் போய்ச்சு. குழறினால்? அவங்கள் திரும்ப வந்திடுவான்கள்!

அவங்கள் போய்விட்டாங்கள். சும்மா போகவில்லை, ஓலைக் குடிலுக்குப் பொஸ்பரஸ் தூவிவிட்டிருந்தார்கள். படபட வெனப் பற்றி எரிகிறது கொட்டில்!

எதனையும் அணைக்க அங்கு எவருமில்லை!

காறிக்காறித் துப்புகிறா தனமக்கா. எழும்பப் பார்த்தா, தள்ளாடி விழுந்தா. ஏலாமல் அம்மாவை இழுத்துஇழுத்து வெளியில் போட்டா. அம்மா, வெள்ளை மணலில் விழுந்தா. ஊரி குத்தக்குத்த அப்படியே கிடந்தா. மேகமில்லாத சூரியன், இரக்கமில்லாமல் அம்மாவை எரித்துப் பொசுக்கியது.

தனமக்கா, கண்மூடி இருந்தா. கண்ணீர் ஒழுகிக்கிடந்தது.

தானாக அவாவின் கைகள் என்னை நோக்கிக் கூம்பின. "தம்பி, நான் சீவிக்கிறதுக்கு ஏதும் உதவி செய்ய ஏலுமே?"

நான் அவாவின் கூம்பிய கைகளைப் பற்றிப் பிடித்தேன்.

"என்னைக் கும்பிடாதையுங்கோ அக்கா. நான் ஏலுமானதைச் செய்வன்."

எனக்கு அது பெரிய வேலையில்லை. விதவைகளுக்கான புனர்வாழ்வுத் திட்டத்தில் தனமக்காவின் பெயரைச் சேர்த்தேன். தனமக்கா விதவையா இல்லையா? எனக்கு அது தெரியாது. தெரியத் தேவையில்லை. அவாவைக் 'கைம்பெண்' என்று சொல்வது எனக்குப் பிடித்திருந்தது.

எனக்கு ஒன்றும் தெரியத் தேவையில்லை! பாதிக்கப் பட்டோர் எந்தப் பாகுபாட்டில் வர வேண்டும் என்று நான் யோசிக்க மாட்டேன். பாதிக்கப்பட்டோர், பாதிக்கப்பட்டோர் தான்!

தனமக்காவின் கொட்டில் எரிந்திருக்கிறது. கொட்டில் கட்ட காசு கொடுக்க வேண்டும். அதற்கு மூவாயிரம் ரூபா!

கொடுத்தேன்; அல்லது நிறுவனம் கொடுத்தது.

தனமக்கா தாயை இழந்திருக்கிறா. இரத்த உறவு ஒன்று இல்லாமல் போயிற்று; அதற்கு ஐயாயிரம் ரூபா.

கொடுத்தேன்! நிறுவனத்தின் பெயரில் கொடுத்தேன்!

விதவைகளுக்கான புனர்வாழ்வில் தனமக்காவைச் சேர்க்கலாமா?

சேர்த்தேன்!

தனமக்காவுக்கு ஒரு இலட்சம் ரூபாவுக்கான திட்டம் என்னிடம் இருந்தது.

தனமக்கா ஒருபோதில் என்னவள் ஆகிக்கொண்டு வாறா. சந்தோசம்!

19

ஒன்பதாம் அத்தியாயம்

1985

நெடுந்தீவுக் கடலிலிருந்து ஈழத்தில் இறங்கினான் அருணன்.

'ஈழம்' என்ற சொல் இப்போது மிக இனித்தது. 'ஈஎன்எல்எப்' என்ற ஒரு கூட்டுக்குள் தனது அமைப்பும் இருக்கின்றது என்பது மிக முக்கியமான ஒன்று. அது ஒருவகையில் ஐக்கிய முன்னணி. ஈழத்துக்காக ஆயுதமேந்திப் போராடுகின்ற ஏனைய இயக்கங்களுடன் ஒரு கூட்டமைப்பே இந்த 'ஈஎன்எல்எப்'. இவ்வமைப்பில் உள்ள இயக்கத் தலைவர்கள், அடிக்கடி ஒன்றுகூடி உரையாடுகிறார்கள். தலைவர்கள் கைகோத்த ஒரு புகைப்படமும் வெளியாகி இருக்கிறது. இது தொடருமென்றால், சுதந்திர ஈழம் மிக விரைவில். சுதந்திரமான மனிதர்களாக நாம் உலாவுவோம். அதைவிடச் சொர்க்கம் வேறு எங்கு இருக்கிறது? இவற்றையிட்டுத் தலைவரும் தோழருமான பத்மநாதன் மிக நம்பிக்கையுடன் இருக்கிறார்.

அருணனிடம் நிறையப் பணிகள் வழங்கப்பட்டிருந்தன. பத்மநாதன், அருணனை மிக விரும்பியிருந்தார். தோழர் பத்மநாதனின் எளிமை, அருணனைக் கட்டிப்போட்டது!

ஒவ்வொரு நாளும் தோழர் பத்மநாதனே மதியத்துக்குச் சமைத்தார். சூளைமேடுவில் உள்ள அவரது அலுவலகத்தில் பத்துப் பேருக்கு மிஞ்சித் தோழர்கள் இல்லை. ஒருநேரச் சமையல். சோறும்

பருப்புக்கறியும் கீரையும் ஒவ்வொரு நாளும் இருந்தன. 'மீன் சாப்பிடப் பழகு'வதாகச் சொன்னார்; 'ஓங்காளிக்கிறது' என்றும் சொன்னார்.. 'இறைச்சியில் அவ்வளவு மணமில்லை; ஆனால் எலும்பும் இறைச்சித் துண்டும் பயமுறுத்துகிறது,' என்றும் சொன்னார். 'அவித்த முட்டை ஒன்றுதான் மரக்கறிபோல இருக்கிறது,' என்றார். "மச்சம் என்று அதனைச் சொல்லக் கூடாது," என்று அருணன் அவருக்குச் சொன்னான்; சிரித்தார்.

ஆனாலும் தோழர் பத்மநாதனின் விருந்தோம்பலில் கிறங்கிப்போனான். அருணனைக் கண்டவுடன் இரண்டு முட்டைகளை உடனே அவித்துவிடுகிறார். இரண்டு முட்டைகளுக்கு ஐந்து பைசாவும் வராது. ஆனால் தோழர் பத்மநாதன், அதனையும் குறித்து வைத்துக்கொண்டார். டயரிபோலக் குறித்துவைக்கச் சின்னப் புத்தகம் அவரிடம் இருந்தது. தமிழ்நாட்டில் காகிதத்துக்கு ஏது பஞ்சம்? நிறைய எழுதலாம், எதுவும் எழுதலாம்.

தமிழ்நாட்டில் அருணன் அவ்வளவாக உலாத்தவில்லை. தொடர்ந்து வகுப்புகள், கருத்தரங்கங்கள், கூட்டங்கள் என்று இருந்தன. அங்கு பலரைச் சந்திக்க வேண்டி வந்தது. கிறிஸ்தவ நிறுவனங்கள் என்றுகூடப் பாராமல் சந்தித்தான். அவர்களும் மார்க்சீயம் பேசினார்கள். 'விடுதலை இறையியல்' என்று ஏதோ சொன்னார்கள்.

சென்னை லயோலாக் கல்லூரியில் ஈழம் தொடர்பான முழுநாள் கருத்தரங்கு. இவனே பிரதான உரையாளன். பிரம்மாண்டமான மண்டபத்தில் அருணன் உரையாற்றும் போது மிகப் பெருமிதமாகத் தன்னை உணர்ந்தான்.

ஏப்ரகாம் என்ற மாணவன், அருணனின் கைகளைப் பற்றித் "தோழர் ஈழம்பற்றிய முழுப்பரிமாணமும் கிடைக்க வழி செய்தீர்கள். மிக்க நன்றி," என்றான் ஆங்கிலத்தில். பலர் அருணனைக் குழுமி நின்றனர்.

தோழர் பத்மநாதன், அருணனை முற்றுமுழுதாக நம்பினார். இராணுவப் பக்கம் அருணனைக் கொண்டுபோய்ச் சேர்க்கக் கூடாது. முழுமையாக அரசியல், புத்தகம், பிரசுரம், இயக்கத்துக்கான பத்திரிகை, கொள்கை விளக்க நூல், ஆய்வு, தொடர்பாடல், அரசியல் கருத்தரங்கு, வகுப்பு, அரசியல் விரிவுரை, தத்துவம் சொல்லி, அரசியல் சொல்லி போராளிகளை இணைத்தல், மார்க்சீய வகுப்பு எடுத்தல்.

'ஆனால் மாசேதுங் வரை போக வேண்டாம், இந்தியா விரும்பாது! சேகுவேராவும் எதற்கு!'

மலையாளம் மணக்கிற தமிழையும் பிராமணத் தமிழையும் பேசுகிறவர்கள்தாம் பெரும்பாலும் இந்த முடிவை எடுக்கிறார்கள். சேகுவேராவின் தாடியும் சுருட்டும் அவர்களுக்குப் பிடிப்பதற்கு வெகுகாலம் செல்லலாம்; பிடிக்காமலும் போகலாம். என்ன செய்வது, இந்தியாவின் தெற்குப் பகுதிக்கு அவர்கள்தான் தீர்மானிக்கிற சக்தி. அவர்களுக்கென்றொரு நிகழ்ச்சி நிரல் இருக்கிறது. அதை மீறும் பலம் எங்களிடம் எப்போது வரப்போகிறதோ! ம். . . பார்ப்போம்.'

தோழர் பத்மநாதன், மேற்படி சாரப்பட இப்படி ஒருநாளிரவு சொன்னார். அன்றிரவு, இரண்டு முறை பிளேன் ரீயை இருவரும் குடித்தனர். இன்னொருமுறை குடிக்கலாம் என்ற நிலை வந்தபோது, "இல்லை படுப்பம்," என்றார் தலைவர், தோழர்!

'அருணனுடன் யாவும் கதைக்கலாம்' என்று நினைக்கிறார் பத்மநாதன். அத்தனைக்கும் அருணனிடம் தகுதி இருக்கிறது. அவனே பொறுப்பாக நின்று செய்வான்! தான் தளத்தில் நின்றால் எப்படியோ, அப்படி அருணன் என்றும் நினைத்துக் கொண்டார் பத்மநாதன்!

தோழர் பத்மநாதன் அப்படித் தன்னை நம்பியதில் அருணனுக்கு மகாதிருப்தி! அருணனும் வாய் ஓயாது பத்மநாதனுக்கு ஒன்றைச் சொல்லிக்கொண்டிருந்தான்: "தளத்துக்கு வாங்கோ. பிரச்சினை அங்கைதான், இங்கை யில்லை. எந்த மக்களுக்காகப் போராடுகிறோமோ அந்த மக்கள் அங்கைதான்; இங்கையில்லை. உலகத்தில் எந்தத் தலைவர், வேறை நாட்டிலையிருந்து தனது நாட்டு மக்களுக் காகப் போராடியிருக்கிறார், சொல்லுங்கோ பார்ப்பம்? இஞ்சைதான் எல்லா இயக்கத் தலைவர்களும் தமிழ்நாட்டில் இருக்கினம். அங்கையிருந்தால் பாதுகாப்பு இல்லையென்று சொல்ல முடியாது; பாதுகாப்பை உருவாக்க வேணும்."

அருணன் சொல்லச் சொல்ல தாடியை நீவிவிட்டுக் கேட்டுக்கொண்டிருந்தார் பத்மநாதன். ஈற்றில் அருணன் சொன்னான்: "இருந்து பாருங்கோ தோழர், இந்தியா சொல்லுற எல்லாத்துக்கும் எல்லா இயக்கங்களும் தலையாட்டிக் கொண்டிருக்கப் போகுது."

அதற்கும் தலையாட்டினார் பத்மநாதன். பிறகு சொன்னார்: "எல்லாம் விளங்குது தோழர். என்ன செய்யிறது எண்டு தெரியாமல் யோசித்துக்கொண்டு இருக்கிறன். ம். . . பாப்பம்."

"நீங்கள் உடனை என்னோடேயே வெளிக்கிடுங்கோ."

அதற்குச் சிரித்தார். "சுடுது மடியைப் பிடி எண்டு வெளிக்கிட ஏலுமே தோழர்? எல்லாத்துக்கும் காலமும் நேரமும் கூடிவர வேணும். எல்லாத்தையும் நான் வெளியிலை சொல்ல ஏலாது. உனக்கெண்டபடியாலை சொல்லுறன், இவங்கள் ஒருத்தரும் என்னை ஈழத்துக்குப் போக விடுறாங்களில்லை."

"இவங்கள் எண்டால்? ஆர் இந்தியாவா?"

"இந்தியா சொல்லுறதுக்குத் தலையாட்டிற எங்கன்ரை தோழர்மார். அவையளுக்கும் இந்தியாதான் சொல்லுதோ தெரியேல்லை."

"ஆரைச் சொல்லுறியள்?"

"உனக்குப் போகப்போக விளங்கும். ஒருவிதத்திலை நான் சூழ்நிலைக் கைதியா இருக்கிறன். தளத்திலை வேலை செய்யிற உன்னைப் போல ஆக்களைப் பார்த்தாத்தான் எனக்கு நிம்மதியா இருக்கு. சரி விடுவம் கதையை, நான் அங்கை இருக்கிறன் எண்டு நைச்சுக்கொண்டு நீ எனக்காக வேலை செய். நான்தான் வேலை செய்யிறன் எண்டு நைச்சுக்கொண்டு நீ வேலை செய். காலம் லேசானதில்லையடா. நான் எப்பிடியோ அங்கை வருவன், ஒளிச்சாவது வருவன். அங்கை உன்னைச் சந்திக்கிறன், சந்திப்பன்."

மனம் நைந்துபோய்த் தோழர் பத்மநாதனிடம் இருந்து வார்த்தைகள் வந்தன.

"காலம் தன்ரைபாட்டிலை வராது, காலத்தையும் நாங்கள் தான் உருவாக்க வேண்டும்," என்றான் அருணன்.

அருணன், இயக்கத்தின் முக்கியப் பொறுப்பிலிருக்கும் அநேகமானோரைச் சந்தித்தான். தோழர் வரதராஜன், வெங்காய ஊத்தப்பமும் பூரியும் உருளைக்கிழங்குக் கறியும் வாங்கித் தந்து, கோப்பியும் குடிக்கச் செய்து பின்வருமாறு கூறினார்: "தளத்திலிருக்கிற உங்களை நம்பித்தான் நாங்கள் இங்கு அரசியல் செய்கிறோம். அத்திவாரம் தளத்தில்தான். தளத்தை இறுக்கமாக அமையுங்கள். நாங்கள் பிறகு வந்து அரசியல் செய்கிறம். இப்ப நாங்கள் வந்தால் என்ன நடக்கும் என்று தெரியும்தானே. நாங்கள் அவங்களோட கூட்டமைப்பிலை இருந்தாலும் புலிகள், 'புலிகள்'தான். மிருகங்கள்! அரசியல் பேச வாயைத் திறந்தால் வாய்க்குள்ளை துவக்கு. தோழருக்குத் தெரியாதெண்டில்லை," சொல்லிக்கொண்டு தன் தாடியைத் தடவினார்.

தோழர் ஹேமச்சந்திரன் அவ்வளவு பேசினாரில்லை. ராஜரீகத் தொடர்புகளில் கூடுதலாக மினைக்கெட்டார்.

அருணன் நின்ற காலங்களில் இரண்டுமுறை டில்லி போய் வந்தார். ஒருமுறை அரசியல்; மறுமுறை. . . யாழ்ப்பாணப் பல்கலைக்கழகத்தில் படித்த அவரது தம்பி, டில்லி நேரு பல்கலைக்கழகத்தில் இப்போது படிக்கிறார்.

ஆனாலும் சொன்னார்: "தோழர், உங்களை நம்பித்தான் நாங்கள் இங்கை அரசியல் செய்கிறம். இறுதியாக நாங்கள் ஈழத்துக்குத்தான் வரப்போறம். நீங்கள் அங்கு அமைப்பைப் பலமாகக் கட்டுங்கோ." தடவுவதற்கு அவருக்கு நாடியில் தாடி என எதுவும் இருக்கவில்லை.

'உங்களுடைய தம்பியும் வருவாரோ,' என்று கேட்க அருணனுக்கு வாய் உன்னியது. உன்னியது மாத்திரமே!

தோழர், கொக்கோ கோலா ரின் வாங்கித் தந்தார். அருணனின் சீவியத்தில் அவன் குடித்த இரண்டாவது கொக்கோ கோலா இது! முதலாவது குடித்த கதை இங்கு அவசியமில்லை.

ஒவ்வொருவரும் 'தோழர், தோழர்,' என்றுதான் அழைத்தனர். ஆனால் பத்மநாதனின் 'தோழர்' ஏன் அதிகம் இனித்தது; ஏன் அதிகம் பிரியத்திற்குள்ளானது; அவர் மனத்தால் அழைத்ததனாலா?

தோழர் பத்மநாதன் சொன்ன அத்தனைக் காரியங்களை யும் செய்தான் அருணன். பத்மநாதன் சொன்னார்: "தோழர், நாங்கள் பிரதேசக்குழு என்கின்ற யாவற்றையும் கலைத்து விட்டோம். மத்தியக்குழு, அதற்குக் கீழே வேறுவேறு குழுக்கள், பிரதேசக்குழு இப்போது இல்லை. ஆனால், மத்தியக் குழுவுக்கு நீங்கள் விரைவில் வந்துசேர்வீர்கள். அதற்கு நான் உத்தரவாதம் தருவேன். அதுவரை பொறுமை காத்து நீங்கள் இயங்குங்கள். இப்போதே நீங்கள் மத்தியக் குழு உறுப்பினர்தான். அதற்கான ஆணையை வழங்குகின்றேன். உத்தியோகப்பூர்வமாக இதனைச் சொல்ல முடியாது. ஆனால் சிநேகப்பூர்வமாக நான் அனைவருக்கும் அறிவிப்பேன். ஒன்றும் யோசியாது நீங்கள் வேலை செய்யுங்கள். தோழர், உங்களை நம்பி உங்களிடம் நிறைய வேலைகளை ஒப்படைக்கிறேன்."

தோழர் பத்மநாதன், அன்று இரண்டு அவித்த முட்டைகளை அருணனுக்குத் தந்தார்; அதுவும் இரவு உணவுக்கு!

தோழர் அருணன் விடியற்காலையில் சென்னையை விட்டு வெளிக்கிட்டான்!

○○○

ஈழக்கரையில் இறங்கியபோது வாடை விசிறி, மாரி அடித்தது. தொப்பலாக நனைந்தான். பனைகள் சுழன்றுசுழன்று ஆடின.

"பனைக்கரங்கள் அசைக்கிறாள் பாசமிக்க அன்னைமண்
போர்க்களத்தில் நிற்கிறாள் மகனே என்றழைக்கிறாள்."

பாடலை முணுமுணுக்கிறான்.

அது விடியப்புறம். சாமம்போல 'றோல'ரில் தோழர்களுடன் ஏறியிருந்தான் அருணன். ராமேஸ்வரம் கோயில் கோபுரம் தெரிய, றோலர் கடலில் மிதந்தது. வேகமாக ஓட றோலருக்குத் தெரியவில்லை; வெறுமனே அசைந்தது. சிங்கள நேவியிடம் றோலரே கொண்டுபோய்ச் சேர்த்துவிடும்!

அப்படி எதுவும் ஆகவில்லை.

பொலித்தீன் துணியினால் கட்டி, நிறையப் புத்தகங்களும் அறிக்கைகளும் சஞ்சிகைகளும் அருணனிடம் இருந்தன. தனது இயக்கத்தினது மாத்திரமல்ல; மற்றைய இயக்கங்களின் அறிக்கைகள், பிரசுரங்களும் அவற்றில் இருந்தன. அத்தனையும் தோழர் பத்மநாதன் தந்தவை. "அனைத்துத் தோழர்களுக்கும் எப்படியோ யாவற்றையும் கிடைக்கச் செய்துவிடுங்கள்."

எவ்வளவு மழைநீர் தாரையாக வார்த்தபோதிலும் புத்தகங்களில் நீர் ஊறவில்லை! பொலித்தீன் துணி காத்தது!

பொலித்தீன், உலகிற்கு நல்லதல்ல.

○○○

நெடுந்தீவுக் கரையில் இறங்கையிலேயே மழை சீறி அடித்தது. அங்கேயே ஒருநாள் நின்றான். அருணனுடன் வந்த தோழர்களும் நின்றனர். மழை சிணுங்கிய அடுத்தநாள் காலையிலேயே வீட்டுக்கு ஓடினான்.

வீட்டை விட்டுப் போனபோது வளவு மண் சுட்டிருந்தது. இப்போது அப்படியல்ல; ஈரலித்த மண்! காலில் குளிர் ஏறிற்று!

ஒரு குதூகலம் வீட்டில் காத்திருக்கிறது. அம்மாவின் முகம் மலர்ந்து விரியும். "என்ன ராசா வந்திட்டியே அப்பன்; நான் இஞ்சை ஏங்கிப்போய்க் கிடந்தன்."

கொடுப்புக்குள் சிரிப்பை ஒளித்து வைத்திருப்பார் ஐயா. மகன் சுகமா வருவான் என்று ஐயாவுக்குத் தெரியும். அவன் எதிலும் கவனம், எதிலும் ஒழுங்கு, வரும் முன் காப்பவன்.

அருணன் தோட்டம் செய்யும்போது ஐயா அவனைக் கவனித்திருக்கிறார். தோட்டத்தில் கால்களை அளந்தபடி வைப்பான் மகன். எந்த ஒரு பயிரும் அவன் காலடியில்

மிதிபடாது. தோட்டம் சாறினால் சொரியல் மண்ணாகவே விழும். மண் கட்டியாக விழுந்து மண்வெட்டிப் பிடியால் அதை உடைத்ததாக இல்லை!

தோட்டம் செய்தபடி, கவனமாகப் படித்திருக்கிறான். இயக்கம் என்று போனபோது, ஐயா அவனைத் தடுக்கவில்லை. மற்றவர்கள் போராடப் போக, சுயநலமாக அவனைத் தடுக்கக் கூடாது. போராடப் போகிற எல்லாப் பிள்ளைகளுக்கும் நடப்பதுதான் என் பிள்ளைக்கும்.

தமிழ்நாட்டுப் பயணம் மேற்கொண்டபோதும் ஐயாவுக்குச் சொன்னான், அருணன். "சரி ராசா, சந்தோசமாய்ப் போட்டுவா. கவனமாய் இரு. எல்லாத்திலையும் அவதானமா நடந்துகொள். நான் உனக்குச் சொல்ல வேணுமெண்டில்லை. அம்மாவுக்குச் சொல்லிப்போடாதை. அம்மாவால தாங்கேலாது. வழமையா உன்ரை அறைக்குப் போறமாதிரி போ! படிச்சு எப்பிடியோ எங்கையோ வர வேண்டிய நீ, இப்பப் போருக்குப் போக வேண்டிக் கிடக்கு. தமிழனின்ரை தலைவிதி அது!"

ஐயா வீட்டுக்குள் போனார். அவரின்ரை கையிலை ஐநூறு ரூபாத்தாள்! அருணனின் சேர்ட் பொக்கற்றுக்குள் சொருகினார். "கைகாவலுக்கு உதவும் வைச்சிரு."

அம்மாள் கோயிலிலிருந்து அம்மா வந்தா. கொண்டையில் ஒரு பூவும், நெற்றியில் விபூதி சந்தனம் குங்குமமும். அருணனின் நெற்றியில் விபூதியைப் பூசினா. இது அம்மாள் கோயில் விபூதி அல்ல; அம்மா, பரிவும் அன்பும் பாசமும் கலந்து பூசிய விபூதி!

"அம்மாள் எல்லா விக்கினங்களிலை இருந்தும் உன்னைக் காப்பாத்துவாள்." அம்மாவின் வாய் முணுமுணுத்தது.

அம்மா, சோறு கறிகளை அள்ளிஅள்ளிப் போட்டா. "காணும் அம்மா."

"சாப்பிடு ராசா. நீ சாப்பிடச்சாப்பிட என்ரை வயிறு குளிருது."

"வயித்தில இடமில்லை. காணும் அம்மா."

படிக்கப் போகிற மகன் இனி வாற கிழமை வந்துதான் இப்பிடி நல்ல சாப்பாடு சாப்பிடப் போகிறான். வாற கிழமையும் வாறானோ, என்னவோ. இப்ப கிழமைக்குக் கிழமை வாறதுவும் குறைஞ்சு போய்ச்சு!

அம்மா பாக்குச் சீவி, வெற்றிலையில் சுண்ணாம்பு பூசித் தந்தா.

“போட்டு வாறன் அம்மா. போட்டு வாறன் ஐயா.”

அம்மாள் கோயில் முடக்குத் திரும்பும் வரைக்கும் வீதியில் நின்று அருணன் போவதைப் பார்த்தார் ஐயா. புழுதி படர்ந்த பின்னேரத்துக்கு, ஐயாவால் பிறகு மகனைப் பார்க்க முடியவில்லை.

○○○

எவ்வளவு காலத்திற்குப் பிறகு அம்மாவின் கையால் ஆசையாக ஒரு தீன்! இதற்காகத்தான் இந்த ஒரு மாதமும் காத்திருந்தான் அருணன்.

தமிழ்நாட்டில் காலமைக்கு விதம்விதமாக உண்ணக் கிடைக்கிறது. இட்லி, தோசை, பொங்கல், ஊத்தப்பம், மசால் தோசை, அடை, வடை. யாவற்றுக்கும் வெள்ளைச் சட்னி, சிவப்புச் சட்னி, சாம்பார்.

ஈழத்தில் புட்டு, இடியப்பம், தோசை. இடையிடை றொட்டி. வேண்டுமானால் பாண்! அவ்வப்போது பழஞ்சோறு! இதற்கு மிஞ்சிக் காலமைச் சாப்பாடு என்று என்ன இருக்கிறது ஈழத்தில்? ஆனால் அத்தனைக்கும் நாக்கைக் கிழிக்கிற மாதிரி உறைப்போடை ஒரு சம்பல் இருக்கிறது; அது காணும்!

தமிழ்நாட்டில் ஒன்றும் நாக்கைக் கிழிக்கிற மாதிரி இல்லை! உப்பு இல்லை, புளி இல்லை, உறைப்பு இல்லை! பச்சைத்தண்ணி மாதிரி இருக்கிறது. சாப்பிட்ட மாதிரித் தெரியேல்லை.

மத்தியானத்திற்கும் அப்படி! தயிர் சாதத்தில்கூடப் புளிப்பு இல்லை! கோயில் குளிர்த்திக் குழையல் சோறு தின்றமாதிரி.

தோழர் பத்மநாதன் தருவதும் பருப்பு, கீரை என்று வெறும் அவியல்! அவரது சூளைமேட்டு அலுவலகத்தில் உப்பு, புளிப்பு, உறைப்பு என்று எதுவும் கிடையாது!

நாக்கு செத்துப்போய்க் கிடக்கிறது. உப்பு, புளிப்பு, உறைப்பு. நாக்கின் உயிர் உடலில் தரித்து நிற்க இவை மிக அவசியம்.

அருணன் சைக்கிள் உழக்குவதில் வேகம் கொண்டான்

அம்மாவிடம் ஒரு பிடிப் புட்டும் சம்பலும்!

அம்மாவிடம் கேட்க வேண்டும், கருணைக்கிழங்கு பிரட்டல் கறி! அம்மாவிடம் கேட்க வேண்டும், நீட்டுக்கு உருளைக்கிழங்கை வெட்டி முருங்கைக்காயுடன் பிரட்டல் கறி! அம்மாவிடம் கேட்க வேண்டும், கோவாவுக்குள் உருளைக்கிழங்கு போட்ட பால்கறி! அம்மாவிடம் கேட்க வேண்டும், பயித்தம்

காய்க்குள் பிலாக்கொட்டை போட்ட பிரட்டல் கறி! அம்மா விடம் கேட்க வேண்டும், உருளைக்கிழங்கும் கத்திரிக்காயும் தேங்காய்ப்பூவும் சேர்த்துப் பொரிச்சுப் பிரட்டின புட்டு! இன்னும் அம்மாவிடம் கேட்க வேண்டும்.

மழை சிணுங்குகிறது. முற்றம் கூட்டி நிற்க மாட்டா அம்மா! பீலியால் ஒழுகும் தண்ணீரைச் சேமிக்க வாளி வைத்திருப்பா. மழைநீர், உடுப்புகளை ஊத்தை போகக் கழுவுகிறது. மழைநீர், குடிக்கத் தேனாய் இனிக்கிறது. மழைநீரில் சுண்டக் காய்ச்சிய பாலின் தேநீர் ருசித்துக் கிடக்கிறது. மழைப்பொழுதுக்கு றொட்டியும் சம்பலும்போல ருசித்தது வேறெதுவும் இல்லை. மழைநீரில் கறிகள் வைத்தால் அதை அள்ளிஅள்ளித் தின்னலாம்!

முற்றத்தில், பீலி ஒழுகும் இடத்தில் வாளிகள் ஒன்றையும் காணவில்லை! பீலியால் ஒழுகிய மழைநீர் ஓட்டை போட்டிருந்தது நிலத்தில். குசினியின் புகட்டில் புகை ஒன்றும் வரக் காணோம்! வெய்யில் காலத்தில் புகை வருவது தெரியாது; மழைக்காலத்தில் புகை அமுங்கிஅமுங்கிப் புகட்டில் நின்றே சுழலும்!

முற்றத்தில் ஏதோ பந்தல் கட்டின சுவடுகள். வாடிய தோரணங்கள் ஒதுங்கிப்போய்க் கிடக்கின்றன. நூலால் வரிந்து வரிந்து கட்டின செம்பு ஒருபக்கம் கவிழ்ந்து கிடக்கிறது. அதன் பக்கத்தில் வாடிய பூக்கள். வேலியும் பிரிந்து கிடக்கிறது.

அருணனின் சைக்கிளைக் கண்டு வீமா, வலு வேகமாக வாலை ஆட்டினான். “ம்ம். . .ம்ம்,” என்று வலுவிழந்த முனகல்! உடல் மெலிவு கண்டிருந்தது, வீமாவுக்கு. அருணன் சைக்கிளை விட்டு இறங்கி வீமாவுக்குக் கிட்டே போனான். சேற்றுக் கால்களை இவன் வயிற்றில் வைத்தான், வீமா. தன் நாக்கால் அருணனின் முகத்தை நக்கினான். “என்னெடா வீமா,” என்று அருணன் கேட்டான். மெல்லமா அனுங்கித் தாங்கேலாத் துயரைச் சொல்லத் தொடங்கினான் வீமா.

ஐயா கதவைத் திறந்தார். முகம் ஒடுங்கி, கன்னம் ஒட்டி, வெள்ளை மயிர் முளைத்திருந்த நாடியில் மகனைக் கண்ட சந்தோசம் இல்லை; “வா ராசா.”

வீட்டின் உள்ளே அக்காவும் பிள்ளைகளும். தங்கச்சியைக் காணவில்லை.

ஸ்டூல் ஒன்றில் சட்டகம் போட்ட அம்மாவின் படத்தில் குங்குமப் பொட்டு இட்டிருந்தது. முன்னால் குத்துவிளக்கு

பிரகாசமாக எரிந்தது. சின்னக் குத்துவிளக்கு எரிந்த பிரகாசத்தில் அம்மா புன்னகைக்கவில்லை!

"ஐயோ," என்று மெல்லக் குழறினான். "என்னப்பா நடந்தது?"

"மூண்டு கிழமையா நீ வீட்டை வரேல்லை. அம்மா என்னை நச்சரிக்கத் தொடங்கினா. நானும் ஏலாமல் நீ இந்தியாவுக்குப் போனதைச் சொன்னன். அம்மாவுக்கு எல்லாம் விளங்கியிட்டுது. 'நீயும் ஒரு மனிசனோ?' எண்டு அம்மா என்னைக் கேட்டா. என்னை 'நீ' எண்டு சொன்னது அதுதான் முதல்தரம். அதுக்கு நான் கவலைப்படேல்லை. 'எனக்குச் சொல்லாமல் எல்லாத்தையும் செய்யிறாய், என்ன?' அதுதான் அம்மா பேசின கடைசி வசனம். அம்மா அப்பிடியே படுக்கையில போனா, சமையலும் இல்லை ஒண்டும் இல்லை. நான் எதுவும் சமைச்சுக் குடுத்தால் சாப்பிடவே மாட்டன் எண்டிட்டா. ஒரு மாசம் மூச்சுப் பறிஞ்சுது. அப்ப 'ராசா... ராசா...' எண்ட முணுமுணுப்புத்தான். ரண்டு நாளா சேடம் இழுத்துது. சேடமும் 'ராசா, ராசா,' எண்டு வந்ததுபோலத் தான் எனக்குத் தெரிஞ்சுது."

பிறகு ஐயாவால் எதுவும் சொல்ல முடியவில்லை. சொல்லத் தேவையுமில்லை! அக்கா திரும்பி நின்று முகத்தைத் துடைத்தார்.

"அம்மா," என்று அருணன் விம்மினான். ஐயா முகத்தைத் திருப்பினார். வீமா காதுகளை விரித்துத் தலையை ஆட்டிஆட்டி அருணனைப் பார்த்தான். "என்னாலை தானேயம்மா," என்று அருணன் குலுங்கினான். அம்மாவின் படத்துக்கு முன்னே சுவரில் தலையை அடித்துஅடித்துக் குமுறினான்.

20

அதிகாரம்: 10

1988

இராசனிடம்தான் அந்தப் பணி கொடுக்கப் பட்டிருந்தது. ஒரு மாதத்துக்குச் சுமார் ஐம்பது ஆடுகளை இராசன் எப்படியோ சேகரித்துத் தந்தார். அவரின் நடை, தாண்டித்தாண்டித்தான் இருந்தது. அவரது உயரத்துக்கும் திடகாத்திரத்துக்கும் அது பொருத்தமேயல்ல!

இந்தியனாமியால் விதவையான சுமார் ஐம்பது பேருக்கு இரண்டிரண்டு ஆடுகள் வழங்குகின்ற திட்டம், என் தலையில் பொறிந்தது! நூறு ஆடுகள்! எப்படிச் சேர்ப்பேனோ தெரியாது.

எங்களுடன் பணிபுரிகின்ற குருநாதன் ஐயா அவர்கள்தான் இராசனைக் கைக்காட்டினார்.

குருநாதன் ஐயா முன்னாள் பொலிஸ் நிலையப் பொறுப்பதிகாரி. சிங்கள அரசுக்கு ஊழியம் செய்தாலும் தமிழின உணர்வு மிகுந்த ஒருவர். 83 இனக்கலவரக் காலத்தில் அவரது பணி, அப்புத்தளையில். அவருக்குக்கூட உயிராபத்து வந்தது. உணர்வு மிகுந்ததனாலேயோ, உயிராபத்து வந்தமையினாலோ அவர் பதவியைத் துறந்துவிட்டு யாழ்ப்பாணம் வந்தார்.

தமிழர்களுக்குத் தன்னால் வழங்கக்கூடிய சேவை எனத் தமிழர்களுக்கான புனர்வாழ்வையே அவர் தெரிந்தார். எமது அகதிகள் புனர்வாழ்வுக் கழகத்தை உருவாக்கியோரில் அவரும் ஒருவர்.

நிறுவனத்தில் எது குறித்தும் இறுதி முடிவெடுப்பவர் மிஸ்ரர் குருநாதன் ஐயா!

ஒருசதம் சம்பளம் வாங்காது அவரது பணி இருந்தது. அவருக்கு வரும் பென்சன் காசு அவரது குடும்பத்துக்குப் போதும். அவரது இரண்டு மகன்களும் பொறியியலாளராக இருக்க, ஒரு மகள் வைத்தியராக இருக்கிறார். அந்த மகள்தான் சிவகுமார் சேரின் மனைவி.

குருநாதன் ஐயா குறித்து மேலும் ஒரு தகவல்: 58 இனக் கலவரத்தில் அனுராதபுரத்தில் வைத்துச் சிங்களக் காடையர் களால் வெட்டியும் குத்தியும் கொல்லப்பட்ட இன்ஸ்பெக்ரர் கதிர்காமநாதனின் மகன்தான் இவர்.

என்னையிட்டுக் குருநாதன் ஐயாவிற்கு நல்ல அபிப்பிராயம் இருந்தாலும், “கொஞ்சம் குழப்படி கூடியிட்டுது,” என்று குறும்புச் சிரிப்புச் சிரித்தபடி சொல்வார். அவரது அந்தச் சிரிப்பு எனக்கு மிகமிகப் பிடிக்கும். “குழப்படிக்காரப் பொடியன்,” என்று செல்லமாய் ஒரு கண்டிப்பு!

குருநாதன் ஐயாவைச் சந்திக்க, தாண்டல் நடைகொண்ட ஒருவர் அடிக்கடி வந்தார். அவர் பெயர் மகேந்திரன். தன் குறைகளைச் சொல்லி குருநாதன் ஐயா முன் அவர் அழுததை யும் ஒருநாள் நான் கண்டேன். உயரமானவராயும் திடகாத்திர உருவம் கொண்டவராயும் உள்ள ஒருவர் அழுவதென்பது என் மனசைப் பிசையச் செய்தது. அதன் பிறகு அவரைக் கண்டால் அனுதாபம் நிறைந்த புன்சிரிப்பை அவர்மேல் வைத்தேன். அவரும் என்னை நன்கு தெரிந்தவர்போலப் பாவித்தார்.

ஆடுகள் நூறு சேர்க்க வேண்டும், அதுவும் ஒரு மாதத்திற்குள். அருணனால்கூட இது இயலாத காரியம். நான் இரண்டு ஆடுகளை ஒருமாதிரிச் சேர்த்தேன் என்றால் அருணன் ஆகக்கூடிப் பத்து ஆடுகளைச் சேர்ப்பான். நூறு ஆடுகளுக்கு நான் எங்கு போவது? துரிதமாகச் செயற்படச் சொல்லிவிட்டார் சிவகுமார் சேர். அதனை ஆங்கிலத்தில் சொன்னபடியால் அதன் ‘சீரிய’ஸை நான் உணர வேண்டும். ஒரு ‘புராஜெக்ட்’ உடனடியாக நிறைவேற வேண்டும். அப்போதுதான் அடுத்த ‘புராஜெக்ட்’ க்கான பணம் துரிதகதியில் கிடைக்கும்.

எனக்கு வேறுவழி தெரியவில்லை, குருநாதன் ஐயாவிடம் போய் நின்றேன். அப்படித்தான் எனக்கு மகேந்திரன் கிடைத்தார். அவர் ‘இராசன்’ ஆனது பிறகுதான்.

சுதுமலை, ஆனைக்கோட்டை, நவாலி. . . பக்கக் கிராமங் களில் ஒரு மாதத்துக்கு ஐம்பது ஆடுகள் சேகரிப்பது இலேசான

காரியமல்ல. மஞ்சள் வெயிலும், புழுதியும், சருகு பத்தின வெளியும், காய்ந்த புல்லும் கொண்ட கிராமங்கள் அவை. அந்தக் கிராமங்களைத் தாண்டி, 'தாண்டித் தாண்டி' அவரினால் நடந்துவிட முடியாது. ஆட்டைப் பொறுத்து, ஓர் ஆட்டுக்கு அவருக்கு ஐம்பது, எழுபத்தைந்து, நூறு ரூபா 'கொமிச'னாகக் கிடைக்கிறது. தாண்டித் தாண்டிக் கிழமைக்கு, அவர் இருபது மைல்களாவது நடந்தார். சைக்கிள் ஓட அவரினால் இயலாது.

ஒருகாலத்தில் சைக்கிள் ரேஸில் அவர் சாம்பியன்! சைக்கிளில் தலையைக் கீழ்நோக்கிக் குத்தி, காற்றைக் கிழித்துக் கொண்டு என்னதொரு ஓட்டம்! சைக்கிள் ஓட்டத்தின்போது அவர்மீது தண்ணீர் எத்துவதற்குப் பெண்களே அதிகம் சந்திக்குச் சந்தி நின்றனர்.

யாழ் குடா நாட்டில் நிகழ்கின்ற சைக்கிள் ரேஸில் எப்படியோ இராசனுக்குத்தான் முதலிடம்! ஏனைய விளையாட்டுப் போட்டிகளிலும் அவர் வின்னர்! அதனால்தான் அவருக்குப் போலீஸ் வேலையும் கிடைத்தது.

எனக்குத்தான் அவர் இராசன்! போலீஸ் வேலை கிடைத்தவரின் பெயர்: மகேந்திரன்; 'சைக்கிள்' மகேந்திரன்!

இராசனது உயர்ந்த, திடகாத்திர உருவமும் போலீஸ் வேலைக்குக் காரணம்.

அதேதான், மயிலி என்கின்ற மயிலாம்பிகை, இராசனுடன் ஓடிவரக் காரணமாயிற்று! இராசனின் திடகாத்திரத்துக்கு மயிலிபோல் பொருத்தமானவள் வேறு யாருமில்லை. அந்தப் பரந்த நெஞ்சின் ஒவ்வொரு அங்குலத்தையும் முத்தமிட வேறெந்தப் பெண்ணுக்குத் தகுதி இருக்கிறது? இராசனின் உயரத்துக்கு ஒருசில அங்குலங்களே அவள் உயரம் குறைவாக இருந்தாள். இராசனுக்கு, அவள் சொண்டைப் பெரிதாகக் குனிந்து சப்பத் தேவையில்லை! அவளது கூந்தலுக்குள் கைவிட்டு அளைந்து, அப்படியே பின்னந்தலையை இழுத்து வாயைக் கவ்வுவார். அதெல்லாம் ஒரு காலம்!

போலீஸ் வேலை கிடைத்தபோது, தன் தாயை ஒருமுறை தூக்கிச் சுற்றி இறக்கினார். "விடடா. . . விடடா."

கள்ளிறக்குவதனால் ஏற்படும் கௌரவக் குறைச்சல் இனி இல்லை என்பது இராசனுக்கு வலுபுழுகத்தைத் தந்தது.

பின்னேரங்களில் இராசனிடம் போவதை வழக்கமாக வைத்தேன். இராசனின் மனைவி மயிலி, கறுப்பியும் அழகியும் ஆவாள். அடர்த்தியான, சுருண்ட மயிர்க் கற்றைகளை

வைத்திருந்தாள். சுருண்ட மயிர்க் கற்றைகள் என்னை நிலைகுலைய வைப்பதுண்டு. ஆனால் இராசன் சொன்ன ஒரு கதையின் பிறகுதான் அவள்மீது எனக்குப் பேரிரக்கம் வந்தது. அந்தக் 'கதை'யைப் பிறகு சொல்கிறேன்.

முதலில் அவள் நேர்கொண்டு என்னைப் பார்த்தாள். பெண்மையில் ஆண்மை! அவள், இரக்கத்தை என்னிடம் யாசித்தாளில்லை. அவளது கண்களில் ஒரு கடுமை இருந்தது. வெறுப்பு உமிழும் பார்வை! என்னையிட்டு அவள் அஞ்சினாள்! மேலும்மேலும் அஞ்சினாள்! ஏனைய ஆண்களையிட்டும் அவள் அஞ்சுகிறாள்போல. ஏனென்றால் அந்தக் 'கதை'!

"எப்பிடி வேலைகள் நடக்குது," என்று ஒரு பின்னேரத்தில் இராசனிடம் கேட்டேன். அப்போது காய்ந்துபோன பனையோலையின் மணம் என் மூக்கில் ஏறிற்று!

நான் இராசனிடம் கேட்ட சமயம், இராசனிடம் முப்பது ஆடுகள் சேர்ந்திருந்தன. அதன் புளுகம் இராசனிடம் அப்பட்டமாகத் தெரிந்தது. மயிலியும் அன்று குளித்து, முழுகி அழகாகக் குங்குமப் பொட்டிட்டு மேலும்மேலும் அழகியாகத் திகழ்ந்தாள்!

முன்னர் இராசன் கள்ளிறக்கிய காலத்தில் இராசனை எனக்குத் தெரியாது. இப்போது இருவருமாகச் சேர்ந்து பின்னேரங்களில் கள்ளுக் குடித்தோம். எல்லா நாளுமல்ல. பின்னேரப் பொழுதைத் துக்கமாகக் கழிக்கிறேன் என உணர்ந்தால் இராசனிடம் போகிறேன். சோளகம் துக்கத்தையும் சுமந்து வருகிறது.

குடித்ததற்குப் பத்து ரூபா முடிகிறது. இராசனுடைய கள்ளுக்கும் சேர்த்து நான்தான் காசு கொடுத்து வருகிறேன். இராசனின் பொக்கற்றுக்குள் தாள்க்காசு என்று ஏதுமில்லை! மாதா மாதம் சம்பளமென வந்தபோது நூறு ரூபா, இரு நூறு ரூபாத்தாள் புழங்கியது. இராசன் அதனைச் சொன்னபோது கண்களில் ஒளி வீசிற்று.

தாண்டித்தாண்டி நடப்பவனிடமும், சைக்கிள் ஓட முடியாதவனிடமும் போலீஸ் வேலை எப்படி நிலைத்து நிற்கும்? பென்சன் எடுக்கப் பத்து வருசமாவது வேலை செய்திருக்க வேண்டும். இராசன், போலீஸ் வேலை செய்யத் தொடங்கி ஆறு வருசங்கள்தான் ஆகுது. குறிப்பிட்ட தொகைப் பணத்தைக் கொடுத்து வேலையால் நிற்பாட்டிவிட்டார்கள்.

போலீஸ் வேலையை மீண்டும் எடுப்பதற்காகத் தாண்டித் தாண்டி இராசன் நடக்கும் தூரம் கொஞ்சநஞ்சமல்ல. போலீஸ் காரியாலயத்தில் இருந்தபடி தொட்டாட்டு வேலை செய்வதற்கும்

இராசன் தயாராகவிருந்தார். முறைப்பாடுகளை எழுதுவதற்கும் பேப்பர்களை அடுக்குவதற்கும் போலீஸ்காரர்களுக்குத் தேநீர், வடை வாங்கி வருவதற்கும் துப்பாக்கிகளைக் கழற்றித் துடைத்து எண்ணெயிட்டு வைப்பதற்கும், எதற்கும் இராசன் பஞ்சிப்படவில்லை.

கள்ளுக் குடித்துக்குடித்துக் கதைப்பதற்கு இராசனுக்கு இந்த விசயங்களே இருந்தன. கள்ளுக்கு நான் காசு கொடுப்பது எனக்குப் பெருங்காசு அல்ல! இராசனுடன் கள்ளுக் குடிப்பது பேரின்பம் என்று யாருக்குத்தான் தெரிந்திருந்தது?

ஆனால் அன்று இரண்டு முட்டிக் கள்ளை எங்கிருந்தோ கொண்டு வந்தார் இராசன். இரண்டு முட்டிக் கள்ளும் இரண்டு தனித்தனிப் பனையினது அரிபனைக் கள்ளு! விசேசமானது. யாருக்கும் கிடைத்திராத பாக்கியம்!

"கருவாட்டைச் சுட்டுக் தாடியெணை," என்று குசினிக்குக் குரல் வைத்தார் இராசன். மயிலி வெளியே வந்து என்னைப் பாராவண்ணம் இராசனிடம் கண்ணால் முரண்டினாள்! 'அந்நிய ஆணுக்கு முன்னால் என்னை ஏன் அதட்டுகிறாய்?'

"மார்க்கண்டப்புவிட்டை முதலே சொல்லிவைச்சு தனித் தனிப் பனங்கள்ளா இரண்டு முட்டிப் பனங்கள்ளை எடுத்து வைக்கச் சொல்லியிட்டன். நீங்கள் ஒருக்கால் கேட்டனீங்கள் அல்லா? அதுதான் இது."

கள்ளு குடிக்கக் கழுவித் துடைத்த கிளாஸ் எனக்கும், இராசனுக்குச் சிரட்டையும் இருந்தன. நான், 'மாட்டனே' என்று திண்ணையில் கழுவித் துடைத்துக் கிடந்த சிரட்டையை எடுத்தேன். அதைப் பறித்துக் கொண்டோடிப்போய் மூன்று தண்ணீரில் அலசிக் கழுவித் துடைத்துக் கொண்டுவந்தார், இராசன்!

நான் தூயன் அல்லன்; போக்கிரியும் அல்லன். அருணன் போன்றவனும் அல்லன்! என் மனதில் கசடுகள் நிறைய இருக்கின்றன. ஓர் அழகி எனில் அவள் எனக்குத்தான் சொந்தம் என எண்ணுபவன். ஆனால் மயிலி விசயத்தில் அப்படியொன்றும் இல்லை. அவள் காவியப் பெண்! இராசனைப் போலக் காவிய நாயகன் வேறெவனும் அவளுக்கில்லை; கிடைக்க மாட்டான்!

மயிலி என்னைப் புரிய வேண்டும் என எண்ணுகிறேன். 'நீ என் மகள் அல்லது தங்கை! மைச்சாள் அல்ல.'

அவளது பார்வை என்னை மிகமிக அந்நியப்படுத்துகிறது. சொல் நெருப்பால் என்னைச் சுடுகிறாள்! இராசனின் உயரமாக

நான் இருக்கிறேன்; சிவலையாக வேறு இருக்கிறேன்! எனது பார்வையில் கருணை இருந்தாலும் வழியலாக அவளுக்குத் தோன்றலாம்!

ஏனென்றால் அந்தக் 'கதை'!

"அண்ணை இப்பதான் எனக்கு வாழ்க்கையிலை ஒரு பிடிப்பு வந்திருக்கு. என்ன செய்யப்போறன்? எப்பிடி உழைக்கப் போறன்? எப்பிடி வாழப்போறன் எண்டு ஒவ்வொரு நாளும் ஒரே யோசனை. தற்கொலை செய்யட்டோ எண்டு கனதரம் யோசிச்சனான். மயிலி சீரழிஞ்சு போயிடுவாளே எண்ட யோசனை வர விட்டனான்.

"என்னைப் பனை ஏற ஏலாமல் பண்ணிப் போட்டாங்கள். அந்த மாதிரி அடி அண்ணை; எனக்கு மேலை ஏறி இருந்து ஏனோ ஒருத்தன் முழங்கால் பார்த்து அடிக்கிறான். இந்தியனாமி எண்ட ஒண்டைத் தவிர அவனை ஆரெண்டு எனக்குத் தெரியேல்லை. அவனுக்கும் என்னைத் தெரியாது. ஆனால் ஏதோ முன்வினைப் பயனாலை அவன் என்ரை முழங்காலுக்கே அடிக்கிறான். அடி... அடி... முழங்கால் சிரட்டை உடைய அடி! அண்ணை நீங்கள் நம்பிறியளோ இல்லையோ, வடஇந்தியாவிலையிருந்து வந்தவன் ஏன் என்ரை முழங்கால் சிரட்டையை உடைக்க வேணும்? முன்வினைப் பயன் எண்டு ஒண்டு இருக்கண்ணை. விதி எண்டும் சொல்லலாம். செய்த வினை எண்டும் சொல்லலாம்."

நான் பேசாதிருந்தேன். கள்ளு இவரை இப்பிடிக் கதைக்கப் பண்ணேல்லை. இவ்வளவு நாளும் யாரிடமாவது சொல்ல வேண்டும் என்று தோன்றியிருக்கிறது. ஆனால் மனதறிந்தவரிடம் சொல்ல வேண்டும்.

இராசனின் மனதை நான் மாத்திரம்தான் அறிந்திருக்கிறேனோ?

"அண்ணை சொல்ல வெட்கமண்ணை, என்ரை சாமானைப் பார்த்து ஒருத்தன் பொல்லாலை குத்துறான். ஒருக்காக் குத்தெல்லை, ஐஞ்சாறுதரம் குத்துறான். ஏனண்ணை அவனுக்கு நான் என்ன பாவம் செய்தனான்? எனக்கு ஆண்மை இருக்கக் கூடாது எண்டு அவன் ஏன் நினைக்கிறான்? எனக்குச் சுத்தமா விளங்கேல்லையண்ணை. ஒண்டு விளங்கியிட்டுது, எங்களைவிடத் தாங்கள் பெரிய ஆக்கள் எண்டு அவன் நினைக்கிறான். எங்கள் எல்லாருக்கும் தாங்கள்தான் பெரியண்ணை எண்டு அவங்கன்ரை நினைப்பு. இதென்ன குட்டித்தீவு. குட்டித் தீவுக்குள்ளையும் கொஞ்சப்

பேர்தான் தமிழர். நாங்கள் பெரிய நாடு. எங்களை உவங்கள் சிப்பிலியாட்டுறதோ, எண்டு நினைக்கிறாங்கள் அண்ணை."

"அண்டைக்கு உங்கன்ரை ஊரிலை ஏதும் நடந்ததோ? புலிகள் ஆரும் ஆமியைச் சுட்டிட்டாங்களோ," என்று கேட்டேன்.

"அண்ணை அப்பிடியொண்டும் நடக்கேல்லை, அப்பிடி ஏதும் நடந்தால் எனக்குத் தெரியாதே. இவங்களுக்கு அதிகாரம் செலுத்த வேணும் எண்ட ஆசை. எங்கை தங்கன்ரை அதிகாரம் செல்லும் எண்டு பார்த்துச் செய்யிறாங்கள். அது அவங்கன்ரை முகத்தில தெரியுது. தாங்கள் பெரிய ஆக்கள் எண்டு அவங்கள் நினைக்கிறாங்கள். மூதேசிகள்... ஒரு வாய் சோத்துக்கு வழியில்லாமல் அங்கை எவ்வளவு சனம் சாகுது. குப்பைத் தொட்டியை விறாண்டி, மாடுகளோடையும் பண்டிகளோடையும் சண்டை பிடிச்சுச் சோறு தின்னுதுகள். அதுக்கு ஒருவழியைப் பார்ப்பமெண்டில்லை. இஞ்சை வந்திட்டான்கள். இஞ்சை ஈழத்திலை அப்பிடி ஆரும் இருக்கினமே? ஒருத்தர் இருக்கினமே சொல்லுங்கோ அண்ணை. அதுக்குள்ளை தாங்கள்தான் பெரிய ஆக்கள் எண்ட நினைப்பு."

இராசனிடம் கள்ளு உச்சிக்கு ஏறிவிட்டது தெரிகிறது! கள்ளுதான் இவ்வளவற்றையும் கதைக்கப் பண்ணும் என்றும் நான் நம்பவில்லை,

"தோட்டத்திலை போய்ச் சாறுறதோ, பாத்தி கட்டுறதோ எந்தக் கூலிவேலையும் செய்ய ஏலாதண்ணை. நாரி... நாரி எண்டு பாத்துத் துவக்குப் பிடியாலை அடிச்சாங்களண்ணை. சொல்லவும் வெக்கம். மனிசியோடை இனி ஒருநாளும் படுக்க ஏலாது. எழும்புதே இல்லை. மூத்திரம் பெய்ய மாத்திரம்தான் அது எனக்கு உபயோகப்படும். அதுவும் எப்பவும் எரிஞ்சுகொண்டுதான் போகுது. எங்களுக்கு இனியொரு பிள்ளைச் செல்வம் கிடையாதண்ணை. அதை விடுங்கோ, என்ரை மனிசியை, மயிலியைப் பார்த்தனீங்கள் தானே? சொல்ல வெட்கமண்ணை, அவளின்ரை உடம்பு ஒவ்வொரு நாளும் என்னைத் தேடுது. நான் அவளைத் தொடப் போனாலே எனக்குப் பொசுக்கெண்டு ஆகுது. அதைச் சமாளிக்க நான்தான் அவளிலை எரிஞ்சு விழுகிறன். 'உனக்கு ஒரு உணர்வும் இல்லையோ' எண்டு கேட்கிறன்? 'நீ வறண்டுபோனாய்,' எண்டு சொல்லுறன். அவள் ஒண்டும் பறையிறாளில்லை. ஆனால் தனக்குள்ளை சிரிக்கிறாளோ என்னவோ?

"எனக்குத் தெரியுமண்ணை அதுதான் எல்லா ஆம்பிளைகளிலையும் அவள் எரிஞ்சு விழுகிறாள். உங்கள் ஓராளுக்குத்தான் அவள் மரியாதை தாறாள். நீங்கள் இஞ்சை வந்தால் என்னவோ அவளின்ரை முகம் மலருது. பாவமெல்லோ அவள், யோசிச்சுப் பாருங்கோ. என்னை நம்பி என்னோடை ஓடி வந்தவள். அவள் என்ன பாவம் செய்தவள்? அவளுக்கு இனி பிள்ளை இல்லை. அவள் ஆரோடையும் சேர்ந்து பிள்ளை பெத்தால் சத்தியமா நான் சந்தோசப்படுவன். ஆரையும் கோபிக்க மாட்டன். ஆரையும் அவளோட சேர்த்துவிடட்டோ எண்டுகூட யோசிக்கிறன். அவள் ஆரோடையும் சேர்ந்தால் இன்னும் சந்தோசப்படுவன். பொம்பிளைகளுக்குப் பிள்ளைகள்தானே உலகம், முக்கியம். எல்லாருக்கும் வாழ்க்கை ஒருக்காத்தான். எனக்கும் இனி வாழ்க்கை இல்லை. அவளுக்கும் இல்லை. இந்தப் பரதேசிப்பு... மக்கள் ஏன் எங்கன்ரை நாட்டுக்கு வந்தாங்கள்."

மௌனமாக ஓர் இடைவெளி.

"என்னடி இன்னும் கருவாட்டைப் பொரிக்கேல்லையோ," என்று வாக்கியம் முடியக் கேட்டார்.

மயிலியிடமிருந்து கருவாட்டுப் பொரியலுடன் இரண்டு முட்டைப் பொரியலும் வந்தன. தட்டைக் குனிந்து வைத்து என்னைக் கடுமையாகப் பார்த்தாள் மயிலி. சங்கடத்துடன் நான் அவளை நோக்கினேன்.

என் இரக்கம் அவளுக்குத் தெரியாவண்ணம் என் கண்கள் மூடுண்டன.

○○○

இனி மினைக்கெடுவதற்கு ஒன்றுமில்லை. ஒரு மாதத்தில் ஐம்பது ஆடுகள் ஆயிற்று. இப்போது இதைக் கொடுப்போம். அடுத்த மாதம் மீண்டும் ஐம்பது ஆடுகள் சேர்க்க வேண்டும்.

கொமிசனும், ஆடுகளுக்குப் போட்ட உணவுக்கும் சேர்த்து, இராசனுக்குச் சுளையாக நாலாயிரம் ரூபா! இது நான்கு மாதச் சம்பளத்துக்குச் சமம்! "குருநாதன் ஐயா," என்று வானைப் பார்த்துக் கும்பிட்டார் இராசன்!

நான்தான் காசை எண்ணிக் கொடுத்துப் படிவத்தில் கையெழுத்தும் வாங்கினேன். இராசன் தாள்க்காசுகளை அப்படியே மயிலியின் கைகளில் வைத்தான்: "தாயே எடுத்துக்கொள்."

இரவி அருணாசலம்

மயிலி என்னை இப்போது நன்றியுடன் பார்க்கிறாள்; மலர்ந்த சிரிப்பு அவளிடம்.

இராசன், ஆடுகளை வாங்குகிறபோது ஒரு கிடாயை ஆயிரம் ரூபாய்க்கு வாங்கினார். ஒன்பது பங்குகளை நூறு ரூபாயென,தொள்ளாயிரம் ரூபாய்க்கு வெளியில் விற்றார். அன்று மயிலியின் சமையலில் சனிக்கிழமை விருந்து எனக்கிருந்தது.

ஒரு பங்கு இறைச்சியிலும், தலைக்கறியிலும், மூளையும் முட்டையும் போட்ட ஒம்லெட்டிலும், இரத்தவறையிலும், குடல்கறியிலும், ஆட்டுக்கால் சூப்பிலும், நிறைய முட்டிக் கள்ளிலும் கடைசியாக் கசிப்பிலும் அன்றைய விருந்து நிறைந்தது.

அத்தனை சமையலிலும் மயிலியின் கைகள் இருந்தன. அதனால்தான் அவ்வளவு ருசித்ததோ, என்னவோ.

இராசன், வெறிகூடித் திண்ணையில் நித்திரையாகிக் கிடந்தார். இப்படி எனக்கு ஒருபோதும் வெறித்ததில்லை. சைக்கிள் எடுத்து ஓடுவேனோ என்னவோ தெரியாது. மயிலி சொன்னாள்: "அண்ணை ஏலாதெண்டால் இதிலை படுத்திட்டு எல்லாம் முடிய எழும்பிப் போகலாமே." அதைச் சொன்னபோது அவளிடம் விசமச் சிரிப்பும் இருந்தது. அது இன்னோர் உசுப்பல்!

'எல்லாம் முடிய' என்று சொன்னாளா, 'எல்லாம் முறிய' என்று சொன்னாளா?

நான் மயிலிக்குச் சொன்னேன்: "வேண்டாம் மயிலி, நான் ஏதும் பிழை விட்டிடுவன்."

இப்போது மயிலியிடம் ஒரு நாணம்! அது என்னை மேலும் உலுப்பிற்று!

○

21

பத்தாம் அத்தியாயம்

அருணன் வந்ததை அறிந்து பரிதி வீடு வந்தான்.

பரிதியே அம்மாவின் செத்தவீட்டு வேலைகளைப் பொறுப்பேற்றுச் செய்தான் என்று அக்கா சொன்னார்.

"பணக்காரவீட்டுப் பிள்ளை, செல்லமா வளர்ந்த பிள்ளை, கட்டுக்கட்டாக் காசைக் கொண்டுவாறான். செத்தவீட்டுப் பந்தல் போடுறதும் தோரணங்கள் கட்டுறதும் பறைமேளம் பிடிக்கிறதும் பாடை பிடிச்சதும் சுடலைக்குக் கொண்டுபோனதும்; அப்பப்பா, இவ்வளவு பொறுப்பாச் செய்வான் எண்டு என்னாலை நம்ப முடியேல்லை. நீ இருந்தாக்கூட இப்பிடிச் செய்திருக்க மாட்டாய். எல்லாம் செய்யேக்கையும் ஓடிவந்து ஓடிவந்து ஐயாவின்ரை காலடியில நிண்டு மந்திரம் ஓதுற மாதிரி கதைச்சுக்கதைச்சுச் செய்யிறான். எட்டுச் செலவு மட்டும் முழுக்க வீட்டிலை நிண்டான். செத்தவீட்டுக்கு வந்த எல்லாரும் பரிதியைத்தான் ஆச்சரியமாய்ப் பார்க்கினம். அப்ப அவன் எங்களுக்குத் தெய்வம் மாதிரி."

பரிதியிடம் அருணன் கேட்டான்: "சுபாவுக்குத் தெரியுமா?"

"ஓம், நான் சுபாவைத் தேடிப்போய்ச் சொன்னனான். துடிச்சுப்போனாள். நீ எங்கை போனீ, என்ன செய்யிறாய் எண்டு எதுவும்

அவளுக்குத் தெரியாது. எனக்கும் நீ ஒண்டும் சொல்லேல்லைத்தானே? அய்யாதான் எனக்கு எல்லாம் சொன்னார். அதைத்தான் நான் சுபாவுக்குச் சொன்னான். நீ அப்பிடிச் செய்திருக்கக் கூடாது. சரி, அதை விடு. சுபா உடனை சியாவையும் தனுவையும் கூட்டிக்கொண்டு இஞ்சை ஓடி வந்திட்டாள். அவள் அழுத அழுகையைப் பார்த்து உன்ரை அக்காவுக்குச் சந்தேகம். நான் 'ஓம்தான்' எண்டன். அம்மாவின்ரை செத்தவீட்டுக்குள்ளையும் அக்காவுக்கு முகம் மலருது. தேவதை கிடைச்சிருக்கிறாளேடா உனக்கு."

○○○

"என்னைத்தான் மறந்து போனியள். இண்டைக்கு உங்கன்ரை பிறந்தநாள், அதாவது ஞாபகமிருக்கா?" கேட்டாள் சுபா. கோடையுமில்லா, மாரியுமில்லா புரட்டாதி மாதத்தின் அருகம்புல்லு முளைக்கிற காலத்தில் வருகிற பிறந்தநாள் அது. மழைக்குளிர், காற்றில் நிலவுகிறது. ஊர், பச்சை பரவத் தொடங்குகிற காலம்! அநேகமாக எல்லா வீடுகளிலும் ஏலக்காய் மணக்கிறது. புரட்டாதி மாதத்துக்கு நிறைய சைவத் திருவிழாக்கள். நவராத்திரி, ஏடு தொடக்கல், ஆயுத பூசை, விஜயதசமி, வாழைவெட்டு, புரட்டாதிச் சனி.

யாவற்றுக்கும் மேலாக, சுபாவின் கண்களில் பேரொளி! ஓர் இலட்சுமிகரம் அவளிடம் இருந்தது. இழுத்துக் கட்டின சீலையில் ஒரு தெய்வீகம்! ஏலக்காயும் கூடவே மணந்ததுபோல.

"ஓ. . . அப்படியா? ஓமோம். புரட்டாசி மாதத்து மூல நட்சத்திரம். . . திகதி. . . ம்ம்?" உண்மையில் மறந்துவிட்டான் அருணன். செப்ரம்பர் பத்தொன்பதாம் திகதியில் ஒருநாளும் அருணன் பிறந்தநாள் கொண்டாடியதில்லை. புரட்டாதி மாதத்தில் வருகின்ற மூல நட்சத்திரத்தில், தனுசு ராசியில் அம்மாள் கோயிலுக்கு அம்மா, 'பெட்டி' கொடுக்கிறா. பெட்டியில் குத்துப்பச்சை அரிசி, சர்க்கரை, உழுந்து, பயறு என்று இருக்கின்றன.

மூல நட்சத்திரம் வந்த பின்னேரம், அம்மாள் கோயிலின் பின்னேரப் பூசைக்குப் பிறகு, அம்மாவிடம் 'பெட்டி' திரும்ப வருகிறது. ஏலக்காய் மணத்துடன் பெட்டிக்குள் சர்க்கரைப் புக்கை, வடை, மோதகம், வாழைப்பழச் சீப்பு, பொதியாகக் கட்டிய விபூதி சந்தனம் குங்குமம், சிவப்பும் வெள்ளையும் கலந்த செவ்வரத்தை, நந்தியாவட்டை என்று பூக்கள்.

அருணன் வீட்டில் அவனது பிறந்தநாளன்று இரவுணவு: சர்க்கரைப் புக்கை, வடை, மோதகம், வாழைப்பழங்கள்.

பிறந்தநாளன்று 'கேக்'கினைக் கண்டது, சுபா அவனது வாழ்வினில் நுழைந்த பிறகு.

"பத்தொன்பது, செப்ரம்பர் பத்தொன்பது. ஒண்டும் ஒன்பதும் பத்து! பத்தெண்டால் ஒண்டும் பூச்சியமும்...ஒண்டும் பூச்சியமும் ஒண்டு! முதலாம் இலக்கம்... நம்பர் வண்..." சாத்திரம் சொல்கிற இலாவகத்தோடு சுபாவின் வார்த்தைகள் உதிர்கின்றன.

பிறகும் சுபா சொன்னாள்: "ம்ம்... நீங்கள் ஒண்டு. நான் இருபத்திமூண்டு; அப்ப இரண்டும் மூண்டும் ஐந்து. ஒண்டுக்கும் ஐந்துக்கும் உள்ள பொருத்தம் மாதிரி வேறை எதுக்கும் பொருத்தம் கிடையாது."

'இந்தப் பேரழகிக்கும் எனக்கும் அவ்வளவு பொருத்தமா? அவளது கூந்தல் கற்றையின் அழகுகூட எனக்குக் கிடையாதே!'

அருணன் திகைத்துத் திணறினான். 'நம்பர் வண்'ணா நான்! கறுத்து ஒடுங்கின இந்த உடம்பு 'நம்பர் வண்'ணா? கண்ணாடி கழட்டினால் கலங்கித் தெரிகிறது, உலகம்! நான் 'நம்பர் வண்'ணா? ஒண்டுக்கும் ஐந்துக்கும் அவ்வளவு பொருத்தமா?

அருணனுக்குக் கலங்கிக் கிடந்தது, வாழ்வு. சுபா... சுபத்திரா... சுபத்திரா கனகசிங்கம்... அவள் ஆன்மா உயிர்ப்பு! அஃதொன்று உண்மை! அந்தப் பேரழகு இந்த மண்ணுக்குரிய தல்ல. அவள் வீட்டுக்கு ஒவ்வொருநாளும் காலையில் வருகிற தோகை விரித்த ஆண்மயிலுக்கும் மேலான அழகுடையவள் அவள்! அவள் கிடைத்ததனால் மாத்திரமே அவன் 'நம்பர் வண்'! உலகின் முதல்வன்!

சுபா, அருணனின் கைகளை எடுத்து முத்தமிட்டாள்.

"வேறை உங்களுக்கு என்ன வேணும்?"

"நீ வேணும்," அருணனின் குரலில் உறுதியில்லை. என்றாலும் காதலுடன் அவன் சொன்னான்.

"நான் எப்பவும் உங்களுக்குத்தான். வேறை என்ன வேணும்?"

"நீ முழுமையாக என்னுடையவள் எண்டு தெரிய வேணும்."

"அதுக்கு நான் என்ன செய்யிறது?"

"நான் விரும்பிறதை நீயும் விரும்ப வேணும்."

"அரசியலைச் சொல்றீங்களா?"

இரவி அருணாசலம்

அருணன் பேசாதிருந்தான். "எல்லாத்திலையிலும் ஆணும் பெண்ணும் சமம் என்கிறியள். 'சரிநிகர் சமானமாக வாழுவம்' எண்டும் சொல்லுறியள். இதிலை மாத்திரம் உங்கன்ரை கருத்தை எனக்குத் திணிக்கிறியள். உங்கன்ரை இயக்கம் என்ன, புலியா புளொட்டா ரெலோவா? எதுவும் எனக்குத் தெரியாது. ஆனால் உங்களோட சேர்ந்து நான் அரசியல் வேலைசெய்ய வேணும், அப்பிடியா? உண்மையைச் சொல்லுங்கோ, நீங்கள் மனசார ஆணும் பெண்ணும் சமம் எண்டு நினைக்கிறியளா? இல்லை, நான் சொன்னா நீ செய்ய வேணும் எண்டு நினைக்கிறீங்களா? உங்களோட அரசியலிலை உடன்கட்டை ஏற வேணுமா? நான் சின்னப் பிள்ளை; உங்களோட ஒப்பிடேக்கை புத்தி குறைஞ்சவள்; வயலுக்கை இருந்து வாறவள். ஆனாலும் என்னட்டையும் சிலபல கேள்விகள் இருக்கு. பதிலைத் தாங்கோ."

அருணன் சடாரென அறைபட்டான்! சுபா கேட்டதில் என்ன பிழை இருக்கிறது? இவ்வளவு நாளும் நான் பேசிய பெண்ணியத்தின் மீது அவள் காறி உமிழ்ந்திருக்கிறாள்! எட்டி உதைத்திருக்கிறாள்.

பெண்ணியம் என்று ஒன்றுமில்லை. பெண் விடுதலை என்று ஏதுமில்லை. எல்லாம் பம்மாத்து! ஆண்தான் சகலவற்றையும் தீர்மானிக்கிறான். 'பெண் விடுதலை' என்று பெண்களுக்குத் திணிப்பவனும் ஆண்தான்! மார்க்ஸ், லெனின், மாவோ, பெரியார், அம்பேத்கார் எல்லாரும் ஆண்கள்தான்! புத்தன், இயேசு, காந்தி, அல்லா – அத்தனைபேரும் ஆண்கள்!

பெண்ணிடம் சுயமாகக் கருத்து எழவே எழாது! கருத்தை உருவாக்க ஆணாதிக்கம் விடாது. 'நான் வகுத்த வழியில் பயணம் செய்,' என்கிறது ஆணாதிக்கம்! பெண்ணியத்தின் பெயரில் அதனைத் திணிக்கிறது ஆணாதிக்கம்.

சுபாவுக்கு மூச்சு முட்டிற்று. ஆனால் சாதாரண ஆண் அல்ல அருணன்! அவன் என்ன செய்வான்? பாவம்!

எட்டி, அருணனின் கைகளைப் பொத்திக்கொண்டாள் சுபா. "எனக்கென்னவோ, நீங்கள் எனக்கு மாத்திரம் சொந்தமா இருக்க வேணும்போல, நீங்களும் நானும் கலியாணம் முடிச்சுச் சந்தோசமா இருக்க வேணும். இப்பவே உங்களிட்டை ஓடிவரட்டோ எண்டு அடிக்கடி யோசிக்கிறன். உங்களைக் காணாமல் என்னாலை இருக்க முடியேல்லை. உங்களோட கதைச்சுக்கொண்டு இருக்க வேணுமெண்டு, உங்கன்ரை கையைப் பிடிச்சுக்கொண்டு இருக்கவேணுமெண்டு, தயவு செய்து என்னைப் புரிஞ்சுகொள்ளுங்கோ."

சுபாவுக்கு இலேசாகக் கண்கள் கலங்கின. சுபாவின் கைகளைப் பற்றினான் அருணன். ஒரு ரோஜாப்பூவை முகர்வதுபோல மூக்கருகே கைகளை வைத்துச் சொண்டால் ஒற்றினான்.

"அண்டைக்கொருநாள் உங்கன்ரை பெயரிலை ஆருக்கோ 'வீர அஞ்சலி' எண்ட போஸ்ரரைக் கண்டபோது, என்ரை ஈரல்குலை பதறிச்சுது. ரத்தம் உறைஞ்சு போய்ச்சுது. ஒவ்வொரு நாளும் பயமே என்ரை வாழ்க்கையா இருக்கு. எங்கை நீங்கள் ஆமியிட்டை அம்பிட்டியளோ எண்டு ஏங்கிப் போறன். உங்களைக் கண்டபிறகுதான் எனக்கு நிம்மதி வருகுது."

அருணனால் ஒன்றுமே பறைய முடியவில்லை. சுபாவின் கன்னத்தில் ஒழுகுவதை மௌனமாகப் பார்த்தபடி இருந்தான்.

சுபா, கண்ணீரைத் துடைத்துவிட்டுத் திரும்பினாள். "இண்டைக்கு உங்கன்ரை பிறந்தநாள், உங்களை இண்டைக்குக் காண வேணுமெண்டு எவ்வளவு ஆசைப்பட்டன். இந்த ஒரு ஆசையையாவது என்ரை சின்னப் பிள்ளையார் நிறைவேற்றிட்டார். நன்றி பிள்ளையாரப்பா; என்னை விளங்குங்கோ. பிளீஸ் என்னை விளங்குங்கோ. நீங்கள் இல்லாமல் என்னாலை வாழ முடியாது. இஞ்சை இருக்க எனக்குப் பயமா இருக்கு. உங்கன்ரை 'தோழர்மார்' வந்து உங்களை இழுத்துக்கொண்டு போயிடுவினம். வாங்கோ உங்கன்ரை அறைக்குப் போவம். வாங்களேன். அறையுக்கை பரிதி நிண்டாலும் பரவாயில்லை. நாங்கள் இருந்து கதைப்பம். வாங்களேன்."

அறைக்குப் போனார்கள். "இண்டைக்கு முழுக்க நான் உங்களோட இருக்கப் போறன்." அருணனின் மடியில் குந்தினாள் சுபா. அவளது கற்றைக்குழல் நெஞ்சில் புரண்டது. சீயாக்காய் மணம். கூந்தலை அளாவிக் கன்னத்தில் கொஞ்சினான்; சொண்டைக் கடித்தான்.

கூந்தலின் கற்றைக்குள் கைவிரல்கள் நுழைந்தபடி, "இரவைக்கும் இருப்பியோ," என்று தீராக்காதலுடன் கேட்டான் அருணன்.

"ஆசையைப் பாரன், பொழுதுபட முன்னம் வீட்டுக்குப் போக வேணும்." இறுக்கிக் கட்டிப்பிடித்துக் கொஞ்சினாள் சுபா. சொண்டு அருணனின் வாய்க்குள் திளைத்துக் கிடந்தது.

அவன் குழம்பிப் போயிருந்தான். என்ன இது? இவளை நான் புரியவில்லையா? அல்லது என்னை இவள் புரிய வில்லையா? சுபா தன் வார்த்தைகளால் மனந்திறந்து தன்னை

இரவி அருணாசலம்

அறிவித்துவிட்டாள்: குடும்பம், குழந்தை, இணைந்த வாழ்வு, வாழ்வின் உச்சம், பேரன், பேர்த்தி என்று நான் இவளுக்கு மாத்திரம் சொந்தமாக இருக்க வேண்டும், அவ்வளவுதான்!

இவனுக்கு அரசியல் முக்கியமாக இருக்கிறது. மக்களை அதிகம் நேசிக்கிறான். அதற்கு உகந்த இயக்கம், ரிபிஎல்எப். அதற்குத் தலைவராகத் தோழர் பத்மநாதன்! அவர் சொல்லி விட்டார்: “போ தளத்துக்கு, மக்களை நேசி. மக்கள்தான் தீர்மானகரமான சக்தி. மக்கள் சக்தியே மாபெரும் சக்தி! வெடிகுண்டையும் விஞ்சிய சக்தி!”

சுபாவுடன் முரண்படுகிறது வாழ்வு! வாழ்க்கை ஒன்று! வாழ்ந்து தீர்த்துவிட வேண்டும்!

சுபா என்ன செய்கிறாள்? சோதிடம், சாத்திரம், சாதகம், எண் சாத்திரம், கைரேகைச் சாத்திரம்.

எதை அவள் வேண்டாமென்று மறுத்தாள்?

அருணனுக்கு: “மனிதனுக்கு மேலொரு தெய்வமில்லை; மானுடம் போலொரு மெய்மையுமில்லை,” என்பதுதான் வேதவாக்கு. உளமார அதனை மனம்கொண்டான்.

எங்கேயோ இடிக்கிறது; இருவர் மனதும் ஒன்றையொன்று பார்த்து முறைக்கிறது.

தமிழ்நாட்டில் அருணன் நிற்கின்றபோது, அருணனின் காதல்பற்றிய பேச்சு வந்தது. தோழர் பத்மநாதனும் அதனை அறிந்திருந்தார். அவர் நேரிடையாகவே கேட்டார்: “எப்பிடிப் பிள்ளை?”

பிறகு அவர் சொன்னார்: “எங்கன்ரை இயக்கத்தோடை சேர்ந்து வேலை செய்வாரோ? அது இப்ப முக்கியமில்லை, உன்னுடைய அரசியல் வேலைக்குத் தடையாக இருப்பாரோ எண்டதைத்தான் முதல் பார். பிறகு கொஞ்சம்கொஞ்சமாக அவரையும் அரசியல் வேலை செய்யப்பண்ணலாம். அது உன்ரை கையிலைதான் இருக்கு. யார் கண்டது, அவரே எங்கள் இயக்கத்தின் பெண்கள் அமைப்புக்குப் பொறுப்பாகக் கூட வரலாம். அவையளும் ஒண்டைப் புரிந்துகொள்ள வேண்டும், சமூக விடுதலை அடையும்போதுதான் பெண் விடுதலையும் சாத்தியம் எண்டது.”

அருணன் ஒன்றுமே பறையவில்லை, கேட்டுக் கொண்டிருந்தான்.

“பெண்களுக்கு விடுதலை இல்லை என்று யார் சொன்னது? இங்கு பாருங்கள், நான் விடுதலை பெற்றுத்தான் இருக்கிறன். என்னை ஐயாவும் அம்மாவும் மாமன்மாரும், எந்த ஆணும் அடக்கவில்லை. எனக்கு வரப்போறவனும் என்னை அடக்க நான் விடமாட்டன். நான் சரியாக இருக்கிறன். என்னுடைய கடமை எதுவென்று எனக்குத் தெரியும். அதை ஒழுங்காச் செய்வன். ஏதும் நான் தவறுவிட்டால் பிழைவிட்டால் சொல்லுங்கோ திருத்திறன். குற்றம் செய்தால் அதுக்கான தண்டனையை ஏற்றுக்கொள்ளுவன். அதுக்காக ஆருக்குக் கீழையும் அடங்கி இருக்க மாட்டன்.

“நீங்கள் பெண் அடக்குமுறை என்று கதைத்தால் ஓரிடத்திலைதான் அதை நான் ஒப்புக்கொள்ளுவன்; தோட்டங்களிலை வயல்களிலை கூலிவேலை செய்யினமே பொம்பிளைகள், அவைக்குக் குடுக்கிற கூலிக்கும் வயலிலை வேலை செய்யிற ஆம்பிளைகளுக்குக் குடுக்கிற கூலிக்கும் ஏன் இவ்வளவு காசு வேறுபட வேணும்? அதை மாத்த ஏலாதா? அங்கைதான் நீங்கள் பெண்களுக்காகப் போராட வேணும்? எங்கன்ரை வயலிலை வேலை செய்யிற ஆண்களுக்கும் பெண்களுக்கும் கூலியைச் சமமாகக் குடுக்க வேணும் எண்டு நான் அய்யாவோடை நெடுகச் சண்டை பிடிக்கிறன். அம்மாவும் விடேல்லை, இப்ப ஐயா ஓரளவுக்குச் சமமாகக் கொடுக்கிறார். இன்னும் எங்கன்ரை போராட்டம் ஓயேல்லை. இனியும் ஓயாது. என்னைப் பொறுத்து என்னுடைய அம்மாவும் சுதந்திரமாத்தான் இருக்கிறா. குடிச்சுப்போட்டு வந்து அடிக்கிற ஆம்பிளை களுக்குக் கட்டை எடுத்து அடிக்கிற பொம்பிளைகள் எங்கன்ரை ஊரிலை இருக்கினம். சும்மா பெண் விடுதலை எண்டு ஆம்பிளைகள் நீங்கள் கதைக்காதையுங்கோ. ஒரு பெண் தானா உணர்ந்து பெண் விடுதலை பற்றிக் கதைத்தால் அது யோசிக்கவேண்டிய விசயம்தான். சும்மா பாஷனுக்கு பெண் விடுதலை எண்டு கதைக்கக் கூடாது.”

ஒருமுறை சுபா, பெண் விடுதலைபற்றி அருணன் கதைத்த போது இப்படிப் பொரிந்து தள்ளினாள்! அவளுக்குள்ளும் இத்தனை நெருப்பா என்று அன்றுதான் அருணன் உணர்ந்தான்.

இப்போது தோழர் பத்மநாதன் என்ன கதைக்கிறார்?

○○○

அருணனுக்கு இப்போது வேலைகள் அதிகமாயிற்று. தோழர் பத்மநாதன், நெஞ்சில் நீந்தி நீந்தி வந்தார்.

ஒற்றைத் தகவல் வந்தது. ‘தோழர், மாதம் ஒருமுறையாவது வருகிறமாதிரி நமது அமைப்புக்காகப் பத்திரிகை வர

வேண்டும். எல்லா இயக்கத்துக்கும் பொதுவா அது இருக்க வேண்டும். ஒரு இயக்கத்தையும் அது விமர்சிக்க வேண்டாம். எங்கள் கொள்கைகளை மாத்திரம் பறைசாற்றுவோம். அது பத்திரிகை வடிவோ சஞ்சிகை வடிவோ எதுவோ நீ தீர்மானிக்கலாம். ஏனென்றால் நீதான் அதன் ஆசிரியர். உனக்குத் தேவையானவர்களைக் கூட்டுச்சேர் – தோழர் பத்மநாதன்.'

அருணனிடம் அதி உற்சாகம் தொற்றிக்கொண்டது. பரபரவென்ற மூளையில் இயங்கினான். என்ன பெயர்? என்ன வடிவம்? என்ன விடயதானம்? இலக்கு வாசகர் யார்? யார் யார் இக்குழுவில் வர வேண்டும்? யாருக்குப் பதில் சொல்ல வேண்டும்? இங்கிருந்து என்னைத் தீர்மானிப்பவர் எவர்? விநியோகம் எவ்வாறு? பொருளாதாரம் எங்கனம்... அச்சிடுதல் எங்கே? எத்தனைப் பிரதி? பத்திரிகை வடிவமா, சஞ்சிகை வடிவமா? எது அதிகம் வாசகர்களைச் சென்றடையும்? எது அதிகம் வாசிக்கத் தூண்டும்?

இத்தனைக் கேள்விகளுக்கும் மூளையில் பதில் கிடைக்க ஒரு கிழமை போதவில்லை. யதார்த்தத்தில் பதில் கிடைக்க ஒருமாதம் போதவில்லை.

ஆனால் பத்திரிகை தொடங்கப்பட்டது. சஞ்சிகை வடிவத்தை மூளையிலிருந்து மூன்றுநாளில் தூக்கி எறிந்து விட்டான் அருணன். சஞ்சிகை அறிவுஜீவிகளுக்கானது. வைத்து ஆறுதல் ஆறுதலாக வாசிக்க வேண்டும். பத்திரிகை உடனடி வாசிப்பு; உடனடி எதிர்வினை. போராளிகள் யாவரிடையேயும் சென்றடையும்; பொதுமக்களிடையேயும்.

எளிமையான மொழிநடை. அருணன் மிகச் சிரமப்பட்டு அந்த மொழிநடையைக் கற்றான். சுலபமாகத் தலையங்கம் தீட்டினான். அவன் வைத்த தலைப்புகளில் கவர்ச்சி இருந்து, சாதாரண மக்களிடம் போய்ச் சேர்ந்தது. 'என்ன சொன்னார் ஜே.ஆர்?'

பத்திரிகையின் தலைப்பு: 'தீ பரவட்டும்'

உயிர்ப்புக் கொண்டான் அருணன், தோழர் அருணன்! பத்திரிகை ஆசிரியராக அவனது பெயர்: முருகப்பிரான்.

உயிர்ப்புக் கொண்டதில் வாழ்தலுக்கான அவனது நேரம் போதவில்லை. பரிதியை மறந்துவிட்டான். இடையிடை கண் சிமிட்டினாள் சுபா.

அருணனுக்கு முதல் பிறந்த பிள்ளை: 'தீ பரவட்டும்'

சுபாவைச் சந்திக்கிற சந்தர்ப்பம் வாய்த்தது. நூலகத்துக்குப் போகிற வழியில் இருந்த வேப்ப மரம். சுபா வருகிற நேரத்தைத் தீர்மானித்து அவன் போனான். அச்சகத்திலிருந்து எடுத்த முதல் பிரதி; 'தீ பரவட்டும்' முதல் பிரதியைச் சுபாதான் வாங்கிக் கொள்ள வேண்டும். சுபா, காதலி மாத்திரமல்ல; என் உயிர், என் இயக்கம், என் ஆன்மா, என் வாழ்வு!

"இது நாங்கள் அடிக்கிற பேப்பர், நான்தான் இதன் ஆசிரியர்."

அவள் அதை வாங்கி "கண்டறியாத பேப்பர்," என்று கிழித்துச் சுழற்றி எறிந்தாள்.

திகைத்துத் திணறினான் அருணன். சுபாவா இது? இப்படியும் அவளால் மிருகம் ஆக முடியுமா? மயில் என்றுதான் நினைத்திருந்தான், பாம்பாகிக் கொத்துகிறது. அக்கணம் சுபாவின் கண்களைப் பார்த்தான். புடையன் பாம்பின் கண்கள் அவளிடம் இருந்தன. மூச்சு சீறிற்று!

அருணனால் ஒன்றும் பேச இயலவில்லை. சுபாவின் கண்களைப் பார்த்தபடியிருந்தான். புடையனின் கண்கள்!

சுபாவின் கண்கள் சாதுவாகின. அபலை என நினைக்கும் மயிலின் கண்கள்!

"சொறி," என்று சொல்லிப் பத்திரிகையைக் குனிந்து எடுத்தாள். எடுத்தபோது, 'தீ'யைக் காணவில்லை. 'பரவட்டும்' என்ற துண்டுதான் இருந்தது.

"சொறி, சொறி, பிளீஸ் மன்னிச்சுக்கொள்ளுங்கோ."

பேசாதிருந்தான்.

"என்ன கதைக்க மாட்டீங்களா? உங்களைப் புண்படுத்தி யிட்டன். நான் இப்பிடியானவளே இல்லை. அம்மா ஐயா அவையள் என்னை இப்பிடி வளர்க்கவுமில்லை. நீங்கள்தான் என்னை இப்பிடி மாத்தீட்டிங்கள். நான் நல்ல பிள்ளை அருண். என்னை நம்பு. ராசா, என்மேல எந்தப் பேய் வந்து குடிகொண்டுதோ? நீதான் ராசா எனக்கு எல்லாம்! உன்னை விட்டிட்டு என்னாலை ஒரு நிமிசம் இருக்க ஏலாது. அதுதான் இப்பிடிச் செய்யத் தூண்டிச்சுது. அவசரப் பட்டிட்டன் ராசா. பிளீஸ் மன்னிக்கமாட்டீங்களா.?"

மௌனித்திருந்தான்.

"என்ரை ராசாவுக்குக் கோபம் வந்திட்டுதோ! நான் படுபிழை விட்டிட்டன். எனக்கு அது இப்ப நல்லா விளங்குது.

இரவி அருணாசலம்

என்ன நீங்கள்? எவ்வளவு கெஞ்சிக் கேட்கிறன்! கதைக்கவே மாட்டீங்களா?"

நிமிர்ந்து பார்த்தான் அருணன். பாவமாகத்தான் இருக்கிறாள் சுபா. ஆனாலும் வாழ்நாள் முழுவதுக்கும் இது ஒத்துப்போகுமா? எங்கேயோ எப்படியோ ஏதோ ஒரு பிரச்சினை முளைக்கத்தான் போகுது. அவள் மலர்; நான் இரும்பு. எப்போதும் இரும்பு மலரை நசுக்கும். அடிக்கடி எதுவோ?

இரக்கம் மீதூரப் பெற்று அருணன் தன்னைப் பார்ப்பதைக் கண்டாள் சுபா.

அவளது கண் பெருக்கெடுத்தது. அவள் ஒருபோதும் அதனை ஆயுதமாகப் பாவித்ததில்லை. இப்போது மனதளவில் அருணன் மலர்; சுபா இரும்பு!

"எனக்கும் உனக்கும் ஒத்துவராது போலத்தான்," என்று அருணன் முணுமுணுத்தான். சுபா நிமிர்ந்து பார்த்தாள். அருணன் நேராகச் சொன்னான்: "நீயும் நானும் சந்தித்தது ஒரு விபத்துப்போல. உன்ரை பாதை வேறை, என்ரை பாதை வேறை; ஓரிடத்திலை இரண்டுபேரும் சந்திச்சிட்டம், சந்திச்ச உடனையே. . . ம்ம். . . என்னத்தைச் சொல்ல!"

அவள் இன்னும் இன்னுமென அழத் தொடங்கினாள். "வா அறைக்குப் போயிருந்து கதைப்பம்."

முகத்தை நிமிர்த்தி இரண்டு கண்களிலும் முத்தமிட்டான் அருணன். "அழ வேண்டாம்," என்றும் சொன்னான். நெஞ்சில் சாய்ந்தாள், சுபா. அவள் தலையைத் தடவியபடி, "ஏன் என்னைப் புரியிறாய் இல்லை?"

அவளும் அதையே கேட்டாள்: "நீங்கள் ஏன் என்னை விளங்கிறியள் இல்லை?"

சுபா விம்மிவிம்மி அழுதாள். விசும்பல்களுக்கிடையில் "அம்மா," என்றாள். "அம்மா, அம்மா," என்று இன்னும் விக்கிவிக்கி அழுதாள். "நான் அம்மாட்டைப் போப்போறன்," என்று விசும்பினாள்.

அவளை இறுக்கிக் கட்டிப்பிடித்து முத்தமிட்டு, "எனக்கு நீதான் வேணும்," என்றான் அருணன். "என்னை நல்லா வருத்திறீங்கள்," என்றாள் சுபா. "வருத்த மாட்டேன்," என்று தடவினான்.

பிறகு உற்சாகமாக இருந்தாள் சுபா. அருணனின் நெஞ்சில் தலைவைத்தபடி கேட்டாள்: "நீங்கள் ஒழுங்காக வகுப்புக்கு வரமாட்டிங்களா?"

"நேரம் கிடைக்குதில்லை."

"என்னைச் சந்திக்கத்தான் நேரமில்லை, வகுப்புக்கு வரவும் நேரமில்லையோ? வகுப்புகளை முடிச்சுச் சோதினை எடுத்து, சேர்ட்டிபிக்கட் எடுத்தால் நல்லதெல்லே. அரசாங்க உத்தியோகம் கிடைக்கும். வாத்தி வேலைக்காவது போகலாம்."

"எனக்கு இதெல்லாத்தையும்விட நீதான் முக்கியம்."

"என்னைவிட உங்களுக்கு அரசியல்தான் முக்கியம்; அந்த பத்மநாதன்தான் முக்கியம்."

அருணனின் கைகள் தளர்ந்தன. சுபா, அருணனின் நெஞ்சில் கைகளை மாலையாகக் கோத்துக் கட்டிக்கொண்டாள்.

"ஏன் என்னை விளங்கிறியள் இல்லை? உங்களுக்காக நான் எவ்வளவு ஏங்கிறன் எண்டு தெரியுமா? என்னையே உங்களுக்கு முழுசாத் தந்திட்டன். இதெல்லாம் உங்களுக்கு விளங்கேல்லையா? என்ரை உலகம் நீங்கள் மாத்திரம்தான். என்ரை ராசா... எனக்கு எல்லாமே நீதான். என்னை விளங்கிப்போடு; உன்னைச் சேராமல் இந்த உடம்பில உயிர் இருக்காது."

'அவள் அவளாக இருக்க விரும்பிறாள். நான் நானாக இருக்க விரும்புகிறேன். இருவரினதும் சுயம் முக்கியம். யாரினாலும் யாரின் சுயமும் காயப்படக் கூடாது. காயப்பட்டால் இந்த உறவில் ஏதும் அர்த்தமில்லை. எல்லா உறவும் இருவழிப் பாதை!

ஒருவராவது விட்டுக் கொடுக்கலாம்; விட்டுக் கொடுக்க வேணும்; யார் விட்டுக்கொடுப்பது?

நானா?

எதை விட்டுக் கொடுப்பது? அரசியலையா? அது மிக உயர்ந்த இலக்கு! மார்க்ஸ், ஏங்கல்ஸ், லெனின், ஸ்ராலின், மாசேதுங், மகாத்மா காந்தி, சேகுவேரா, அம்பேத்கார், பெரியார் என்றானவர்கள் கைக்கொண்ட அரசியல்! இப்போது தோழர் பத்மநாதன்!

இந்த அரசியலையா விட்டுக்கொடுப்பது? அதுவும் இந்த சுபாவுக்காக! அத்தனை சாத்திரங்களாலும் உலகை அளக்கிற

ஒருத்திக்காக! ஒன்றுக்கும் உதவாத அத்தனை கல்லான கடவுள்களை நம்புகிற ஒரு பெண்ணுக்காக! தன் மனம், தன் குடும்பம், தன் வாழ்வு, தன் சுகம், தன் மரியாதை, தன் காதலன், தன் கணவன் என்று சுயநலமாகச் சிந்திக்கிற ஒருத்திக்காக! திமிர் பிடித்த தன் எண்ணங்களையே சுமக்கிற சுபாவுக்காக! தன் அழகும் மிடுக்கும் புன்னகையும்தான் இந்த உலகு என நம்புகிற சுபாவுக்காக!

ஆனால் சுபா, எனக்காக மாத்திரம் வாழ்கிறாள். என் நினைவை மாத்திரம் நெஞ்சில் தாங்கிச் சுமக்கிறாள். 'தாடலைபோல' தன் உடம்பையும் உயிரையும் எனக்கே தருகிறாள்.'

அருணன், சுபாவின் கன்னங்களில் மாறிமாறிக் கொஞ்சினான். நெற்றியின் உச்சியில் அழுத்தமாக ஒரு முத்தம்!

இறுதி முத்தம் அது என்பதனை அப்போது அருணன் அறிந்திருக்கவில்லை!

ஓர் இரவின் நீண்ட பொழுதை அருணன் எழுதிய இந்தக் கடிதம் பிடித்தது. அது தேய்பிறை நாள். "நான் உன்னை நல்லா விரும்பிறன். நீ என்னை அப்பிடி விரும்பிறதும் எனக்குத் தெரியும். ஆனால் இருவரும் ஒருவரை ஒருவர் புரியவில்லை. எனது இலக்கு வேறு. உனது பாதை வேறு. அதிகம் எழுத ஒன்றுமில்லை. 'எனக்காகக் காத்திரு' என்று உன்னை வற்புறுத்த என்னால் முடியாது. எனக்காகக் காத்திருந்தால் அதைவிடச் சந்தோசம் வேறு என்ன இருக்க முடியும்?

"எவ்வளவு காலமானாலும் உனக்காக நான் காத்திருப்பேன். எனது அரசியல் உனக்குத் தெரியும். சிங்கள இராணுவம் தேடுகிற பட்டியலில் நான் ஒருவன். உனது வாழ்க்கையைப் பற்றி நீ யோசி. நீதான் யோசிக்க முடியும். நான் சுதந்திரமாக அரசியலில் ஈடுபடுவதை விரும்புகிறேன். உன்னால் இதனைப் புரிய முடியும்.

எனது கதவுகள் எப்போதும் உனக்காகத் திறந்தபடி இருக்கும். நீ எப்பொழுதென்றாலும் உள்ளே வரலாம். நீ விரும்பினால் வெளியேயும் போகலாம். ஆனால் நீ வெளியே போகும்போது என் கவலை மிகமிகப் பெரிது. என் சின்னப் பெண்ணே, உன்னை முத்தமிடுகிறேன். பூ எப்போ மலரும்? பொழுது எப்போ விடியும்?"

அருணன் இதனை எழுதி முடித்தபோது தேய்பிறை சாய்ந்துவிட்டிருந்தது. இனி, அழகிய சின்னப் பெண்ணான, சாத்திரக்காரியான, நீண்ட கூந்தல் கொண்ட, பூரணை நிலவின் முகம் வாய்த்த, கிளிச்சொண்டாக மூக்குக் கொண்ட சுபாவுடன்

ஓர் உறவும் இல்லையோ என ஒருகணம் திகைத்தான் அருணன். கொஞ்சமாய் விம்மல் வந்தது.

இரண்டு மூன்று நாள்களுக்குள் சுபாவைக் கண்டான். கடிதத்தைக் கொடுத்தபோது மிகுந்த ஆச்சரியம் அவளிடமிருந்தது. "கனநாளைக்குப் பிறகு ஒரு கடிதம், மழை வரப் போகுதுபோல."

"வாசிச்சுப் பார்," அவளது முகத்தைப் பார்ப்பதைத் தவிர்த்தான். திகில் நிறைந்த கண்கள் அவள் முகத்தில் தேங்கி நின்றன.

"அவசரமாய்ப் போக வேணும், பிறகு உன்னைச் சந்திக்கிறன்."

ooo

"தோழர் உங்களுக்கான பணி, மன்னாரில் காத்திருக்கிறது. மன்னாரில் அமைப்பைப் பலமாக்க வேண்டும். ஆறு மாதத்துக்கு நீங்கள் வேறு எங்கும் அலைய வேண்டாம். பத்திரிகைப் பணியைத் தோழர் செழியன் பார்ப்பார். நான் ஈழத்துக்கு விரைவில் வருகிறேன். சந்திக்கும் நேரம் குறித்து உங்களுக்குத் தகவல் வரும். புதியதோர் உலகம் படைப்போம், தோழர். . . பணிசெய்ய இப்போது நீங்கள் மன்னார் போகலாம். தோழர் பாரதி உங்களிடம் வருவார்.

தோழர் பத்மநாதன்.

22

அதிகாரம் 11

1988

ஒவ்வொரு வீட்டிலும் இரண்டு இரண்டு ஆடுகளாக இறக்க வேண்டும். இவற்றைச் செய்ய ஒருகிழமை ஆயிற்று. யாவற்றையும் விரைவில் முடித்தால் அடுத்த மூன்று மாதத்துக்கான 'புராஜெக்ட்' உடனே! சிவகுமார் சேர் துரிதப் படுத்துகிறார்.

பத்து வீடுகளுக்கு, சனிக்கிழமை காலமை, இரண்டிரண்டு ஆடுகளாக வழங்கி அன்பை விதைத்தேன். கையெடுத்துக் கும்பிட்ட கைம்பெண்களைக் கண்டு உடலெங்கும் கூச்சம் ஊர்ந்தது. கண்ணீர் சிந்தியோரும் அவர்களில் இருந்தனர். அதைப் பார்த்து என் கண்ணும் மனமும் கசிந்தது. சில வீடுகளில் அவ்வீட்டின் திண்ணையில் இருந்து 'தேத்தண்ணி' குடித்தேன். கறுத்தக்கொழும்பான் மாம்பழம் வெட்டித் தந்தாள் ஒருத்தி! கண் அப்போதெல்லாம் கசிந்து கொண்டே இருந்தது.

எந்த ஒரு கைம்பெண்ணும் என்னை வித்தியாச மாக நோக்கவில்லை. 'தன் தம்பி ஒருவன் தரும் அன்பு,' என்றே அவர்கள் நினைத்தனர். அவர்கள் கண்களில் அன்பு இருந்தது, இரக்கம் இருந்தது, நன்றி இருந்தது. மேலாக ஓர் ஒளி இருந்தது. ஆடுகள் கிடைத்ததான உறுதிப்பத்திரத்தில் கையெழுத்து வைக்கிறபோது கைநடுங்கிய பெண்கள் அதிகம்.

'மனிதருக்கு மேலொரு தெய்வமில்லை'
மானுடம் போலொரு மெய்மையில்லை'

சித்தரின் இந்தப் பாடல் வரி, ஏனோ நாக்கில் புரண்டது. என்னையும் ஏதோ ஒருவிதத்தில் இது தூய்மையாக்குகிறது.

நான் உத்தமனில்லை; அதேசமயம் அதமனுமில்லை!

அநேகமாகக் குடிசை வீடுகளின் முன்னேதான் நின்றேன், கோயிலென அது என்னை உணர்த்திற்று. நான் என்ன செய்து விட்டேன்? என் கடமையை, மனுக்குலத்திற்கான என் கடனை மனத்தால் அடைத்தேன்! அவர்கள் இழந்தவற்றுக்கு இது ஒரு பொருட்டா? அவர்கள் கணவனை இழந்தோர் மாத்திரமல்லர்; கையில் பிள்ளைகளுடன் வாழ்வை இழந்தோர்!

அந்த அந்தகார இருட்டுக்கு இது மிகமிகச் சிறிய விளக்கு!

இக்கணத்தில் அருணனை நினையாதிருக்க முடிய வில்லை. அவன் தந்த வாழ்வு! அவன் செய்ய வேண்டிய வேலை இது. அந்த ஒருநாள் பின்னேரம் வீடு வந்தான். பின்பனி பெய்த காலம். இரவு வீட்டில்தான் தங்கினான். படுத்திருக்கும்போது சொன்னான்: "மைச்சான் நீதான் செய்ய வேணும். எனக்காகச் செய். பிறகொரு காலம் நீ இதற்காகத் திருப்திப்படுவாய்."

சொன்னது பொய்க்கவில்லை. ஆனால் இப்போது அவன் வாழ்வின்றி அலைகிறான்.

இரண்டு ஆடுகளை தனமக்கா வீட்டில் இறக்கினேன். ஆடுகள் கிடைத்ததான உறுதிப்பத்திரத்தில் கையெழுத்து வைத்துவிட்டு உடனே என் கைகளைப் பற்றினா. கைகள் குளிர்ந்து கிடந்தன. பிறகு அவாவினது கைகள் என்னை நோக்கிக் கூம்பின. கண்ணீர் உகுந்தது.

"பின்னேரம் ஒருக்கால் வாறீங்களோ, தம்பி?"

லொறிச் சாரதியும் அங்கு நின்று ஆடுகளை இறக்கியதில் தனமக்காவுடன் குசுகுசுத்துப் பேச முடியவில்லை.

'தனமக்கா என்னத்துக்குக் கூப்பிட்டிருப்பா. கூப்பிட்ட போது தனமக்காவின் கண்கள் மின்னியதே! விசமச் சிரிப்பு உதட்டுச் சுழிப்பிலும் இருந்ததே!'

அன்று பின்னேரம் சைக்கிள் எடுத்து, தனமக்காவின் வீடு நோக்கி உழக்கினேன். சோளகக் காற்று நேர் செய்தது. உழக்கக் கஸ்ரமாக இருக்கவில்லை. சைக்கிள் எனக்கு இரதமாக

இருந்து விரைந்தது. இராஜகுமாரன் குதிரையில் ஓடுவதுபோல சைக்கிளோட்டினேன்.

உடம்பு முழுக்க ஓடிக்கொலோனைத் தெளித்திருந்தேன். என்னைச் சுற்றி ஒளிவட்டம்போல அதன் வாசனை காற்றில் மிதந்தது. அது போதாதென்று பஞ்சினில் அத்தரை நனைத்து இரண்டு காதுகளிலும் சொருகியிருந்தேன். எனது சுருண்ட மயிர்க்கற்றைகளைச் சோளகத்தால் ஒன்றும்செய்ய முடியவில்லை.

சோளகம் தென்றலாக வீசிய பின்னேரம், அழகையும் தூய்மையையும் அன்பையும் பரப்பிக்கொண்டிருக்கிறது. பின்னேரச் சூரியன் தரும் ஒளிச்சோபையை வேறெதனால் தர முடியும்? கல்லுண்டாய் வெளியில் சைக்கிள் பறக்கிறது. வெளி முழுவதும் புழுதியும் தூசும்; அவற்றினிடையே ஊடுருவும் மஞ்சள் கதிர்க் கிரணங்களும், மகத்தான அழகு!

முழுகி, கூந்தல் சிதும்பி நிற்க, நெற்றியில் குங்குமம் இட்டு, தனமக்கா நின்ற அழகைக் காணக் கண்கோடி வேண்டும்! மிகமிகச் சுத்தமான ஓர் அழகு!

வெளித்திண்ணையில் இருக்கப்போன என்னை, "உள்ளுக்கை வாங்கோ," என்றா. சொண்டினில் ஒரு சுழிப்பும் சிறு கண்ணடிப்பும்! அக்காலத்தில், இவா கண்ணடிக்காமலே ஆயிரம்பேர் காலடியில் விழக் காத்திருந்தனர். இப்போது எனக்கான தனித்த கண்ணடிப்பு!

எந்தப் பெண் கண்ணடித்தாலும் எப்போதும் நான் சுருண்டு விழுவேன்!

முற்றத்தின் வெள்ளை மணலில் மஞ்சளான சூரியக் கிரணங்கள் விழுந்திருந்தபோதிலும் உள்ளே இருட்டாக இருந்தது. நெருப்புக் குச்சி சர்ரென உராஞ்சிய சத்தம்! சிறுவெளிச்சம்; போத்தல் விளக்கு! வெளிப்படலையைக் கட்டிவிட்டு வந்து அக்குடிலின் படலையைக் கட்டினா.

பாயை விரித்து, "இருங்கோ தம்பி," என்றா. கருணை வழிந்த புன்னகை, கண்ணில் இப்போது இல்லை! கண்களில் தெரிந்தது, காமம் அல்ல; நிறைந்த காதல்!

சேலையைக் கழட்டி நிலத்தில் எறிந்தா. பாவாடையும் ரவிக்கையும். "வேணுமெண்டா என்னை எடுங்கோ," என்றா. தனமக்காவின் சொண்டுச் சுழிப்பு அப்போதும் இருந்தது. சோளகம் இவ்வளவு காமமாக வீசியிருக்கக் கூடாது!

அவாவின் கண்களில் குறும்பு விரிய, "இப்ப நான் வலுசுத்தம். ஒரு நோயும் வராது," என்றா. பிறகும் சொன்னா: "ஒரு ஆம்பிளை என்னைத் தொட்டு மூண்டு நாலு வருசம் ஆய்ச்சு. ஆம்பிளையா நீ என்னைத் தொடு. இழுத்துப் படுக்கையில போடு!"

காமத்தில், ஒருமை அவாவுக்குத் தேவைப்பட்டது. இச்சமயத்தில் எனக்கும் ஒருமை மிகப் பிடிக்கும்!

தனமக்காவின் காமத்தின் பிதற்றல் 'ஒருமை'யாக என்னிடம் வந்தது: 'ஆம்பிளையா நீ என்னைத் தொடு!'

"என்னக்கா கதைக்கிறியள்," என்று பதைபதைத்தேன். வரும்போது என்னிடம் கிளர்ச்சி இருந்தது உண்மை. ஆரும் சிம்பிளாத் தொட முடியாத அழகியான தனமக்கா, என்னை வருந்தி அழைக்கிறா. யாழ்ப்பாணத்தின் தேவதை என்னை அழைக்கிறாள்!

நான் சடாரென எழும்பினேன். என்னைக் கட்டுப்படுத்த முடியவில்லை. தனமக்காவைக் கட்டிப்பிடித்து இரண்டு கன்னத்திலும் மாறிமாறிக் கொஞ்சினேன். அவாவின் சுழித்த சொண்டுகள் என் வாய்க்குள் அடங்கின. நாக்குகள் பிணைந்தன. அவாவின் சொண்டுகள் என் எச்சிலில் ஊறின! அவ்வளவும் ஒரு மூன்று நிமிடம்! அது போதும் எனக்கு.

"எனக்கு இது காணுமக்கா."

மார்பு பிதுங்கிய தனமக்காவின் இறுகிய அணைப்பை விலக்கி வெளியில் வந்தேன். வேப்பமரம் சரசரத்துப் பின்னேர வெயிலைக் கசியவிட்டது.

"அக்கா நான் வெளிக்கிடுறன். ஒண்டுக்கும் யோசியாதை யுங்கோ," என்றேன்.

"என்ன வந்திட்டு உடனை ஓடுறது? பால்தான் குடிக்கேல்லை, தேத்தண்ணியாவது குடிச்சிட்டுப் போகலாமே! எனக்கும் எவ்வளவு நாளா இருக்கு இது! உன்னைக் கண்டாப்பிறகுதானே அது விடாய் எண்டு விளங்குது," என்று கண்ணடிச்சுச் சிரிச்சா. அப்போதும் சொண்டு சுழித்தது.

குங்குமப்பொட்டும் விரிந்த கூந்தலும் சொண்டுச் சுழிப்பும் திருந்தின முகமும்; தனமக்காவின் முகத்தில் இப்போது பெருவெளிச்சம்!

லக்ஸ்பிறே கரைத்து சாயம் மிகுந்த தேநீர் தந்தா தனமக்கா. "அக்கா நான் இஞ்சை அடிக்கடி வருவன். உங்களுக்கு என்ன தேவையெண்டாலும் தயங்காமல் என்னட்டை கேளுங்கோ. உங்களுக்குத் துணையா நான் ஒருத்தன் இருக்கிறன் எண்டதை மறவாதையுங்கோ. என்னை நம்புங்கோ."

"நீயும் என்னட்டை எதுவும் எப்பவும் கேட்கலாம்."

"என்ரை துரை," என்று ஒரு புன்சிரிப்பு! என் கைகளைப் பற்றித் தன் கண்ணில் ஒற்றினா. "நல்லது ராசா, நான் தெம்பா இருக்கிறன். ராசாவும் முருகப்பெருமானும் இருக்க எனக்கென்ன கவலை?"

பொழுதுபட்டுப் போயிற்று, சைக்கிள் உழக்கித் திரும்பினேன். இருள்வதற்கிடையில் அறைக்குப் போய்விட வேண்டும். இருண்டால் இடையில் நிற்கிற இந்தியனாமி எது செய்தாலும் கேட்பதற்கு நாதியில்லை. இருண்டபிறகு வரும் எந்த உருவமும் அவர்களுக்குப் 'புலி'யாகத்தான் தெரிகிறது.

மாலைப் பொழுதுக்குச் சோளகம் உசுப்பவில்லை. என்றாலும் எதிர்க் காற்று!

தனமக்காவுக்கு 'அது' தேவைப்பட்டதோ? அப்படித்தான் சொல்கிறா. ஆனால் தனது நன்றியுணர்விற்கு வடிகாலாகத் தான் தன்னைத் தர விரும்பினாப்போலை. எதுவாய் இருக்கட்டுமன், இந்தப் புனிதமான பணிக்கு இவ்வளவு கிளர்ச்சியுறுதல் சரிதானா? குந்தகம் ஆகாதா?

அருணன், ஐம்பது மைல் சைக்கிள் உழக்கிப்போய் முறிப்புக்குளத்தில் உடுப்புத் தோய்த்து, அகதிகளுக்கு வழங்குகிறான். அதற்கு யாரும் சம்பளம் கொடுப்பாருமில்லை.

நானென்ன செய்கிறேன்? கொழுத்த சம்பளம் கிடைக்கிறது! சிவலிங்கண்ணர் வடையும் இடியப்பமும் வாங்கித் தருகிறார். மங்களேசண்ணரிடம் சோறு வாங்கித் தின்கிறேன். கள்ளும் தருகிறார். ஒருநாளென்றாலும் இராசனிடம் கள்ளு வாங்கிக் குடிக்கவில்லையா? முழுக்கிடாய் வெட்டி எவ்வளவு பக்குவமாக உறைத்த கறி தந்தாள் மயிலி!

இங்கே இப்பொழுது தனமக்காவைக் கட்டிப் பிடித்து இரண்டு கன்னத்திலும் கொஞ்சுகிறேன். சொண்டைக் கடித்து உறுஞ்சுகிறேன். என் கைகளும் விரல்களும் ஊர்ந்த இடங்கள் படுபிழையானவை.

அப்பொழுதெல்லாம் நான் கிளர்ச்சி அடைந்தேனா, இல்லையா? என்ன செய்கிறேன், நான்! தனமக்காவுடன் 'மேலும்' போகவிடாமல், இன்னும் சில மணித்துளிகள் கழிய விடாமல் தடுத்தது எது? திடுதிப்பாக அதிலிருந்து நான் ஏன் 'கழன்று' போனேன்? தனமக்காவின் உணர்வை மதிக்காமல் விட்டது எதற்காக?

ஒருத்தி என்னை மயங்க அடிக்கிறாள்!

இந்த இடத்தில் ஒன்று சொல்ல, ஒருத்தி பற்றிச் சொல்ல ஒன்றுண்டு;

அந்த ஒருத்தி: மல்லிகா!

○

23

பதினோராம் அத்தியாயம்

1985

இரவினிலும் புழுக்கம் தாளவில்லை. பகலில் அடித்த வெயில் மாத்திரம் காரணமல்ல. இரவில் வானத்தை மேகங்கள் சூழ்ந்துவிட்டன. நட்சத்திரப் பொட்டு ஒன்றுகூடத் தெரியவில்லை. வீட்டுக்குள் படுக்க முடியாது. தோட்டத்தின் அட்டாளையில் படுத்திருந்தான் சிவராசா. எப்படித்தான் சிங்கள இராணுவம் மோப்பம் பிடித்ததோ, அட்டாளையில் வைத்து சிவராசனை அமத்திப் பிடித்தது.

சிவராசா ரிபிஎல்எப் இயக்கத்தின் அங்கத்தினன் அல்லன்; ஆதரவாளன். ஊரில் இயக்க ஆளாகத் தன்னைக் காட்டிக்கொண்டான். கொப்பு வைத்த கிளுவங்கட்டையைச் சாரத்துக்குள் சொருகி, அதற்குமேல் சேர்ட்டைப் போட்ட போது, இடுப்பில் சேர்ட் துருத்திக்கொண்டிருந்தது. வெளியிலிருந்து பார்ப்பவர்கள் அதனை ரிவோல்வர் என அறிந்துகொண்டனர். சிவராசனுக்குத் தேவை அதுதான்.

இயக்கமாகத் தன்னைக் காட்டியிருக்கக் கூடாது என்ற ஞானோதயம், அட்டாளையில் வைத்துப் பிடிபட்டபோதுதான் அவனுக்கு வந்தது.

'தான் இயக்கத்தில் இல்லை, சும்மாதான் கதைத்துக்கொண்டிருக்கிறேன், உங்களுக்காக என்னவும் நான் செய்யத் தயார்,' என்று அவன் சிங்கள இராணுவத்திடம் எவ்வளவோ கெஞ்சிப்

பார்த்தான். அடிக்கத் தொடங்கும்போதே மூத்திரத்தைப் போக்காட்டினான். ஒன்றுக்கும் சிங்கள இராணுவம் மசிய வில்லை. காங்கேசன்துறையின் கடல் வெக்கையும் உப்புக் காற்றும் அடி விழுந்த அவனது உடல் காயங்களில் மிகுந்த எரிவைத் தந்தன.

தனக்கு விழும் அடிகளைக் குறைப்பதற்காக சிவராசன் ஒரு காரியம் செய்தான். ஊரில் இயக்கம்பற்றி மூச்சுவிட்ட எல்லோரையும் அவன் காட்டிக்கொடுக்கத் தொடங்கினான். எந்த இயக்கம் என்ற பேதமில்லை. ஜீவன், முரளி, நாதன் என்ற மூவரை மாத்திரமே அவனால் பிடித்துக் கொடுக்க முடிந்தது. மூவரும் இயக்கக்காரர்களும் அல்லர், ஆதரவாளர். ஜீவன் விடுதலைப் புலிகளுக்கும், முரளி புளொட்டுக்கும், நாதன் என்எல்எப்ரி என்ற இயக்கத்துக்கும் ஆதரவாளர்கள். அருணன் பெயரையும் சிவராசன் சொல்லியிருக்கிறான். தன்னைப் பார்க்க வந்த உறவினர்களிடம் 'அருணனைக் கவனமாக இருக்கு'மாறு ஜீவன் சொல்லிவிட்டிருந்தான்.

அருணனைச் சிங்கள இராணுவத்துக்குக் காட்டிக் கொடுப்பதற்கு அவனது இயக்கத்தில் இப்போது நிறையப்பேர் இருந்தார்கள். ஓட்டை விழுந்த இயக்கம். பலமான கட்டமைப்புக் கிடையாது. வாழ்வின் விரக்தியில் வந்தவர்களைக்கூடச் சேர்த்துக்கொண்ட இயக்கம் அது.

ஒரு கிராமத்தில் இருபது இளைஞர்களை அள்ளினால் ஐந்துக்குக் குறையாமல் 'ரீப்பித் தோழர்கள்' இருக்கிறார்கள். புளொட் ஒரு நாலு, ஐந்து. ஏனைய இயக்கங்கள் ஒன்றிரண்டு. விடுதலைப் புலிகளில் யாரும் கிடையாது. அள்ளுப்பட்ட ஏனையோர் அக்கிராமத்தின் அப்பாவி இளைஞர்கள்.

பிடிபட்ட 'ரீப்பித் தோழர்கள்' அனைவருக்கும் அநேகமாக அருணனைத் தெரிந்திருக்கிறது. அருணன் முழுநேர அரசியல் வேலை செய்திருக்கிறான். அரசியல் வேலையில் அதுதான் இடர்! எல்லோரையும் தெரிந்துவிட வேண்டும். யாருக்கும் முகம் காட்டாமல் அரசியல் செய்ய முடியாது. புனைபெயர் தான் 'தோழர் டேவிட்!' முகம் அருணனுடையதுதானே!

மன்னாரின் வேலைகளை முடித்துத் திரும்பிவிட்டிருந் தான் அருணன். திரும்பிவரச் சொல்லிக் கட்டளை. அமைப்பின் தத்துவார்த்த அறிக்கையைத் தயாரிக்க வேண்டும். கிட்டடியில் தளமாநாடு வருகிறது. தோழர்கள் பத்மநாதன், வரதராஜன், ஹேமச்சந்திரன் ஆகியோர்கள் அநேகமாக ஈழத்திற்கு வருகின்ற சந்தர்ப்பம் உண்டு. இந்த மாநாடு, அமைப்புக்குள்

பெரும் மாற்றத்தைக் கொண்டுவரப் போகிறது. அதில் தனது பங்கும் பெரிது எனப் புளகித்தான் அருணன்.

ஊர்ப்பக்கம் அருணனால் போக முடியாது. எப்படியும் சிங்கள இராணுவத்திடம் சிக்கிவிடுவான். தீவகத்தை விட்டு வெளியேறுவது ஆபத்தானது.

தீவகத்தின் வேலணைப் பகுதியில் ஒரு குடிசை வீட்டைத் தான் அருணனுக்கு ஒதுக்கியிருந்தார்கள். கடல் மணல் பரந்த குடிசை. ஆனால் அயலில் கடல் இல்லை. சன நடமாட்டமற்ற ஒரு கிராமம். தோட்டம்கூட அங்கு செய்வாரில்லை. மணல் தரை யில் தோட்டம் விளையாது. மரவள்ளி மரம் எப்படியோ தன் கிழங்கை விளைவிக்கிறது! அடிக்கடி கோயிலின் மணியோசை கேட்கிறது. இடையிடை தவில், நாயன முழக்கம்!

ஓர் அறைக்குள் ஒரு சொம்புத் தண்ணீருடன் புகுந்து விடுவான். மரவள்ளிக் கிழங்கில் குழம்பு வைத்த சோறு மத்தியானம் வரும். இரவில் மரவள்ளிக் கிழங்கு மாவில் புட்டும் சம்பலும். அருணனுக்கு இருக்கவே இருக்கிறது, ஒரு சொம்புத் தண்ணீர். பின்னேரத்துக்குக் கதவு தட்டி இன்னொரு சொம்புத் தண்ணீர் வாங்குவான்.

அந்தச் சிறிய குடிசை வீட்டில் இரண்டு சிறிய பெண் குழந்தைகள். ஒருத்திக்கு இரட்டைப் பின்னல் இருக்கிறது. புழுதி படிந்த உடம்பு இருவருக்கும். அருணனைப் பார்த்து வெட்கப்பட்டுச் சிரிப்பதில் இருவருக்கும் வித்தியாசமில்லை.

தளமாநாட்டுக்கான தத்துவார்த்த அறிக்கை தயாராகி விட்டது. அது ஒரு நிம்மதி. இனி கொஞ்சம் வெளியே வரலா மென்றிருந்தான் அருணன்.

கடைசிக் காலங்கள் கசப்புடன் இருந்தன. அது அப்படித் தான் ஆகும் என அவன் உணர்ந்தான். பின்னேர வெயில் துக்கமூட்டிற்று. அடிக்கடி சுபா நெஞ்சினுள் வந்தாள். இப்போது சுபா என்ன செய்வாள்? நீண்டதும் அடர்த்தியுமான கூந்தலைக் கோதிக்கொண்டிருப்பாள். மூக்குத்தியைத் திருகிக்கொண்டிருப்பாள். மேற்கண்ணால் உலகம் பார்த்து வியப்பாள். கால்களால் நிலம் அளப்பாள். மேலாக இயற்கையின் அந்த அழகிய புதல்வி, உலகிற்கு ஒளியூட்டிக் கொண்டிருப்பாள்!

வேலணையின் அந்தச் சின்னக் குடிசையை விட்டு வெளியில் வந்தவுடன் முதலில் பரிதியிடம் ஓடினான் அருணன். விசாலமான அறையில் பரிதி, காற்சட்டையும் ரீசேர்ட்டும் அணிந்து விளையாட்டு வீரன்போல இருந்தான். அவன்

நன்றாகவும் அழகாகவும் இருந்தான். இன்னும் திடகாத்திரமாக இருந்தான்!

அவன் சொன்ன வாக்கியம் உவப்பானதாக இல்லை!

"சுபா ரீச்சராக இருக்கிறாள். கலியாணமும் முடிச்சிட்டாள். ஆரோ மைச்சான் பொடியனாம். நீ யோசியாதை... உன்னுடைய நல்ல மனசுக்கு அவள் பொருத்தமில்லை."

இவன், "அப்படியா," என்று தன் நெற்றி வியர்வையைத் துடைத்துக் கேட்டுவைத்தான். பரிதியின் பார்வையைத்தான் இவனால் தாங்க முடியவில்லை. பரிதியின் கண்களில் இரக்கம் தெறிக்கிறது.

தான் திறந்து வைத்திருந்த கதவை இனிமேல் என்றென்றைக்குமாகப் பூட்டிக்கொண்டான் அருணன்!

நித்திரை வருகிறதாக இல்லை. சாமத்தில் அயர்வு தட்டிற்று. நூலகத்தில் மலர்ச்சியுடன் சின்னத் துண்டு தந்த சுபாவை யோசித்தான். அப்போது அன்றலர்ந்த மல்லிகைப்பூ! சுபாவின் மூக்குத்தி மின்னிமின்னி மறைகிறது.

நெஞ்சு துடிதுடித்து அடங்குகிறது. இதயத்தை எதுவோ ஒன்று அமுக்குகிறது. மூச்சைச் சீராக விட முடியவில்லை. உடம்பு திணறுகிறது. உடலையும் மனசையும் சமநிலைப்படுத்த முயல்கிறான். ஒன்றும் எதுதானும் செய்யவில்லை!

சாமத்தில் போவதற்கு ஏதும் இடமில்லை. கிணற்றுக் கட்டில் மாத்திரம் இருந்தது. அதில் வந்து இருந்தான். தேய்பிறைச் சந்திரனின் மெலிவைச் சகிக்க முடியவில்லை. சிறிது வெளிச்சத்தை மங்கலாக அது தந்தது. பிணியில் தேயும் நிலவு! வான்வெளியில் தூக்கில் தொங்கிச் சாக விரும்புகிறான் தேய்பிறைச் சந்திரன்!

இவன் ஓசைப்படாது விம்மினான். ஆன்மாவின் நெடுங்கதவம் இப்போது சுபாவுக்கு நிரந்தரமாக அடைக்கப்பட்டிருந்தது. சுபா தன்னைவிட்டுப் போய்விட்டாள்! ஓம், உறுதியாகப் போய்விட்டாள்!

அருணன் வெம்பி... வெம்பி... வெம்பி...அழத் தொடங்கினான்.

அதிகாரம் 12

1989

இப்போது இந்த வேலையில் அலுப்பு வந்து சேர்கிறது. நெடுகச் சைக்கிளோட்டம் ஊர் ஊராக, வீடு வீடாக.

அவயவமில்லாத மனிதர், அங்கவீனர், உற்ற உயிர்களை இழந்தோர், இழப்புகளைக் கண்டோர், அழிவுபட்டோர், அவர்களது தீராத் துயர், கடும் வெயில், சூரியனின் பொசுக்கல் புழுதிக் காற்று, களைப்பு, வியர்வை.

மேலாக, எங்கெங்கு காணினும் இந்தியனாமி; அவர்களைக் காணும்போது ஏற்படும் அசூயை.

தனமக்காவைப் பார்ப்பது ஒன்றுதான் சாடையான குளிர்!

செந்தளித்த முகத்தில் பொட்டில்லாமல் சிலவேளை இருப்பா. "பொட்டை வையனக்கா, உன்ரை முகத்துக்கு எவ்வளவு வடிவா இருக்கும்."

"அப்பிடியோ! ராசனுக்கு என்ரை வடிவு பிடிச்சிருக்கோ," என்று சிரிப்பா. பொட்டை வைத்துக்கொண்டு வருவா. "உன்னோடை பெரிய ஆய்க்கினை."

நெஞ்சில் காதல் ஊறும். கட்டிப்பிடிச்சுக் கொஞ்ச வேணும்போல இருக்கும். அவாவுக்கும் அப்படி இருக்கும் என நினைக்கிறேன்.

ஆனால் தனமக்காவை ஒவ்வொரு நாளுமா பார்க்க முடிகிறது? எப்பவோ இருந்திட்டு ஒருநாள்!

மிகவும் சலிப்புறுகிறேன்; பார்த்தவற்றை, கேட்டவற்றை கிழமைக்கு இரண்டு நாள்கள் அலுவலகத்தின் கூரை நிழலி லிருந்து அறிக்கையாக எழுதிக்கொடுப்பது; நான்கு நாள்கள் சோறு தண்ணியில்லாமல் வெயிலில் அலைவது.

ஞாயிறு ஒருநாள் மாத்திரம் அறையில் ஓய்வில்லா உறக்கம். மத்தியானம் கோழி இறைச்சியோடை சறோக்கா தருகிற சாப்பாடு. அபிதாவுடன் சொறி தேய்த்தல். இரவில் எங்கோ ஒரு வெடிச்சத்தம் அல்லது வெடிச்சத்தங்கள்.

என்னுள் சோர்வும் அயர்ச்சியும் மேற்கிளம்புகின்றன.

அருணனுக்கு அப்படியா இருக்கும்? அவன் இயக்கத்தில் இருந்தபோது, இதைவிட எத்தனை மடங்கு அவன் இயங்கி யிருப்பான்? தனது இயக்கத்துக்காக, கடும் வெயில் சூழ்ந்த மன்னார் மாவட்டத்தைக் கட்டியெழுப்பியவன் அவன்தானே!

ம். . . அவனை நினைத்தால் பெருமூச்சு ஒன்று மாத்திரம் தான் எஞ்சுகிறது.

‘கற்கோவளம் போ,’ என்று உத்தரவு வந்தது. நான்தான் போகவேண்டும் என்பதும் கடுமையான கட்டளை. யாழ்ப்பாண மாவட்டம் எங்கும், என்ன நிவாரண வேலை என்றாலும் நான்தான் போக வேண்டும் என்பது சிவகுமார் சேரின் கண்டிப்பான உத்தரவு.

அது சைக்கிள் உழக்கிப் போக முடியாத தூரம். பேருந்துப் பயணத்தில் கடக்க வேண்டியது. போக்குவரத்தில் களைப்புக் குறைவு. ஆனால் உழைப்பு, கூட. அதிகாலைப் புறப்பாடு. அதனால் வியர்வை இல்லை. கடல்புறக் கிராமத்தில் மத்தியான வெயிலில் அலைய முடியாது.

பருத்தித்துறையில் இறங்கி, புத்தகக் கடை வைத்திருக்கிற குலசிங்கமண்ணரிடம் சைக்கிளை எடுத்துக்கொண்டு கற்கோவளம் போக வேண்டும்.

காலை ஆறு முப்பது பேருந்தில் யாழ்ப்பாணத்திலிருந்து புறப்பட்டேன். ஒன்றரை மணித்தியால ஓட்டம். எப்படியும் எட்டு மணிக்குப் பருத்தித்துறையைப் பேருந்து அடைந்துவிடும். கடையில் இடியப்பம், வடை தின்றுவிட்டு, ஒன்பது மணிக்கிடையில் கற்கோவளம்.

நினைத்தது எதுதான் இந்தியனாமிக் காலத்தில் நடக்கிறது? தொண்டைமானாற்றுக் கடலைப் பார்க்க முன்னம் அது நிகழ்ந்துவிட்டது.

வல்லைவெளியைக் கடந்தவுடன் ஓர் இந்திய இராணுவ முகாம். அந்த முகாமின் முன்னே வீதியின் குறுக்கு மறுக்காகப் பனங்குற்றிகள் அடுக்கி வீதியைத் தாறுமாறாகத் தடுத்திருந்தார்கள். நூறு யார் தூரத்திற்கு அத்தடைகள் இருந்தன. ஒரு மைல் வேகத்தில் பேருந்தைச் செலுத்தித்தான் அந்தத் தடைகளைக் கடக்க முடியும்.

பேருந்துச் சாரதி, தானும் சரிந்துசரிந்து மடக்கிப் பேருந்தைச் சாய்த்துச்சாய்த்துச் செலுத்தினார். இந்தியனாமி ஒருத்தன், உன்னிப்பாகப் பேருந்தின் சக்கரங்களைக் கவனித்த வாறு நின்றான். அவன் கவனித்தது வீண்போகவில்லை.

பேருந்தின் சக்கரம், ஒரு பனங்குற்றியை மெல்லத் தட்டி விட்டது. "ஹோய், ஹோய்," என்று கவனித்தவாறு நின்ற இந்தியனாமி ஓடிவந்தான். சாரதி பேருந்தை நிறுத்திவிட்டார்.

ஓடிவந்தவன், சாரதியை இறங்கச் சொன்னான். சாரதிக்குத் துவக்குப் பிடியால் சரமாரியாக அடி விழுந்தது. 'அடி விழுந்தது' என்று சும்மா சொல்லக் கூடாது. துவக்குப் பிடியால் மாறிமாறி வயிற்றிலும் முதுகிலும் குத்தினான் இந்தியனாமி. சாரதி கீழே விழுந்தபோது, சப்பாத்துக் காலால் எக்கிஎக்கி உதைத்தான்.

"ஹோய், ஹோய்," என்று கத்திக்கொண்டு இன்னொரு இந்தியனாமி ஓடிவந்து இவன் உதைப்பதைத் தடுத்தான். சாரதியை எழுப்பித் தாங்கிக்கொண்டு பூவரச மரத்தடியில் இருத்தினான். சாரதியைப் பார்த்தேன், கண்களில் கோபம் மின்னிற்று. கோபத்தால் எனக்கு மெலிதாக உடல் நடுங்கிற்று. பேருந்தில் இருந்த யாபேரிடமும் கவலை அல்லது கோபம் கிளர்ந்ததைக் கண்டேன்.

சரமாரியான குத்து விழுந்ததில் கோபத்தினாலோ, என்னவோ அதைத்துப்போய் இருந்தது சாரதியின் முகம். நெற்றியிலிருந்து இரத்தம் வழிகிறது. வயிற்றைப் பொத்திக் கொண்டு நிலத்தில் இருந்தார் சாரதி.

ஓடிவந்து, அடி உதைகளைத் தடுத்த இந்தியனாமி, எல்லோரையும் பேருந்திலிருந்து இறங்கச் சொன்னான். பேருந்தில் அவ்வளவாகச் சனமில்லை. இருந்த இருபத்துநான்கு பேர்களில் எட்டுப்பேர் பெண்கள். பெண்களுக்கு அவன் ஒன்றும் சொல்லவில்லை. ஒதுங்கி நின்றார்கள். எங்களை அவன் கூட்டிக்கொண்டு போனான். சுமார் இருநூறு யார் தூரம்.

அடுக்கி வைத்திருந்த ஐந்து பனங்குற்றிகளைக் காட்டித் தூக்கச் சொன்னான்.

பனங்குற்றிகள் எத்துணை வயிரம் பாய்ந்தது! தறித்துப் போட்டவன்கூட யாரோ, ஈழத் தமிழனாய்த்தான் இருக்க முடியும். துப்பாக்கிமுனையில் அவன் செயற்பட்டிருக்கலாம். அந்த வலிமை வாய்ந்ததை எப்படி இந்தியனாமியால் தூக்கிப் போக முடியும், வெறும் றொட்டியையும் வனஸ்பதி நெய்யையும் உண்பவர்களால்?

நாரி தெறித்தது! வயது போனவர்களைத் தவிர்த்து, நாங்கள் எட்டுப்பேர், ஒவ்வொரு பனங்குற்றியையும் குனிந்து உருட்டி உருட்டிக்கொண்டு போனோம். பனஞ்சிராய் ஏதும் காலில் ஏறவில்லை. ஆனால் மனதில் ஏறியது. நெஞ்சில் இரத்தக்கீறு! எங்கேயோ இருந்து வந்தவன், எங்களை, எங்கள் மண்ணில் வேலை வாங்குகிறான். அதுவும் கூலி வேலை; கொடூரமான வேலை!

யார் முகத்தை நோக்கி நான் குத்த?

இன்னொரு இந்தியனாமி, வனஸ்பதி நெய்யில் சுட்ட றொட்டிகளைக் கொண்டுவந்தான். 'தின் இதை, இப்படி உரமாய் இருக்கலாம்,' என்று சைகை செய்து, பனங்குற்றிகளைக் காட்டினான்.

வலிமைபற்றி எங்களுக்கு வகுப்பு எடுக்கிறான்!

எம்மண்ணின் மைந்தர்களின் வீரத்தில், யாழ். பல்கலைக் கழக மருத்துவப் பீடத்தின் முன், சுமார் முப்பது இந்திய இராணுவச் சீக்கியாகள் மூச்சுப் பறிந்து, முகம் குப்புறக் கிடந்தவர்கள்தானே! உண்ணக் கொண்டுவந்த, வனஸ்பதி நெய்யில் சுட்ட றொட்டிகள் அப்போது, அங்கு காற்றிலும் வெளியிலும் வீசப்பட்டுக் கிடந்தனதானே.

வாழப் பிறந்தவர்களிடம் அப்போது எனக்கு ஒரு துளி இரக்கம் வந்தது. அவர்கள் இறந்துபோய்க் கிடந்த நிலைமை; வாயிலிருந்து இரத்தம் வழிய, முகம் குப்புற, முகம் நிமிர்த்தி, ஆச்சரியத்தைக் கண்களில் தேக்கி... மூடாத கண்களில் திகைப்பு.

அந்த இருபத்தொன்பது இந்தியனாமியின் சடலங்களை ஒருசேரப் பார்த்தபோது நெஞ்சு இளகியது. ஒருதுளிக் கண்ணீர் மாத்திரம் சிந்தினேன் அல்லன்! நான் அவன் வாழ்வைப் பார்த்தேன். வாழ்வின் பின்னுள்ள குடும்பத்தைப் பார்த்தேன். ஏழ்மையை நினைந்தேன்.

எதுவாக இருந்தாலும் அதிகாரத்தின் கூலிகள்தானே இவர்கள்! கொக்குவில் பூநாறி மரத்தடிப் படுகொலைகளை நிகழ்த்தியவர்கள் இந்தக் கூலிப்படைகள்தானே! கொக்குவில் இந்துக் கல்லூரி மண்டபத்தில் பீரங்கிகள் கொண்டு மனித உயிர்களைப் பிளந்தவர்கள் இவர்கள்தானே!

இவர்களா எங்களுக்கு வலிமைபற்றி வகுப்பு எடுக்கிறார்கள்! கூர்க்காக்களும் சீக்கியரும் பிராமணரும் மேனன்களும்.

"விதியே விதியே தமிழ்ச்சாதியை என் செய்ய நினைத்தா யெடா," என்ற பாடல் வரி, உடன் மனதில் வந்தது. இப்பாடலை எழுதியவர் யார், பாரதியாரா பாரதிதாசனா?

பூவரச மரத்தில் சாய்ந்திருந்த சாரதி எழும்பிப்போய் பேருந்தை இயக்கினார்.

○○○

சைக்கிளை எடுத்துக்கொண்டு கற்கோவளம் போனேன். பேருந்து ஓடும் இடமல்ல அது. பூவரச மரங்கள் அங்கொன்றும் இங்கொன்றுமாய் இருந்த மணல் ஒழுங்கை. நாரியால் தெண்டித் தெண்டிச் சைக்கிள் உழக்க மிகக் கஸ்ரமாக இருந்தது.

இதுவும் விதவைகளுக்கான புனர்வாழ்வுத் திட்டம்தான். நாலைந்து சுற்று மைல்களுக்குள்ளேயே விதவையானோர் அதிகம் பேர்! கடற்காற்றும் கற்றாழை வெளியும் இந்தியனாமியை உசுப்பிவிட்டிருக்கிறது. ஆண்கள்ஆண்க ளாகப் பார்த்து, இளங்குடும்பஸ்தர்களாகப் பார்த்துக் கொய்து போட்டிருக்கிறான் இந்தியனாமி!

இங்குள்ள விதவைகளுக்குக் கோழிப்பண்ணை அமைத்துக் கொடுப்பதுதான் உகந்ததென சிவகுமார் சேர் நினைத்தார். ஆடுகள் மேய்வதற்கு இப்பகுதியில் புல்வெளி கிடையாது. கற்றாழைகளை அவை மேய முடியாது! பூவரசங் குழைகளை ஆடுகள் விரும்பி உண்பதில்லை! மக்களைவிட இந்தியனாமி அதிகம் உலவுகிற நிலத்தில் ஆடுகளை மேய்க்கப் பெண்கள் போவது சரியல்ல.

கோழிப்பண்ணை என்றால் வீட்டு வளவுக்குள்ளேயே வைத்துவிடலாம். கோழிகளுக்கான தீவனமும் வீட்டுக் குள்ளேயே. கணவன்மாரை இழந்த இளம்பெண்கள் வீட்டோடையே வாழும் வழி இது! ஈழத்தை விட்டு இந்தியனாமி போகட்டும்; இளம்பெண்கள் வெளியே உலா வரலாம்.

எத்தனை விதமாய் யோசிக்கிறார், சிவகுமார் சேர்! நிலத்தின் சூழலைப் புரிந்து, மனிதரின் உணர்வைப் புரிந்து, அயலாரின் உறவுகளைப் புரிந்து. செம்பாட்டு மண்ணில் உள்ள விதவைகளுக்கு ஆட்டுப் பண்ணை! கடல் நிலத்துக்குக் கோழிப் பண்ணை!

ஒரு விதவைக்கு இருபது கோழிக் குஞ்சுகள்; அதற்கான தீவனம்! கோழிப் பண்ணையை அமைப்பதற்கான உபகரணங்களைக் கொடுப்பதும் நமது நிறுவனம். யாவற்றுக்கும் பொறுப்பு, நான்; *PMO!* 'புரொஜெக்ற் மொனிற்றரிங் ஒவ்விசர்'

சிவகுமார் சேர், என்னை நம்பினார்; என்னை மாத்திரம் நம்பினார். எதையும் நான் சரியாகச் செய்வேன்; அவர் விரும்பும்படிச் செய்வேன்.

○○○

பக்கத்து வளவில் முருங்கைக்காய் ஆயப் போயிருந்தார் குகராஜா. நல்லதொரு கூத்துக் கலைஞர். "அப்பா புலந்திரனே... அருமைக் கண்மணியே. . . இப்பாரில் பாவி ஆனேனடா. . . மகனே," என்று அவர் பாட வெளிக்கிட்டால் அவர் குரலுக்கு 'மைக்' தேவையில்லை. யாழ்ப்பாணத்துச் செம்பாட்டு மண்வெளியை அவரது குரல் அளாவி நிறைத்துவிடும். அவர் அழுகிறாரோ இல்லையோ அவரது தளதளத்த குரல், பார்ப்பவர்களை அழவைக்கும்.

அவர் இறந்துபோனபோதுகூட யாரும் அழவில்லை. ஏனெனில் அவர் இறந்தது யாருக்கும் தெரியாது. ஊர் உலகமெல்லாம் இந்தியனாமி; ஊரடங்குச் சட்டம்!

கறிமுருங்கை மரத்தின் பின்னே கண்ணி வைத்துக் காத்திருந்தது இந்தியனாமி.

முருங்கைக்காயைக் கொக்கத்தடியால் உலுப்பிக் கொண்டிருந்தார் குகராஜா. ஒரு முருங்கைக்காய் வீழ்ந்த கணத்தில் நெற்றியில் சூடுபட்டு குகராஜாவும் வீழ்ந்தார்.

அன்று முருங்கைக்காய் வதக்கிய குழம்பு வைப்பம் என்று காத்திருந்தார் வள்ளிநாயகி; குகராஜாவின் மனைவி. ஒரு சூட்டுச் சத்தம் கேட்டதுதான். அது எங்கேயோ என நினைத்தார் வள்ளிநாயகி.

அதிக நேரம் போகவில்லை; வதக்கிய முருங்கைக்காய்க் குழம்பு வைக்க முடியாமல் போய்விட்டது வள்ளிநாயகிக்கு.

ஆனந்தனைப் போக வேண்டாம் என்றுதான் பவளம் தடுத்தா. இந்தியனாமிக்குப் பயந்துபோய், பிள்ளையார்

கோயிலில் எல்லோரும் இருக்கிறார்கள். இந்தியனாமி அடிக்கடி வீட்டுக்குள் புகுகின்றது. புகுந்தபின் வேண்டாத அனர்த்தங்கள்.

இரண்டு பிள்ளைகளும் சாப்பிட ஒன்றுமில்லாது கோயிலில் இருக்கிறார்கள். வீட்டுக்குப் போனால் இருக்கிற அரிசியை எடுத்துக்கொண்டு வரலாம். கோயில் மடப்பள்ளியில் கஞ்சி காய்ச்சலாம். பிள்ளைகளுக்கு ஒரு நேரத்துக்காவது ஒருவாய்க் கஞ்சி!

ஆனந்தன் வீடு நோக்கிப் போனார். ஆனந்தனுடன் ஏனைய சிலரும் கூடிப்போனார்கள்.

போன சிறிதுநேரத்தில் மந்தார வெளியினூடே துப்பாக்கி வெடிச் சத்தங்கள்! காற்றில் ஈரப்பத அடர்த்தி அதிகம் இருந்தமையால் பக்கத்தில் கேட்பது போன்ற வெடிச்சத்தம்!

பவளத்திற்குக் குலை நடுங்கியது! "ஐயோ, பிள்ளையாரப்பனே," என்ற அவலக் குரல் கோயில் சுவர்களில் பட்டுத் தெறித்தது.

போன மற்றவர்களில் மூவர், தம் மனைவியரைக் கைம்பெண் ஆக்கிவிட்டிருந்தனர். மொத்தம் ஏழு பிள்ளைகளுக்குத் தந்தைமார் இல்லை.

ஜெகதா, இன்னமும் அழுதபடியே இருக்கிறா.

'இனி அழுது என்ன பிரயோசனம்,' என்று புவனா எழுந்துவிட்டா.

"எனக்குக் கோழிக் குஞ்சுகள் என்னத்துக்கு? என்ரை அவரை எனக்குத் தாங்கோ. ஐயோ, தெய்வமே. . . இந்த அநியாயத்தை நீயும் பார்த்துக்கொண்டுதான் இருக்கிறியோ," என்று எக்கிளில் கைக்குழந்தையைத் தூக்கிவைத்து மங்கை கதறுகிறா. குழந்தை, தாயின் முகத்தையும் என்னையும் மாறிமாறிப் பார்க்கிறது.

பவளத்தின் கணவன் உடல் வீங்கிக் கிடக்கிறார். முருங்கை மரத்தின் கீழே குகராஜாவின் உடல். ஜெகதாவினதும் புவனாவினதும் மங்கையினதும் கணவன்மாரின் உடல்களை இந்தியனாமிக்குத் தெரியாமல் மண்ணெண்ணெய் ஊற்றிக் கொளுத்துகிறார்கள்.

இந்தப் பணியில் இதுதான் வலி. எல்லோரினதும் துக்கங்களை என் துக்கமாகச் சுமக்க வேண்டும். எல்லா அவலச்சாவும் மனதுள் விம்பமாக விரிகிறது. துக்கபாரம் அழுத்தி, இரவுகளில் நெஞ்சுத் துடிப்பில் இருக்கிறேன். நித்திரையானாலோ, பயங்கரமான கனவுகள் வருகின்றன. கனாக்கள்

கண்டதில் கையைக் காலை மெத்தையில் போட்டு அடிக்கிறேன். கட்டிலின் காலடியில் வைத்திருந்த சொம்பை எடுத்துத் தண்ணீர் குடித்தபின் ஓர் ஆசுவாசம் வருகிறது.

அவர்களுள் ஒருத்தி; அந்த விதவைகளுள் ஒருத்தி! அவள் மாத்திரம் அவர்களில் 'ஒருத்தி'யாக இல்லை! அவள் கலியாணம் முடித்தாளா, அவளுக்குக் கணவன் இருந்தானா, இந்தியனாமியின் அனர்த்தத்தில் அவன் இறந்துபோனானா? இந்தப் பிஞ்சு முகத்தில் குங்குமப் பொட்டு இடப்பட்டதா, இந்த வெண்சங்குக் கழுத்தில் தாலி ஏறியதா?

அவளைப் பார்த்து எதையும் தெரிந்து, தெளிந்துகொள்ள முடியவில்லை.

சின்னப் பெண்ணாக இருக்கிறாள், அழகாக இருக்கிறாள்! சிவந்த முகத்தின் நெற்றியில் சிறிய கறுப்புப் பொட்டு. கத்தையாய்த் திரண்ட மயிரில் ஒற்றைப் பின்னல். இறுகிய, சதைப்பிடிப்பான உடல். இருபது வயது நிரம்பாத முகம்.

மல்லிகா!

இவள் விதவைதானா?

O

25

பன்னிரண்டாம் அத்தியாயம்

1989

கிராமத்தைப் பேய்கள் சப்பத் தொடங்கின. சூழ்ந்து நின்று சப்புகின்றன. கடவுளால் கைவிடப் பட்ட கிராமங்கள்! சாத்தான்கள் அவற்றை ஆள்கின்றன. பகலென்றாலும் அந்தகார இருள் சூழ்ந்து நிற்கின்றது. ஊரில் ஒரு புழு, பூச்சி ஊர வில்லை! இரவில் நாய்களின் ஊளையிடல், பனைகளின் முகட்டில் எதிரொலிக்கிறது.

வெயில் அன்று வெள்ளனவே எழும்பி யிருந்தது. விடியுமுன்னரே சூரியனை வெளியே இழுத்து வந்தவர் யாரென்று தெரியவில்லை.

இரவிரவாக நித்திரைகொள்ள முடியா திருந்தது அருணனால். சாமம் வழிய, படபடக்கிற வெடிச் சத்தம்; எங்கோ ஷெல் குத்தி, இரண்டு நிமிடத்தில் வீழ்ந்து வெடிக்கிற ஒலி, நாயின் குரைப்பு, ஊளையிடல்; துல்லியமாக அருணனின் காதுகள் யாவற்றையும் அறிகின்றன.

அட, பெருமரங்கள்கூடக் காற்றுக்கு உரஞ்சி உரஞ்சி ஊளையிடுகின்றன!

அருணனின் பணிகள் சிலவற்றை இங்கு சொல்ல முடியாதிருக்கிறது, தேவையுமில்லை! சிவகுமார் சேருக்கும் அருணனுக்கும் மாத்திரம் தெரிந்த இரகசிய வேலை! விடுதலைப் புலிகள் அமைப்பின் சிலருக்கும் அந்த 'இரகசியம்' தெரியும்! அவர்கள் காட்டில் உறைகிறார்கள்! மர்மம் என அதில் ஒன்றுமில்லை. அத்தனையும் மக்கள் நலன்

பம்பாய் சைக்கிள்

சார்ந்தவைதாம். இந்திய அமைதிப் படைக்கும் அதனுடன் இணைந்து இயங்குகின்ற இயக்கங்களுக்கும் அது தெரியக் கூடாது, அவ்வளவுதான்!

அருணனால் இப்போது விடுதலைப் புலிகள் அமைப்பை – மேலாகப் பிரபாகரனை – முழுமையாகப் புரிய முடிந்தது. ஆக்கிரமிக்கும் இந்திய தேசத்திற்கெதிராக – இந்திய இராணுவத்திற்கெதிராக – மூர்க்கமாகப் போராடும் ஒரு போராளி! எதற்காகவும் யாருக்காகவும் தனது இலட்சியத்தை விட்டுக்கொடுக்காத ஓர்மம் மிக்கவர்.

விடுதலைப் புலிகள்மீது தான் கொண்ட கருத்தியலில் தோற்றுவிட்டதை அருணன் முழுமையாகப் புரிய முயன்றான்!

அருணனின் வாழ்தலுக்கு, சிவகுமார் சேர் கொஞ்சக் காசு கொடுக்கிறார். அதனால்தான் சிவகுமார் சேரை ஒவ்வொரு நாளும் காலையில் அவன் சந்திக்கிறானென்றில்லை. சிவகுமார் சேர் பணிக்குப் போகமுன் எட்டு மணிக்கிடையில் அவரது வீட்டு விறாந்தையில் – ஒரு நல்ல காரியத்துக்காக – அருணன், ஐந்து படிகொண்ட வீட்டில் ஏறுகிறான்!

வியாழினியக்கா – டொக்ரர் வியாழினி சிவகுமார் – அவாவுக்கும் அந்தக் காரியத்தில் ஈடுபாடு. அருணனைக் கண்டவுடன், காலை தரும் குளிர்ச்சி அவாவுக்கு. 'என்ன பிறவி இவன்,' என்று எப்போதும் அருணனை வியப்பா. அவா ஆஸ்பத்திரிக்கு வேலைக்குப் போக முன் அருணனைச் சந்திக்காமல் விடுவதில்லை. அந்தக் காரியம் சம்பந்தமாகச் சிலபல கதைகள். உண்மையில் அந்த வேலைக்குப் பொறுப்பு, வியாழினியக்கா. சிவகுமார் சேர், இடையில் ஒருவர்.

இப்போது சிவகுமார் சேர் – வியாழினியக்கா வீட்டுக்குப் போகிறான்.

தன் காலடியிலேயே ஒரு மனிதம் குற்றுயிரும் குலையுயிருமாய்க் கிடக்கும் என்று அவனால் எப்படி எதிர்பார்க்க முடியும்? கிடந்தது!

யாழ்ப்பாணம் ஆஸ்பத்திரிக்கு முன்னால், மரத்தின் காலடியில் ஒருவன், ஒரு பொத்துக் காயத்திலிருந்து குபுக்கென இரத்தம் பாய, துடிதுடித்துக் கிடக்கிறான்.

"ஐயோ, என்னைக் காப்பாத்துங்கோ. நான் சாகப் போறன். என்னைக் காப்பாத்துங்கோ. தயவுசெய்து என்னைக் காப்பாத்துங்கோ. என்னைக் காப்பாத்த ஒருத்தருமில்லையா? நானும் மனிசன்தானே? ஐயோ."

அதிகாலையை அசைத்து உலுப்புகிற, கைவிடப்பட்ட கணங்களின் அவல ஒலியை அருணன் கேட்டான். அவனது செவிப்புறத்தை அது பலங்கொண்டு தாக்கியது. மனிதாபிமானம் அவனது உடலைத் துடிக்கச்செய்கிறது. ஆனால் அதிகாரம் அவன் கையில் இல்லை.

ஏதேனும் செய்யலாம், ஏதும் கேட்கலாம். 'அதிகாரம் அவன் கையில் இல்லை' என்பதல்ல; அங்கே உள்ள அதிகாரத்தை மீறி எதுவும் செய்ய முடியாது.

'அவன் உடனே சாக வேண்டாம்' என்று அவனைச் சுட்டவர்கள் நினைத்தார்கள். அதற்குத் தக்கமாதிரிச் சூடு! அவன் துடிதுடிக்கிறான். அதனை மற்றவர்களும் பார்க்க வேண்டும். அப்போதுதான் தங்கள் அதிகாரம் என்னவென்று இந்தச் சனம் உணரும்! இந்தச் சனம், தங்களது சப்பாத்துக் கால்களின் அதிர்வுக்கு அஞ்ச வேண்டும்.

துடிதுடித்தவன் இன்னோர் வசனம் சொல்கிறான்: "ஆஸ்பத்திரி உங்கார் முன்னாலைதானே இருக்குது. ஆஸ்பத்திரிக்கு என்னைக்கொண்டு, தூக்கிக்கொண்டு போங்கோவன்; என்னைக் காப்பாத்துங்கோவன். ஐயோ இஞ்சை ஒருத்தரும் மனிசரில்லையா?"

எந்த மனிசரும் அவனுக்கு உதவ முடியாதிருக்கிறது. அவனைச் சுட்டவர்கள் அயலில் பிஸ்ரலுடன் உலவுகிறார்கள். அவர்கள் ரெலோவா? ரிப்பீயா? அவர்களைப் பாதுகாக்கும் இந்தியனாமி, சப்பாத்துக் கால்களால் புழுதியைக் கிளப்புகிறது. வெறுங்கால்களுடனும் செருப்புக் கால்களுடனும் புழுதியைக் கிளப்ப முடியாமல் இந்த இயக்கக்காரர்கள் திணறுகிறார்கள். கறுத்தும் செத்தும்போன கால்கள்!

அவனது தீனமான குரல்: "ஐயோ என்னைக் காப்பாத்துங்கோ!"

இந்தக் கால்களை மீறி யாராலும் சாக்குரல் எழுப்பும் அவனது அயலில் போக முடியவில்லை.

அருணன் தன் தலையைக் குனிந்தான். இவர்களில் – இந்தக் கொடூர அயலில் திரிவோர்களில் – என் தோழர்கள் இருக்கின்றனர். மார்க்சியத்தைத் துறைபோகக் கற்றவர்கள் இருக்கின்றனர். உலகின் அனைத்துப் புரட்சிகளையும் ஒன்றுவிடாது படித்தவர்கள் இருக்கின்றனர். மார்க்ஸை, லெனினை, ஸ்ராலினைப் பின்பற்றியவர்கள் இருக்கின்றார்கள். இவர்களில் தோழர் பத்மநாதனின் சீடர்கள் இருக்கிறார்கள்.

இவர்களில் மனிதர் எவரும் இருக்கவில்லையா?

அவனது உயிர் மெல்ல மெல்ல அடங்குவதை அருணன் பார்த்தபடி இருந்தான். அருணனது கால்களும் கண்களும் மனசும் நகருவதை மறுத்தன. அப்படியே உறைந்துபோய் நின்றான்.

ooo

'தனது தோழர்களா இப்படி,' என்று மறுகிக் கொண்டிருந்தான் அருணன். 'எங்களது இலட்சியம் என்ன? நாங்கள் எதை நோக்கிப் போகிறோம்? நாங்களா இப்படி?'

1986 டிசம்பர் 13!

'ரீப்பி' இயக்கம் விடுதலைப் புலிகளால் தடைசெய்யப் படுகிறது. விடுதலைப் புலிகளின் 'ஏரியா பொறுப்பாளர்' – அருணனின் நண்பன் – வரதன் சொன்னபடி, அருணன், விடுதலைப் புலிகளின் முகாம் நோக்கிப் போகிறான். "நான் சரணடைகிறேன்," என்று கைகளைத் தூக்கியபடி அங்குள்ள கதிரையில் அமர்ந்தான். அங்குள்ளவர்கள் அருணனை ஒருமாதிரிப் பார்க்கிறார்கள். அருணன் நக்கலாகத்தான் அவ்வாறு செய்கிறானோ என்றும் அவர்கள் நினைக்கக்கூடும். ஒரு இராணுவத்திடம் இன்னொரு இராணுவத்தினர் சரணடையும் போது, துப்பாக்கிகளைக் கீழே போட்டுவிட்டுக் கைகளைத் தூக்கி இப்படித்தான் சரணடைகிறார்கள். இதனை அருணன் பல ஆங்கிலத் திரைப்படங்களில் பார்த்திருக்கிறான்.

சடாரென ஒருவன் வெளியே வந்து அருணனை உள்ளே கூட்டிச்செல்கிறான்.

மூன்று மாதங்களாக விடுதலைப் புலிகளின் சிறை அருணனுக்கு. சிறையென்றால் கம்பி எண்ணும் சிறையல்ல. திறந்தவெளி உள்ள வீடு! இரவு அந்த வீட்டில் படுக்கை. மூன்று நேரம் சாப்பாடு வருகிறது. இரண்டு நேரம் தேநீர் வருகிறது. கக்கூஸ் இருக்கப் போகவும், குளிக்கப் போகவும் துப்பாக்கிகளுடன் இரண்டுபேர் உடன் வருகிறார்கள்; அல்லது இருவர் கூட்டிப்போகிறார்கள்! எவ்வாறு இதனைச் சொல்லலாம்? இரண்டும் ஒன்றுதான்; இரண்டும் வெவ்வேறு தான். தப்புவதற்கு நிறைய வழிகள் திறந்திருக்கின்றன. தப்பும் எண்ணம் ஒருபோதும் அருணனுக்கு வரவில்லை. தப்பி எங்கே போவது, என்ன செய்வது?

ஒருபுறத்தில் விடுதலைப் புலிகளின் சிறையில் இருப்பது தான் உயிருக்கு உத்தரவாதம்! வெளியில் இருந்தால் யாரும்

எதுவும் செய்யலாம். விடுதலைப் புலிகளில் ஒருவன்கூட எதுவும் செய்யலாம்.

மார்ச் பத்தாம் நாள்; சிவராத்திரி நாள்; அமாவாசைத் தினம்; உலகெங்கும் கடும் இருட்டு! சரியாக மூன்று மாதம்!

மூன்று மாதத்தில் முதல் ஒரு மாதம்! நிலத்தின் அடியில் இருந்தான் அருணன். அவன் மாத்திரம் அப்படி இருக்க வில்லை. மேலும், இருந்தவர்களின் முகங்களை இருட்டு, காண விடவில்லை. பெயர்கள் தெரிந்தன; தில்லை, தர்மலிங்கம், அன்ரன், ரஜீஸ்; இவைகள் அவர்களின் உண்மைப் பெயர் தானோ தெரியவில்லை. அருணனும் தனது பெயரை 'டேவிட்' என்றே சொல்லியிருந்தான்.

சுமார் ஒரு மாதத்தின் பின் சார்ள்ஸிடம் அருணன் கையளிக்கப்பட்டபோது தில்லை, தர்மலிங்கம், அன்ரன், ரஜீஸ் யாரும் உடனிருக்கவில்லை; உயிருடன் இருந்தார் களோ தெரியாது. பேய் அரசு செய்ததில் அருணன் எதனையும் கேட்கவில்லை.

சார்ள்ஸ்தான் அருணனை, 'சுதந்திரமாக வாழ்' என்று வெளியில் விட்டான். சிறையில் இருந்தவரைக்கும் சார்ள்ஸ் மிக நல்லவன். பின்னேரத்தில் கரப்பந்தாட்டம் விளையாட ஒழுங்கு செய்தான். அவனும் கூட விளையாடினான்.

ஆயினும் ஒருபோதும் அருணனை யாரும் சந்திக்க சார்ள்ஸ் விடவில்லை. அருணன் எங்கிருக்கிறான் என்று யாருக்கும் தெரியாது; அருணனுக்குக்கூடத் தெரியாது!

அருணனை நம்பியே சார்ள்ஸ் வீட்டுத் தோட்டம் செய்தான். சுமார் முன்னூறு கண்டுத் தோட்டம். கத்தரி, வெண்டி, புடலங்காய், மரவள்ளி என்று பயிர்கள். தோட்டம் சாறி, பாத்தி கட்டி, கண்டுகள் வைத்து, தண்ணீர் இறைத்து அத்தனையையும் அருணனே செய்தான். தோட்டம்செய்ய அருணன் கேட்ட உதவிகளை சார்ள்ஸ் மறுக்கவில்லை. அவர்களது ஒவ்வொருநாள் சமையலிலும் அந்தத் தோட்டத்து மரக்கறிகள் இருந்தன. ஒவ்வொருநாளும் மீனும் இறைச்சியும் முட்டையும் என வாங்கிவந்தான் சார்ள்ஸ். குசினிக்குள் கருவாடு கட்டித் தொங்கவிடப்பட்டிருந்தது.

ஆசையாகக் கதைத்தான். "உங்களைத் தோழர் எண்டுதானா கூப்பிட வேணும்? மைச்சான் எண்டு கூப்பிட்டால் என்ன?"

'ரீப்பி'யை வைத்து நக்கலடித்தான். "என்ன செய்தீங்கள்? சும்மா கதைதான்; உங்கன்ரை தலைவர் ரிவோல்வரையாவது

தூக்கியிருப்பாரா? தாடி வளர்க்கிறது ஒண்டுதானே உங்கன்ரை இலட்சியம்? யேசுதாஸ் தாடி தேவதாஸ் தாடி எண்டு ஒன்டுமேயில்லை. ஈழத்திலை எல்லாம் இப்ப ரீப்பி தாடி. காரைநகருக்குப் படையெடுத்துப் போனீங்களே, என்ன நடந்தது? சோபியாவோ சோபாவோ ஒரு பொம்பிளைப் பிள்ளையையும் கூட்டிக்கொண்டு போனீங்கள், இல்லையா? என்ன... என்ன தெரியும் எண்டு அவாவைக் கூட்டிக் கொண்டு போனியள்? அவளை முன்னுக்கு விட்டிட்டு நீங்கள் பின்னுக்கு நிண்டியள், என்ன? வீணா ஒரு பொம்பிளைப் பிள்ளையையும் பலி கொடுத்ததுதான் மிச்சம். 'தூரத்து இடிமுழக்கம்' ம்..."

சார்ள்ஸ் சிரித்துச் சிரித்துத்தான் கதைத்தான். அருணனும் சிரித்துச் சிரித்துத்தான் அதனைக் கேட்டான். போலிச் சிரிப்பு! மனம் சுண்டியது.

விடுதலையாகிறபோது, "பயிர்கள் எல்லாம் உங்களைப் பிரிஞ்சு வாடப்போகிறதே," என்றான் சார்ள்ஸ். சார்ள்ஸை நினைத்துத்தான் – சார்ள்ஸை விட்டுப் போகிறோமே என்று நினைத்துத்தான் – அருணன் வருந்தினான். ஆனால் சார்ள்ஸ், அருணனை நோக்கி "இனி அரசியலிலை ஈடுபடுவியோ, ஈடுபட்டால் கண்ட இடத்தில சூடு" என்றான்.

'ஈடுபட மாட்டன்,' என்பதற்காக 'ம்கூம்,' என்று தலையாட்டினான் அருணன். 'புலி எப்பவும் மிருகம்தான்,' என்று அக்கணம் நினைத்தான். பிறகு, 'ஆரை நம்பி அரசியலுக்கு வாறது?'

அப்போது சார்ள்ஸ் கண்ணடித்துச் சொன்னதை – "இனி அரசியலிலை ஈடுபடுவியோ, ஈடுபட்டால் கண்ட இடத்தில சூடு!" – அருணன் காணவில்லை. பிறகு செம்பட்டை மயிர் கொண்ட சார்ள்ஸையும் ஒருபோதும் காணவில்லை!

❍

26

அதிகாரம் 13

1989

“மல்லிகா,” என்று ஆசையாகக் கூப்பிட்டேன். “என்ன அண்ணை,” என்று பக்கத்தில் வந்து நின்றாள். மனோரஞ்சிதப் பழவாசனை அவளிட மிருந்து வீசியது. அவளது அருகாமை எனக்கு எப்போதும், அவசியம் வேண்டும்!

மல்லிகாவைக் கண்ட முதல்நாள் ஞாபகம் இருக்கிறது; திகைத்துத்தான் போனேன்! இப்படி ஒரு பேரழகியா? கடற்கரைக் கிராமத்தில் இந்தப் பேரழகு விளையுமா? கடல் வெயிலுக்குக் கறுத்துத் தானே போயிருக்கும் இந்த உடல்! சிவந்து, அழகு விளைந்து இருக்குது இந்தப் பொன்மேனி!

பூவரச நிழல் வெயிலைத் தடுக்கத் தவறிய பொழுதினில் அந்த ஒழுங்கையில் சைக்கிள் உழக்கினேன். சைக்கிள் மணலில் திணறுகிறது. மணல் நிறைந்த ஒழுங்கை தாண்டி, மல்லிகா வீடு நிமிர வேண்டும். எனக்குத் தந்த கோப்பில் ‘மல்லிகா’ என்ற பெயர்கூட இல்லை; ‘திருமதி கனகரத்தினம்!’

‘மல்லிகா’ என்ற பெயருக்குக்கூட நாற்பதுக்கு மேற்பட்ட வயதைத்தான் நான் தீர்மானித் திருப்பேன். ‘திருமதி கனகரத்தினம்,’ எனக்கு ஐம்பது வயதுக்கு மேலே; இரண்டு, மூன்று பிள்ளைகளுடன் கிழவியாகக்கூட இருக்கலாம்!

“வீட்டுக்காரர், வீட்டுக்காரர்,” என்று கத்தி, மல்லிகா வீட்டுப் படலையடியில் நின்றேன். ஒரு நாய் நிமிர்ந்து என்னைப் பார்த்தது. “உது கடியாது,”

என்றுதான் நாயை வளர்க்கிற அனைத்து வீட்டுக்காரரும் ஓயாமல் சொல்கிறார்கள். அவர்களுக்குத் தமது நாய்கள்மீது அசைக்க முடியாத நம்பிக்கை!

கூண்டுக்குள் அடைத்து வைக்கிற நாய்களைத் தவிர வேறு எந்த நாயையும் நான் நம்புவதில்லை. கடித்தபிறகு, "ஐயோ, உது கடிக்கிற நாயில்லையே? எப்பிடி வாய் வைச்சுது," என்று பிறகு வருகிற பிலாக்கணம் கேட்பதற்கு நான் தயாரில்லை. தன்னைத் தாம் விரும்பி வளர்ப்பவர்களை எப்போதாவது, எந்த நாயாவது கடித்ததுண்டா? ஒருபோதும், எப்போதும் தெரியாத முகத்தைத்தானே நாய் கடித்துவைக்கிறது! நாய்களின் குணமே அதுதானே!

வீட்டுப் படலைத் திறந்தது. மல்லிகா! பேரெழுச்சிமிக்க ஓர் அதிர்ச்சிக் கணம்! திகைத்து நின்றுவிட்டேன்! இவள் முன்னால் என் வாய் திறவாது! இப்படி ஒரு பேரழகா?

நான் நினைத்த பெண் வரவில்லை; இது அவரது மகளாக இருக்கக்கூடும். இருபது வயதுப் பேரழகி!

"திருமதி கனகரத்தினம்?"

"ஓம். . . நான்தான்."

"நீங்களா?"

"ஓமோம்."

நாணத்துடன் அவளது சிரிப்பு இருந்தது. நான் கோப்பை முழுமையாக வாசிக்கவில்லை. படுபிழை விட்டுவிட்டேன். எனது 'பஞ்சி', நிறைய அனர்த்தத்தைத் தருகிறது. 'திருமதி கனகரத்தினம் வயது இருபத்தொன்று,' என்று கோப்பில் எழுதியிருக்கிறது.

"உங்களது பெயர்? திருமதி கனகரத்தினம் எண்டு சொல்லாதையுங்கோ. அதுதான் ஏற்கெனவே எனக்குத் தெரிந்து மயங்கிக்கிடக்கிறேனே. ஐம்பது வயதுக்கு மேலையல்லவா ஒருவரை எதிர்பார்த்தேன்."

கலகலவென அவள் சிரித்தாள். சத்தியமாகச் சொல்கிறேன், றோஸ்நிறச் சொண்டும் வெள்ளைப் பல்லும் மாயம் செய்தது. இப்படியொரு வாக்கியம் அவளை மயக்கும் என எதிர்பார்க்கவில்லை. ஓர் அழகான பெண்ணை மயக்கிவிட எனக்குத் தெரிந்திருக்கிறது! அவள் குழைந்தும் சிரித்தாள். அந்தச் சிரிப்பு என்னைக் கொன்றுபோட்டது!

"மல்லிகா," என்று கண் மூடி மந்திரம்போல அவள் முணுமுணுத்தாள்! 'மல்லிகா... மல்லிகா.' மகத்தான, மந்திரம் மிகுந்த நான்கெழுத்துப் பெயர்!

இப்போதுதான் கோப்பை விவரமாகப் பார்க்கிறேன்:

'திருமதி மல்லிகா கனகரத்தினம். வயது: இருபத்தொன்று. இந்திய அமைதி காக்கும் படை, பருத்தித்துறை தொகுதியை முற்றுகை இட்ட காலத்தில் (28-12-1987) கொல்லப்பட்டவர், இருபத்தெட்டு வயது நிரம்பிய முருகேசு – கனகரத்தினம். இவர் சீவல் தொழிலாளி. இவரது அகால மரணத்தின் ஊடாகக் கைம்பெண் ஆனவர் மல்லிகா.'

கீதாதேவன் தன் கைப்பட, தனது மை கக்கும் பேனையால் இதனை எழுதியிருந்தார்.

இப்போதுதான் இதனைத் தீர வாசிக்கிறேன். முதலே இதனை நான் வாசித்துத் தீர்த்திருந்தால் இப்படித் திகைத்திருக்க வேண்டியதில்லை. ஆனால், இந்த அழகியைக் கண்டு திகைக்காமல் எப்படி ஒருவரால் இருக்க முடியும்? அவள் நாணப்பட்டிருக்கக் கூடாது; சிரித்திருக்கவும் கூடாது.

மல்லிகாவுக்கு என் பணி என்னவென்று சொன்னேன். இதைச் சொல்கிறபோது என்னிடம் எப்படியோ கம்பீரம் வந்து சேர்கிறது. 'அதிகாரி நான்!' ஓர் அடி உயரமாகிறேன்.

என் காலில் சப்பாத்து இல்லை; வெறும் செருப்பு! இவ்வாறான இடங்களில் 'வேர்த்தாலும் பரவாயில்லை' என்று 'மேஸ்' உடன் சப்பாத்துப் போட்டு வந்திருக்க வேண்டும். சைக்கிளில் வந்திருக்கக் கூடாது. ஹொண்டா 200!

"அம்மா," என்று மல்லிகா, வீட்டினுள்ளே கூப்பிட்டாள். மல்லிகாவின் குரலுக்கு, கிழவியாகப் போகிற ஓர் அம்மா, கண் பூஞ்சியபடி வந்தார்.

தலைவாசலில் இருந்தேன். "தம்பி வெய்யிலிலை வந்திருக்கு, பாவம் களைச்சுப் போயிருக்கும்; தேசிக்காய் கரைச்சுக்கொண்டு வாவன்," என்று மல்லிகாவுக்குக் கட்டளை யிட்டார்.

"சொல்லுங்கோ."

"என்னத்தைத் தம்பி சொல்லுறது? கடவுளை நோகிறதோ, விதியை நோகிறதோ. செய்த வினை எண்டுதான் சொல்ல வேணும். இந்த இளம் வயசில புருசனைத் தின்னக் குடுத்திட்டு நிக்கிறாள் பாவி. பெத்த வயிறு பத்தி எரியுது தம்பி.

'ஆள் – மல்லிகா – நல்ல வடிவு. ஆரும் கடத்திக்கொண்டு போகலாம் என்ற பயம். ஏற்கெனவே கமலா என்ற அழகிய மாணவியைக் கடத்திக்கொண்டுபோய்க் கற்பழித்துக் கொலை செய்த இடம் இங்கினேக்கைதான்.'

"இந்தியனாமி வந்தாப்பிறகு இனியென்ன நிம்மதி தானேயெண்டு ஆவணி மாசம்தான் இவளைக் கட்டிக் குடுத்தது. இந்தியனாமி வந்து பதினொறாம் நாள் இவளின்ரை கழுத்தில தாலி ஏறினது. தாலி ஏறின பிறகு இவளுக்கு எதிலும் பிடிப்பிருக்கேல்லை. ஓடியாடித் திரியிற வயசில ஆர்தான் குடும்பமாய்ப் போயிருப்பினம். அதிலும் இவள் சூடிகை! சிவலை, நல்ல வடிவானவள். ஆரும் கடத்திக்கொண்டு போனால்? உங்கை உள்ள காவாலிகளை நம்ப ஏலாது. அதுதான் பயந்தனான். கலியாணம் முடிச்சு ரண்டு மூண்டு நாள்தான் என்னை 'எரிஞ்சு விழுந்து' பார்த்தாள். பிறகு என்னைப் பார்த்து வெட்கப்பட்டுச் சிரிச்சாள். தம்பி நான் சொல்லக் கூடாது, எண்டாலும் தம்பிக்குச் சொல்லுறன்; அப்ப இவள் மாம்பழக் குஞ்சு! அப்பிடி இவளின்ரை உடம்பு பொலிஞ்சுது.

பிறகு புரட்டாசி, ஐப்பசி, கார்த்திகை. . . ம். . . மூண்டு மாசம்தான். இவளுக்கு இப்பிடித்தான் வாழ வேணும் எண்டு விதிச்சிருக்கு. மார்கழி மாசத்திலை எல்லாம் முடிஞ்சுது. ம்ம். வல்லிபுரத்தானின்ரை விருப்பம் அதுதான் எண்டால் ஆராலை என்ன செய்ய ஏலும்? எவராலை இதை மாத்த ஏலும்? விதவையாய்ப் போற வயசா இவளுக்கு?"

அம்மா அப்பிடிச் சொல்கிறபோது மல்லிகா அழவில்லை. தனக்கு அப்பிடியொரு கலியாணம் நடந்ததா என்கிற மாதிரி இருந்தா. என்னைப் பார்த்து அதே நாணம்! பிறகு கண்களில் எந்தச் சலனமுமில்லை. மொய்க்க வந்த இலையானைக் கலைத்ததைத் தவிர உடலில் எந்த அசுமாத்தமும் இல்லை.

யாருக்கும் எதற்கும் கிறங்காத உடம்பு அவளுக்கு! அவளைப் பார்த்தால், மினுங்கும் ஒரு செப்புக் குடம்! இப்படி ஒரு பெண்ணைக் காணுதல் அபூர்வம். நெஞ்சை நிமிர்த்தி அவள் நின்ற நிலை, அதுதான் என்னைக் கிறங்க வைத்தது. 'அவள் இன்னமும் ஒருவனுக்குத் தன்னை ஒப்புக்கொடுக்கவில்லை,' என்று அவளது உடல்மொழி எனக்கு உணர்த்திற்று! அவள் மேனி இன்னமும் பசுந்தாக இருக்கிறது!

"மல்லிகா, அண்டைக்கு என்ன நடந்தது?" அவளிடம் கேட்டேன். அவளது உணர்வு எனக்கு முக்கியம். அவளது

வாயசைவு எனக்கு மிகமிக முக்கியம்! அவளது கண்களும் முகமும் ஒரு நாடகம் செய்யப்போகிறது!

மல்லிகா சொல்லத் தொடங்கினாள்.

ooo

மல்லிகாவின் வீட்டையும் சேர்த்து அந்தப் பக்கத்தில் பன்னிரண்டு வீடுகளுக்குக் கோழிப் பண்ணை அமைக்க வேண்டும். பன்னிரண்டு விதவைகள்தானா என்று கேளாதீர்கள். அப்போது அங்கு அதுதான் வேலைத்திட்டம். அந்த வேலைத் திட்டத்தை 'மல்லிகா புரொஜக்ட்' என்று மனதில் குறித்தேன். ஒரு கோப்பில் 'மல்லிகா புரொஜக்ட்' என்று எழுதிய ஞாபகமும் உண்டு. அது, மனதின் ஓரத்தில் குளிர்க்காற்றை வீசச் செய்தது. 'உ. சிவமயம்' என்று முகப்பில் எழுதுவதுபோல நான் எழுதியது: 'மல்லிகா புரொஜெக்ட்.'

முதலில் கோழிப் பண்ணை அமைக்க அவரவர் வீட்டில் இடத்தைத் தெரிவுசெய்ய வேண்டும். கைம்பெண் ஆனோர், வீட்டின் கோடியில் அல்லது வளவின் மூலையில் இடம் தெரிவு செய்தனர். அவையெல்லாம் மரநாய்களும் கீரியும் பாம்பும் உலாவுகிற இடமாக இருந்தன. அவ்வகை உயிரினங்களினால் கோழிக்கூட்டின் கம்பி வலைக்குள்ளால் புகுந்துவிட முடியாது.

ஆனால் இவற்றின் ஒலிகளினூடாகத் தாய்க்கோழி அச்சமுறுகிறது. பதற்றப்படுகிறது. 'தனது குஞ்சுகளைக் காக்க வேண்டும்,' என்று அந்தரப்படுகிறது. கோழிக் குஞ்சுகளும் இவற்றினாலெல்லாம் பதற்றமடையாமல் இல்லை!

இதனால் கோழிகளின் முட்டை இடும் வீதம், நினைத்துப் பார்க்கவியலாது குறைகிறது. கோழியின் உடல் எடையும் குறைகிறது.

'வீட்டுடன் சேர்த்துப் பத்தி இறக்கிக் கோழிக்கூடு அமைக்க வேண்டும்,' என்று பன்னிரண்டு வீடுகளுக்கும் இடம் தெரிந்தேன். யாவற்றுக்கும் மையமாக மல்லிகாவின் வீடு இருந்தது. அனைத்துக்கும் பொறுப்பாக நான்தான் நின்று மல்லிகாவைத் தெரிவுசெய்தேன். நிமிர்ந்தவள்; நேர்கொண்ட பார்வை அவளிடம் இருக்கிறது; போதும்!

அவளது வீட்டின் கோழிப் பண்ணை தவிர பதினோரு வீட்டின் கோழிப் பண்ணைகளையும் மல்லிகாவும் கூட நின்று திருத்தமாக்கினாள்! அவள் கம்பீரமாக நிற்கின்ற தோரணை எனக்குத் தெரிந்தது; அந்தக் கம்பீரம்! சேலை கட்டினால் என்ன? வெறும் பாவாடை சட்டை போட்டால் என்ன?

பம்பாய் சைக்கிள்

மல்லிகா ஓர் இராஜகுமாரி!

"மல்லிகா, முழு விவரங்களும் இந்த பைலிலை இருக்கு, நீங்கள் வைச்சிருங்கோ. வாற புதன்கிழமை கோழிக் கூடு அமைக்கத் தேவையான சாமான்கள் லொறியிலை வருகுது. மல்லிகா, உங்கன்ரை வீட்டிலைதான் எல்லாச் சாமான்களும் வந்து இறங்கும். வந்த உடனை எல்லாருக்கும் அறிவிச்சு விடுங்கோ. அவையள் வந்து எடுப்பினம். அவையள் வந்து எடுக்கேக்கை இந்தப் பேப்பரிலை அவையளின்ரை கையெழுத்தை வாங்கிடுங்கோ. அதுக்கு அடுத்த கிழமை கோழிக் கூடுகளைப் பார்க்க நான் வருவன். எல்லாக் கூடுகளும் 'ரிப்ரொப்'பா இருக்க வேணும். அதுக்கு மல்லிகா, நீங்கள்தான் பொறுப்பு."

அதற்கு மல்லிகா நாணச்சிரிப்புச் சிரித்தபிறகு 'ஓம்' என்று தலையாட்டினாள். அந்தத் தலையாட்டலில் மிடுக்குத் தெரிந்தது.

முதல்நாள் வந்து பார்த்தபோது இருந்த மல்லிகா இப்போது இல்லை! என்னையும் மீறி உயர்ந்து இருக்கிறாள்! ஓர் அலட்சியம் முகத்தில் தெரிகிறது. என்னைக் கண்டதும் மலர்ந்தும் போகிறது அவளது முகம். ஆனால் வேலை எதிலும் குறை வைக்கவில்லை.

"அந்த இனிய மகள் எனது தாய்க்கு மருமகளாவாள்."

அப்படி நான் மனம் நிறைந்து மனதினில் பாடியது, அவள் சொன்ன ஒரு வசனத்தினால் மாத்திரமே.

"அப்ப நீங்கள் வாற கிழமை வர மாட்டீங்களா? வாங்கோவன், சாமான்கள் கொண்டுவாற லொறியிலை சும்மா ஏறி வாறதுதானே?"

அதனைக் கண் சிமிட்டிச் சொன்னாள். ஏக்கத்துடன் அவள் பார்வை இருந்தது. "வாயேன்," என்று அவள் கண்கள் இறைஞ்சின.

"இல்லை மல்லிகா, நிறைய வேலைகள் இருக்கு."

அவள் முகம் சுண்டிப்போவதைப் பார்த்தும் பாராதது போல் இருந்தேன்.

அறைக்கு வந்து என் முகத்தைப் பார்த்தபோது எனக்கே திருப்தியாக இருந்தது. அந்தப் பேரழகிக்குப் பொருத்தமான முகம்! இப்படி ஒருபோதும், என் கட்டான உடலையும் வசீகரமான முகத்தையும் கண்ணாடியில் நீண்ட நேரமாக நான் பார்த்ததில்லை. 'கொட்ரொயில்' துணியிலமைந்த கறுப்பு

இரவி அருணாசலம்

நிற ஜீன்ஸில், வெறும் மேலுடன் இருந்த என் உடம்பைக் கண்ணாடியில் பார்த்தபடி நின்றேன்.

அந்தப் பாடல் எனக்குள் மீண்டும் ஒலித்தது:

"என்று அவள் எங்கள் வீட்டுத் திருமகளாவாள்

அந்த இனிய மகள் எனது தாய்க்கு மருமகளாவாள்."

பிறகும் நான் யோசித்தேன்: எனது வலது பக்கத்தில் எப்போது அவள் நிற்கப்போகிறாள்?

○○○

'மல்லிகா புறொஜெக்'டிற்குப் போவதற்கு, பிறகு பிறகு மோட்டசைக்கிள் தேவையாக இருந்தது.

அதிகாலையில் குளித்து, வெளிக்கிட்டுப் பிறகு பஸ் எடுத்து, யன்னல் திறந்த வெக்கைக் காற்றில் முகம் கறுத்து, இந்திய இராணுவ முகாம் முன் கீழே இறங்கி, பனங்குற்றிகளைத் தள்ளி, இந்தியனாமி தருகிற பருப்புக் கறியுடன் ரொட்டி தின்று, குலசிங்கமண்ணரிடம் சைக்கிள் எடுத்து, மூன்று மைல் மணலில் தெண்டி உழக்கியதில் வேர்த்து ஒழுகி, தலை முழுக்கப் புழுதி படர்ந்து, மயிர் செம்பட்டையாகி. . .

இந்தக் கோலத்துடன் முழுநிலவாக இருக்கிற, அப்போது தான் தலைமுழுகி வந்த மல்லிகா முன் எப்படி நான் நிற்பது?

முரளியிடம் ஹொண்டா200ஐக் கேட்டேன். "மைச்சான் தாறத்திலை ஒரு பிரச்சினையும் இல்லை, றோட்டுக்குப் பாஸ் எடுக்க வேணும்; பெற்றோலுக்குப் பெர்மிஷன் எடுக்க வேணும்; எல்லாத்தையும் நீ எடுப்பாயெண்டால் கொண்டு போ. எவ்வளவு காலமெண்டாலும் வைச்சிரு."

நமது பணிமனை, மோட்டச்சைக்கிளுக்குப் பெற்றோல் நிரப்பக் காசு தரும். அது இங்கு பிரச்சினையல்ல.

றோட்டுக்குப் பாஸ் எடுப்பதும் பெற்றோலுக்குப் பெர்மிசன் எடுப்பதும்தான் இங்கு பிரச்சினை! இரண்டுக்கும் இரண்டுநாள் மினைக்கெட வேணும்; காலமை ஆறு மணியிலையிருந்து பின்னேரம் ஆறுமணி வரைக்கும்.

மோட்டச்சைக்கிளுக்கு ஐந்து லீற்றர் பெற்றோல். காருக்கு இருபது லீற்றர். வானுக்கு இருபத்தைந்து லீற்றர். பெரிய வாகனங்களுக்கு ஐம்பது லீற்றர்வரை. இப்படித்தான் இந்தியனாமி பெற்றோலுக்குப் பெர்மிசன் தருகிறது. அது முடிந்தால் அடுத்த கிழமை அடுத்த பெர்மிசன்.

இந்தப் பெர்மிசன் எடுத்த துண்டைக் காட்டினால்தான் எரிபொருள் நிரப்பு நிலையத்தில் துண்டை வாங்கி வைத்துக் கொண்டு பெற்றோல் நிரப்புவார்கள்.

ஒவ்வொரு வீதிகளுக்கும் வாகனம் செல்ல, ஒவ்வொரு நிறத்தில் லைசென்ஸ். யாழ்ப்பாணம் – காங்கேசன்துறை வீதிக்குச் சிவப்பு நிறத்தில் லைசென்ஸ். மானிப்பாய் வீதிக்குப் பச்சை. மஞ்சள் நிறம் பலாலி வீதிக்கு. பருத்தித்துறை வீதிக்கு நீலம். யாழ்ப்பாணத்திலிருந்து கண்டிவரை போகிற *A9* வீதிக்குக் கறுப்பு.

ஒரு நிறத்து லைசென்ஸில் மற்றைய வீதியில் பயணம்செய்ய முடியாது. அப்படிப் பயணம் செய்தால், இந்தியனாமியிடம் ஒரு கிழமை அல்லது பத்து நாள்கள் சிறையிலிருக்க நேரிடலாம். இந்தியனாமியுடன் தொடர்பிலிருக்கிற முக்கியப் பிரமுகர் ஒருவரே, பயணம் செய்தவரது விடுதலைக்குப் பிணையாக நிற்கலாம்.

அவ்வாறு பயணம் செய்தால் பிரபாகரனுக்கு ஏதோ ஒரு வகையில் உறவினராகவும் ஆகிவிடுவோம். இவ்வாறு செல்வதனூடாகப் பிரபாகரனுக்குச் செய்தியோ சாப்பாடோ எதுவோ இப்போது நாங்கள் கொண்டுபோகிறோம்.

வீதிக்குரிய அந்த நிறத்து லைசென்ஸ் இல்லாமையால் ராஜீவ் காந்திக்கு விசுவாசியாக நாம் இல்லாமல் ஆகிவிட்டோம்! பத்மநாதன், வரதன், ஹேமச்சந்திரன் யாவரினதும் சொல்லை மீறிவிட்டோம்!

‘எக்கணம் பெரிய வில்லங்கம் வரப்போகுது!’

பாரத தேசத்தில், எங்கோ ஒரு மூலையில் இருந்த, தாடியும் தலைப்பாகையும் வைத்திருந்த ஒருவனிடம்;

எனது தேசத்தின் வீதிகளில், எனது வாகனத்தில், எனது கைக்காசுகள் செலவழித்து வாகனம் ஓட அனுமதி பெற வேண்டிய விதியை, இரண்டு நாள்கள் அசோகா ஹொட்டலின் முன், கால்கடுக்க நீண்ட நேரமாக வரிசையில் நின்றபோது நான் மிகமிக நொந்தேன்.

‘விதியே விதியே தமிழ்ச்சாதியை என் செய நினைத்தாயெடா!’

வெயில் ஏறாத காலமையில் முரளியின் மோட்டார் சைக்கிளை நான் ஓடினேன். மிக நீண்ட தூரம் என் பயணம், மோட்டார்சைக்கிளில். விடிகாலைக்குரிய இதமான காற்றில்

பயணம்! மெல்லிய கடற்காற்று என் மேனியைத் தழுவ, மல்லிகாவைச் சந்திக்கப் போகிறேன். இன்று நான் வரப்போவது அவளுக்குத் தெரியும். சீயாக்காய் வைத்துத் தலை முழுகி அவள் எனக்காகக் காத்திருப்பாள்!

அந்தக் காலையில் வனஸ்பதி நெய்மணம் அடிக்கடி மூக்கைத் துழாவியது. இந்தியனாமி எங்கும் என்னை மறிக்கவில்லை. எழுபது கிலோ மீற்றர் வேகத்தில் காற்றை மேவி மிதந்தேன்.

"என்ன இண்டைக்கு வெள்ளனவோடையே வந்தீட்டீங்கள்," என்று குளிர்ந்து சிரித்தாள் மல்லிகா. 'உனக்காகத்தான்,' என்று சொல்ல உத்தியோகமும் என் உடுப்பும் இடம் தரவில்லை.

என் மனதில் மல்லிகா நீக்கமற நிறைந்திருக்கிறாள். இப்படி எந்தப் பெண்ணும் என் வாழ்வில் நுழைந்ததில்லை. என் ராசாத்தி, என் வலது பக்கத்தில் எப்ப எடி வந்து நிற்கப் போகிறாய்?

○

பம்பாய் சைக்கிள்

27

பதின்மூன்றாம் அத்தியாயம்

1989

'அசோகா ஹொட்ட'லிலிருந்து அருணனுக்கு அழைப்பு வந்தது; அழைத்தவர் தோழர் பத்மநாதன். அவர் நேரடியாக அழைக்கவில்லை. எதுவும் செய்வதற்குக் கைத்தடியாக அவருக்குப் பசுபதி இருந்தான்; தோழர் பசுபதி!

அடர்த்தியான தாடியுடனும் இராணுவத் தொப்பியுடனும் தோழர் பத்மநாதன் இப்போது காட்சி தருகிறார். அருணன் அதனை நேரடியாகப் பார்க்கவில்லை. பத்திரிகைகள் அவ்வாறான உருவத்தைக் காட்டின. அருணனால் அவரை இப்போது 'தோழர்' என்று நினைக்க முடியவில்லை. இராணுவத் தொப்பி, அந்நியப்படுத்துகிறது. பிடல் காஸ்ரோவும் சேகுவேராவும் அணிந்திருந்த இராணுவத் தொப்பி, ஒருபோதும் அவர்களை அந்நியப்படுத்தவில்லை. எந்த ஏகாதிபத்தியமும் அவர்களுக்கு அந்தத் தொப்பியைக் கொடுத்ததல்ல. இந்தியா எறிந்த தொப்பி, அப்படியே பத்மநாதனின் தலையில் வீழ்ந்தது; பொருந்தியும் போயிற்று.

கத்திரிக்காய்க் குழம்புகூட இல்லாமல் கீரையையும் பருப்பையும் மாத்திரம் சோற்றுடன் உண்கிற அந்த அருமையான மனுசனை ஒருமுறை நினைத்துக்கொண்டான் அருணன். ஓர் இரவில் இரண்டு பிளேன்ரீ குடித்து, நிறைய அரசியல் பேசிய அற்புதமான மனுசன்!

‘தோழர் பத்மநாதனைச் சந்திக்க வேண்டாம்’ என்பதுதான் இப்போது அவனது யோசனை. அதற்குப் பலப்பல காரணங்கள் இருந்தன.

‘அசோகா ஹொட்ட’லிற்குப் போவதற்கு மூன்று பாதைகள் இருந்தன. யாழ்ப்பாணம் பெரியாஸ்பத்திரிக்கு முன்னால் மணிக்கூட்டுக் கோபுரம் நோக்கிப்போவது ஒரு பாதை. பஸ் நிலையத்திலிருந்து முனியப்பர் வீதியால் போய், புல்லுக்குளம் தாண்டினால் ‘அசோகா ஹொட்டல்’ தெரியும். இரண்டாவது இது. முட்டாசுக் கடைச் சந்தியிலிருந்து பண்ணை வெளியைத் தாண்டி, பொதுசன நூலகத்தை நோக்கிப் போய்ச் சடக்கென இடதுபக்கம் வெட்டினால், ‘அசோகா ஹொட்டல்’. இது மூன்றாவது பாதை!

மூன்றில் இரண்டு பாதைகள் அடைபட்டுவிட்டன. யாழ்ப்பாணம் பெரியாஸ்பத்திரிக்கு முன்னால் மணிக்கூட்டுக் கோபுரம் நோக்கிப் போகும் பாதை ஒன்றுதான் இப்போது திறந்திருக்கிறது. அதனால் போவதற்கு எட்டு அடுக்குப் பாதுகாப்பு வலயம்! முதல் அடுக்கில் தோழர் பசுபதி இருக்கிறான். அதுதான் மிகத் தடையாக இருக்கிறது, அருணனுக்கு.

“தொழர் அருணனுக்கு,

> நமது தலைவர் தொழர் பத்மநாதன் உடனடியாக உன்னை சந்திக்க விரும்புகிரார். பெரியாசுபத்திரிக்கு முன்னால எனது அலுவளகம் இருக்கிறது. என்னுடம் வந்தாள் தொழர் பத்மநாதனை உடனடியாக சந்திக்கும் ஏற்பாடு செய்வேன்.
>
> – தொழர் பசுபதி”

எழுத்துப் பிழைகளுடன் இவ்வாறு எழுதப்பட்ட துண்டைக் கொண்டுவந்தவன், சாந்தியக்கா வீட்டு வாசலில் அருணனைக் கண்டவுடன், அருணன் முன்னே துண்டை எறிந்தான். ஒன்றும் பறையாமல், இன்னொருவன் ஓடிவந்த சைக்கிளில் ‘துண்டை எறிந்தவன்’ ஏறிப் போனான். சைக்கிளின் பின் கரியர் நெளிந்திருந்தது.

இத்துண்டு கிடைத்தபோது அருணன் அவ்வளவு குதூகலமாக இல்லை. முகம் கறுத்திருந்த அருணனைச் சாந்தியக்கா “என்னடா? பேயறைஞ்ச மாதிரி இருக்கிறாய்,” என்று கேட்டா.

“ஏதோ ஒரு விசயம் நடக்குது. எல்லாம் முடிஞ்சாப் பிறகு சொல்லுறன்,” என்று மாத்திரம் சொன்னான் அருணன். சாந்தியக்காவுக்கு அது திருப்தியில்லை.

பசுபதி, தோழர் பசுபதி!

இராமேஸ்வரத்தில் இருந்த பசுபதியை நினையாது இருக்க முடியவில்லை. (பசுபதிபற்றி மீண்டும் ஓர் அறிமுகம் தேவையென்றால் வாசியுங்கள்: எட்டாம் அத்தியாயம்) கள்ளச் சாராயம் குடித்து, இராமேஸ்வரம் புகையிரத நிலையத்தில் தட்டுத் தடுமாறிக்கொண்டிருந்த பசுபதி, தோழர் பசுபதி! அவன் இப்போது ஓர் அதிகாரி! மக்கள் விடுதலை முன்னணி யின் செயலதிபர்! சுண்டியெடுத்த மார்க்சீயவாதி! மக்களுக்குச் சேவைசெய்யப் பிறந்து வளர்ந்தவன்!

வெறுமை மீதூரப் பெற்று வயல்வெளிப் பக்கம் ஒரு நடை. நந்தாவில் அம்மன் கோயில் தேர்முட்டியில் இருந்தான் அருணன். வயலை மேவி வந்தது காற்று. குளிர் சாடையாக உடம்பை உரஞ்சியது. இனி அறைக்குப் போக வேணும் என்று எழுந்த போது, 'தோழர் பத்மநாதனிடம் கடைசிவரைக்கும் போவதாக இல்லை,' என்று முடிவெடுத்தான். பட்டதெல்லாம் போதும். பத்மநாதனைச் சந்தித்தால் மீண்டும் 'சூழ்ந்த காற்றில் அச்சம் பரவும்,' என்றெண்ணினான்.

ஏன் சந்திக்க வேண்டும்?

அருணன் முடிவெடுத்த இரண்டாம் கிழமை இன்னொரு துண்டு வந்தது:

"அவசரம் – உடனடியாக தொழர் பத்மநதனை சந்திக்க வேண்டும். மினைக்கெட வேண்டம் – தொழர் பசுபதி" என்று வந்த துண்டில் 'பத்மநாதன்' என்பது 'பத்மநதன்' என்றிருந்தது. 'தோழர்' என்பது 'தொழர்' என்றுமிருந்தது. பதற்றப்பட்ட எழுத்து, அல்லது படிக்காதவனின் எழுத்து! துண்டு தந்தவன் இப்போது வேகமாகச் சைக்கிள் ஓடவில்லை. துண்டு தந்தவனின் சைக்கிளின் பின்புறம் நெளிந்து கிடந்ததைத் தெளிவாகத் தெரியுமளவுக்கு அவனது சைக்கிள் ஓட்டம் அமைந்தது.

பத்மநாதனைச் சந்திப்பதன் அவசரத்தைத் 'துண்டு' சொல்கிறது. இது விடுதலைப் புலிகளின் ஆத்திரத்தைத் தூண்டும் என்பதை உணராமலில்லை. "இனி அரசியலிலை ஈடுபட்டியோ, கண்ட இடத்தில சூடு" என்று எச்சரிக்கப்பட்டுத்தான் அருணன் விடுதலை செய்யப்பட்டிருந்தான்.

இப்போது விடுதலைப் புலிகளும் ஒரு சீரில் இல்லை. தலைமை, வன்னிக் காட்டுக்குள். தீர்மானம் எடுப்பவர்கள் யார்? அந்தரப்பட்டு, ஒளிந்து மறைந்து சைக்கிளில் ஓடித்திரியும் விடுதலைப் புலிகள்தாம் முடிவெடுக்கிறார்கள். விடுதலைப்

புலிகளால் கொல்லப்பட்டவர்களைப் பார்க்கும்போது, அவர்களது தீர்மானத்தின் படுபாதகமான – பதற்றமான – அம்சம் தெட்டெனத் தெரிகிறது. நவசமசமாஜக் கட்சியின் அண்ணாமலை; கொம்மியூனிஸ்ற் கட்சியின் விஜயானந்தன்.

இவர்களைக் கொன்று விடுதலைப் புலிகள் பெற்றுக் கொண்ட ஆதாயம் என்ன? யாவும் தான்தோன்றித்தனமாக நிகழ்கிறது. எவரும் மனிதத்தைச் சிந்திக்கவில்லை. கொலைகள் மலிந்திருக்கின்றன. இயற்கை வந்து இயல்பாக மரணம் தரும் வரை அத்தனைபேரும் வாழவே பிறந்தவர்கள். இதனை எவரும் ஏன் யோசிக்கிறார்களில்லை? இந்திய, சிங்கள இராணுவம் இதனை யோசிக்காது. விடுதலைப் போருக்கென வந்தவர்களுமா இதனை யோசிக்க மாட்டார்கள்?

அருணன் குழம்பிக்கொண்டு இருந்தான்.

பரிதி எப்போதும் சரியான முடிவெடுப்பவனாக இருக்கிறான். "மைச்சான் எல்லா இயக்கமும் அவ்வப்போது சரிபோலத்தான் இருக்குது. ஆனால் விடுதலைப்புலிகள்தான் எப்பவும் சரியா இருக்குது. ஆனால் நான் அதோடையும் சேர மாட்டன். எனக்குக் காலம் வேணும். இன்னுமொண்டைச் சொல்லட்டோ! நான் ஆயுதப் போராட்டத்தையே அவ்வளவு நம்பேல்லை. 'ஏன் நம்பேல்லை' எண்டு கேள்; ஏனெண்டால் நான் ஒருபோதும் ஆயுதம் தூக்கமாட்டன். எனக்கு அது ஏலாது. ஏலாத ஒண்டை நம்பிறன் எண்டு எப்பிடிச் சொல்ல ஏலும்? ஆனால் விடுதலைப் புலிகளின் இலட்சிய உறுதியை நம்பிறன்."

பரிதி, யதார்த்தத்தில் நிற்பதனை எப்போதும் அருணன் அறிவான்.

என்ன செய்யலாம்? பரிதியுடன் ஒருக்கால் கதைப்பமா? அவன் எதனையும் எதிர்கொள்வான். முகம் திருப்பான்; மனம் சலிக்கான்!

○○○

"வேண்டாம், சந்திக்க வேண்டாம். இது ஆபத்து மைச்சான். உனக்குப் புலிகளைப் பற்றித் தெரியாது. தலைமை கட்டளை இடவேணுமெண்டில்லை; இஞ்சை உள்ளவன் நினைச்சாலே எதுவும் செய்யலாம்."

பரிதி இதனைச் சொன்னபோது அருணனின் முகத்தைப் பார்க்கவில்லை. பார்க்காமலே மேலுமொன்றைச் சொன்னான்: "மைச்சான், அண்டைக்குப் புலிகள் சார்ந்த ஒருத்தனைச்

சந்திச்சனான்; உனக்குத் தெரிஞ்சவன்தான். ஆனால் ஆரெண்டு கேளாதை, புலிகளுக்கை உன்னைப் பற்றி ஒரு கதையிருக்குதாம். 'ரீப்பி இப்பிடியெல்லாம் நடக்கேக்கை இவரென்னெண்டு துணிஞ்சு சுதந்திரமாத் திரியிறார்' எண்டு. 'இவருக்கு இப்பவும் ரீப்பியோடை தொடர்பிருக்குதோ' எண்டும் கேட்டவங்களாம். உனக்கும் ஆரும் குறி வைப்பாங்கள். கவனமா இரு."

"நான் இதுக்கு மிஞ்சி என்னெண்டெடா கவனமா இருக்கிறது? உனக்குத் தெரியும்தானே நான் ரீப்பியோடை ஒரு தொடர்பும் வைச்சிருக்கேல்லை எண்டு. வயித்துப்பாட்டுக்கே நான் என்ன பாடுபடுறன் எண்டு தெரியுமே! சாந்தியக்காவாலை ஒருநேரம் சாப்பிடுறன், இதுக்குள்ளை இதொண்டு."

அருணனுக்கு நெஞ்சும் கண்ணும் கலங்கியது. "என்ன மைச்சான் நான் செய்ய!"

பரிதி, அருணனின் தோள்களை அழுத்தினான். "ஒண்டும் யோசியாதையெடா. நான் பார்க்கிறன். இந்தா இதை வைச்சிரு."

நூறு ரூபாத் தாளொன்றை எடுத்து நீட்டினான் பரிதி.

"வேண்டாம் மைச்சான், சாந்தியக்கா வீட்டிலைதானே இருக்கிறன். தேவையெண்டால் உன்னட்டை கட்டாயம் கேட்பன், யோசியாதை."

"இந்தக் காசை உன்ரை வீட்டிலையாவது கொண்டுபோய்க் குடன்."

"விருப்பமெண்டால் நீ கொண்டுபோய்க் குடு. உழைக்காமல் நானென்னெண்டு குடுக்கிறது?"

"சரியெடாப்பா, நீ என்னட்டை வாங்கமாட்டாய்; அது ஏனெண்டு எனக்குத் தெரியும். நான் கவலைப்படேல்லை. சரி, எனக்கு இந்த விசயத்தைச் சொன்னது ஆரெண்டு சொல்லுறன்; உவன் சபாலிங்கம். அவன் வன்னிதானே! வன்னிக் காட்டுக்குள்ளையும் அவனுக்குத் தொடர்பிருக்கு. மாத்தையாதான் உன்னைப் பற்றி இப்பிடிக் கதைச்சிருக்கிறார். நீ எதுக்கும் சபாலிங்கத்தோடை கதை. நான் சொன்னது எண்டு கதை. உன்னிலை அவனுக்கு நல்ல விருப்பம்.

இரவி அருணாசலம்

உன்னைப் போல நேர்மையான உண்மையான ஒருத்தன் இஞ்சை ஆருமில்லை எண்டு சொல்லுவான். உனக்கு அவன் கட்டாயம் உதவி செய்வான். உனக்கு மாத்தையாவோடை தொடர்பு எடுத்துத் தந்தாலும் தருவான். அவன் இப்ப வட்டக்கச்சியிலை நிக்கிறான். நீ போய் சபாலிங்கத்தோடை கதை. கவனமெடாப்பா, நீ நிம்மதியா நல்லா வாழ வேணும். நீயெண்டால் எனக்கு உயிர். நீ நிம்மதியா வாழ்ந்தால்தான் நானும் நிம்மதியா வாழுவன்."

"எனக்கொரு வேலை எடுத்துத் தாவன். இந்தியனாமி காலத்திலை ஆரும் வேலை தாறானில்லை."

"சிவகுமார் சேரிட்டைக் கேக்கலாம்தானே?"

"வேண்டாமெடாப்பா. என்ஜிஓ வேண்டாம்."

28

அதிகாரம் 14

1989

"ஓக்கேயா மல்லிகா? வேலைகள் எல்லாம் எப்பிடிப் போகுது?"

"வாங்கோவன், வந்து பாருங்கோ." வீட்டுக்குப் பின்பக்கம் அழைத்துப்போனாள். மிருதுவாக என் கைபற்றி அழைத்துப் போனது போல இருந்தது, அவளது வாஞ்சை!

கோழிக்கூடு திடகாத்திரமாக இருந்தது. தீராந்தி எல்லாம் செதுக்கி, கச்சிதமாகக் கம்பிவலை பின்னி இருந்தது. இது வெறும் கூலியாள் செய்த வேலையல்ல; கலைஞன் செப்பனிட்ட சிகரம்! அப்படித்தான் நினைத்தேன். இதற்குள் கோழிகள் மாத்திரம்தான் இருக்க வேண்டுமென்றல்ல; மல்லிகா இருந்தாலே மகாராஸிபோல இருப்பாள்.

இன்னமும் தொட்டாட்டு வேலைகள் செய்துகொண்டிருந்தார் ஒருவர். திரண்டு கறுத்த தேகம். சுருண்ட மயிர்க்கற்றை. கட்டையான பனைபோல இருந்தார்.

என்னைப் பார்த்து இணக்கமாகச் சிரித்த போது, வரிசையான பற்களும் றோஸ் நிற முரசுகளும் ஓர் அழகிய புன்னகையை அவருக்குக் கொடுத்தது.

"இவர் சந்திரன்," என்றாள் மல்லிகா. "எங்கன்ரை சொந்தக்காரர். எனக்கு இவர் என்ன முறையெண்டு அம்மாவைக் கேட்டால்தான் தெரியும். நெருங்கின சொந்தம்தான், ஆனால் எனக்கு முறையொண்டும் பார்க்கத் தெரியாது. வயசைப் பொருத்து அண்ணை,

அக்கா, மாமா, மாமி அப்பிடிக் கூப்பிடுவன். அவ்வளவுதான். இவர் சந்திரனண்ணை, மைச்சானோவும் தெரியாது."

மல்லிகாவுக்கு அப்படிச் சொல்வதில் வெட்கம் இருந்தது. சந்திரனுக்கு அப்போதும் றோஸ் நிற முரசு!

"ஆம்பிளை ஒருத்தரும் இல்லாத எங்கன்ரை வீட்டுக்கு இவர்தான் வலு உதவி."

சந்திரன் மேலும் வெட்கப்பட்டு நின்றார். வெயிலினால் கறுத்த முகத்தில் கன்னம் ஒடுங்கி இருந்தது.

"வேலைகள் எல்லாம் எப்பிடிச் சந்திரன்," என்று கேட்டு இணக்கமாகச் சிரித்தேன். அந்த 'இணக்கமான சிரிப்பில்' எனது ஏதோ ஒரு தோரணை வெளிப்பட்டது. 'எதை அடைவதும் இலகு அல்ல' என்று தோன்றிற்று.

"வாங்கோ," என்று தலைவாசலுக்குக் கூட்டிப் போனாள் மல்லிகா. அவள் பின்னால் செல்வதில் எனக்கு ஓர் ஆனந்தம்! கோப்பைக் கொண்டுவந்து தந்தாள். சீரான படிவங்களில் 'கோணல்மாணலான' கையெழுத்துகள் இருந்தன. உறுப்பெழுத்தில் எழுதிய கையொப்பங்கள்!

"மற்றாக்கள் எப்பிடி? கோழிக்கூடுகள் அமைச்சிட்டினமோ? ஒருக்கால் போய்ப் பார்க்க வேணும்," என்று வெளிக்கிட்டேன்.

"நில்லுங்கோ நானும் வாறன்," என்று வீட்டினுள்ளே ஓடினாள் மல்லிகா.

நேர்த்தியான ஒரு சேலைக்கட்டு, பவுடர் பூச்சு, ஒற்றைப் பின்னல்! இவற்றுடன் மகாராணி வந்தாள்!

"மோட்டச்சைக்கிளிலை ஏறியும் மாசக்கணக்காச்சு. ஏன், ஒரு வருசத்துக்கு மேலை ஆச்சு," சொல்லியபடி, தீராந்தியில் கொளுவியிருந்த சட்டம் போட்ட கணவரின் புகைப்படத்தைப் பார்த்தாள். சந்தன, குங்குமப் பொட்டுடன் கணவரின் ஒடுங்கிய முகம் இருந்தது. அந்தப் பொட்டும் கத்தையான மீசையும் மாத்திரம்தான் எனக்குத் தெரிந்தன. மீசை என்னை அச்சுறுத்தியது. பார்ப்பதைத் தவிர்த்தேன்.

"நாங்கள் கலியாணம் முடிச்சு ஒரு மாசத்திலை இந்தியனாமி சண்டை தொடங்கிச்சுது. ஆடிமாசத்திலை அவங்கள் வாறாங்கள். ஆவணி மாசத்திலை எங்களுக்குக் கலியாணம். எனக்கு அப்பக் கலியாணம் முடிக்கவே விருப்பமில்லை. இந்தியனாமி வந்திட்டுது. இனியென்ன நிம்மதிதானே!

படம் பார்க்கப் போகலாம், கோயில் திருவிழாக்களுக்குப் போகலாம், உலாத்தித் திரியலாம் எண்டு சந்தோசப்பட அம்மா எனக்குக் கலியாணம் என்கிறா. அப்ப வீட்டை விட்டு ஓடட்டா எண்டுகூட யோசிச்சனான். சிங்கள ஆமியோடை பட்டபாட்டுக்கு இப்ப ஒரு நிம்மதி வந்தநேரம் சுதந்திரமாத் திரியவிடாமல் என்னைக் கலியாணத்துக்கை புகுத்தினால்? அம்மாவிலை கோபம் வருமோ வராதோ? சொல்லுங்கோ. ஆனால் ஐயா இல்லாமல் என்னை வளர்த்த அம்மா எண்டு பிறகு யோசிச்சன்."

பிறகு மல்லிகா "ம்," என்றாள்.

அப்போது உலகம் புதுசு கட்டி நின்றது! அவளர்கச் சொல்லட்டும் என்று நின்றேன். சொண்டு சுளித்து, சொண்டு சுளித்து மல்லிகா சொன்னாள்: "அம்மாவிலை கோபம் வந்தது தான்; ஆனால் அவரைக் கலியாணம் கட்டினாப்பிறகு அது இன்னொரு சந்தோசம் எண்டு தெரிஞ்சுது. இந்தியனாமி எங்களுக்குப் பாதுகாப்பா நிக்குது. சிங்கள ஆமியாலை ஒண்டும் செய்ய ஏலாது. நாங்கள் எங்கையும் போகலாம் வரலாம். நான் ஒவ்வொருநாளும் அவரோடை எங்கையாகிலும் மோட்டச்சைக்கிளிலை போனன். காரைநகர் 'கசூரினா பீச்'சுக்கும் போனன். அதுதான் ஆகக்கூடின தூரம். இஞ்சையிருந்து 'கசூரினா பீச்'. ம்... இருபது மையிலாவது இருக்கும்; அப்படியே கடற்கரையோடை, கடலைப் பார்த்தபடி பருத்தித்துறை, வல்வெட்டித்துறை, தொண்டைமானாறு, மயிலிட்டி, காங்கேசன்துறை, கீரிமலை, சேந்தான்குளம், திருவடிநிலை, மாதகல், பொன்னாலை, காரைநகர். தலைமயிரெல்லாம் பறக்குது. காத்தடிச்சு மூச்சுத் திணறுது. இவரின்ரை மோட்டச்சைக்கிளிலை வலு வேகம். இந்தா ஆருக்குப் பயம்? ஏலுமெண்டால் சிங்கள ஆமி சுடட்டும் பாப்பம். எங்களைப் பாதுகாக்க இந்தியனாமி நிக்குது. . . ம். . .

"நான் அவரின்ரை முதுகிலை தலை சாய்ச்சுக்கொண்டு பத்து மையிலாவது போயிருப்பன். எவ்வளவு சுதந்திரம், எவ்வளவு நிம்மதி. அம்மாளே... இதல்லோ வாழ்க்கை.

"பொன்னாலைப் பாலத்தடியிலை போகேக்கை இந்தியனாமி எதிரா வாறாங்கள். நான் கையெடுத்துக் கும்பிடட்டா எண்டுகூட யோசிக்கிறன். அவங்களைப் பார்த்து ஆசையாக் கைகாட்டுறன் அவங்களும் ஆசையாக் கைகாட்டுறாங்கள். ம். . ."

○○○

சேலையுடன் அழகும் இளமையும் என் மோட்டார் சைக்கிளில் ஏறின. அவளது ஒரு கை என் தோளைப் பற்றிப் பிடித்தது. இது ஒரு மைலில் முடியக்கூடாத பயணம். நீண்டு கொண்டே போகாதா? மனசு நிறையப் பத்து மைலாவது இப்பயணம் இருக்கக் கூடாதா? இவளையும் அழைத்துக் கொண்டு இப்படியே என் அம்மாவிடம் போகவா? 'இந்தா உன் மருமகள்!'

அம்மா திகைத்து நிற்பா! என் மைந்தனுக்கு ஓர் இராஜகுமாரி!

மணலில் மோட்டார் சைக்கிள் 'சிலீக்' பண்ணியபோது இரண்டு கைகளாலும் இறுகத் தோளைப் பற்றினாள். மார்பு இலேசாக முதுகில் உரசியது. நான் ஒருகணம் வானில் மிதந்தேன்!

கைகள் பிணையாது, எல்லா வீடுகளுக்கும் சோடியாகப் போய் இறங்கினோம். அப்போது எனக்குப் பெருமித நடை இருந்தது.

நான்கு வீடுகளில் கோழிக்கூடு இன்னமும் முடிபடா திருந்தது. நான் மகிழ்ந்தேன். இந்தச் சாட்டோடு, வரும் கிழமையும் கற்கோவளத்திற்கு வரலாம்.

மல்லிகா கோபப்பட்டாள்: "என்ன அக்கா நீங்கள், கோழிக்கூடு கட்டச் சாமான்கள் தந்து எவ்வளவு நாளாச்சு! எல்லாரும் கட்டீட்டினம். நீங்கள் ஒரு ரண்டு மூண்டு பேர்தான் இன்னும் கட்டேல்லை. இவரும் எவ்வளவு நாளைக்கெண்டு உலையிறது? வாற கிழமை கோழிக்குஞ்சுகள் வருகுது. என்ன செய்வியளோ ஏது செய்வியளோ?"

"இந்தக் கிழமை கட்டிமுடிச்சிடுவம் பிள்ளை கோவியாதையணை."

"கோழிக்கூடு கட்ட நான் சந்திரனை அனுப்பட்டோ? கொஞ்சக் காசைக் குடுங்கோவன்."

"வேண்டாமெணை. காசியனைக் கொண்டு நான் கட்டீடுவன்."

மல்லிகா வந்து மோட்டார் சைக்கிள் ஏறுகிறபோது புறுபுறுத்தாள்: "இவையள் என்ன ஆக்கள்! எல்லாத்தையும் குடுத்தால் வேலையை முடிக்க வேண்டியதுதானே? இந்த வேகாத வெய்யிலிலை நீங்களும் வந்து உலைய வேண்டிக் கிடக்கு."

அவள் சொல்கிறாள். எனக்கு அது 'வேகாத வெயில்' என்று யார் சொன்னது? மல்லிகாவின் முகமும் சிரிப்பும் பூரிப்பும்

கொள்ளை அழகும் எனக்குக் குளிர் பிடித்து, கூதலோடப் பண்ணுகிறது அல்லவோ!

"கொஞ்சம் ஆறிப் போவம்," என்றாள், குறுக்கிட்ட கடலைப் பார்த்தபின் மல்லிகா.

வெக்கை வீச்சைக் கடற்காற்று தணித்தது. கடலைப் பார்த்தபடி பூவரசமர நிழலில் இருவரும் குந்தினோம்.

மல்லிகா மணலை அளைந்துகொண்டு இருந்தாள். அவளின் சீலையைக் கடற்காற்று படபடவென அடித்தது. நான் அவளைப் பார்த்துக்கொண்டு இருந்தேன்.

"அப்படியென்ன பார்வை," என்றாள் சடக்கென.

"இப்படியொரு பேரழகை நான் பார்த்ததில்லை," என்றேன்.

"சும்மா சொல்லாதையுங்கோ."

"சத்தியமா! உண்மையைத்தான் சொல்லுறன். உங்களுக்கு அப்பிடி ஆரும் சொல்லேல்லையோ?"

"ஒருத்தருமே சொல்லேல்லை."

"இப்ப நான் சொல்லுறன், பேரழகி!"

வெட்கப்பட்டாள், அப்படியொரு வெட்கம்!

"உண்மையைச் சொல்லுங்கோ! உங்கன்ரை அவர்கூட உங்களுக்குச் சொல்லேல்லையோ?"

"சத்தியமாச் சொல்லேல்லை?"

"நான் உங்களைக் கலியாணம் கட்டியிருந்தால் உங்கன்ரை காலடியிலையே கிடந்திருப்பன்."

அவளுக்கு முகம் சிவந்துகொண்டு போகிறது. அப்படி யொரு செம்மை படிந்த முகம்! அந்த வெள்ளைப் பெட்டைக்கு என்னதொரு அழகு அது.

"இப்பிடிக் கதைக்காதையுங்கோ, எனக்கு என்னவோ செய்யுது."

"என்ன செய்யுது?"

"இதைத்தான் கதைப்பியள் எண்டால் நான் எழும்பிப் போயிடுவன்."

"சரி இப்ப நான் கதைக்கேல்லை; உங்கன்ரை அம்மா வோட கதைக்கிறன்."

"அம்மாவோட என்ன கதைக்கப் போறியள்?"

"அம்மா உங்களுக்கு வந்து சொல்லேக்கை உங்களுக்குத் தெரியும்தானே!"

"அம்மாவோட கதைக்க முன்னம் நல்லா யோசியுங்கோ. நீங்கள் எங்கேயோ உயரத்திலை இருக்கிறியள்; என்ரை அழகு மாத்திரம் உங்களை இறங்கிவர விட்டாலும் உங்கன்ரை அம்மா அப்பாவையள் இறங்கி வருவினமோ தெரியாது."

"எனக்கு யோசிக்க ஒண்டுமில்லை."

"நான் யோசிப்பன், எங்களுக்கும் உணர்வுகள் இருக்கு. தயவுசெய்து அதோடை விளையாடாதையுங்கோ."

"நான் விளையாடேல்லை மல்லிகா, உறுதியா இருக்கிறன்."

"நாங்கள் ஒருத்தரிலை மனசை விடமாட்டம். விட்டால் பிறகு எங்களுக்கு அதை எடுக்கத் தெரியாது."

"எடுக்கத் தேவையில்லை மல்லிகா," என்று இறுதியாகச் சொன்னேன்.

கடலைப் பிரிந்து வெளிக்கிட்டோம். மோட்டார் சைக்கிள் ஏறி என் தோள்களை இறுக்கப் பற்றியபடி இருந்தாள் மல்லிகா!

ooo

தலைவாழையிலை போட்டு, எனக்கும் சந்திரனுக்கும் மத்தியானச் சோறு வைத்தார் மல்லிகாவின் அம்மா. மீன்குழம்பு, நெத்தலிக் கருவாடு போட்ட கத்திரிக்காய்ப் பால்கறி, கீரை, மீன்பொரியல்.

"மீனோடை வாழையிலையிலை சாப்பிடுறது இதுதான் முதல் தரம். நாங்கள் மரக்கறிச் சாப்பாடெண்டால்தான் வாழையிலையிலை சாப்பிடுவம்," என்றேன் மல்லிகாவிடம். சந்திரன் ஆச்சரியமாக என்னை நிமிர்ந்து பார்த்தான்.

"நீங்கள் எங்கன்ரை வீட்டுக் கோப்பையிலை சாப்பிடுவீங் களோ எண்ட பயத்திலைதான் வாழையிலையிலை சாப்பாடு போட்டது," என்றார் மல்லிகாவின் அம்மா.

சுருக்கென்றது எனக்கு! உடனே நான் மல்லிகாவைப் பார்த்தேன். மல்லிகா தலை குனிந்தாள்.

எனது ஊரில், இப்படியானதொரு வீட்டில் நான் சாப்பிடுவேனா என்று மனசு என்னைக் கேட்டது. 'ம்கூம்,' என்றும் அது தலையை ஆட்டிச் சொல்லிக்கொண்டது.

'மல்லிகாவை அழைத்துக்கொண்டு யாழ்ப்பாணத்தை விட்டு வெளியேறிப்போய் எங்கேயாகிலும் குடியிருக்க வேண்டும்,' என்று அக்கணம் யோசித்தேன்.

என்றாலும் சுரத்தில்லாமல் சொன்னேன்: "ஏன் என்னை நீங்கள் அந்நியப்படுத்துறீங்கள்?"

அப்போதும் மல்லிகாவின் முகத்தைப் பார்த்தேன். மல்லிகா ஒன்றும் பறையவில்லை. நிலத்தை அவள் முகம் பார்த்தது! மல்லிகா என்ன நினைக்கிறாள்?

நெஞ்சு கனன்றுகொண்டிருந்தது. மோட்டார் சைக்கிள் வீட்டுக்குத் திரும்பி வருகிறபோது ஏக்கத்தால் துவண்டு போயிருந்தேன். சோளகம், நெருப்பை என்னுள் எறிந்தது. வெப்பியாரம் வெப்பியாரமாக மனசு நொந்து கிடந்தேன்.

மல்லிகா எனக்கானவளாக ஆகுவாளா? கோழிப்பண்ணை வேலைகள் முடிந்தபின் எல்லாமே முடிந்து போய்விடுமா? பிறகு அவள் யாரோ, நான் யாரோவா? இந்த அழகும் இளமையும் வேறெவர்க்கும் போய்விடுமா?

மல்லிகா எனக்குக் கிடையாளா?

இந்த மகராசி எனக்கானவளாக ஆக மாட்டாளா?

ஆண்டவா, அவளை எனக்காய் ஆக்கிவிடு!

கோழிப்பண்ணை வேலைகள் முடியட்டும். மல்லிகாவின் அம்மாவுடன் கதைத்துப் பார்ப்போம்: "மல்லிகாவை எனக்குத் தரமாட்டீங்களா?"

மல்லிகாவைத் தருவதில் என்ன கஸ்ரம் இருக்கப்போகிறது அவள் அம்மாவுக்கு!

◯

இரவி அருணாசலம்

29

பதினான்காம் அத்தியாயம்

1989

அன்று காலை அருணனுக்கு விடிந்ததுபோல இல்லை. சூரியன் ஒரு பனை ஏறியிருந்ததை அறையின் யன்னல் காட்டியது. இராத்திரி முழுக்க நித்திரை வராமல் தவித்தான். வாழ்க்கை, துயரத்திலும் தவிப்பிலும் ஏக்கத்திலும் கழிகிறது. சுபா, ரீபிஎல்எப், தோழர் பத்மநாதன், பாரதிபுரம் கிராமம், இரவுப் படிப்பு, தோழர்கள், அம்மா, ஐயா, புலிகளின் பங்கர் சிறை.

இடையில் அயர்ந்துபோனதாக ஒரு நினைவு.

'காட்டுக்குள் நிற்கிறான். சூழ அந்தகார இருள்! காடுபோலவும் இல்லை. நாய்கள் குரைக்கின்ற ஒழுங்கைகள் இருக்கின்றன. வீட்டை நோக்கிப் போகும் ஒழுங்கைகள். வீடுகள் ஒன்றுதானும் தெரியவில்லை. தனது வீடு எங்கு? வீடு அல்ல, கொட்டில்! அது எங்கு? இருளுக்குள்ளால் நீண்ட தூரம் நடக்க வேண்டும். நடக்கிறான் அருணன். முடிவற்ற தூர நடை. இப்படியே நடந்து கொண்டிருக்க முடியாது. இது கனவுதானே? கனவில் இந்தத் தூரநடையைச் சுருக்கினால் என்ன? ஆ, இந்தா கொட்டில். இருளுக்குள் கொட்டில் துல்லியமாகத் தெரியவில்லை. அந்தக் கொட்டிலில் இலாம்பு எரிக்கவும் ஒருத்தரில்லை. அந்தகார இருள்.'

இரண்டு நிமிசம்கூட இல்லை, அயர்விலிருந்து திடுக்கிட்டு முழித்தான். இப்படியொரு கனவு.

கனவுக்குள்ளும் 'இது கனவுதானே' என்ற நினைவு. என்ன இது விசித்திரம்!

ஒரு சொம்புத் தண்ணீரைக் குடித்து முடித்துவிட்டிருந்தான். குசினிக்குப் போய்ச் சொம்பில் தண்ணீர் நிரப்பப் பஞ்சியாக இருந்தது. இன்னமும் நித்திரை வருகிறதாக இல்லை. தலை இடிக்கிறது. உச்சமான தலையிடி.

சபாலிங்கம், கிளிநொச்சி பஸ்நிலையத்திற்கு வரச் சொல்லியிருக்கிறான். "மைச்சான் கிளிநொச்சி பஸ்ராண்டிலை பதினோரு மணிக்கும் பன்னிரண்டு மணிக்கும் இடையில நில். அவ்வளவுதான் இப்ப நான் சொல்லுவன்."

அப்படி நிற்க முடியாது போயிற்று. சைக்கிளை எடுத்து, ஓடிவந்து, சாந்தி தியேட்டர் ஒழுங்கையில் இருந்த கமலினி வீட்டில் சைக்கிளை விட்டுப் பூட்டிவிட்டு, ஒன்பதரைக்கெல்லாம் பஸ்ஸை எடுத்தாயிற்று. பஸ்ஸில் நிற்கத்தான் இடமிருந்தது. (கமலினி யார் என்பது குறித்த தகவல் இவ்விடத்தில் தேவை யில்லை. அவளுக்குக் கணவனும் இரண்டு பிள்ளைகளும் இருக்கிறார்கள் என்ற தகவல் இப்போதைக்குப் போதும். அவர்கள் பட்டினி கிடந்த காலத்தில் அருணன், தன்னிடம் இருந்த காசில் அரிசியும் மரக்கறிகளும் சீனியும் வாங்கிக் கொடுத்த கதையொன்றும் இங்கே சொல்ல அவசியமில்லை.)

காலை என்றாலும் வேர்க்கிறது. இது மனதின் புழுக்கம்! பஸ்ஸிற்குள் நின்றுநின்று கால் உளைகிறது.

நுணாவில் வெளி, பச்சையாகவே இல்லை; காய்ந்த பற்றை! இந்தா இனி சாவகச்சேரி, அடுத்தது கொடிகாமம், பளை, இயக்கச்சி, ஆனையிறவு, பரந்தன். பிறகு கிளிநொச்சி! எப்போது கிளிநொச்சி?

எங்கெங்கு காணினும் இந்தியனாமி!

சாவகச்சேரி தாண்டி, கொடிகாமம் போவதற்கிடையில் பஸ்ஸை நிறுத்தினான் ஒருவன். சடசடவென பஸ்ஸைச் சூழ்ந்தனர், பத்துப் பன்னிரண்டு பேர். சிலரது கையில் 'ரியூப் கான்' இருந்தது. அதன் உள்ளே ஏதோ ஒரு திரவம். அந்த வெளிர்நீல நிறத்தில் தெரிந்தது, அது மண்ணெண்ணெய்!

தலைவன்போல இருந்தவன், பஸ்ஸில் ஏறி றைவரிடம் கேட்டான்: "எங்கை அந்த பேப்பர்?"

றைவர் கை காட்டிய இடத்தில் ஒரு கட்டு பேப்பர் இருந்தது. அது என்ன பத்திரிகை என்று ஊகிப்பது கஸ்ரமில்லை.

இரவி அருணாசலம்

ரீபிஎல்எப் என்ற இயக்கம் தினசரி அச்சிட்டு விநியோகிக்கிற 'கண்ணோட்டம்' என்ற பத்திரிகை. கிளிநொச்சியில் விநியோகத்திற்காக அந்தக் கட்டுப் பத்திரிகை போகிறது.

அருணன் ஒரு கணம் கண்ணை மூடினான். 'ஒரு காலத்தில் அந்தப் பத்திரிகையின் தொடக்கமும் நான்; ஆசிரியரும் நான்; அனைத்தும் நான்! ம், பெயர்தான் மாறியிருக்கிறது.'

'இப்போது எங்கு போகிறேன்? எதைத் தேடிப் போகிறேன்? ம் . . .'

யாவரையும் பஸ்ஸிலிருந்து இறங்கச் சொன்னான், அக்குழுவின் தலைவனானவன். இறங்கிய பயணிகளைப் பார்த்து அவன் உரையாற்றினான்: "எமது தேசத்தின் விரோதிகள் நடத்துகிற பத்திரிகை இது. எமது மக்களின் விடுதலைக்கு எதிரான பத்திரிகை இது. இந்தப் பத்திரிகை, நம்மை ஆக்கிரமித்துக்கொண்டிருக்கிற இந்திய ஆக்கிரமிப்புப் படையை ஆதரித்து, நியாயப்படுத்தி எழுதுகிறது. தமிழீழமெங்கும் அதனை விநியோகிக்கிறது அந்த அமைப்பு. அந்த அமைப்பின் பெயரைச் சொல்லவே நாங்கள் விரும்பவில்லை. இத்தேசத்தைக் காக்கின்ற எங்களால் இதனை ஒருபோதும் அனுமதிக்க முடியாது. இந்த ஆக்கிரமிப்புப் படையின் அட்டகாசத்தை உங்களால் புரிய முடியும். அவ்வாறு புரிந்த உங்களால் எங்களைப் புரிய முடியும். எவ்வளவோ முறை இந்தப் போக்குவரத்துச் சபையிடம் கூறிவிட்டோம்: 'இந்தப் பத்திரிகையை விநியோகிக்காதீர்கள்,' என்று. அவர்கள் கேட்கிறார்களில்லை. எனவே இந்தப் பத்திரிகைக் கட்டை நாம் கொளுத்துகிறோம். அத்துடன் இந்திய அரசு தந்த இந்த பஸ்ஸையும் கொளுத்துவதனூடாக இந்திய அரசுக்கு எமது வன்மையான கண்டனத்தைப் பதிவு செய்கிறோம். எமது எதிர்ப்பை அடையாளப்படுத்துகிறோம். எமது மக்களாகிய உங்களைச் சிரமப்படுத்துவதற்காக உங்களிடம் மனப்பூர்வமாக மன்னிப்புக் கேட்கிறோம். புலிகளின்தாகம் தமிழீழத் தாயகம்!"

பஸ்ஸிலிருந்து யாவரும் இறங்கிவிட்டனர். 'ரியூப் கா'னிலிருந்த மண்ணெண்ணெய், பஸ் முழுவதும் ஊத்தப்பட்டது. 'கண்ணோட்டம்' பத்திரிகைக் கட்டுக்கும் சிறிது மண்ணெண்ணெய்; ஒரு தீப்பெட்டி உரசல்; அவ்வளவுதான்!

'நான் அந்தப் பத்திரிகைக்கு என்ன பெயர் வைத்திருந்தேன்?'

'தீ பரவட்டும்!'

இதோ பரவுகிறது, நெருப்பு! அந்த இடத்தின் வெளியெங்கும் நெருப்புச் சுவாலை. வான்வெளி, கரும்புகையால் நிறைந்தது.

பல பயணிகள் அவ்விடத்தை விட்டு ஓடி மறைந்து விட்டனர். இந்தியனாமி வரும், 'புலிகள்' எனப் பயணிகளைச் சந்தேகிக்கும், அப்படியே அள்ளிக்கொண்டுபோய் ஓரிரு மாதங்களோ அதற்கும் மேலோ சிறையில் அடைக்கும்.

சிறிது தூரம் – ஒரு மைலாவது – நடந்துபோய் பஸ்ஸுக் காகக் காத்து நின்ற சிலரில் அருணன் ஒருவன். அருணன் அப்படிப் பயந்துகொண்டு ஓட முடியாது. தலைக்குமேல் கத்தி! விடுதலைப் புலிகளின் ஓர் உத்தரவில் உயிர் ஊசலாடுகிறது. இன்று போயே ஆக வேண்டும், மாத்தையாவைச் சந்திக்க வேண்டும்.

எரிகின்ற பஸ்ஸின் கரிய புகை ஒரு மைலுக்கு அப்பாலும் தெரிகிறது. அதனைப் பார்த்தபடி நின்றான், அருணன்.

❍❍❍

கிடைத்த பஸ்ஸில் ஏறிக் கிளிநொச்சி பஸ்நிலையம் போன போது ஒரு மணிக்கு மேலாயிற்று. இனி யாரையும் சந்திக்க முடியாது. பஸ்நிலையத்தில் இறங்கி ஒரு பிளேன்ரீ குடித்துவிட்டுத் திரும்ப வேண்டியதுதான்.

செய்தி அறியக் காத்திருக்கிற சாந்தியக்காவுக்கு எதைச் சொல்வது? 'கண்ணோட்டம்' பத்திரிகையை எரித்தார்கள், இந்திய அரசு தந்த பஸ்ஸை எரித்தார்கள் என்பதும் சாந்தியக்கா வுக்குச் சிலவேளை மகிழ்ச்சியைத் தரக்கூடும். தனக்கும் சின்னச் சந்தோசம் வருகிறதே என்று யோசித்தான் அருணன். 'அது சரியா?' 'தெரியவில்லை'

பசிக்கிறது, போய் ஒரு பிளேன்ரீ குடிப்பமோ என்று யோசித்துக்கொண்டு நின்றபோது, சடக்கென ஒரு மோட்டச் சைக்கிள் அருகில் வந்து நின்றது, "நீங்கள்தானே அருணன், ஏறுங்கோ."

ஒரு கதையில்லை, அருணன் ஏறினான். மோட்டார் சைக்கிள் சுற்றிச்சுற்றி வேகமாக ஓடியது. மோட்டார் சைக்கிளில் மண்ணெண்ணெய்ப் புகை மணத்தது. அருணன் கேட்ட எந்தக் கேள்விக்கும் மோட்டார் சைக்கிள் ஓடியவன் பதில் தருவதாக இல்லை! "உங்களை ஏத்திக்கொண்டு வரச்சொல்லித்தான் எனக்குப் பணிக்கப்பட்டது."

கிளிநொச்சிக் குளத்தைத் தாண்டிய ஒன்றைத்தான் அருணன் உணர்ந்தான். கிளிநொச்சிக் குளத்திலும் அகதிகளுக்குக்

கொடுப்பதற்காக உடுப்புகளுக்கு அவன் வெள்ளாவி வைத்திருக்கிறான்! சிங்கள இராணுவம் அடிக்கடி வருமிடம் என்பதனால் தவிர்த்துவிட்டான்.

ஒருக்கால் முறிப்புக் குளத்துக்குப் போக வேண்டும்போல் இருந்தது. அக்குளத்தில் வரும் முதலையிடம் தன்னைத் தின்னக் கொடுத்தால் எவ்வளவு நிம்மதியாயிருக்கும்? பாரதிபுரம்? அங்குள்ளவர்கள்?

ஒரு மணித்தியாலமளவில் ஓடி, ஓரிடத்தில் மோட்டார் சைக்கிள் நின்றது. மாமரங்கள் சூழ்ந்த வளவு. வெள்ளை மணல் நிலம். நடுவில் பெரியதொரு கல்வீடு. வெளியிலிருந்து பார்த்தபோது கல்வீடு இருப்பது தெரியவில்லை. மாமரங்களை ஊடறுத்து மோட்டார் சைக்கிள் சென்றபோது கல்வீடு தெரிந்தது. சபாலிங்கம் ஏற்கெனவே கதிரையில் இருந்தான்.

"மைச்சான் எப்பிடியெடா," என்றான் சபாலிங்கம். அருணனிடம் கைத்துப்போன சிரிப்பு இருந்தது.

ஒரு சாப்பாட்டுப் பார்சல் தந்தான் ஒருவன். வேர்த்திருந்த சோத்துப் பார்சல்! மீன் மணத்தது.

சடசடவென ஓரிருவர் வந்தனர். அவர்களது இடுப்பிலும் முதுகிலும் ஆயுதங்கள் இருந்தன. "அண்ணை வாறார்," என்ற ஒரு வார்த்தை. அருணன் ஆயத்தமாகவே இருந்தான்.

வந்தவர் தனது ஆகிருதியான உடலைக் கதிரையில் இருத்தினார். சேர்ட்டின் இரண்டு பொத்தான்களைக் கழட்டி "ஸ்ஸ்ஸ்," என்று காத்து ஊதினார். "நீங்கள் அருணன், ரீபிஎல்எப்; இல்லையா," கேட்டதுபோல இல்லை; உறுதியாகச் சொன்னதுபோல இருந்தது.

"இல்லை," என்று உறுதியாகவே உரைத்துவிட்டான், அருணன். "நான் இப்ப ரீபிஎல்எப்இலை இல்லை."

"சரி, சொல்லுங்கள். என்ன விசயம்?"

"எனக்குச் சில விசயங்களையிட்டுப் பயமாய் இருக்கு."

"பயப்பிட என்ன இருக்கு? தெளிவாகச் சொல்லுங்கள்."

"உங்களது அமைப்பு என்னை இப்போதும் ரீபிஎல்எப் என்று சந்தேகப்படுவதாக நான் நினைக்கிறேன். நான் அப்படியல்ல. எந்த ஒரு அமைப்பிலும் இப்போது நான் இல்லை. முந்தி இருந்தனான்."

"ரீபிஎல்எப்இன் மத்தியக் குழுவிலை?"

"இல்லை, மத்தியக் குழுவிலை இல்லை; பிரதேசக் குழுவிலை ஒரு காலம் இருந்தனான். இராணுவ அமைப்பிலும் கூட இருக்கேல்லை. அரசியல் வேலையிலைதான்."

"இராணுவ அமைப்பிலை இல்லாமல் அதென்ன அரசியல் வேலை," என்று சிரித்தார் அவர்.

இதனை இவர்களால் புரிய முடியாது என்பதனை அருணன் உணர்ந்தான். எதனையும் இராணுவமாகவே சிந்திப்பவர் களுடன் கதைப்பதற்கு ஒன்றுமில்லை. ஆனால் கதைக்க வேண்டும். அருணன் சிறிது மௌனம் காத்தான்.

"சரி விசயத்திற்கு வாங்க," என்றார் வந்தவர்.

அருணன் எப்படித் தொடங்குவது எனத் தடுமாறினான். சடாரென அவனது வாக்கியம் இவ்வாறு அமைந்தது: "பதினான்கு டிசம்பர் எண்பத்தாறாம் ஆண்டே, நான் ரீபிஎல்எப்பில் இல்லாதபோதும் உங்கள் அமைப்பினால் சிறையில் அடைக்கப்பட்டேன். மூன்று மாதங்கள் தொடர்ந்து சித்திரவதை! பிறகு என்னை வெளியில் விட்டார்கள். அப்போதே நான் ரீபிஎல்எப்இல் இல்லை. நீங்கள்தான் என்னை ரீபிஎல்எப் என்று மீண்டும்மீண்டும் அடையாளப் படுத்துகிறீர்கள்."

வந்தவர் தலையை நிமிர்த்தி மற்றவர்களைப் பார்த்தார். பிறகு சபாலிங்கத்தைக் கேள்விக்குறியுடன் பார்த்தார். "இந்த விசயங்கள் இப்ப இஞ்சை தேவையா?"

சபாலிங்கம், "அவர் தன்னைத் தெளிவுபடுத்தட்டும்," என்றான்.

"கொஞ்சம் விரைவாகச் சொல்லுங்கோ, எனக்கு நிறைய வேலைகள் இருக்கு."

"நான் இப்போது எந்த இயக்கத்திலும் இல்லை. தமிழ்த்தேசிய விடுதலைப் போரை உளமார ஆதரிக்கிறேன். அதனை ஆர் முன்னெடுத்தாலும் ஆதரிப்பேன். இந்திய ஆக்கிரமிப்புப் படைக்கெதிரான உங்களது போரையும் ஆதரிக்கிறேன். அதற்காக உங்களுடன் இணைந்து வேலை செய்வன் என்றல்ல. ஆனால் உங்களுக்கு எதிராக ஒரு துரும்பையும் அசைக்க மாட்டேன் எண்டதை உறுதியாச் சொல்லுவன். ஆனால் என்னை நீங்கள் சந்தேகப்படுகிறீர்கள். உங்களது சந்தேகம் பிழையல்ல. சந்தேகப்படுங்கோ, அதுக்கு

இரவி அருணாசலம்

உங்களுக்குப் பரிபூரண உரிமை இருக்கு. ஆனால் எதையும் உறுதிப்படுத்தாமல் சந்தேகத்திலையே என்ரை உயிரை எடுத்திடுவியளோ எண்டதுதான் என்ரை பயம்."

அவரிடம் சாடையான ஒரு புன்முறுவல். இதனைச் சொன்னதையிட்டு அருணன் அஞ்சவில்லை. சொல்லத்தான் வேண்டும். வெறும் சந்தேகத்திலையே சிலரைச் சுட்டுக் கொன்றிருக்கிறார்கள் என்பதை அருணன் அறிவான்.

சொல்லி முடித்த சில நிமிசங்களில், நட்டநடு வெயிலில் சுடலையில் நிற்பதுபோல உணர்ந்தான். யாரும், எதுவும் அசையவில்லை. அங்கு நிலவிய பரிபூரண அமைதி நல்லதுக்கல்ல. காற்றும் மாமரங்களும்கூட அமைதி காத்தன. மரணத்தின் வாசனை ஒன்று வீசியதுபோல.

அருணன் தொடர்ந்தான், "நான் உயிர்ப்பிச்சை கேட்டு இஞ்சை வரேல்லை. என்னைத் தெளிவுபடுத்தவே வந்திருக்கிறன். நான் என்ன செய்ய வேணும்? ஊரில இருக்கவா, வெளியே ஓடவா? தயவுசெய்து சொல்லுங்கோ. நீங்கள் என்ன சொன்னாலும் அதைச் செய்யிறன். அது உறுதி. சொல்லுங்கோ, நான் என்ன செய்ய?"

"ம்...ம்..." என்று வந்தவர் முனகிக்கொண்டு இருந்தார். நிறைய நேரமான அமைதியை அவர் கடந்தார். தனது கையில் இருந்த ஆயுதத்தை அவர் தடவிக்கொண்டு இருந்தார்.

"நீங்கள் இன்னும் ஏதும் சொல்ல இருக்கோ," என்று கேட்டார். "நாட்டைவிட்டு ஓட வேணும் எண்டு எந்த அவசியமும் இல்லை," என்றும் சொன்னார்.

"ஏதும் குற்றம் செய்தவையள், பிழை விட்டவையள்தான் நாட்டை விட்டு ஓடுவினம். நீங்களேன் ஓட வேணும்," என்று இறுதியாகக் கூறிவிட்டு, அருணனின் கண்களை நேரே பார்த்தார்.

அருணனின் கண்களில் ஏதும் சலனமில்லை. யாருக்கும் அஞ்சாத, ஒளி படைத்த கண்!

"நீங்கள் எனக்கு ரண்டு நாள் அவகாசம் தாங்கோ. அண்ணையோடை கதைச்சுப்போட்டு சபாவிட்டை சொல்லி விடுறன்," என்று எழுந்தார் அவர்.

எழுந்து நின்று "வேறையொண்டும் சொல்ல இல்லைத் தானே," என்று இடுப்பில் பிஸ்ரலை இறுக்கினார்.

"இல்லை," என்று மெலிதாகப் புன்னகைத்தான் அருணன்.

"மைச்சான் ஒண்டும் யோசியாதை. பயப்பிட ஒண்டுமில்லை. மாத்தையாவோடை கதைச்சிட்டு உனக்கு அறிவிப்பார். மாத்தையா, யாழ்ப்பாணத்திலை நிக்கிற பொறுப்பாளருக்கு எல்லாத்தையும் சொல்லிவிடுவார். நீ பயப்பிடவே தேவையில்லை," என்றான் சபாலிங்கம்.

"அப்ப இவ்வளவு நேரமும் என்னோடை கதைச்சது ஆர்?"

சபாலிங்கம் சிரித்தான்!

○

அதிகாரம் 15

1989

இப்பொழுதெல்லாம் பின்னேரங்களைத் தாபத்துடன் கழிக்கிறேன். நெருஞ்சி முள்மேல் இருக்கிறேனா? நெஞ்சை எதுவோ வதைக்கிறது. மனசெல்லாம் அதைத்துக்கொண்டாற்போல. இரவில், கூரை ஓடுகள் தெரியாத இருளில் என் கண்கள் குத்தி நிற்கின்றன. வாழ்நாளில் இப்படி ஒருநாளும் துடித்ததில்லை.

எத்தனை பெண்கள்? எத்தனை மைச்சாள்மார்? எத்தனை அழகிகள்? கோயில், திருவிழா என்று எத்தனை எத்தனை குமரிகள்? மூக்குத்தி மினுங்க என்னை 'அழைத்த' ஒரு பெண்ணும் இருக்கிறாள்!

கண் சிமிட்டிச் சமிக்ஞை செய்தவர், காதல் கொண்டு கண்ணாரப் பார்த்தவர் எத்தனை பேர்!

எவர்தாம் என்னை இப்படி ஆட்டிப் படைத்தனர்? எவர்தாம் என்னை இப்படிச் சிப்பிலி ஆட்டினர்?

மல்லிகா மீதான பெருங்காதலில் மூழ்கிக் கிடக்கிறேன்.

என்னவோ ஒன்று உள்ளே சுரந்து என்னை உலுப்பி எடுக்கிறது!

மல்லிகா. மல்லிகா.

எனது வலது பக்கத்தில் அவள் வந்து இருந்து, நான் கட்டிய தாலி அவளது பொலிந்த நெஞ்சில் புரண்டு.

அடர்ந்த கூந்தலின் நெற்றியில் நான் இட்ட குங்குமம் ஒளிர்ந்து, தலையின் உச்சியில் குங்குமப்பொட்டு மினுங்கி.

திடமான அவள் உடல் என்னில் பிணைந்து,

அவள் உமிழ்நீர் என்னுள் ஊறி,

ஆண்டவா, என்னை ஏன் இப்படி வதைக்கிறாய்?

என்னுள் கேவல் எழுகிறது. என்னை ஏக்கம் தின்கிறது. அவளில்லாவிட்டால் நான் அனாதையாய்ப் போய்விடுவேன்.

இதுநாள்வரை எந்தப் பெண்ணிடமும் இத்தனை வீரியமாய் நான் காதல் கொண்டதில்லை!

அவள் ஒருத்தி மாத்திரமே என் துணை! என் காதலி! என் மனைவி! என் அம்மாவின் மருமகள்!

மல்லிகா. மல்லிகா. தாபம் மீதூர. . . மல்லிகா!

இருபது மைல் தூரமாய் இருந்தாலும் நான் இருக்கும் வீட்டிலிருந்து, அவள் வாழும் வீடு, வடகிழக்குத் திசையாக இருக்குமோ? அத்திசையைப் பார்த்து என் மனசு ஓலமிடுகிறது.

சாமத்தில் 'மல்லிகா,' என்ற என் ஓலம் யன்னல் கடந்து, வெளி கடந்து, கடல் கடந்து, மல்லிகாவின் காதினுள் ஏறாதோ?

எப்ப விடியும் என்று யன்னலைப் பார்த்து சாமத்தின் இருளில் கரைந்திருந்தேன்.

○○○

இதற்காகவே நான் சந்தன சவர்க்காரத்தை வாங்கி வந்தேன். அதனை உடம்பில் பூசிக் குளித்தால் நீண்ட நேரத்திற்கு வாசத்தைத் தரும். ஈவிரக்கமில்லாமல் தாடியை 'ஷேவ்' எடுத்தேன். கொத்தாக மீசை மாத்திரம் முகத்தில். விலை கூடின 'ஷாம்பூ'தான் தலைக்கு.

இந்தப் புதன்கிழமைக்குக் கச்சிதமாக வெளிக்கிட்டேன். கறுப்பு லோங்ஸ், வெள்ளை முழுக்கை சேர்ட், காலுக்கு 'மேஸ்' போட்டுச் சப்பாத்து. 'ஜென்ரில் மென்' தோற்றத்தை இது தந்தது. 'இந்தியனாமியிலிருந்து தப்ப இது உதவும்' என்று மனதுக்குச் சொல்லிக்கொண்டேன்.

முரளியின் மோட்டார் சைக்கிள்தான்! காலையின் மிதமான வெயிலுக்கு வல்லைவெளிக் காற்று இதமாக இருந்தது.

"வரவர மாப்பிள்ளைமாதிரி வடிவா வாறியள்," என்றாள், முகம் விகசித்த மல்லிகா. சொக்கிப் போனேன்! அந்த வார்த்தை தான் எனக்குத் தேவைப்பட்டது. "மாப்பிள்ளைதானே," என்றேன். அவள் சட்டென மின்னல் வெட்டில் என்னைப் பார்த்தாள்.

"உங்களுக்குத் தாடிதான் இன்னும் வடிவு," என்று சொன்னாள்.

"அப்பிடியோ?"

அவளின் கண்களில் எதனையும் காண முடியவில்லை. என்றாலும் சொன்னேன்:

"தாடியெண்டால் இந்தியனாமி ஒருமாதிரி பார்க்கிறான்."

மல்லிகாவின் கண்களை உற்றுப் பார்த்தேன். அவள் தலை கவிழ்ந்தது. ஒரு நிமிசமாயிற்று அவள் தலை நிமிர. கண்களைத் தவிர்க்கிறாள், ஏன்?

அவளது கண்களில் எனக்கான விசேச செய்தி எதுவு மில்லை. அப்படித்தானா?

மல்லிகா... ம்... இவளிடம் என்ன கேட்பது? இவளிடம் கேட்கக் கூடாது; புருசனை இழந்தவளிடம் கேட்கக் கூடாது!

அவள் அம்மாவிடம் கேட்டால்?

இந்த மாப்பிள்ளையை மறுக்கவா போகிறார்?

கோழிப்பண்ணை வேலை எப்ப முடியும், அவள் அம்மா விடம் என் வேண்டுதலைக் கேட்க!

அப்படித்தான் நினைத்தேன்.

இல்லை, இன்றே கேட்டுவிட்டால்தான் என்ன? வீடு திரும்புவதற்கிடையில் கேட்டுவிடலாம்!

மல்லிகாவை அப்பால் அனுப்பிவிட்டு, "அம்மா, உங்களோட ஒரு கதை; மல்லிகாவை நான் கலியாணம் கட்ட விரும்பிறன்."

ooo

"மல்லிகா, மூண்டு வீட்டிலை இன்னும் கோழிக்கூடு அடிச்சு முடிக்கேல்லையெல்லோ! ஒருக்கா பார்த்திட்டு வருவமா?"

"எந்த மூண்டு வீட்டைச் சொல்லுறியள்?"

"உங்களுக்குத்தானே தெரியும், உங்களிட்டைதானே லிஸ்ற் இருக்கு."

சிறிதுநேரம் யோசித்தபடி நின்றாள். எனக்கும் ஒரு யோசனை தொட்டது: அவள் குரலில் நெகிழ்ச்சி இல்லை. ஆசையாகக் கதையாடவில்லை. எங்கு பிசகு? அன்றைக்கு நான் அப்படிக் கதைத்திருக்கக் கூடாதோ?

"ஆ. . . தனலட்சுமியக்கா, புனிதவதியக்கா, மாலாக்கா; இவையள்தான் இன்னும் முடிக்காத ஆக்கள்," என்றாள் மல்லிகா.

"இப்ப முடிச்சிட்டினமே?"

"தெரியேல்லை. நான் போய்ப் பார்க்கேல்லை."

"ஏன் பார்த்திருக்கலாமே?"

"நேரம் வரேல்லை," என்று இழுத்தாள் மல்லிகா. பிறகு முணுமுணுப்பாக "மனசும் சரியில்லை," என்றாள்.

"ஏன் மல்லிகா? என்ன பிரச்சினை?"

"ஒண்டுமில்லை," என்றாள் சாதாரணமாக.

"அண்டைக்கு நான் கதைச்சது ஏதும் உங்களுக்குப் பிடிக்கேல்லையா?"

"அப்பிடி என்ன பிழையா கதைச்சனீங்கள்," என்று சாதாரணமாகக் கேட்டாள்.

"சரி வாங்கோ மல்லிகா, அந்த மூண்டு வீட்டையும் பார்த்திட்டு வருவம். அதுக்குத்தான் வந்தனான்."

"அதுக்குத்தான் வந்தனீங்களா, இப்பிடி மாப்பிளைக் கோலத்திலை. வேறையொண்டுக்கும் வரேல்லையா? ம். . . நீங்கள் போய்ப் பார்த்திட்டு வாங்கோ."

"என்ன மல்லிகா இப்பிடிக் கதைக்கிறீங்கள். உங்களைத்தானே இந்தப் புரொஜெக்ருக்கே பொறுப்பாய்ப் போட்டது."

"ம். . ." என்று கசந்தாள் மல்லிகா. "போட்டு என்ன பிரயோசனம்," என்றாள். சிறிதுநேரம் நின்றபிறகு, "அம்மா விட்டைச் சொல்லீட்டு வாறன்," என்றாள்.

மோட்டார் சைக்கிளில் ஏறிய பிறகு என் தோளைப் பற்றவில்லை அவள்! இருக்கையில் இடைவெளி விட்டுச் சமநிலை குன்றாது இருந்தாள்! என்ன நடந்தது அவளுக்கு?

இரவி அருணாசலம்

“வாற கிழமை கோழிக்குஞ்சுகளையும் தீவனத்தையும் கொண்டு வாறன்,” என்று மூன்று வீடுகளுக்கும் சொன்னேன். மூன்று வீடுகளிலும் மல்லிகா கலகலக்கவில்லை!

மூன்று வீட்டையும் பார்த்துவிட்டு மோட்டச்சைக்கிளை நேரே கடற்கரைக்கு விட்டேன். அப்போது பூவரச மரநிழல் தேவைப்படவில்லை. மந்தாரமாக இருந்தது வானம். காற்று வீசக் கடல் பஞ்சிப்பட்டது.

மல்லிகாவிடம் சிறு முணுமுணுப்பு: “வீட்டைப் போவம், இஞ்சை இருக்கிறதை ஆரும் பார்த்தால் சரியில்லை.”

ஆனால் வீட்டுக்குப் போவதற்கு அவள் பெரிதும் அக்கறை காட்டவில்லை.

கடற்கரை மணலை அளைந்து கேட்டேன்: “என்ன பிரச்சினை மல்லிகா? இண்டைக்கு நீங்கள் சரியா இல்லை.”

“ஒரு பிரச்சினையும் இல்லை. நான் சரியாத்தான் இருக்கிறன். உங்கன்ரை பார்வையில ஏதோ கோளாறு.” கடற்கரை மணலை அளைந்துதான் அவள் சொன்னாள்.

“அப்பிடிச் சொல்லாதையுங்கோ மல்லிகா, நான் ஆயிரம் பேரைப் பார்த்திருக்கிறன்.”

“அந்த ஆயிரம் பேரிலை நானும் ஒருத்தி. அவ்வளவு தானே. இல்லை, ஆயிரத்தியோராவது ஆள்? இல்லையா?”

“இல்லை மல்லிகா, நீங்கள் எனக்கு ஸ்பெசல். எனக்குள்ளை இருக்கிறீங்கள். அது ஆருக்கும் விளங்காது. சரி, சொல்லுங்கோ, என்னவோ ஒரு பிரச்சினை உங்களைப் போட்டு அரிக்குது; எனக்குச் சொல்ல ஏலுமெண்டால் சொல்லுங்கோ.”

‘எனக்குள்ளை இருக்கிறீங்கள்,’ என்று சொன்னபோது, என் கண்ணை ஒருக்கால் பார்த்தாள். ஓர் ஒளி வீசிற்று. பிறகு ஒரு வாக்கியம் சொன்னாள்: “முடவன் கொம்புத்தேனுக்கு ஆசைப்படக் கூடாது.” அது முணுமுணுப்பாகவும் தழுதழுத்த குரலிலும் வந்தது.

அவளைத் திரும்பிப் பார்த்தேன். கண் கலங்கி இருந்த முகத்தைத் திருப்பினாள். திருப்பிய பக்கத்தில் தூர ஓர் ஒற்றைப் பனை கடல் வெயிலில் காய்ந்து கிடந்தது.

“மல்லிகா நான் சில விசயம் உங்களோட கதைக்க வேணும்.”

"ஓ, அதுக்குத்தான் மாப்பிள்ளைக் கோலத்திலை வந்தீங்களா?" அவளது குரலில் நக்கல் தெறித்தது.

"இல்லை மல்லிகா. இண்டைக்கு ஏனோ வித்தியாசமாக் கதைக்கிறியள். ஏன் அப்பிடி?"

"நானொண்டும் அப்பிடி வித்தியாசமாக் கதைக்கேல்லை. அண்டைக்கு அவ்வளவும் சொல்லிப்போட்டுப் போனியளே! இப்ப ரண்டு கிழமைக்குப் பிறகு வாறியள். நான் என்ன பாடுபடுவன் எண்டு கொஞ்சமாவது யோசிச்சியளா?"

"நேரமே வரேல்லை மல்லிகா, ஒவ்விசிலை வேலை கூடிப் போய்ச்சு."

"பொய் சொல்லாதையுங்கோ, மனமுண்டானால் இடமுண்டு. ஒவ்விசிலை வேலை முடிஞ்சு பின்னேரம் மோட்டார் சைக்கிளை எடுத்துக்கொண்டு வாறதுதானே? இந்தியனாமியுக்கை திரும்பிப் போகப் பயமெண்டால் இஞ்சை தங்கியிட்டுப் போயிருக்கலாமே? நான் எவ்வளவு ஏங்கினன் தெரியுமா?"

மனசுக்குள் மிகுந்த சந்தோசம் உண்டாயிற்று. இந்த ஏக்கம்தானா பிரச்சினை? "நானும் ஏங்கிக்கொண்டுதான் இருக்கிறன்," என்று முணுமுணுத்து அவள் கைகளைப் பற்ற முயன்றேன். கைகளை உதறித் தள்ளிவிட்டாள்.

"பிறகு என்ன யோசிச்சியள்," என்று கேட்டாள்.

"எதைப் பற்றி?"

"எதைப்பற்றி? ம்ம்... உங்களுக்கு விளங்கேல்லை என்ன!" கோபத்துடன் வார்த்தை வந்தது.

"உங்கன்ரை அம்மாவோட ஒருக்கால் கதைக்கிறன்," என்றேன்.

"அதுக்கு முதல் உங்கன்ரை அம்மா அப்பாவோட கதையுங்கோ," என்றாள்.

"அது பிரச்சினை, பிறகு கதைக்கிறன்," என்றேன்.

"என்ரை அம்மாவோட கதைச்சு, என்னைக் குழப்பின மாதிரி அம்மாவையும் குழப்பப் போறியளோ," என்று கேட்டாள்.

"இல்லை மல்லிகா. என்ரை அம்மா எதுக்கும் சம்மதிக்க மாட்டா. அவா ஆராரோ எனக்கெண்டு பொம்பிளை பாத்து வைச்சிருக்கிறா. கொஞ்சம் கொஞ்சமாத்தான் அம்மாவை வெல்ல வேணும். எனக்கொரு யோசனை இருக்கு. நாங்கள்

இரவி அருணாசலம்

யாழ்ப்பாணத்தை விட்டு வெளியிலை போய் வாழ்ந்தால் என்ன? எங்கையும் சிங்களப் பகுதியில!”

“உங்கன்ரை வீட்டிலை என்னை ஏற்கமாட்டினம். அதைத்தானே சொல்லுறியள்?”

சட்டென அவள் எழும்பினாள். “இருங்கோ மல்லிகா.”

திடீரென அவள் எழுந்தபோது கையைப் பற்றினேன். கையை உதறிவிட்டு மோட்டார் சைக்கிளை நோக்கி நடந்தாள். “வாங்கோ வீட்டைப் போவம். அம்மா தேடுவா.”

மோட்டச்சைக்கிளில் ஏறிய பிறகு சொன்னாள்: “இதிலை ஏறுறது இதுதான் கடைசியா இருக்கும்.”

“ஏன் அப்பிடிச் சொல்லுறியள்?”

அவள் ஒன்றுமே சொல்லவில்லை.

○○○

இன்றைக்குச் சந்திரனின் வேலை வீட்டுக்குள்ளும் இருந்தது. சந்திரன் வீட்டில் ஒருவனாகிவிட்டான்போல. என்னைப் பார்த்து அவனது கூச்சம் இன்னும் அதிகரிக்கிறது.

“என்ன சந்திரன்? வேலைகள் எல்லாம் எப்பிடி,” என்று கேட்டதில் மேலும் கூச்சத்திற்குள்ளானான். இவனது கூச்சம் அசாதாரணமானது! அவன் என்னைத் தவிர்க்கிறான் என்பதைப் புரிவது கஸ்ரமான காரியமல்ல.

கோழிக்கூடு மிக நேர்த்தி! கோழிக்கூடு, சாணியால் மெழுகப்பட்டதை இங்குதான் பார்க்கிறேன். மல்லிகாவிடம் வரப்போகும் கோழிக்குஞ்சுகள் பெரும் புண்ணியம் செய்தவை. இருபது கோழிக்குஞ்சுகளுக்கான இடமல்ல இது; முப்பது கோழிகள் தாராளமாக இதனுள் உலாவலாம்.

மல்லிகாவுக்குத்தானே, இருபதோடை மேலும் பத்துக் கோழிக்குஞ்சுகளை என் செலவில் வாங்கிக்கொடுக்கலாமோ என யோசிக்கிறேன்.

“உங்களைக் கையெடுத்துக் கும்பிட வேணும்,” என்றார் மல்லிகாவின் அம்மா. “இப்பதான் இவளின்ரை முகத்தில சிரிப்பைப் பார்க்கிறன்,” என்றும் சொன்னார்.

மல்லிகா “ம்...” என்று தலை குனிந்தாள்.

"என்ரை பிள்ளைக்கு வாழ்க்கையில ஒரு பிடிப்பு வந்திருக்கு. எவ்வளவு சந்தோசமா இருக்குது தம்பி, எல்லாத்துக்கும் நீங்கள்தானே காரணம்!"

மல்லிகாவைப் பார்த்தபடி இருந்தேன். முறைப்புடன் அவள் என்னைப் பார்த்தாள்.

"இந்த வேலைகளிலை பொறுப்புக் குடுத்தாப் பிறகு தான் இவள் இவ்வளவு சந்தோசமா இருக்கிறாள். மருமோன் போனதுக்குப் பிறகு ஒருநாளும் இவளை நான் இப்பிடிச் செந்தளிச்ச முகத்தோடை பார்க்கேல்லை. இப்பதான் பார்க்கிறன். செல்லச் சந்நிதி முருகன்தான் தம்பியின்ரை உருவத்திலை எங்களிட்டை வந்தது."

நான் மௌனமாக மல்லிகாவைப் பார்த்தேன். மல்லிகா என்னைப் பார்த்துக் கண் கலங்கிக் குனிந்தாள்.

"தம்பியோட ஒண்டு கதைக்க வேணும் எண்டு யோசிச்சனான்," என்று மல்லிகாவைப் பார்த்தார் மல்லிகா வின் அம்மா. மல்லிகா தூணோடு சாய்ந்து இருந்தாள். அவளது கத்தையான ஒற்றைப் பின்னல் நெஞ்சில் புரண்டது. அவள் அப்படி இருந்திருக்கக் கூடாது. இன்னும் என்னுள் தீ பரவியது.

திடுதிப்பென "தம்பி, கலியாணம் முடிச்சிட்டீங்களோ?" என்று கேட்டார். "அல்லாட்டி ஆரும் பொம்பிளையைப் பார்த்து வைச்சிருக்கிறீங்களோ," என்றும் கேட்டார்.

❍

31

பதினைந்தாம் அத்தியாயம்

1989

சோளகக் காற்று பேயாட்டம் போட்ட நாள். 1977 தேர்தல் அன்று.

உதயசூரியன் உதிக்கும் முன், நித்திரையிலிருந்து எழும்பி நேரே கிணற்றடிக்குப் போனான் அருணன். உப்புப் போட்டு அரைத்த உமிக்கரி பேணியில் இருந்தது. சிறிது கரியை அள்ளி வாயினில் போட்டான். வலதுகைச் சுண்டுவிரல் கிறுகிறுவென்று பல்லை விளக்கியது. அப்படியே கோவணத்துடன் கிணற்றில் தண்ணீர் அள்ளித் தலையில் வார்த்தான். சோளகக் காற்றின் குளிர்மைக்கு நீர் சுட்டது. இன்றைய நாள் இனிய நாள் என்று சொல்லாமல் சொன்னது காலம்!

"அம்மாளே," என்று அவனது உடல் தரையில் முழுதாக விழுந்து அட்டாங்க நமஸ்காரம் செய்த நேரம், அது அம்மாள் கோயிலின் காலை ஏழு மணிப் பூசை.

'உதயசூரியன்' மீதே அதிகம் புள்ளடிகள் இடப்படும், அது தெரியும்! ஆனால் மகா வெற்றியாக அது அமைய வேண்டும். தமிழீழ ஆணைக்காக அல்லவா இந்தத் தேர்தல்!

அம்மாளை இறைஞ்சினான்.

"ஓம்," என்று அம்மாள் ஒருசொல் சொன்னாள்! "என்னெடா மோனை இது," என்று அருணனைப் பார்த்தபடி நமட்டுச் சிரிப்பு சிரித்தாள்.

அம்மாளின் கண்களைப் பார்த்தபடி, "சிங்கள ஆக்களோடை எங்களால வாழ ஏலாது. தமிழீழம் எங்களுக்குக் கட்டாயம் வேணும் அம்மா," என்று அருணனின் வாய் முணுமுணுத்தது. அம்மாள் அதனைக் கேட்டிருந்தாள்.

"ஓமெடா மோனை, நீ ஒன்றுக்கும் யோசியாதை," என்று அம்மாளின் கண்கள் புன்னகை சிந்தின.

விபூதி அப்பி, சந்தனம் வைத்து அப்படியே வீட்டை வந்தான். காதுக்குப் பூச்சொருக மறக்கவில்லை!

காற்சட்டையை எடுத்துக் காலுக்குள் விட்டான். 'லோங்ஸ்' போட்டால்தான் 'எலெக்சன் பூத்'தில் உள்ளோர் பதினெட்டு வயது ஆகிவிட்டது என்று நம்புவார்கள். வீட்டில் லோங்ஸ் கிடையாது என்பது போக, லோங்ஸ் மாட்டுவதென்றால் ஓ.எல். சித்தியடைந்திருக்க வேண்டும்.

காற்சட்டையைக் கழட்டிவிட்டு வேட்டியைக் கட்டினான்.

தேர்தலுக்கு வாக்களிக்கும் வரிசையில் அருணனும் ஒருவனானான். தமிழீழ ஆணை கேட்டு 'உதயசூரியன்' சின்னத்தில் போட்டியிடும் அனைவரும் பெருவெற்றி பெறுவார்கள். அது உறுதி! ஆனால் எல்லோருக்கும் மேலாக உச்சத்தில் ஒரு சூரியன்போல, நமது தளபதி அமிர்தலிங்கம் வெல்ல வேண்டும். யாவருக்கும் நெற்றிப் பொட்டாக அவர் திகழ வேண்டும்.

அதற்காக நூற்றுக்கணக்கில் ஒருவனாக அருணன் வரிசையில் நிற்கிறான்.

அவன் பெயர் அப்போது, 'சின்னத்தம்பி கதிர்காமநாதன்' அந்தத் தேர்தல் வாக்கு அட்டையைத் தந்தவர் சிறியண்ணர்.

எந்தக் கஸ்ரமும் இருக்கவில்லை. வாக்களிக்கும் நிலையத்தில், வாக்கு அட்டையை வாங்கியவர் இவன் முகத்தைப் பார்த்து மெலிதாகப் புன்னகைத்தார்.

அப்பாப்பிள்ளை அமிர்தலிங்கம் – உதயசூரியன் சின்னம். அதன் கீழே, நமச் சிவாயம் சிவசிறீதரன் – கை சின்னம்.

உதயசூரியன் சின்னத்துக்கு நேரே ஒரு புள்ளடி!

வெறும் புள்ளடியல்ல அது. தமிழீழத்துக்கான ஆணை! ஒரு தவம்; ஒரு வரம்!

பூசிய மையை வாக்குச் செலுத்திய உடனேயே அழித்தான் அருணன்.

இரண்டாவது வாக்குச் சீட்டு உடனேயே வந்தது: ‘மாணிக்கம் ஸ்ரீகுமார்’

மூன்றாவது, நான்காவது, ஐந்தாவது. சிறியண்ணர் தொடர்ந்து தந்தார். மை, தொடர்ந்து தொடர்ந்து பூசப்பட்டதில் பிறகு அழிபடவில்லை.

இதில் வெட்கப்படவோ கூச்சப்படவோ என்ன இருக்கிறது? தமிழீழத்துக்கான அதியுச்சப் பங்களிப்பு இது! தளபதி என்ன சொன்னார்? “தமிழீழத்துக்கான ஆணை!”

ஒருமுறையும் சின்னிவிரலில், மை பூசத் தகுதியில்லாத சின்ன வயதில் ஐந்துமுறை பூசியிருக்கிறான். கொலை செய்தானா, கொள்ளை அடித்தானா? தமிழீழ ஆணைக்கு ஐந்துமுறை ஒப்பம் அளித்திருக்கிறான், வேறு யாரோ ஐந்து பேர் பெயரில்! அவ்வளவுதானே! வேறு யாரோ ஐந்து பேருடைய பெயர்! அதனாலென்ன?

தேர்தல் நாளன்று இரவு நீண்டுகொண்டே போனது. பன்னிரண்டு மணிபோல முதலாவது தேர்தல் தொகுதி முடிவு: ‘திகாமடுல்ல தேர்தல் தொகுதி.’

காங்கேசன்துறை தொகுதி தேர்தல் முடிவு சொல்ல, காலை பத்து மணிக்கு மேலாகிவிட்டது.

எங்கள் தளபதி இருபத்தையாயிரம் வாக்குகள் எடுத்து, இருபதாயிரம் வாக்குகள் பெரும்பான்மையில் வெற்றி! இலங்கையில் இதுதான் பெரும்பான்மை வாக்குகளில் முதலிடம்!

ஓட வேண்டும்; தளபதியைப் பார்க்க வேண்டும்; “ஐயா,” என்று கத்தி அவரை உயரே தூக்க வேண்டும்! அந்தப் பால் முகத்தில் அப்படியொரு அள்ளுகொள்ளைச் சிரிப்பு பூரித்துக் கிடப்பதனைப் பார்க்க வேண்டும்!

தளபதி இப்போது எங்கு நிற்பார்?

○○○

எங்குமே காண முடியவில்லை. பத்திரிகைகளில் வரும் படங்களில் அவரது பூரித்த சிரிப்பைக் காண முடிந்தது. இலங்கையின் எதிர்க்கட்சித் தலைவர் ஆகிவிட்டார். ஒரு தமிழர், சிங்கள நாட்டில் எதிர்க்கட்சித் தலைவர்! இதில் பெருமைப்பட நிறைய இருக்கிறது என்று சில தமிழர் பெருமைப்பட்டனர். தமிழர்களிடம் தமிழீழ ஆணை கேட்டவர், சிங்கள மக்களிடம் எதிர்க்கட்சித் தலைவர் ஆணை பெற்றுவிட்டார்!

அவர் இப்போது தூர ஓடிவிட்டார்! யப்பான் ஜீப் கிடைத்த பிறகு வெகுவேகமாக ஓடிவிட்டார். யப்பான் ஜீப்பின் வேகம் சொல்லி மாளாது.

○○○

*1978*இல் இப்போது உலகம் நிற்கிறது. தன் தந்தைக்கு மூக்குக் கண்ணாடி வாங்கவென்று யாழ்ப்பாணம் பிரதான வீதி, சேனாதிராசா மூக்குக் கண்ணாடிக் கடைக்கு அருணன் போனான். பஸ் நிலையத்திலிருந்து நீதிமன்றம் வழியூடாக ஒரு நடை. நீதிமன்றத்தின் சுவரில் தாரினால் இரண்டு வாசகங்கள் எழுதப்பட்டிருந்தன:

'ஆண்டு ஒன்றாச்சு நாடு இரண்டாச்சா?'

'கேட்டது தமிழீழம், கிடைத்தது யப்பான் ஜீப்.'

'இந்தக் கேள்விகள் சரிதானே,' என்று அருணன் தனக்குள் யோசித்தான். 'தளபதி' என்று சொல்ல மனம் வரவில்லை. அமிர்தலிங்கம்! அமிர்தலிங்கத்தைக் கண்டு கனகாலமாச்சு. அப்பாப்பிள்ளை அமிர்தலிங்கத்துக்கு ஐந்து கள்ள வாக்குகள் போட்டதில் குறுகுறுப்பு வந்தது. ஏன் அப்படிச் செய்தேன்? கள்ளம் செய்துவிட்டுக் கேள்வி கேட்க என்ன உரிமை இருக்கிறது?

எப்போதுமே எல்லாமும் சரியல்ல.

வாக்களித்த அன்று அம்மாளிடம் காலைப் பூசைக்குப் போயிருந்தான். அப்போது அம்மாள் தடுத்திருந்திருக்கலாம். அம்மாள், புன்னகைத்துத்தானே வழியனுப்பினார்!

யோசித்தபடி கண் வைத்தியர் சேனாதிராசாவுக்கு நூறு ரூபாவைக் கொடுத்தான்.

○○○

1979 – அருணன், கொம்மியூனிச வகுப்புகளுக்குப் போகத் தொடங்கினான். அது சீனக் கொம்மியூனிசக் கட்சி நடத்திய வகுப்பு. ஒவ்வொருநாளும் பின்னேரம் ஆறு மணிக்கு எட்டுப் பேர் அவ்வகுப்பில் இருந்தனர். எட்டுப்பேரும் அப்போது ஒருவருக்கொருவர் தோழராக ஆகவில்லை. வகுப்புகள் முடிந்த பிறகும் தோழராக முடியவில்லை. தோழமை, வெறும் சொல் மாத்திரம் அல்ல!

ஒருநாள் வகுப்பு எடுக்கும் தோழர் மணியம் ஒன்றைச் சொன்னார்: "வர்க்கம் வர்க்கத்தைத்தான் சாரும். அமிர்தலிங்கமும் ஜேஆரும் ஒரே வர்க்கம்! ஒரே தட்டில் சோறு

உண்பார்கள். ஜேஆர் சிங்கள நாட்டிலை 'சிங்கள பௌத்தம்' என்பார். அமிர்தலிங்கம் இஞ்சை வந்து 'நாட்டைப் பிரி,' என்பார்."

அதுவும் சரிதானே என்றுதான் அருணனுக்குத் தோன்றியது.

○○○

'1979 டிசம்பர் 31ஆம் திகதிக்குள் தமிழ்ப் பயங்கரவாதத்தை இலங்கையிலிருந்து அடியோடு அகற்ற வேண்டும்,' என்று முப்படைகளின் தளபதிக்கு ஜனாதிபதி ஜே.ஆர். ஜெயவர்த்தனா கட்டளையிட்டார். அதன்பிறகு சில தமிழ் இளைஞர்கள் காணாமல் போயினர். இன்பம், செல்வம் எனும் இளைஞர்களின் சடலங்கள், முகம் கருக்கப்பட்ட நிலையில் யாழ்ப்பாணம் பண்ணைப் பாலத்தின் அடியில் கிடந்தன.

குடாநாடெங்கும் சிங்கள இராணுவக் கெடுபிடிகள்!

தமிழ் மக்கள் பலர் தமது வாழ்வுக்கு அச்சுறுத்தல் ஏற்பட்டிருக்கின்றது என்று எதிர்க்கட்சித் தலைவர் அப்பாப்பிள்ளை அமிர்தலிங்கத்திடம் முறையிட்டனர்.

அமிர்தலிங்கம் சொன்னார்: "நுளம்புகளுடன் எப்படி வாழ்கிறீர்களோ, அப்படி இராணுவத்துடனும் வாழப் பழகிக் கொள்ளுங்கள்."

அப்போது வெளியான 'புதுசு' சஞ்சிகையில் வந்திருந்த கவிஞர் சு. வில்வரத்தினத்தின் கவிதை ஒன்று:

"... கூனிப்போன கொள்கையர் சொல்கிறார்
'மழைக்காலத்தில் நுளம்புகளோடு
பழக்கப்படுகிறதுபோல
படையினரோடும் பழக்கப்படுவோம்' என்று
தெரியாமல் கேட்கிறேன் நண்ப,
நுளம்பின் கடியின் வலியா நுமக்கெலாம்?
கொன்றுபோடும் கொடுமைகள் இங்கெலாம்
கொசுக்கடி போல்வதொன்றா?
புகையிட்டு விரட்டினால் கலையுமோ
கொசுக்களைப்போல இக்கொடுமைகள்?
தலைவரும் அவாகள் சிறுமையும் சிறுமதியும்..."

○○○

1981ஆம் ஆண்டில் மாவட்ட அபிவிருத்திச் சபைத் தேர்தல் வந்தது. தமிழீழ ஆணை கேட்ட அமிர்தலிங்கம், மாவட்ட அபிவிருத்திச் சபையில் அதிக அதிகாரம் இருக்கிறதென்று

மக்களை நம்பவைத்து, அங்கும் தனது கட்சியைத் தேர்தலில் நிறுத்தினார். அப்போது அமிர்தலிங்கத்தின் 'வேசத்தைப்' பிரதிபலிக்கும் ஒரு நாடகம் ஊரெங்கும் நிகழ்ந்து கொண்டிருந்தது. அருணனும் அந்நாடகத்தைப் பார்த்தான். நாடகத்தின் பெயர்: 'திருவிழா.'

தமிழர் விடுதலைக் கூட்டணி, தேர்தலில் நிற்பதனைக் கிண்டலடிக்கிற நாடகம்.

"பெரிய தேர்தல் சிறிய தேர்தல்
குட்டித் தேர்தல் குஞ்சுத் தேர்தல்
ஒன்று முடிய இன்னொன்று
எந்த நாளும் திருவிழாத்தான்
தேர்தல் விழா வைத்திடுவோம்
திருவிழாக்கள் வைத்திடுவோம்..."

அதுவும் சரிதானே என்றுதான் அருணனுக்குத் தோன்றியது.

○○○

மாவட்ட அபிவிருத்திச் சபைத் தேர்தல் நடக்கிறது. அமிர்தலிங்கத்தின் தலைமையிலான தமிழர் விடுதலைக் கூட்டணி, பெருவெற்றி. முழுமையான பத்து ஆசனங்களும் அவர்களுக்கே. இப்படிப் பெரும்பான்மையில் வெற்றி பெறும் என யாரும் எதிர்பார்க்கவில்லை.

அப்படி வெற்றி பெற்றதற்குக் காரணம்: தேர்தல் நடப்பதற்குச் சில நாள்கள் முன்னரே யாழ்ப்பாணப் பொதுசன நூலகம் எரிக்கப்பட்டது. தமிழ்மக்கள் சிலர் கொல்லப்பட்டனர். யாழ்ப்பாண பா.உ.வின் வீடு தீக்கிரையானது. யாழ்ப்பாணத்தின் சில பட்டினங்கள் எரியுண்டன. வெறும் பல அனர்த்தங்கள்.

இவற்றைத் தலைமையேற்று நடத்தியவர்கள் இலங்கை அரசின் சிங்கள அமைச்சர்கள். அதனால் தமிழ் மக்கள் மத்தியில் எழுந்த கோபம், தமிழர் விடுதலைக் கூட்டணியைப் பெருவெற்றி பெறவைத்தது.

அருணனுக்கு இவற்றையிட்டு ஒரு சம்சயம் உண்டு: சும்மாவேனும் தமிழீழம் கேட்ட அமிர்தலிங்கம், மாவட்ட அபிவிருத்திச் சபையை ஏற்கிறார். இது இலங்கை ஜனாதிபதி ஜே.ஆர். ஜெயவர்த்தனா, அமிர்தலிங்கம்மீது திணித்த ஒரு தீர்வு. இத்தீர்வுடன் அமிர்தலிங்கம், தமிழ் மக்களிடம் வாக்குக் கேட்க முடியாது. எனவே தமிழ் மக்களை உசுப்பேற்றி, பெருமளவு

இரவி அருணாசலம்

வாக்குகளைப் பெற ஜே.ஆரும் அமிர்தலிங்கமும் இணைந்து செய்த இன வன்முறையோ இது? யாழ்ப்பாணப் பொதுசன நூலகம் எரிக்கப்படும் என்று அமிர்தலிங்கம் எண்ணியிருக்க மாட்டார், அவ்வளவுதான்!

○○○

1983 யூலை, தமிழர் மீதான இனப்படுகொலை நிகழ்ந்த பிறகு:

எதிர்க்கட்சித் தலைவர் அப்பாப்பிள்ளை அமிர்தலிங்கம், தன் உருவை மாற்றி, மனைவி மங்கையற்கரசியுடன் கொழும்பு சர்வதேச விமானநிலையத்தினூடாகத் தமிழ்நாட்டுக்குத் தப்பி ஓடுகிறார்.

அருணனுக்குச் சந்தேகம்: கடவுச்சீட்டில் ‘அப்பாப் பிள்ளை அமிர்தலிங்கம்’ என்று இருக்கும்தானே? சிங்கள அதிகாரிக்கு அடையாளம் தெரியாதா? அதுவும் தனது மனைவி மங்கயற்கரசியுடன் அவர் ஓடுகிறார்.

‘கள்ளத்தோணி’யில் போயிருந்தால் அது வேறு.

கொழும்பில் எதிர்க்கட்சித் தலைவராகச் சொகுசாக வாழ்ந்துவிட்டு, இனி சென்னையில் ‘அகதி’யாக, சொகுசாக வாழ ஓடியிருக்கிறார். ஒருபோதும் தமது மக்களுடன்அவர் வாழவில்லை!

அப்போது தமிழ்நாடு, ஈழத்து மக்கள்மீது இரக்கமாக இருந்தது. எம்ஜிஆர், கருணாநிதி என்று எல்லோரும் இரங்கினர். அந்த இரக்கத்தை அறுவடை செய்தார் அமிர்தலிங்கம்! தமிழ்நாடு அரச விருந்தினர் மாளிகையில் அவருக்கு வதிவிடம். ‘எங்கிருந்தாலும் மனிசன் சொகுசாக வாழ்கிறான்,’ என்று அருணன் நினைத்தான்.

அமிர்தலிங்கம் அப்போது ஒரு காரியம் செய்தார். அமிர்தலிங்கம் அப்படிச்செய்ய வேண்டும் என்று நினைத்திருக்க மாட்டார். பிரதமர் இந்திரா காந்தியின் ஏற்பாட்டில் ‘றோ’ உளவு அமைப்பின் வழிகாட்டலில் அமிர்தலிங்கம் அதனைச் செய்திருக்க வேண்டும். ‘தமிழீழத் தேசிய இராணுவம்’ அமிர்தலிங்கத்தின் மூத்தமகன் காண்டீபன் அதன் தலைவர். அந்தப் படைக்கு ஆள் சேர்க்கச் சொல்லிக் கடிதம் ஒன்றுடன் ஒருவன் போகிறான். அமிர்தலிங்கத்தின் மருமகனாம்! அவன் பெயர்? ஏதோ ஒரு கவிஞன் பெயர்; கம்பன், இளங்கோ, வள்ளுவன்.

அவன் சிங்கள அரசாங்கத்திடம் பிடிபட்டுவிட்டான். சிங்கள அரசின் ரூபவாஹினி தொலைக்காட்சியில் அவன் யாவற்றையும் ஒப்புக்கொள்கிறான். பயங்கரவாதத் தடைச்சட்டத்தில் அவனுக்கு நிச்சயமாக ஆயுள்தண்டனை.

ஆனால் அவனது ஆயுள், சிறையில் கழிந்தது ஒரு மாதம் கூட அல்ல.

அவன் விடுதலையாகி எங்கோ மருத்துவராக ஆகி விட்டான் என்றும் கேள்விப்பட்டான் அருணன்.

இந்திரா காந்தி!

கிழக்குப் பாகிஸ்தான்... பங்களாதேஷ்... முக்திபாஹினி... முஜிபூர் ரஹ்மான்...

தமிழீழம்... தமிழீழத் தேசிய ராணுவம்... அமிர்தலிங்கம்...

தமிழீழத்தை அமைப்பது... அமிர்தலிங்கம் அதன் பிரதமர்...

எத்தனை ஒற்றுமை! இந்திரா காந்தியின் திட்டம் மிகச் சிறப்பு!

ஏதேதோ எண்ணங்கள் ஓடின அருணனுக்கு.

ooo

1985ஆம் ஆண்டின் இறுதியில். இரவிரவாக மழை பெய்து ஓய்ந்த ஒரு காலைப்பொழுது. வாடைக் காற்று குளிரக்குளிர ஊசியாய்க் குத்தியது. அருணன் கடற்கரைக் கிராமத்தில் அப்போது இருந்தான். அங்கு அரசியல் வேலைகள் நிறைய இருந்தன. நேற்றுப் பின்னேரம் ஒரு கவிதைத் தொகுப்பைச் செழியன் தந்திருந்தான். 'மரணத்துள் வாழ்வோம்' என்று அத்தொகுப்புக்குப் பெயர். தலைப்புக்குப் பொருத்தமாக வ.ஐ.ச. ஜெயபாலனின் ஒரு கவிதை:

"நாம் வாழவே எழுந்தோம்
சாவை உதைத்து
மண்ணிலெம் காலை ஆழப் பதித்து
மரண தேவதை இயற்கையாய் வந்து
வருக என்னும் இறுதிக் கணம்வரை
மூக்கும் முழியுமாய்
வாழவே எழுந்தோம்."

ஒருகணம் உடல் சிலிர்த்தது அருணனுக்கு. வாடைக் குளிரினால் அல்ல. இதுதானே, இதுதானே, இதைத்தானே நமது அரசியல் சொல்கிறது! நாங்கள் வகுப்பு வகுப்பாகச்

இரவி அருணாசலம்

சொல்வதை எவ்வளவு எளிமையாக இந்தக் கவிஞர் சொல்லி விட்டுப் போகிறார்.

கவிதைகளை வாசித்துக்கொண்டு போகிறபோது சட்டென ஒரு கவிதை நெஞ்சைத் தட்டிவிட்டுச் செல்கிறது. எழுதியவர் 'இளவாலை விஜயேந்திரன்' என்கின்றது கவிதை.

> "...கடல் குடைந்து மீன்தேடும்
> மனிதர்களே!
> அக்கரையில் அவருடைய தலை தெரிந்தால்
> உரத்துச் சொல்லுங்கள்:
> 'உங்கள் கிரீடம் எங்களிடம் இருக்கிறது
> தின்று கொழுத்தும், சிந்தித்தும்
> உம்முடைய மண்டை பெருத்திருக்கும்
> வர வேண்டாம்
> அளவுள்ளவன் சூடிக்கொள்ளட்டும்."

காலை உணவு தின்னக் கிடைக்காத பசிக்குள்ளும் இக்கவிதையை வாசித்தபோது, அமிர்தலிங்கத்தின் நினைவு வருவதை அருணனால் தடுக்க முடியவில்லை.

○○○

ஈழத்தில் எல்லாம் சுமுகமாக நடந்தேறுகிறது என்று இந்திய அமைதிப்படை சொல்லிற்று. ஆதாரம் வேண்டுமென்றது, அமெரிக்கத் தூதரகம்.

1988!

இலங்கை எங்கணும் பொதுத்தேர்தல்!

அமிர்தலிங்கமும் பொதுத்தேர்தலில் நின்றார். 1977இல் இலங்கையின் கதாநாயகன்! 1988இல் நாயகன் ஆகாவிடினும் வில்லனாக ஆகிவிட முடியாதல்லவா?

மக்கள் தீர்ப்பு இலேசானதல்ல, மகேசன் தீர்ப்பல்லவா? அமிர்தலிங்கத்திற்குச் சனம் தீர்ப்பெழுதினார்கள்; அவருக்குக் கட்டுக்காசுகூடக் கிடைக்கவில்லை!

1977 பொதுத் தேர்தலில் இலங்கையில் அதிகூடிய பெரும்பான்மை வாக்குகள் பெற்ற அமிர்தலிங்கம், 1988இல் கட்டுக்காசை இழக்கிறார்!

'நன்றி கெட்ட சனம்,' என்று எப்போதும் வாசிக சாலையில் குடிகொண்டிருக்கும் பாலா மாமா திட்டினார்!

○○○

1989 யூலை 12. கொழும்பு.

பம்பாய் சைக்கிள் ❄ 299 ❄

அன்று கடுங்கோடை. வானில் மேகம் எதுவுமில்லை. பின்னேரத்தில்கூட இல்லை! இந்தியாவின் சிறப்புத் தூதுவர் முகத்துபே, இலங்கை ஜனாதிபதி பிரேமதாசவுடன் பேசுகிறார். குளிர்சாதனம் ரீங்காரம் செய்தும் அவருக்கு வேர்க்கிறது. தனது வேர்வையையோ, எந்த உணர்வையோ காட்டுபவரல்லர் பிரேமதாசா.

பேச்சுவார்த்தை பிழைத்துப் போய்விட்டது!

அன்றே, 'பௌத்தலோக மாவத்தை'யில் வசிக்கின்ற அமிர்தலிங்கத்துடனும் இந்தியாவின் சிறப்புத் தூதுவர் பேசிவிடுகிறார். ஈழத்தமிழர் சார்பில், இந்தியாவின் சொல் கேட்கின்ற, பலம் பொருந்திய ஒரு தமிழ்த்தலைவர் அமிர்தலிங்கம் ஒருவரே.

1989 யூலை 12. பின்னேரம் கழிந்த இரவுநேரம்.

இந்தியத் தூதரகத்தின் அரசியல்துறைச் செயலர் ஜெய்சங்கருடன் அமிர்தலிங்கத்துக்கு ஒரு சந்திப்பு. ஜெய்சங்கர் சொல்கிறார்: "ஒருதலைப்பட்சமாகத் தமிழீழத்தைப் பிரகடனம் செய்வோம்."

'அது சும்மா ஒரு கதை,' என்பது ஜெய்சங்கருக்கு மாத்திர மல்ல அமிர்தலிங்கத்துக்கும் தெரியும்.

"அப்படியானால் அத்தகைய பிரகடனத்தை யார் அங்கீகரிப்பார்கள்?" இது அமிர்தலிங்கம்.

"ஏன் இல்லை, இந்தியா இருக்கிறது," என்றார் ஜெய்சங்கர்.

1989 யூலை 13.

இந்தியாவிலிருந்து சிறப்புப் பிரதிநிதிகள் கொழும்புக்கு வருகிறார்கள். அமிர்தலிங்கத்தைச் சந்திப்பது அவர்களது முக்கிய நிகழ்ச்சிநிரல்.

காலிமுகத் திடலின் காற்றினை வாங்கியபடி அமிர்தலிங்கம் முன் ஆசனத்தில் அமர்ந்திருக்கிறார். அவரது மகன் பகீரதன் வாகனத்தைச் செலுத்துகிறார்; மகன் வாகனத்துடன் இந்தியத் தூதரகத்தின் வாசலில்.

அமிர்தலிங்கத்துடனான இராஜதந்திரிகள் சந்திப்பு இந்தியத் தூதரகத்தில் நிகழ்ந்துவிடுகிறது.

'என்ன கதைத்தீர்கள்,' என்று கேட்கிறார் மகன். இந்தியத் தூதரகத்தினதும் அமெரிக்கத் தூதரகத்தினதும்

பெருங்கட்டடங்கள், காலிமுகத்தின் கடற்காற்றை அள்ளிவர விடவில்லை.

"எங்கன்ரை சனங்களின்ரை பிரச்சினை தீரப்போகுது. தமிழர் விடுதலைக் கூட்டணியை முதல்நிலைப்படுத்தி இந்திய அரசாங்கம் தமிழ்மக்களுக்குத் தீர்வைத் தரப்போகுது. கிட்டத்தட்ட தமிழீழம்தான். என்னை அதன் முதலமைச்சரா இருக்கச் சொல்லிக் கேட்டிருக்கிறார்கள். இந்தியா அதை உறுதிப்படுத்துகிறது. இந்தியாவில் தமிழ்நாட்டுக்குரிய அதிகாரத்திலும் பார்க்க, இலங்கையில் ஈழத்துக்குரிய அதிகாரம் கூட; நடக்கப் போறதைப் பார் மோனை."

○○○

1989 யூலை 13!

மத்தியானம் முடிந்து பின்னேர வெயில் கொஞ்சமும் வெக்கையைக் குறைக்கவில்லை.

பௌத்தலோக மாவத்தையில் படபடவென்று வெடிச்சத்தங்கள் கேட்டன.

அமிர்தலிங்கம் இருந்த இடத்தில் இருந்தபடியே தலையைத் தொங்கப்போட்டுக்கொண்டார். வாய்க்குள்ளிருந்து இரத்தம் பீறிட்டது. அமிர்தலிங்கம் தன்னைச் சுட்டதுகூடத் தெரியாமல், தான் இறக்கிறேன் என்று உணர்வதற்கிடையில் இறந்துபோனார்.

○○○

எதுவாக இருந்தாலும் அருணனுக்கு அமிர்தலிங்கத்தின் மேல் விமர்சனத்துடன்கூடிய விசுவாசம் இருந்தது. தளபதிக்குப் பலமுறை கையைக் கீறி இரத்தப்பொட்டு வைத்தவன் அருணன். "தமிழ் மகளின் துயர் துடைக்க மறப்பேனா," என்று தளதளத்த குரலில் மங்கையற்கரசி பாடுகிறபோது இவன் அழாத நாள் கிடையாது.

இப்போது மங்கையற்கரசியக்கா விம்மிவிம்மி அழுவா; அது பெருந்துக்கமாக இருந்தது அருணனுக்கு.

தளபதி இப்படி இறந்திருக்கக் கூடாது என்று துக்கித்தான். கொல்வது ஒன்றுக்கும் தீர்வல்ல. மக்கள் மன்றத்தின்முன் அவர்களை நிறுத்த வேண்டும். மக்கள் பார்த்துக்கொள்வார்கள்; அவர்களே தீர்ப்பெழுதுவார்கள்! 1988 பொதுத்தேர்தலில் மக்கள் தீர்ப்பெழுதவில்லையா?

அருணனின் அசைக்க முடியாத நம்பிக்கை இது!

மங்கையற்கரசியக்காவை விதவை ஆக்கிவிட்டான்கள்.

விடுதலைப் புலிகளிடம் இத்தகைய அராஜகத்தைத் தவிர வேறெதை எதிர்பார்க்க முடியும்?

தளபதியின் உடல் யாழ்ப்பாணம் மத்தியக் கல்லூரி மைதானத்துக்கு வந்தது. தலைவர் ஜீ.ஜீ. பொன்னம்பலத்தின் சாவின் பிறகு, எமது மகத்தான தந்தை செல்வாவின் இறப்பின் பிறகு பல்லாயிரக்கணக்கான சனம், தளபதிக்கு அஞ்சலி செலுத்தத் திரண்டது. அருணனும் ஜீ.ஜீ. பொன்னம்பலத்திற்கும் தந்தை செல்வாவிற்கும் அஞ்சலி செலுத்தியதுபோல, அமிர்தலிங்கத்திற்கும் அஞ்சலி செலுத்தப்போனான்.

கடுங்கோடை பறிந்தது. மைதானத்தின் ஓரத்தில் ஓர் அரசமரம். அதன் நிழலில் நாலைந்து பேருடன் தனித்துவமாக, அடர்ந்த தாடியுடன், இராணுவத் தொப்பியுடன் நின்றார், தோ... தோழ. . . தோழர் பத்மநாதன்! அவர் தன்னைக் கண்டுவிடக் கூடாது என்று ஒளித்துப் போக முயன்றான் அருணன்.

"தோழர்," என்று ஓர் அடர்த்தியான குரல் அருணனை மறித்தது!

❍

அதிகாரம் 16

1989

மல்லிகா சொன்னாள்: "நான் காத்திருக்கிறன்."

எதற்கு என்று எனக்கு ஒன்றும் விளங்கவில்லை. மகத்தான அழகி, யாருக்காகக் காத்திருக்கிறாள்? எனக்காகவா?

அவளுடன் இருந்து, முதன்முதலாகக் கடற்கரையில் நான் மணல் அளைந்தபோது மல்லிகா சொன்ன வாக்கியம் இது. அவளைப் பார்க்கப் போகையில், எனது உடுப்பில் அழகும் ஒழுங்கும் மிளிர்ந்ததன் காரணம் அதுதான்!

மல்லிகா சொன்னாள்: "நான் காத்திருக்கிறன்."

எனக்காகவா? எத்தனை பெரும் பாக்கியம் செய்தவன் நான்! அழகி மாத்திரமல்ல; வேலையில் பொறுப்பானவள்! எல்லோரையும் கொண்டு நடத்துகிறாள்! தன் அழகால், உண்மையால், நேர்மையால் இந்த உலகை ஆள்கிறாள்! இவள் என் துணையானால் இதற்கு மிஞ்சிய என் பாக்கியம் வேறென்ன? என் வாழ்வு மேலும் செழிக்கும்.

இந்த அழகி, இந்த அடர்த்தியான கூந்தல் கொண்டவள், இந்த இலட்சணமான உடம்பு கொண்டவள், பசுந்தான கைவிரல்களும் கால்விரல்களும் கொண்டவள், கண்களில் வெட்டும் ஓர் ஒளிகொண்டவள், மனசெங்கும் காதலாய் நிறைபவள்.

பம்பாய் சைக்கிள்

எனக்காகக் காத்திருக்கிறாள்!

ஒன்றைச் சொன்னேன், அதனை நான் சொல்லியிருக்கக் கூடாது: "என்ரை அம்மா சாதி பார்ப்பா, ஆனால் அதை நான் வெண்டிடுவன். அம்மா எனக்காக எதுவும் செய்வா."

"சாதி எண்டால்," என்று கேட்டாள் மல்லிகா. "நாங்கள் குறைஞ்ச சாதியா? நீங்கள் உயர்ந்த சாதியா," என்றும் கேட்டாள்.

என்னிடம் இல்லாத பதில், அவளை ஏமாற்றத்திற் குள்ளாக்கியிருக்குமோ?

"நான் வந்து வாழ வேண்டிய ஒரு வீடு," என்று முணுமுணுத்தாள்! கை, மணலைத் தீவிரமாக அளைந்தது. உலர்ந்த, குறுணி மணல் கைவிரல்களின் இடைவெளியிலிருந்து கொட்டுண்டன.

கடற்கரையிலிருந்து வெளிக்கிட்ட பிறகு அவள் என்னுடன் எதுவும் பேசவில்லை!

கண்களில் ஏக்கம் தீர ஒருமுறை பார்த்தாள்! பிறகு கசப்பு நைந்த சிரிப்பு அவளிடம் இருந்தது.

"ஏன் மல்லிகா?"

"ஒண்டுமில்லை," என்றாள். பிறகு சொன்னாள்: "கடற்கரைத் தாகம் எண்டு ஏதோ சொல்லுவினம். கேள்விப் பட்டிருக்கிறியளா?"

"கடற்கரைத் தாகமா? விளங்கேல்லை."

"விளங்காமல் இருக்கிறது எல்லாருக்கும் நல்லது. வாங்கோ வீட்டைப் போவம்."

அவள் எழுந்துவிட்டாள். சேலையில் ஒட்டியிருந்த மணலைத் தட்டிவிடத்தட்டிவிட அது போகவில்லை.

நான் எழாது அப்படியே இருந்தேன்.

"வாங்களேன்," உறுக்கினாள்.

○○○

நான் கற்கோவளம் போய்விட்டு வருகிறேன் என்றால் அலுவலகத்தில் ஒரு சிரிப்பு இருக்கிறது. அது நல்ல சிரிப்பு அல்ல. அச்சிரிப்பில் விசமமும் இருக்கிறது; பொறாமையும் இருக்கிறது; ஏக்கமும் இருக்கிறது. அக்கறை இருந்ததாகத் தெரியவில்லை.

கீதாதேவனிடம், முரளியிடம், யோகானந்தனிடம், வசந்தியிடம் அக்கறை இருந்ததனை ஒப்புக்கொள்ள வேண்டும்.

கீதாதேவனின் அக்கறை வேறு. சற்குவுடன் சைனீஸ் ரெஸ்ரோரண்டில் 'பார்ட்டி' முடிந்து வந்த அடுத்தநாள் கீதா சொன்னார்: "தம்பி, தண்ணி அடிக்கிறது பார்டிக்குப் போகிறது ஒண்டும் பிழையெண்டு நான் சொல்ல மாட்டன். ஆனால் அது செய்துபோட்டு ஒவ்விசுக்கு வரக் கூடாது. வீட்டை போய்ப் பேசாமல் படுத்திட வேணும். வேலை செய்யிற இடம் ஒருவிதத்திலை கோயில் மாதிரி. இல்லை ஏன் பெரிசாச் சொல்லுவான்! சுவாமியறை மாதிரி எண்டு வையும். வேலைக்கு நாங்கள் பொறுப்பா இருக்க வேணும், எந்த வேலை யெண்டாலும் மனசு ஒன்றிச் செய்ய வேணும். அதுவும் இந்த வேலை, மக்களுக்குத் தொண்டு செய்யிற வேலை. அதிலை இன்னும் கவனமா இருக்க வேணும். டொக்ரரும் நேர்ஸ்மாரும் ஆசிரியரும் இப்படி நிறுவனங்களிலை வேலை செய்யிற ஆக்களும்தான் மக்களுக்குத் தொண்டு செய்யிறவையள். எங்கையெண்டாலும் கள்ளுத் தவறணை யிலை டொக்ரர்மாரும் வாத்திமாரும் கள்ளுக் குடிச்சதை நீங்கள் கண்டிருக்கிறியளா? குடிக்க விரும்பிறவையள் வீட்டிலை வைச்சு இரகசியமாக் குடிப்பினம். அதுதான் சரி. அதை மாதிரித்தான் இந்த வேலையும். நேற்று நீர் குடிச்சுப்போட்டு வரேக்கை இஞ்சை இருந்த புனர்வாழ்வு பெறுகிற ஆக்கள் அதைக் கண்டால் என்ன நினைப்பினம்? ம்... சொல்லும்; எங்களுக்குத் தாற காசிலை இவன் குடிச்சுப்போட்டு வாறான், அப்பிடித்தானே நினைப்பினம். பிறகு எங்களை மதிப்பினமோ? அல்லாட்டில் இந்த நிறுவனத்தை மதிப்பினமோ? சொல்லும்... தம்பி பரிதி, எல்லாத்திலையும் கவனம் வேணும். அதுவும் மக்களுக்குத் தொண்டு செய்யிற வேலையெண்டால் இன்னும் கவனமா இருக்க வேணும். குடிச்சுப்போட்டு, கடைசி வந்தாலும் வேலை செய்யப் போகக் கூடாது."

நான் பேசாதிருந்தேன். சொல்வது அத்தனையும் உண்மை. சிவகுமார் சேர்தான் கீதாதேவனுக்குச் சொல்லி, கீதா இதைச் சொல்கிறாரோ என நினைத்தேன். யார் சொன்னாலும் உண்மை, உண்மைதானே!

மல்லிகாவின் விசயம் அலுவலகத்தில் பரவிவிட்டதா? நமுட்டுச் சிரிப்பொன்று அலையடிக்கிறது.

"என்ன கற்கோவளத்திலை அடிக்கடி பரிதியைக் காணுறன் எண்டு இஞ்சை வாற ஒராள் சொன்னார். என்ன

விசயம்? ஏதும் விசேசம் எண்டால் எங்களுக்கும் சொல்லிப் போடுங்கோ," என்று ஜெயாக்கா சொன்னார். அலையடித்து ஒரு சிரிப்புப் பரவியது. "மாட்டிப் போடாதே," என்று எச்சரிக்கைத் தொனியில் அது முடிந்தது.

கீதாதேவன் குனிந்து அமைதியாகக் கோப்புகளைப் பார்த்தார். ஆனால் காது இங்கேதான் இருந்தது. கடைக் கண்ணால் என்னை ஒரு பார்வை!

"மைச்சான் நீ மோட்டார் சைக்கிள் கேட்கேக்கையே ஏதோ பிசகு இருக்கெண்டு யோசிச்சிட்டன். என்ன மைச்சான் என்ன பிரச்சினை?" தனியா வைத்துக் கேட்டான் முரளி.

"ஒரு பிரச்சினை இருக்குத்தான் முரளி. ரண்டு கிழமை போகட்டும், எல்லாம் சொல்லுறன்."

"மாட்டுப்பட்டிடாதை, அவ்வளவுதான் சொல்லுவன்."

யோகருக்குத்தான் அவ்வளவும் சொன்னேன். அம்மாவைப் பற்றியும் சொன்னேன். அருணனுக்குப் பிறகு யோகர்தான் எனக்கு நெருக்கம்.

யோகர் நிறைய யோசித்தான். "மைச்சான் யோசிச்சுச் சரியா முடிவெடு. உன்னோட எதுக்கும் நான் நிப்பன். கடத்த வேணுமோ? காரைக் கொண்டுவாறன். விடப்போறியோ, ஒருகிழமைக்கு ஒண்டையும் யோசிக்காமல் இருக்கச் சாராயம் வாங்கித் தாறன். சொல்லு," என்று சிரித்தான். என்னவோ அது மனசுக்கு ஆறுதலா இருந்தது.

"மைச்சான் இதெல்லாம் பகிடிக்கு. உன்னோட நான் நிப்பன். அவ்வளவுதான்." யோகர் அப்போது என்னைக் கட்டிப்பிடித்தான்!

"உன்ரை அம்மாவோட வந்து கதைக்கட்டோ?"

கீதாதேவன், "கவனம் தம்பி, எல்லாத்திலையும் கவனமா இரும் தம்பி," என்று குசுகுசுத்துச் சொல்லிவிட்டுப் போனார்.

வசந்தி, பரிதாபம் எழச் சிரித்தாள். "இப்பிடிப் பரிதியை ஒருநாளும் நான் கண்டதில்லை," என்றாள். "என்ன ஸ்மார்ட்டான ஆம்பிளை! இப்பிடித் தொய்ஞ்சுபோய் இருக்கிறாய்? வேண்டாம் பரிதி, எல்லாருக்கும் முன்னால நீ அசடு வழிய எனக்கு ஒருமாதிரி இருக்கு. எழும்பு, நிமிர்ந்து நேரா நட. எனக்குப் பிரச்சினை என்னவெண்டு சொல்ல வேண்டாம். ஓரளவுக்கு விளங்குது. நீ சரியா இருந்தால் எல்லாம் சரியா இருக்கும். எதுக்கும் முகம் குடு. ஒரு கவிதை இருக்கு. 'எதையும் எதிர்கொள்... முகம்

திருப்பாதே... மனம் சலிக்காதே... எதிர்ப்பில் முனைகொள்.' அதைத்தான் நானும் உனக்குச் சொல்லுவன். பரிதி ஒண்டு சொல்லட்டா! நீ சரியான நல்ல பிள்ளை. ஒண்டிரண்டு பலவீனம் இருக்கு. பலவீனம் இல்லாமல் ஆர் இருக்கினம்? உன்ரை நல்ல மனசுக்கு எல்லாம் நல்லதுதான் நடக்கும். ஒண்டுக்கும் யோசியாதை. வெளியிலை உனக்காக ஆயிரம்பேர் இருக்கினம். இஞ்சை ஒவ்விசுக்கு ஆர் வந்தாலும் 'எங்கை பரிதி,' எண்டு உன்னைத்தான் கேக்கினம். எல்லாரையும் என்ன மருந்து போட்டு மயக்கி வச்சிருக்கிறியோ! அண்டைக்குத் தனேஸ்வரி எண்ட வடிவான பொம்பிளை வந்து 'பரிதியைக் கனநாளாக் காணேல்லை,' எண்டு கேட்டு விம்மி விம்மி அழுகிறா. பரிதி, உனக்கு நான் முழுசா இருக்கிறன். ஒண்டும் யோசியாதையடா," வசந்தி என் கையைப் பிடித்துத் தன் கைக்குள் பொத்தினாள்.

முதன்முதலா எனக்கு நிறைய அழுகை வந்தது.

"மல்லிகா," என்று சொல்லத் தொடங்க, அவள் "வேண்டாம்," என்றாள்.

○

33

பதினாறாம் அத்தியாயம்

1989

“தோழர்,” என பசுபதி, அருணனை அழுத்தி அழைத்தபோது, ”டேய்...” என்று அதிகாரத்துடன் கூப்பிடுவதுபோல இருந்தது.

பசுபதி... தோழர் பசுபதி, தன்னை அழைப்பதற்காகக் காத்திருந்தான் அருணன். மேலும் பலர் காத்திருந்தனர். அநேகமானோர் இன்னும் தலைமயிர் நரைக்காத நடுத்தர வயதுப் பெண்கள். சாந்தியக்காவும் நடுத்தர வயதுப் பெண்தான். உண்மையில் அவர்தான் இங்கு வந்து காத்திருந்திருக்க வேண்டும். அவர் அனுப்பித்தான் அருணன் இங்கு வந்திருக்கிறான்.

“நான் போகமுடியாதெடா, உனக்குத் தெரியும்தானே! திலீபன் உண்ணாவிரதம் இருக்க அவனின்ரை காலடியில இருந்தவள் நான். என்னை எப்பிடி அவங்களால சகிக்க முடியுமாம்? நீ சொல்லு, அவர்கள் உன்னுடைய பழைய தோழர்கள்தானே?”

‘பழைய தோழர்கள்’ ம்... அலுத்துப்போன வார்த்தை! தோழமையில் என்ன பழையது, புதியது இருக்கிறது? தோழமை எப்போதும் புதியதும் இனியதும் உண்மையானதும்தானே? அவை இல்லையெனில் அங்கு ஏது தோழமை?

“தோழமையுடன் கண்டிக்கிறோம்,” என்று, அனுராதபுரத்தில் சிங்களப் பொதுமக்கள் ஒருநூறு பேரை விடுதலைப் புலிகள் அமைப்பு சுட்டுக்

கொன்றபோது, தனது இயக்கம் – ரிபிஎல்எப் – விடுத்த அறிக்கை ஞாபகத்தில் வருகிறது. அறிக்கையின் இறுதி வாக்கியம் இதுதான்:

"தோழமையுடன் கண்டிக்கிறோம்!"

தோழமையுடன் கண்டிப்பது எங்ஙனம்? தோழமை என்றால் என்ன? விமர்சனம் – சுயவிமர்சனம் அடிப்படையில் ஒருவரோடொருவர் புரிந்துகொண்ட நட்புதானே? தோழமை உள்ளோர் பொதுவெளியில் ஒருவரை ஒருவர் கண்டிப் பார்களா? ஒருவரோடொருவர் பேசித் தீர்த்துக்கொள்ளல் தானே தோழமையின் உயரிய பண்பு! அதென்ன 'தோழமை யுடன் கண்டித்தல்?'

மார்க்சீயத்தின் புரியாத பல சொல்லாடல்களில் இதுவும் ஒன்றா?

"நீங்கள் மார்க்சீயத்தைப் படிப்பது நல்லது," என்று விடுதலைப் புலிகள் அமைப்பின் தலைவர் பிரபாகரனிடம் ஒருவர் சொன்னாராம்.

அதற்குப் பிரபாகரன், "மார்க்ஸைப் படிச்சு நான் என்ன செய்யிறது," என்றாராம்.

அருணன் இங்கு – ரிபிஎல்எப்இன் அலுவலகத்துக்கு – வருவதற்கு ஒரு சொட்டுத்தானும் விரும்பவில்லை. பசுபதி இங்கு பொறுப்பாக இருந்ததில் அவன் மேலும் வியர்த்தான். நாடியில் அங்கொன்றும் இங்கொன்றுமாக இருந்த மயிரையே, பெருந்தாடி எனத் தடவிக்கொண்டிருக்கும் பசுபதியைச் சகிப்பது இலேசான காரியமல்ல. மேலும் அவன் நிறையநிறையக் கதைக்கிறான்.

காலையில் அவ்வளவாக வெயில் இருக்கவில்லை. குயிலும் கூவ மறந்துவிட்டது. மந்தாரம்! ஆனால் குளிரல்ல. காற்றில்லாது, முகில்மேகம் கீழே இறங்கியதில் அவ்வளவு புழுக்கம். குளித்துவிட்டுவந்தும் உடல் வேர்த்து ஒழுகியது.

பாணும் சம்பலும்தான் சாந்தியக்கா தந்தார். வாழைப்பழம் தின்று, 'பிளேன்ரீ' குடித்துவிட்டு சைக்கிள் ஏறினான் அருணன். இப்பொழுது சாடையாக வயிற்றைக் கடிக்கிறது. மூன்று மணி நேரமாகக் காத்திருக்கிறான்.

ஒரு மரத்தின் கீழ் பல பெண்கள் நின்றிருக்கிறார்கள். உள்ளே கதிரைகளில் சிலர் இருக்கிறார்கள். இருப்பவர்களில் அருணனும் ஒருவன். சோளகம் பெயர்ந்துவிட்டது. ஆனால் இன்று காற்றைக் காணோம்.

திடீரெனப் புழுதியைக் கிளப்பியபடி பஜிரோ வாகனம் மரத்தடியில் வந்து நின்றது. நிழலில் ஒதுங்கியிருந்த பெண்கள் சடசடவெனக் கலைந்தனர். அங்கு ஒரு பரபரப்புத் தொற்றிற்று. சட்டென்று நான்குபேர் பஜிரோவில் இருந்து குதித்தனர். அவர்களது கைகளில் கறுத்துப்போன உயர்தரத் துப்பாக்கி.

அத்துப்பாக்கிகள் யாவும் அங்கு நின்ற சனங்களைக் குறிவைத்தன.

தோழர் பத்மநாதன் இறங்கப் போகிறார் என்று எதிர்பார்த்தான் அருணன்.

இறங்கியது பசுபதி. நான்கு ஆயுததாரிகளும் புடைசூழ, அலுவலகம் நோக்கி வந்தான். நடையில் மிடுக்கில்லை. சிகரெட் குடித்துக்குடித்து உடம்பு உருகியிருந்தது. காற்றில் அல்லாடும் சருகுபோல இருந்தது அவனது நடை. நான்கு ஆயுததாரிகளும் இல்லாவிட்டால், பசுபதியைக் காற்றே தூக்கி எறிந்திருக்கும்.

அலுவலகத்தினுள் நுழைந்தபோது முதலில் அருணனைக் கண்டான். பார்க்காததுபோல் முகத்தைத் திருப்பி, பிறகு அருணன்மீது கடைக்கண் பார்வை. கண்கள் நேராகவில்லை; குடித்திருந்திருக்கலாம். குடிப்பதற்குரிய நேரம் ஆகிவிட்டது தான், இப்போது காலை பதினொரு மணிக்கு மேலை. எப்போதும் அசோகா ஹோட்டலின் பார் – மது விடுதி – 24 மணிநேரமும் – திறந்திருக்கிறது!

ஒவ்வொரு பெண்களாக அழைக்கப்பட்டனர். அறைக்குள் பெண்களின் குரல்கள், அழுகுரல்கள் கேட்கின்றன. தீனமான அழுகைக் குரல்கள்!

“ஐயா, தம்பி, அவன் பிஞ்சுப் பாலகன்; வயசு பதினைஞ்சும் ஆகேல்லை. . .”

“இனித்தான் ஓ எல் படிக்கப்போறான், அவன் நல்லாய் படிப்பான் ராசா.”

“எங்களுக்கு அவன் ஒரு பிள்ளை ஐயா, நேர்ந்து தவசிருந்து பெத்தனாங்கள்.”

பசுபதியின் அதட்டும் குரல் அடிக்கடி கேட்கிறது, மிரட்டுகிறான்.

ஒரு பெண் அழுத முகத்துடன் வெளியில் வரும்போது சொல்கிறார்: “நாங்கள் ஒண்டுக்கும் ஆசைப்படக் கூடாது. . .”

○○○

சாந்தியக்கா அரற்றிஅரற்றிச் சொன்னார்: "என்னெடா இவங்கள் இப்பிடிக் கொடுமை செய்யிறாங்கள்! ஆட்டைக் கடிச்சு மாட்டைக் கடிச்சு கடைசியா மனிசனைக் கடிக்கிறான்கள்."

"என்னக்கா என்ன பிரச்சினை? கொஞ்சம் விவரமாச் சொல்லுங்கோ."

"நீ ஒண்டும் அறியேல்லையயா? உனக்கு உன்ரை உயிரைக் காப்பாற்ற வேணும். ஆருக்கு நீ பயப்பிடுறது! புலிகளுக்கோ உவங்களுக்கோ! அது சரிதான், உன்ரை பழைய தோழர்கள் எல்லே இப்ப பிள்ளைபிடிகாறங்களா வெளிக்கிட்டிட்டான்கள்."

"என்னக்கா எனக்கு ஒண்டுமா விளங்கேல்லை."

சாந்தியக்கா சொல்லத் தொடங்கினார்:

தமிழீழத் தேசிய இராணுவம்!

ராஜீவ் – ஜெயவர்த்தனா ஒப்பந்தத்தின் பிரகாரம், இலங்கை அரசியல் யாப்பின் பதிமூன்றாம் திருத்தச் சட்டத்தின் கீழ் வடக்கு கிழக்கு மாகாணங்கள் இணைக்கப்பட்டு, மாகாண சபை உருவாகிறது. அதன் முதலமைச்சராக வரதராஜப் பெருமாள் அமர்கிறார். மந்திரி சபை அமைகிறது. முதலமைச்சர், அடிக்கடி டெல்லிக்கும் திருகோணமலைக்கும் விமானத்தில் பறக்கிறார். விமானம் கவனமாகக் கடல்மேல்தான் பறக்கிறது.

முதலமைச்சர் ஒருபோதும் கொழும்புக்குப் போனதில்லை.

ஒருசில மாதங்களின் பின், "ஒரு கதிரையை நகர்த்தக்கூட மாகாண சபைக்கு அதிகாரம் தரப்படவில்லை," என்கிறார் முதலமைச்சர்.

மீண்டும் ராஜீவ் காந்தி, ஜெ.ஆர்.ஜெயவர்த்தனாவை மிரட்ட விரும்புகிறார்.

இந்திய அரசு, மாகாணசபையிடம் ஓர் இராணுவத்தை உருவாக்கச் சொல்கிறது. மாகாண சபையிடம், அதனை ஆட்சி செய்கிற இயக்கத்திடம் போதிய அளவு ஆட்பலம் கிடையாது. ஆயுதங்களை இந்தியா தந்தால் அதனைக் கையாள என்ன செய்வது?

'பிள்ளை பிடிகாரர்'களாக அந்த இயக்கம் செயற்படத் தொடங்கி ஒரு மாதமாயிற்று. ஊர்களுக்குள் 'வெள்ளைவான்'கள்

புகத் தொடங்கின. அகப்பட்ட இளந்தாரிகளை வானுக்குள் அள்ளிப் போட்டார்கள். எங்கு கொண்டுபோனார்கள் என்று தெரியவில்லை.

ஊரூராக வான், வெள்ளை வான், சிவப்பு வான், கறுப்பு வான், வான்!

ஊர்களுக்குள் சவக்களை எஞ்சிற்று! சனங்களுக்குக் குசுகுசுத்துக் கதைப்பதற்கு மேல் எதுவும் தெரியவில்லை. பயப்பிராந்தியில் ஊர் சுழன்றது.

சாந்தியக்காவிடம் ராசாத்தியக்கா வந்து சொன்னார்: “பிள்ளை, உவன் அருணன் அந்த இயக்கத்திலைதானே இருந்தவன்? பழைய செல்வாக்கு எப்பிடியும் இருக்கும்தானே! ஒருக்கால் கதைக்கச் சொல்லன். நீ சொன்னால் அவன் கேப்பான். என்ரை வயிறு பத்தி எரியுது. ஒரு பிள்ளையை வைச்சுக்கொண்டு, அவனும் இல்லையெண்டால், நான் என்ன செய்வன்,” விம்மிவிம்மி அழத் தொடங்கினார் ராசாத்தியக்கா.

சாந்தியக்கா இதை அருணனிடம் சொன்னார். “நான் என்ன செய்யிறது! அந்த இயக்கத்திலை என்ரை செல்வாக்கு என்ன எண்டு உங்களுக்குத் தெரியும்தானே?”

“எனக்கும் விளங்குது, அவையளுக்கு அது புரியாதல்லோ? ஒருக்கால் சாட்டுக்காவது போட்டு வாவன்ரா.”

‘சாட்டு’க்கு வந்திருக்கிறான் அருணன்.

○○○

பசுபதிக்காகக் காத்திருந்த மூன்று மணித்தியாலங்களில் அருணனுக்கு என்னென்னவோ நினைவுகள் ஓடின:

1987 ஒக்ரோபர் 11, விடுதலைப் புலிகளுக்கும் இந்தியனாமிக்கும் சண்டை தொடங்கிய நாள். ஒக்ரோபர் 12, சென்னை வானொலி நிலையம், காலை ஒன்பதேகால் மணிக்குத் திரையிசைப் பாடல்களை ஒலிபரப்புகிறது. முதலாவது பாடல்: “மனிதனும் தெய்வமாகலாம் திரைப்படத்திலிருந்து சீர்காழி எஸ் கோவிந்தராஜன் பாடிய பாடல்”:

“என்னடா தமிழ்க்குமரா என்னை நீ மறந்தாயோ. . .”

சிறு புன்னகை வந்தது அருணனுக்கு. இதில் ‘தமிழ்க்குமரா’ என்று குறிப்பது எவரை? இதை விளங்குவது கஸ்ரமில்லை. ‘என்னை நீ மறந்தாயோ?’

யார், எதை மறந்தது? தில்லி ஹோட்டல் ஒன்றில் சிறை வைத்ததையா? மிரட்டி, பணியவைக்கப்பட்டு, கையெழுத்து வாங்கியதையா?

யார், எதை மறந்தது?

ஒருகணம் துக்கத்தின் விளிம்பில் நின்றான் அருணன். மீண்டும் எவ்வளவு ஆயிரம் ஈழத்தமிழர்கள் கொல்லப்படப் போகிறார்களோ? இந்தச் சண்டையை விடுதலைப் புலிகள் தவிர்த்திருக்கலாமா? அல்லது விடுதலைப் புலிகள்மீது இச்சண்டை திணிக்கப்பட்டதா? ஈழமுரசு, முரசொலி பத்திரிகைக் காரியாலயங்களை விடிகாலையில் குண்டுவைத்துத் தகர்த்தது யார்? விடுதலைப் புலிகள் என்ன செய்கிறார்கள்? போரிடுகிறார்களா, அல்லது தம்மைத் தற்காத்துக் கொள்கிறார்களா, காட்டுக்குள் ஏன் அவர்கள் ஓடி ஒளிய வேண்டும்?

சென்னை வானொலி நிலையம்: எழுத்தாளர் ஜெயகாந்தன் உரையாற்றுகிறார்: "இலங்கைத் தமிழர்களுக்கு இது அரிய வாய்ப்பு. இறுதிச் சந்தர்ப்பமும்கூட. ஆயுதங்களைக் கைவிட்டு, போரிடுவதைக் கைவிட்டு இந்திய அரசுடன் ஒத்துழைத்துத் தமது உரிமைகளைப் பெற்றுக்கொள்ள வேண்டும். இந்திய இராணுவத்தினர் தமது நாட்டுக்காகப் போரிடாமல் இன்னொரு நாட்டில் அமைதிக்காகப் போரிடுகிறார்கள். அங்கு வாழும் தமிழர்களுக்காக உரிமை வேண்டிப் போராடுகிறார்கள். சீனாவுடனோ பாகிஸ்தானுடனோ யுத்தம் புரியும்போது அவர்களின் வீரம் போற்றுதலுக்குரியதாக இருந்தது. ஆனால் இப்போது அமைதி வேண்டி இலங்கையில் போரிடுவதைப் பார்க்கும்போது அவர்களது வீரம் மேலும் மிளிர்வதனை நான் காண்கின்றேன். இலங்கைத் தமிழர்கள், இந்திய இராணுவத்தினரின் கரங்களை மேலும் பலப்படுத்த வேண்டும். அது ஒன்றே இலங்கைத் தமிழர்களின் சுபீட்சத்திற்கான ஒரேயொரு வழி."

ஜெயகாந்தன்மீது மிகுந்த மதிப்பு வைத்திருந்தவன் அருணன்.

முதலில் மு. வரதராசன் எழுதிய 'வாடாமலர்', 'அகல்விளக்கு', 'கரிக்கோடு' என்ற நாவல்களை வாசித்து மனம் இளகியிருந்தான். அதில் தத்துவமாக வரும் வாக்கியங்களை பென்சிலால் அடிக்கோடிட்டு, அடிக்கடி வாசித்துத் தீர்த்தான். பிறகுதான் விளங்கியது, இது வாழ்க்கைக்கு உதவாத தத்துவம் என்று. அவ்வாறு உணர இரண்டு ஆண்டுகள் கழிந்துவிட்டன.

தத்துவம் போய் இப்போது இலட்சியம் வந்தது. அரவிந்தன் தான் அதனைச் சொல்லித் தந்தான். அரவிந்தன் வேறுயாரு மல்லன், நா. பார்த்தசாரதியின் நாயகன். 'குறிஞ்சிமலர்' நாவல் வாசித்து, நுளம்புகளைக்கூடக் கொல்லாது வாழ்ந்தான் அருணன். வாழ்க்கையில் ஓர் இலட்சியம் இருக்க வேண்டு மென்று, மரக்கறி மாத்திரம் உண்டான். இவனுக்காக அம்மா, தனிச் சமையல்கூடச் செய்தார். அந்த இலட்சியத்தினூடாகத் தான் பெண்களையும் பார்த்தான். அதனால்தான் சுபாவைப் பிடித்துப் போயிற்றோ, என்னவோ! அந்த இலட்சியத்தின் சாயல்கள் இன்னமும் அருணனை விட்டு அகலவில்லை.

அந்தந்த – தத்துவம், இலட்சியம் – மயக்கநிலைகளில் இருந்து மீட்டவர் ஜெயகாந்தன். வாழ்வின் யதார்த்தத்தை முகத்தில் அடித்தாற்போல் சொன்னார். அவரது சிறுகதைகள்தாம் பெரும்பாலும் அப்படி இருந்தன. ரஷ்ய நாவல்களை வாசித்துத் தீராத் தாகத்தைத் தனது சிறுகதைகளாலும் நாவல்களாலும் தீர்த்துவைத்தவர் ஜெயகாந்தன்.

ஜெயகாந்தன்மீதான அத்தனை மயக்கமும் தீர்ந்து, மரியாதையும் போய், மதிப்பும் குன்றி, இப்போது அருணன் இவ்வாறு நினைத்தான்: 'என்ன தெரிந்து ஜெயகாந்தன் இப்படி உளறுகிறார்?'

○

34

அதிகாரம் 17

1989

"ஏதோ ஆண்டவனின்ரை புண்ணியத்திலை இவளுக்கு எல்லாம் கைகூடி வருகுது. இவள் என்ன பாவம் செய்தாளோ! அந்தாளும் செத்து ஒண்டரை வருசமாகுது. படுபாவியள். இவளும் பிஞ்சு, இந்தச் சின்ன வயசில புருசன்காரனைத் தின்னக் குடுத்திட்டு இருக்கிறாள். வல்லிபுரத்தான் இப்ப இரங்கீட்டான்போலை. இவன் சந்திரன், அவனும் ஒருவிதத்திலை இவளுக்கு மைச்சான் முறை. 'நான் மல்லிகாவைக் கலியாணம் கட்டிறன்,' எண்டு ஒற்றைக்காலிலை நிக்கிறான். ஊரிலை அயலட்டைகள் ஏதும் இசகுபிசகாய்க் கதைக்கமுன்னம் இதை ஒப்பேத்திப் போடுவம் எண்டு."

என்ன சொல்கிறார் அம்மா?

என்மேல் சடாரென இடி விழுந்தது. எனக்கு உலகம் இருண்டது. நான் திக்கித்துப்போய்க் கிடந்தேன்.

எனக்கு மல்லிகா இல்லையா?

மல்லிகாவுக்குச் சந்திரனா?

சந்திரனின் தொழில் என்ன? கள் இறக்குபவனா? தெரியாது. ஊருக்கு ஊழியம் செய்கிறான், அது தெரிகிறது. வேலி அடைக்கிறது, வீடு மேய்வது, கொட்டில் கட்டுவது, தோட்டம் சாறுவது, மேசன் வேலைக்குப் போவது, தச்சு வேலையில் சிராய்ப்பது இப்படி ஆயிரம் கூலி வேலை!

அதில் உழைத்துக் கொண்டுவந்து ஓர் அரசகுமாரியைக் காப்பாற்றப் போகிறான். 'காப்பாற்றப் போகிறான்' என்ன, கால் வயிறு, அரைப் பட்டினி என்று கொல்லப் போகிறான்!

ஓர் இளவரசிக்கு ஒரு வேலைக்காரன்! இந்த அம்மாவுக்குத் தான் கண்ணில்லை, ஆண்டவனுக்கும் கண்ணில்லையோ? மல்லிகாவின் பேரழகைக்கூட இந்த அம்மாவால் உணர முடிய வில்லையா? மல்லிகா எங்கே, சந்திரன் எங்கே? சந்திரனுக்கும் இந்தப் பேரழகு உறைக்கவில்லையோ? தான் அவளுக்குப் பொருத்தமானவனா என்பதுகூட உணர முடியாத அசடா? அதென்ன 'ஒற்றைக் காலிலை நிற்பது?' அவ்வளவு அறிவில்லையா? அந்த 'ஒற்றைக் கால்' உடையட்டும்!

மல்லிகா இதனை எப்படி ஒப்புக்கொள்வாள்? நான் ஓர் இராஜகுமாரன்! இளவரசிக்கு உரியவன்! மல்லிகா அதனை உணர்ந்துதான் கடற்கரையில் என் கை பிடித்தாள்! பிடித்த கை, சூடாகியது! சூட்டில் நான் உள்ளத்தை உணர்ந்தேன்! அவள் எனக்கானவள்!

நிறைந்த காதல் அவள்மீது எனக்கிருக்கிறது.

நான்தான் 'அம்மா சாதி பார்ப்பா,' என்று பேய்த்தனமாக உளறியிருக்கிறேன்.

அதை வெல்ல மாட்டேனா நான்!

மல்லிகா, எனக்கு நீ வேணும் மல்லிகா. தயவுசெய்து எனக்காக நில், என்னுடன் வா. உன் காலில் விழுகிறேன்!

"தஞ்சமடைந்தபின் கைவிடலாமோ, தாயும் தன் குழந்தையைத் தள்ளிடப்போமோ!"

நான் மல்லிகாவைப் பார்த்தேன்; அவள் என்னைப் பார்க்கவில்லை. தலை குனிந்தபடியே இருக்கிறது. ஒருதுளிக் கண்ணீர் கீழே விழுந்ததோ?

"வாற மாசம் பன்னிரண்டாம் திகதி வியாழக்கிழமை சோறு குடுக்கப்போறம். நெருங்கின சொந்தங்களுக்கு அறிவிச்சிருக்கு. நீங்கள் கட்டாயம் வர வேணும்! நீங்களும் எங்களுக்கு நெருங்கின சொந்தம்தானே! ஒருவிதத்திலை மல்லிகாவுக்கு அண்ணன் முறை."

போச்சுடா!

மல்லிகாவின் அம்மா வில்லங்கத்துக்குத்தான் இதனைச் செய்கிறாவோ?

வியாழக்கிழமை சோறு குடுக்கினம்... ம்... கள்ள வியாழன் கழுத்தை அறுக்கும்!

மல்லிகாவைப் பிறகும் பார்த்தேன், அவள் என்னைப் பார்க்கவில்லை. நான் ஒருவன் இருக்கிறேன் என்று அவள் உணரவில்லை! என்னை மிக மோசமாகத் தவிர்க்கிறாள்! அந்நியப்படுத்துகிறாள்! அவளிடமிருந்து ஓர் உதாசீனத்தை உணர்கிறேன்!

அவர்கள் வீட்டிலிருந்த ஒரு கதிரையில் இருக்கிறேன். அவர்கள் நிலத்தில், எனக்குக் கீழே இருக்கிறார்கள். நான் மேலே! உச்சி வகிடெடுத்த மல்லிகாவின் அடர்ந்த மயிர்கூட எனக்குக் கிட்டத்தில் தெரிகிறது. பரந்த வெண்முதுகு நிறைந்த கூந்தல்! அந்த வகிடின் தொடக்கத்தில் குங்குமத்தை இடுவேன். அது உறுதி என்றுதான் நினைத்தேன்.

இனி அது எனக்கில்லை!

ஓம்தானா? அது உண்மைதானா? மல்லிகா இனி எனக்கில்லையா?

மல்லிகாவைப் பார்த்தேன், அவள் என்னைப் பார்க்க வில்லை!

வெப்பியாரம் என் நெஞ்சைக் கிழிக்கிறது. மல்லிகா எனக்கில்லையா?

என்றாலும் மல்லிகாவின் அம்மாவுக்குச் சொன்னேன்: 'உங்கன்ரை மகளை எனக்குத் தாங்கோ.'

சத்தியமாக அப்படித்தான் சொல்ல யோசித்தேன்! ஆனால் தவறி, வாய் இப்படிச் சொன்னது: "நான் வராமலா... கட்டாயம் வருவன்." பிறகு, "என்ரை தங்கச்சியல்லவா அவள்," என்றும் சொன்னேன்.

இந்தப் புளுத்துப்போன வாயா அப்படியெல்லாம் சொன்னது? என் தோல்வியை மறைக்க, என் வெப்பியாரத்தை மேவ இன்னும் என்னவெல்லாம் சொல்லப்போகிறது?

அப்போதுதான் மல்லிகா என்னை நிமிர்ந்து பார்த்தாள். இப்போது நான்தான் அவளைப் பார்க்கவில்லை! அவள் என்னைப் பார்த்தபடியே இருக்கிறாள்.

என்னுள் ஏக்கம் மேவிற்று. "மல்லிகா," என்று மனசு அரற்றியது. இப்போதுதான் காதல் எனறால் என்னவென்று உணர்கிறேன். காதல், மகத்தான காதல்! காதல் இத்தனை

வாள்வீச்சின் வலிமை கொண்டதா? அக்கணத்தில் 'நான் ஒரு கோழை' என்றும் உணர்ந்தேன்.

மல்லிகாவின் அம்மாவிடம் சொல்லியிருக்க வேண்டும்: "மல்லிகா எனக்குத்தான்," என்று. எனது அம்மாவிடம் சொல்லியிருக்க வேண்டும்: "உங்களுடைய மருமகளை நான் கொண்டு வருகிறேன்," என்று. அம்மாவிடம் இன்னொன்றையும் சொல்லியிருக்க வேண்டும்: "உங்களுடைய நல்ல குணங்களுக்கு மாத்திரம்தான் நான் உங்கள் மகன்!"

"என்னுடைய பெண்டாட்டி மல்லிகா," என்று அம்மா விடம் அழுத்திச் சொல்லியிருக்க வேண்டும்!

மல்லிகா என்னை இன்னமும் பார்த்துக்கொண்டே இருக்கிறாள்.

எனக்கு அவள் பார்வையை எதிர்கொள்ள முடியவில்லை.

மல்லிகா எனக்கு இல்லை; எனக்கு மனைவியில்லை என்று அக்கணம் முழுதாகப் புரிந்துகொண்டேன்.

மத்தியானம் வெயில் கொழுந்துவிட்டெரிகிறது! மல்லிகாவின் அம்மா தந்த மத்தியானச் சோற்றில் உப்புமில்லை, புளியுமில்லை, உறைப்புமில்லை!

மல்லிகா – சந்திரன், திருமணத் தம்பதிகள்!

ஒரு கூலி, அந்தப் பேரழகிக்குக் கணவன்!

"நான் வெளிக்கிடப்போறன்," என்றேன். "ஓம் தம்பி வெளிக்கிடுங்கோ. சோறு குடுப்பிக்கிற அண்டைக்கு வர மறந்திடாதேயுங்கோ," என்றார் மல்லிகாவின் அம்மா.

"ஓம்... கட்டாயம் வருவேன்," என்றேன்.

படலைவரை மோட்டார் சைக்கிளை உருட்டினேன். கூட வந்தாள், மல்லிகா. "போறன்," என்றேன். "போட்டு வாறன் எண்டு சொல்லுங்கோ," என்றாள்.

"வேலையெல்லாம் முடிஞ்சுது. கோழிக்குஞ்சுகள் வந்து இறங்கும், அதைப் பிரிச்சுக் குடுங்கோ. எனக்கு இஞ்சை இனி வேலையில்லை. இனி வருவனோ தெரியாது."

"நீங்கள் கட்டாயம் வர வேணும்," என்று கண் கலங்கினாள்!

"வாங்கோ, நான் இயலுமான அளவுக்கு இன்னும் காத்திருக்கிறன்," என்று அவள் சொன்னபோது கண் பெருக்கெடுத்தது.

இரவி அருணாசலம்

"என்னைக் காப்பாத்துங்கோ," என்று கெஞ்சுகிறாற்போல் இருந்தது அவள் குரல்.

"உங்களால ஏலும்," என்று உடைந்தாள்.

"ஏன் உங்களுக்கு ஒண்டிலையும் துணிவில்லை," என்று தேம்பினாள்.

"நீங்கள் எல்லாத்திலையும் உறுதியா இருந்திருக்கலாம் தானே," என்று கையைப் பிடித்தாள், உடனேயே விட்டாள். கை சுட்டது!

மல்லிகா பிறகு சொன்னாள்: "ரண்டு மூண்டு நாளிலை நல்ல முடிவோட வாங்கோ. உங்களுக்காகக் காத்துக்கொண்டு இருப்பன்."

மோட்டார் சைக்கிளை முரளி வீட்டில் கொண்டுபோய் விட்டேன்! இனி இது எனக்குத் தேவைப்படாது. எதுவுமே இனி எனக்குத் தேவைப்படாது. துணியில்லாத வெறும் குடைக்காம்பு நான்! மழைக்கும் வெயிலுக்கும் உதவாத குடை!

நான் போகிறேன், அந்த மாணிக்கத்தை இழந்துபோகிறேன், அந்தத் தங்கக் கட்டியை விட்டுச் செல்கிறேன், அந்த வைர மாலையை எறிந்துவிட்டுப் போகிறேன்!

○

35

பதினேழாம் அத்தியாயம்

1989

"சொல்லும் தோழர், என்ன விசயம்?" பசுபதியின் கையில் சிகரெட் புகைந்தது. நிச்சயமாகக் குடித்திருக்கிறான். சாராய மணம் குப்பென்று அலையடிக்க, அதை மறைப்பதற்கு அவன் எவ்வித முயற்சியும் செய்யவில்லை.

'அவன்' என்பதா, 'அவர்' என்பதா?

கதவு பூட்டப்பட்டு மூடிய அறை. அருணனும் பசுபதியும் பிறகு மின்விசிறியும்தாம் அங்கு. "பசுபதி, நானொரு முக்கியமான விசயம் பற்றிக் கதைக்க வந்திருக்கிறன்."

சட்டென, "தோழர் பசுபதி, ம்ம். . . தோழர் பசுபதி! தோழர் எண்டும் சொல்லலாம். நான் உம்மை எப்பிடிச் சொல்லுறன்? 'தோழர்' எண்டுதானே," பசுபதி இடைமறித்தான். இடை 'மறித்தானா'? இடை 'மறித்தாரா'?

அருணனுக்கு மேற்கொண்டு என்ன கதைப்ப தென்று தெரியவில்லை. காற்றுப் புகாத அந்த அறைக்குள் மின்விசிறி சுழன்றுசுழன்று பேசியது.

"சொல்லும் தோழர், என்ன விசயம்? எனக்கு நிறைய வேலையிருக்கு."

ராசாத்தியக்காவின் மகனைப் பற்றிக் கதைப்பதா? அல்லது ஈழத்தின் ஏனைய 'மகன்களை'ப் பற்றிக் கதைப்பதா?

"தோழர், முக்கியமான விசயம் பற்றி உங்களோட கதைக்க வேணும்."

"அதுதான் என்னெண்டு கேக்கிறன்."

மொழியை ஒருங்குகூட்டி, தெளிவாக பசுபதி விளங்குமாறு எப்படிக் கதைப்பதென்று அருணனுக்குத் திடுமுட்டாக இருந்தது. பசுபதி இப்போது இருக்கும் நிலையில், அவன் கையில் இருக்கும் அதிகாரத்தில், எப்போது என்ன சொல்வான், என்ன செய்வான் என்பது புரியாமல் இருந்தது. இராமேஸ்வரத்தில் சந்தித்த பசுபதியேயல்ல இவன். தயங்கித்தயங்கிப் பின்வருமாறு வசனம் சொன்னான் அருணன்:

"உங்கன்ரை இயக்கம் இப்ப ஊரூராய்ப் போய்ப் பொடியளை இராணுவப் பயிற்சிக்குப் பிடித்துக்கொண்டு போறியள்; அது சரியெண்டு எனக்குப் படேல்லை."

"என்ன சொல்லுறீர்? 'உங்கன்ரை இயக்கம்' ம்ம்... அப்ப இது உம்முடைய இயக்கம் இல்லை, அப்பிடித்தானே?"

"முந்தி என்ரை இயக்கமா இருந்தது, ஆனால் இப்ப அப்பிடி இல்லை."

"அப்ப என்ன பு--டைக்கு கதைக்க வாறீர்?"

"தோழர் கொஞ்சம் மரியாதையாக் கதைக்கிறது நல்லது."

"உங்களுக்கெல்லாம் என்ன மரியாதை? ஆ. . . இஞ்சை புலிகளின்ரை சு--னியைச் சூப்பிக்கொண்டுதானே இருந்தனியள். எங்களை அவங்கள் துரத்தித்துரத்திச் சுடேக்கை அவங்கன்ரை அடுப்படிக்குள்ளை போய் அடுகிடை படுகிடையாக் கிடந்தவங்கள்தானே நீங்கள்!"

"நீங்கள் தமிழ்நாட்டிலைப் பாதுகாப்பா இருந்துகொண்டு என்னவும் கதைக்கலாம். இஞ்சை இருந்த தோழர்கள் என்ன செய்திருக்க வேணும் எண்டு நீங்கள் நினைக்கிறீங்கள்? சொல்லுங்கோ, ரெலோ மாதிரி றோட்டுவழிய சுடப்பட்டுச் சாகிறதா? ஆ..." அருணன் கேட்டான்.

பசுபதி அப்படியே பார்த்துக்கொண்டு இருந்தான். பிறகு எழும்பி மின்விசிறியை மேலும் வேகமாகச் சுழலவிட்டான்.

“எங்களுக்குச் சரணடையிறதைத் தவிர வேறை வழியில்லை, தோழர். எங்கன்ரை இயக்கத்தின்ரை எந்தவொரு தலைவர் ஈழத்திலை இருந்தினம்? எங்களை வழிநடத்திச்சினம்? ஆ... சொல்லுங்கோ தோழர்! ஆர் வழிகாட்டிச்சினம்? வாழைமட்டையடி எண்டு சுரேசர் சும்மா ஆட்களை வெருட்டிறார். ஆரும் எங்கையெண்டாலும் அரசியல் பேசிச்சினமே? புலிகளோடையாவது பேசிச்சினமே? புலிகளுக்குச் சவால் விடீனம். விட்டால் கொஞ்ச நாளாவது நிண்டுபிடிக்க வேணும். ஆனால் புலிகளின்ரை ஒரு சூட்டுக்கு இந்தியாவுக்கு ஒரே ஓட்டம். நாங்கள் இஞ்சை அனாதரவா திரிஞ்சம். சும்மா தீப்பந்தப் போராட்டம், அது இது எண்டு பெரும் எடுப்பு எடுக்கிறம். ஈழத்திலை இருக்கிற எங்களைப் பற்றி ஆர் யோசிச்சியள்? சொல்லுங்கோ! என்னைப் பங்கருக்குள்ளை எல்லாம் புலிகள் சிறை வைச்சவங்கள், தெரியுமா உங்களுக்கு! ஆர் ஒருத்தர் என்னைப் பற்றி அக்கறைப்பட்டியள்? ம்... இப்ப இந்தியா அனுப்பி அசோகா கொட்டலிலை சொகுசா இருந்துகொண்டு கதைக்கிறியள் என்ன!”

“ஓகோ, அப்ப நீங்கள் இப்ப புலிகளுக்கு வக்காலத்து வாங்கிறியள் . என்ன அப்பிடித்தானே! ஒண்டை விளங்கும் தோழர், புலிகள் ஒரு பாசிச சக்தி. அது உங்களுக்குத் தெரியேல்லை. அமெரிக்கா குடுக்கிற காசிலை அது இயங்குது. அது தோழருக்குப் புரியேல்லைப்போல.”

“முதல் இப்பிடிக் கதைக்கிறதை நிப்பாட்டுங்கோ. நீங்கள் இந்தியா தாற காசிலை இயங்கிறியள். மற்றவங்களுக்கு அமெரிக்கா குடுத்தாலென்ன, ரஸ்யா குடுத்தாலென்ன? காசு எண்டால் எல்லாம் ஒண்டுதானே.”

“தோழர், நாங்கள் ஆரெண்டு தெரியாமல் எல்லைமீறிப் பேசுறியள். ராஜீவ்காந்தி இப்ப எங்கன்ரை கையுக்கை. நாங்கள் என்ன சொன்னாலும் அவர் கேப்பார். எங்கன்ரை ராஜதந்திரம் அப்பிடி. அதை முதல் புரியுங்கோ. உங்கன்ரை புலிகள் என்னெண்டா உலகத்தின்ரை நாலாவது பெரிய இராணுவத்தோடை சண்டை பிடிச்சு அழியப்போகினம். அவையள் அழிஞ்சாலும் பரவாயில்லை, சனத்தையும் வீணா அழிக்கினம். உது எங்கை போய் முடியப்போகுது எண்டு பாரும் தோழர்.”

அவனது ‘சுதி’ சற்று இறங்கிக்கொண்டு வந்தது. அதன் இடையில் அருணன் புகுந்து, “தோழர் நான் கதைக்க வந்தது வேறையொரு விசயமா,” என்றான்.

“சொல்லும் தோழர், என்ன விசயம்? நானென்ன செய்ய வேணும்?”

அருணனுக்குத் தயக்கமா இருந்தது, என்றாலும் சொன்னான்: “புலிகள் சனத்தையும் வீணா அழிக்கினம் எண்டு சொல்லுறியள், ஆனால் நீங்களும் அதைத்தானே செய்யிறியள்?”

“எதைச் சொல்லுறியள் தோழர்?”

“இல்லை, ஊரூராய்ப் போய்ப் பொடியளைப் பிடிச்சு...”

சொல்லி முடிக்கவில்லை, பாய்ந்தான் பசுபதி: “நாங்கள் போய்ப் பொடியளைப் பிடிக்கிறம் எண்டு ஆர் சொன்னது? சொன்ன ஆளைக் காட்டு கேக்கிறன்.” சடக்கெனக் கைகளை மேசையில் ஊன்றி, கதிரையை விட்டு எழுந்தான். கண்கள் மேலும் சிவந்திருந்தன. அருணனுக்குச் சற்றுப் பயமும் வந்தது. வெளியிலும் ஓர் அமைதி!

பிறகு அமைதியாகக் கதிரையில் இருந்தான். “தோழர், கொஞ்சம் உணர்ச்சிவசப்பட்டிட்டன். ஒண்டும் யோசியாதையும். இந்தக் குற்றச்சாட்டை வேறை ஆக்களும் சொல்லினம். அதுதான் எனக்கு ஆகலும் கோபம் வந்துது.”

அருணன் சொன்னான்: “நான் கதைக்க வந்த சூழலும் நேரமும் சரியில்லை எண்டு நினைக்கிறன். பிறகு வாறன்.” எழுந்தான்.

“இல்லை தோழர் இரும். உம்மோடை கொஞ்சம் கதைக்க இருக்கு. எனக்கு உம்மிலை இன்னொரு கோபமும் இருக்குது. எவ்வளவுதரம் எங்கன்ரை பணிமனையிலை இருந்து உமக்கு அழைப்பு வந்திருக்கு. நானே என்ரை கையால எழுதிக் குடுத்தனான். அதை ஒரு சொட்டும் நீர் மதிக்கேல்லை. அமீர் அண்ணாவின்ரை இறுதிச் சடங்கண்டும் எங்கன்ரை தலைவர் தோழர் பத்மநாதன் உம்மை எவ்வளவு வருந்தி அழைச்சவர்! அதுக்கும் ஒரு சின்ன மரியாதையை நீர் குடுக்கேல்லை. எவ்வளவு பெரிய ராஜதந்திரி அவரெண்டு உமக்குத் தெரியுமா? ராஜீவ் காந்தியோடை கைகோத்துத் திரியிற ஒராள். பிடல் காஸ்ரோ, சேகுவேராவுக்குப் பிறகு உலகத்தில ஒரு உன்னதத் தலைவர் எண்டால் அது தோழர் பத்மநாதன்தான். அவர் உம்மை வலிஞ்சு கூப்பிடுறார், உம்மாலை வர ஏலாமல் இருக்கு, என்ன?”

“எனக்கு வர விருப்பமில்லை. யாரையும் சந்திக்கவும் விருப்பமில்லை.”

"ஏன் என்ன பிரச்சினை உமக்கு?"

"பெருசாச் சொல்ல ஒண்டுமில்லை, புலிகள் என்னைப் பிடிச்சிட்டு விடேக்கை 'அரசியலிலை ஈடுபட்டால் கண்ட இடத்தில சூடு. . .' எண்டவங்கள். அது ஒரு காரணம். ஆனால் அது மாத்திரமில்லை."

"நாங்கள் உமக்குப் போதிய அளவு பாதுகாப்பு தந்திருப்பம். என்னைப் பார்க்கேல்லையே! சுத்திவர நாலுபேர் துவக்கோடை. இரவுப் படுக்கை அசோகா கொட்டலிலை. அதைச் சுத்தி இந்தியனாமி காம்பே அடிச்சிருக்கிறான்கள். பேந்தென்ன பயம்! புலிகளும் காட்டுக்குள்ளை ஓடி ஒளிச்சிட்டாங்கள்."

"பாதுகாப்பு மாத்திரம் காரணமில்லை. எனக்கு உங்கன்ரை அரசியலோடை உடன்பாடு கொள்ள ஏலாது."

"என்ன என்ன சொல்லுறீர்?"

"எனக்கு உங்கன்ரை அரசியலோடை உடன்பாடு கொள்ள ஏலாது."

"ஆமோ அதுவும் ஒரு கதையோ! அப்பிடி நாங்கள் அரசியலிலை என்ன செய்திட்டம்... ஆ..?"

"இப்ப பிள்ளைபிடிகாறரா திரியிறியளே! அது உங்கன்ரை அரசியலிலை சின்னத் துளி. இந்தியாவின்ரை தாளத்துக்கெல்லாம் ஆட்டம் போடுறியளே, அதுதான் உங்கன்ரை பெரிய அரசியல். உந்த அரசியலோடை என்னாலை உடன்பட ஏலாது. ஒண்டிலையும் உங்களோட ஒத்துப்போக ஏலாது. இருந்து பாருங்கோ, புலிகளை வெறுத்தவங்கள் எல்லாம் இந்தியனாமியின்ரை அட்டகாசத்துக்குப் பிறகு இப்பப் புலிகளை ஆதரிக்கத் தொடங்கியிருக்கிறான்கள். அது தெரியுமா உங்களுக்கு? 'அப்பிடி நாங்கள் அரசியலிலை என்ன செய்திட்டம்' எண்டு கேக்கிறியள்! இப்ப உங்களை மக்கள் எவ்வளவு வெறுக்கினம் எண்டு தெரியுமா உங்களுக்கு? சனத்திட்டை போய்க் கதைச்சுப் பாருங்கோ."

அருணனுக்கு இன்னும் அதிகம் கதைக்க இருந்தது. அப்படிக் கதைக்கமுன்னம் பசுபதி சொன்னான்: "மைச்சான் கனக்கக் கதையாதை. உன்னைத் 'தோழர்' எண்டு சொல்ல எனக்கு வெக்கமா இருக்கு. 'பிள்ளை பிடிகாரர்' எண்டு எங்களைச் சொல்லுறாய், என்ன? புலிகளின்ரை அராஜகத்தாலையும்

இரவி அருணாசலம்

சிங்கள ஆமியின்ரை அட்டகாசத்தாலையும்தான் தமிழ்ப்பொடியள் எங்களிட்டைப் போர்ப் பயிற்சிக்கு வாறாங்கள், அதைமட்டும் விளங்கிக்கொள். நீ விளங்கினா லென்ன விளங்காட்டில் என்ன? இது புலிகளின்ரை கடைசிக் காலம் எண்டதை மாத்திரம் நீ விளங்கிக்கொள்! அந்தள வுக்குப் பயிற்சி குடுத்து தமிழ்ப்பொடியளைத் தயார்படுத்துது இந்தியனாமி. சிங்களவனுக்கும் ஆபத்து இருக்கு. கொஞ்சம் விட்டால் இன்னும் எல்லா இரகசியத்தையும் சொல்லீடுவன். தோழர் நீ இப்ப வீட்டைப் போறது உனக்கு நல்லது. நான் ஒரு முடிவோட உன்னைச் சந்திக்கிறன்!"

○

அதிகாரம் 18

1989

முரளி வீட்டில் மோட்டார்சைக்கிளை விட்டவுடன் சைக்கிளை எடுத்து நேரே ராசனிடம் உழக்கினேன்.

"எனக்குக் கசிப்பு வேணும்."

"உங்களுக்கு இல்லாமலா!"

"உடனை வேணும்."

"உடனையெண்டால்... ம்ம்... எங்கை எடுக்கிறது?"

"எங்கையெண்டாலும்."

"மார்க்கண்டப்புவிட்டை கேட்டுப் பார்க்கிறன்."

"கெதியெண்டு."

"என்ன அண்ணை? என்ன பிரச்சினை?"

"நீ ஆரையும் காதலிச்சிருக்கிறியா ராசன்?"

ஏனோ அழுகை வந்தது. வெம்பிவெம்பி அழுதேன். விரக்தியின் உச்சம் எனக்கு. ஒரு தேவதையை இழந்திருக்கிறன்; ஒரு தெய்வப்பெண்ணை இழந்திருக்கிறன்.

ஒரு போத்தல் கசிப்பையும் குடித்தேனா தெரியவில்லை.

ooo

ஐந்து மைல் உழக்கித் தனமக்காவிடம் சைக்கிள் போனது. கசிப்பினால் ஒன்றையும் தடுத்து நிறுத்த முடியவில்லை.

“உள்ளுக்கை வாங்கோ,” என்று தனமக்கா சொன்னபோது, ஐந்துமணிச் சூரியன் மேற்கில் சரிகிறான். அப்போது வேப்பமரம் சரசரத்து ‘உள்ளே போ... போ...’ என்றது.

“என்ன தம்பி இந்த நேரத்தில,” என்று தனமக்கா சொண்டு சுழித்துச் சொன்னா.

அப்படியே அவாவை இறுக்கிப் பிடித்து, மண்சுவரோடு சாய்த்து, சுழித்ததை என் வாயில் கவ்வினேன்.

“என்ன தம்பி இந்த நேரத்தில?”

ஒன்றும் என் காதில் ஏறவில்லை. அறைக்குள் இருட்டு என்று ஏதுமில்லை. தனமக்காவின் உடல், எனக்குள் வெளிச்சம் தந்தது. இப்படி ஓர் இன்பமா? இதுவரை என் உடல் உணராத ஒன்று. அவளது தலைமயிர்க் கற்றை தலைகணியில் கூடையாகக் கொட்டுண்டு கிடந்தது.

இரண்டாவது போக முடிவில் தனமக்கா சொன்னா: “சரியான குழப்படிக்காரப் பெடியன். இப்பிடி ஒருத்தரும் என்னைத் திண்டதில்லை,” அப்போது அவா கண்ணடித்தா.

“தனமக்கா என்னைக் கலியாணம் கட்டிறீங்களா?”

“அக்கா என்கிறாய்... எப்பிடிக் கலியாணம் கட்டுறதாம்?”

“தனம், என்ரை குஞ்சு, என்ரை செல்லக்குட்டி. என்னைக் கலியாணம் கட்டடா.”

“சும்மா பகிடி விடாதை. நான் ஆர்... நீ ஆர்... கலியாணம் எண்டால் கடையில வாங்கிற சாமானா? என்ன கதைக்கிறாய்!”

“நான் உண்மையாத்தான் கதைக்கிறன் தனம். என்னைக் கலியாணம் கட்டடா.” எனது மோதிர விரலில் இருந்த மோதிரத்தைத் தனத்தின் மோதிர விரலில் போட்டுவிட்டேன். அது தனத்தின் விரலுக்கு மிக லூசாக இருந்தது. கழட்டி நடுவிரலில் மாட்டினேன். இறுக்கமாக இருந்தாலும் பொருத்தமாக இல்லை.

மேலும் எந்த வார்த்தையும் வரவிடாமல் அவள் வாயைக் கவ்வினாள்; பிறகு சொன்னாள்: “என்ரை துரை, நீ எப்பவும் என்னட்டை வா. நான் ஆருக்கும் என்னைக் குடுக்காமல் உனக்காக என்னை வைச்சிருப்பன். ஆனால் நீ வேறை பொம்பிளையைக் கலியாணம் கட்டு ராசா. உன்ரை வடிவுக்கு உன்ரை குணத்துக்கு ஆயிரம் பொம்பிளைகள் வருவாளவை.

உனக்கு வாற பொம்பிளை குடுத்து வைச்சவள். கலியாணம் முடிச்சாலும் எப்பவும் நீ இஞ்சை வரலாம். நான் உனக்காகப் பார்த்திருப்பன்." அவள் மோதிரத்தைக் கழற்றி என் மோதிர விரலில் மாட்டினாள்

நான் தனத்தைக் கட்டிப்பிடித்துக்கொண்டு அழுதேன். "நான் ஒருத்தியைக் காதலிச்சனான்."

"விடடா ராசா உந்தக் கதையை. காதல் ஒரு வயசுக்கு வாற ஒண்டுதான். தெய்வீகம் அது இது எண்டு காதலிலை ஒண்டுமில்லை. விளக்கை நூர்த்தால் கறுவல் என்ன... சிவலையென்ன... வடிவென்ன... விகாரமென்ன... எல்லாப் பொம்பிளைகளும் ஒண்டுதான். இப்ப எனக்கு நீ வேணும். வா... என்னை எடு."

மூன்றாம் போகம் முடிந்தபிறகு "பூரணம்... சம்பூரணம்..." என்றா தனமக்கா.

○○○

இரவு அறைக்கு வர ஒன்பது மணியாகிவிட்டிருந்தது. இந்தியனாமியின் கெடுபிடி இப்போது அதிகம் இல்லை. தமது மூட்டையைக் கட்டுவதில் அவர்கள் கவனம் செலுத்துகிறார்கள்போல. எனக்கு வாயில் ஏனோ தூசண வார்த்தைகள் வந்துகொண்டிருந்தன. கசிப்பு அப்படித்தான் செய்யும்.

தனமக்கா, என்னைத் தடவித் தடவி, கொஞ்சி, கசக்கி, கிள்ளி, கடித்து, சூப்பி, உறிஞ்சி, மனிசனாக்கியிருக்கிறா! இந்த உலகத்தில் எனக்கு இனி எந்தத் துக்கமும் இல்லை! தனமக்காவிட்டை இன்னும் எவ்வளவுதரமும் போகலாம்.

○○○

கசிப்பு மயக்கம் இப்போது இல்லை! தனமக்கா அத்தனையையும் உறுஞ்சித் தீர்த்துவிட்டா.

இரவுக்கு, நான் தெளிவாக ஆங்கிலத்தில் அறிக்கை எழுதத் தொடங்கினேன்:

"இது விதவைகளுக்கான புனர்வாழ்வுத் திட்டம். அதனை முதலில் நாம் கவனத்தில் கொள்ள வேண்டும். அதனை எந்த விதத்திலும் நாம் துஷ்பிரயோகம் செய்தல் கூடாது. அது இன்னொருவருக்குக் கிடைக்கவேண்டிய உதவியைத் தடுத்து நிறுத்துவதாகும். அந்த வகையில் இந்தத் தகவலைச் சொல்வது எனது கடமையாகும்.

பருத்தித்துறை, கற்கோவளம் எனும் கிராமத்தைச் சேர்ந்த திருமதி. மல்லிகா கனகரத்தினம் என்பவர் தமது கணவரான கனகரத்தினம் என்பவரை, இந்திய அமைதிப்படையின் வன்முறையால் கொல்லப்பட்டு இழந்திருந்தார். அந்த வகையில் அவர் விதவையாகியிருந்தார். நல்ல வேளையாக அவருக்குப் பிள்ளைகள் என்று எவருமில்லை. தற்போது திரு. செல்வச்சந்திரன் என்பவரை திருமதி. மல்லிகா அவர்கள் மறுமணம்செய்ய உள்ளார். இன்னும் ஒருசில நாள்களில் அவர்களுக்குத் திருமணம் நடைபெற உள்ளது.

திருமதி. மல்லிகா, திருமணம் முடித்தவுடன் விதவை என்னும் துயரிலிருந்து நீங்குகிறார். எனவே அவர் விதவைகளுக்கான புனர்வாழ்வுத் திட்டத்தில் வருவதற்கான சாத்தியக்கூறு எதுவும் கிடையாது.

பருத்தித்துறைப் பிரதேசத்தில், விதவைகளுக்கான புனர்வாழ்வுத் திட்டத்தில் வரும் கோழிப் பண்ணைகளுக்கான இருபது கோழிக் குஞ்சுகள், திருமதி. மல்லிகா அவர்களுக்கு வழங்கப்படவில்லை. அப்படியே அக்கோழிக் குஞ்சுகளை வேறொருவருக்கு வழங்கிக்கொள்ளலாம். எனவே விதவைகளுக்கான புனர்வாழ்வுத் திட்டத்தில் இருந்து திருமதி. மல்லிகா அவர்களை நீக்கி, வேறொரு விதவையை இதில் இணைத்துக் கொள்ளவும் என நான் விண்ணப்பமும் சிபாரிசும் செய்கிறேன். அதுவே மனிதாபிமானம் மிக்க செயலாகும்."

○

37

பதினெட்டாம் அத்தியாயம்

1989

இப்போது அருணனுக்கு வீதியெங்கும் அச்சம் சூழ்ந்திருந்தது, அப்படித்தான் அவன் நினைத்தான். சைக்கிளை எடுத்து வீதியில் இறங்கினால் தன்னைச் சாவு துரத்தி வருவதை உணர்கிறான். வீதியில் நேரே அவன் கண்கள் நிலைக்கவில்லை. அக்கம் பக்கம் பார்த்தபடி சைக்கிள் ஓடுகிறான். யார் மேலும் கடைக்கண் பார்வை இருக்கிறது. பக்கத்தில் இளைஞர்களாக யாரும் சைக்கிளில் வந்தால், 'சிலோ' பண்ணி, அவர்களைப் போகவிட்டு, பக்கத்து ஒழுங்கையில் சைக்கிளை விடுகிறான். அருகில் சைக்கிளில் வருகிற யாரும் கையைத் தூக்கினால், அந்தக் கையில் ரிவோல்வர் முளைத்திருக்கிறதோ என்று திகில்படுகிறான்.

இப்போது வெள்ளி நிறத்திலும் பிஸ்ரல் வந்திருக்கிறது! ரிவோல்வர் மாதிரி அல்ல, பிஸ்ரல்! எந்தப் பிஸ்ரலானாலும் பிஸ்ரலின் குறி ஒருபோதும் தவறுவதில்லை. மாத்திரமல்ல, அதன் குண்டு, சுர்ரெனச் சுழன்று காதுக்குள் ஆழ இறங்குகிறது. இறங்கி மூளியைத் தாக்குகிறது. அதனால் உடலின் சமநிலை குன்றுகிறது, ஒரு கணம் உணரமுன் சரிந்து விழுகிறது உடல்!

அமிர்தலிங்கத்திற்கு அஞ்சலி செலுத்திய பிறகு, தோழர் பத்மநாதனுடன் பேசிய பிறகு, பசுபதியிடம் போனபிறகுதான் இந்த அச்சம் அருணனைச் சூழ்கிறது.

எப்போது, எங்கிருந்து கோயில் மணி கேட்டாலும் சிலிர்த்து, ஒருகணம் கண்ணை மூடுகிறான் அருணன். அது இப்போது சில நாள்களாகத்தான் வந்த பழக்கம். கடவுள் நம்பிக்கை விட்டுப் போய்ப் பத்து வருடங்களுக்கு மேலாகிவிட்டது. ஆயினும் மணி கேட்டால் கண் மூட, அம்மா வருகிறாள்!

அம்மாள்தான் அம்மாவா, அம்மாதான் அம்மாளா?

அம்மா அப்படி அவமாய்ப் போயிருக்கக் கூடாது. ம். . .

அப்படி, பசுபதியுடன் கதைத்தது சரியா? துஸ்டரைக் கண்டால் தூர விலகிப் போயிருக்க வேண்டும். அதைத்தான் அம்மா சின்னப்பிள்ளையிலிருந்து அடிக்கடிச் சொல்லி வந்தார். 'இங்கு துஸ்டரைத் தேடிப் போயிருக்கிறேன், போய்க் கொழுத்தாடு பிடித்திருக்கிறேன்.'

அவர்களது கையிலிருக்கின்ற ஆயுதங்கள் மிக முட்டாள்த்தன மானவை. அதைக் கொடுத்தவர்களுக்கும் அது தெரியும். அதனால்தான் அதைக் கொடுத்தார்கள். 'அதைத் தெரிந்து கொண்டும் போன நான், படுமுட்டாள்!'

பசுபதியா இப்படி? இராமேஸ்வரத்தில் சந்தித்த பசுபதி யல்ல இவன்! அதிகாரமும் ஆயுதமும் அதனால் விளைந்த ஆணவமும் இப்போது இவனிடம் நிறைந்திருக்கின்றன. இயக்கத்தின் பெயர் என்ன? தமிழ் மக்கள் விடுதலை அணி! ரீபிஎல்எப்! மக்களும் விடுதலையும் பெயரிலாவது இருக்கின்றன.

சபாவைச் சந்தித்து வெகுநாள்களாகிவிட்டன. சந்திக்கிறா னில்லை! அல்லது சந்திக்காமல் ஓடி ஒளிகிறான. சபாவைச் சந்திக்கச் சொல்லிச் சிலரிடம் சொல்லிவிட்டான். ஒருவரும் ஏதும் வந்து சொல்கிறார்களில்லை.

மாத்தையா ஒரு செய்தியும் சபாவிடம் சொல்லிவிட வில்லையா? அல்லது தன்னிடம் சொல்வதற்கு அவர்களிடம் எந்தச் செய்தியும் இல்லையா? அல்லது அவர்களுக்கு இது ஒரு பொருட்டேயில்லாமல் வேலைகள் அதிகமாகிவிட்டதா? அல்லது, ஏதேனும் முடிவெடுத்துவிட்டார்களா? தன்னைச் சிறையிலிருந்து விடுதலை செய்யும்போது என்ன சொன்னார்கள்: "அரசியலிலை ஈடுபட்டால் கண்ட இடத்தில சூடு!"

பசுபதியிடம் போனது, தோழர் பத்மநாதனுடன் கொஞ்ச நேரமாவது பேசிக்கொண்டிருந்தது, தலைவர் அமிர்தலிங்கத் துக்கு அஞ்சலி செலுத்தியது; இதெல்லாம் அரசியலா?

விடுதலைப் புலிகளுக்கு வேலைகள் அதிகமாகிவிட்டதுதான் போலும். இப்போது இலங்கை ஜனாதிபதி பிரேமதாசாவுடன்

நன்கு ஒட்டி உறவாடுகிறார்கள். பிரேமதாசா, கைகளை விரித்து இவர்களை அணைக்கிறார்! அணைக்கிற கைகள் இருபுறமும் கோக்கவில்லை என்று தெரிகிறது, விடுதலைப்புலிகளுக்கும் அது தெரியும்.

விடுதலைப் புலிகள், இப்போது அவ்வளவாக ஆள் பார்த்துச் சுடுவதில்லை. கொழும்பில்தான் வேலைகள் அதிகம். கொழும்பை இவர்களது பொறுப்பில் பிரேமதாசா கொடுத்து விட்டார் என்றும் பேசிக்கொள்கிறார்கள். கொழும்பில் விடுதலைப் புலிகளின் குண்டுகள் சீறும்போது ஜேவிபியின் கொட்டம் அடங்கிவிடுவதாகப் பிரேமதாசா நினைக்கிறார்.

மேலும் இருவர் வாலைச் சுருட்டிக்கொண்டிருக்கிறார்கள்: இலங்கையின் அமைச்சர்களான லலித் அத்துலத் முதலி, காமினி திஸாநாயக்கா! இவர்களே பிரேமதாசாவுக்கு எதிராகப் போர்க்கொடி தூக்கியவர்கள். பல்லு பிடுங்கிய ஜே.ஆர். 'கிரிபத்'தை மென்றுகொண்டிருக்கிறார்.

யாரும் என்னவும் செய்யட்டும்!

அருணனுக்குத் திடுமுட்டாக இருந்தது.

பரிதியுடன் இவை குறித்தெல்லாம் பேச வேண்டும். சபாவை எப்படியாவது சந்திக்க வேண்டும். கலைந்துபோன தலைமயிரையும் காடுபத்திப்போன தாடியையும் வெட்ட வேண்டும். முகத்தில் தேவையில்லாது மூக்குக்கண்ணாடி விடைத்துக்கொண்டிருக்கிறது. இப்போது மூக்குக்கண்ணாடி ஒன்றையும் தெளிவாகக் காட்டுகிறதில்லை, அதை மாற்றுவதற்குக் கொஞ்சக் காசு பார்க்க வேண்டும்.

எதற்கும் பரிதியைப் பார்த்தால் நல்லது!

பரிதி, தனது அறையில் ஒழுங்காக இருக்கிறானில்லை. சறோக்கா, மிகுந்த மனவருத்தத்துடன் கூறினா: "அவன் இப்ப ஒழுங்கா வீட்டை வாறானில்லை தம்பி. வந்தாலும் ஏதோ குடிச்சிட்டு வாறான். கள்ளு, சாராயம் குடிக்கிற மாதிரி தெரியேல்லை. இது வேறை ஏதோ. நல்லா உருக்குலைஞ்சு போனான். அவன் தன்ரை வீட்டுக்கும் போகேல்லைப்போல. அண்டைக்கு அவனின்ரை அம்மா அவனை இஞ்சை தேடி வந்தவா, என்னவோ சீரழியிறான்."

❍

38

அதிகாரம் 19

1989

"வாடாப்பா இரு, உன்ரை அறிக்கையைப் பார்த்தன்."

பணிப்பாளர் சிவகுமார் சேர் ஆங்கிலத்தில் தொடர்ந்தார்.

"ஆச்சரியமா இருக்கிறது! நீயா இது? நீயா இதை எழுதியிருக்கிறாய்! உனது மனநிலை என்னவென்று எனக்குப் புரியவில்லை. மனிதாபிமானம், சமூகநலன் என்று பல சொற்களை இட்டிருக்கிறாய். அவை வெறும் சொற்களாகவே எனக்குப் படுகிறது. ஒன்றிலும் உண்மைத்தன்மையும் உயிர்ப்பும் இல்லை. மக்களின் துயரங்களைப் புரிந்து, அவர்களுக்கு எவ்வாறு உதவலாம் என்று செயற்படுகின்ற நிறுவனம்தான் இது. நீயும் அவ்வாறு எண்ணுகின்ற ஒரு மனிதன் என்றுதான் உன்னையிட்டு நினைத்திருந்தேன். அருணனும் உன்னைப் பற்றி அப்படித்தான் சொல்லியிருந்தான். உன்னை இந்தப் பணியில் நியமித்ததே அதற்காகத்தான்."

எனக்கு நெருப்பின் மேல் நிற்பதுபோல் இருந்தது. மெல்லச் சொன்னேன்: "சேர், நான் எந்த அர்த்தத்தில் இந்த அறிக்கையை எழுதினேன் என்றால். . ."

"எனக்கு எதையும் சொல்லாதே. நான் உன்னை இப்போது படித்துக்கொண்டிருக்கிறேன்."

“என்னையும் பேச விடுவதுதானே நியாயம்?”

“சரி சொல். என்ன சொல்லவருகிறாய், பார்ப்போம்.”

“சேர், மல்லிகா வேறு ஒரு திருமணம் செய்யப்போகிறாள். அதனால் அவளுக்கு இன்னொரு வாழ்க்கை அமைகிறது. அவள் இன்னொருவரில் தங்கி வாழப்போகிறாள். இன்னொருவரில் தங்கி வாழ முடியாத, பல பிள்ளைகளையும் பெற்றிருக்கின்ற, வயதும் அதிகமான பல விதவைகள் இருக்கிறார்கள். மல்லிகாவுக்குப் பிள்ளைகள் இல்லை என்பது மாத்திரமல்ல; மிக இளமையானவள். அவள் எப்படியோ வாழக்கூடியவள். எனவே இந்தத் திட்டத்தை வேறு விதவைகளுக்குச் செயற்படுத்தலாம் என்பதே என் எண்ணம்.”

“அதாவது கட்டிய கோழிப்பண்ணையைப் பிடுங்கிக் கொண்டுபோய் இன்னொரு வீட்டில் நடப்போகிறாய். அப்படித் தானே!”

“இல்லை சேர், அப்படி இல்லை.”

“என்ன ‘இல்லை’ என்று உளறுகிறாய். உன் மூளை ஏன் இப்படித் தறிகெட்டுப் போகிறதென்று எனக்குப் புரியவில்லை. அவ்வாறான விதவைகளுக்கு ஒரு வேலைத்திட்டத்தை நீ தயாரி. அதைச் செயற்படுத்துவதற்கான அனுமதியை நான் பெற்றுத் தருகிறேன். காசு கொட்டக்கூடிய நிறுவனங்களை நான் அணுகுகின்றேன். உனது மிக அருமையான எவ்வளவு வேலைத்திட்டங்களுக்கு அனுமதி பெற்றுத் தந்திருக்கிறேன், இல்லையா? உனது ஒவ்வொரு வேலைத்திட்டமும் எவ்வளவு பெறுமதி மிக்கவை என்பதை நீ அறிவாயா? அந்த வேலைத் திட்டங்களால் இந்த நிறுவனத்திற்கு எவ்வளவு பெருமை என்பதை உன்னால் உணர முடியாதா?

“பாதிக்கப்பட்ட விவசாயிகளுக்கான உனது வேலைத் திட்டம் பலரால் பெரிதும் மதிக்கப்பட்டது. போரினால் பாதிக்கப்பட்ட வேறு சில நாடுகளில் உனது அறிக்கையை வைத்தே, உனது திட்டப்படியே உதவியிருக்கிறார்கள். உனது பெயரைக்கூட அங்கு பயன்படுத்தியதாக அறிகிறேன். ‘உதயசூரியன்’ என்பதே அத்திட்டத்தின் பெயர்! பரிதி என்றால் சூரியன், உதய சூரியன்! கேட்கச் சந்தோசமாக இருக்கிறது. கீதாதேவன், இதனை ஊர் உலகமெல்லாம் சொல்லிப் பெருமைப்பட்டிருக்கிறார். இவையெல்லாம் உனக்குத் தெரியும் என நினைக்கிறேன். நீ போய் இப்படி ஓர் அறிக்கையைத் தருகிறாய்! என்ன பரிதி, நீ! உன்னையிட்டு எனக்கு வெட்கமாக இருக்கிறது!”

“சேர், என்னை நீங்கள் சிறிதளவாவது புரிந்துகொள்ள வேண்டும்.”

“கதையை நிப்பாட்டு,” என்றார், தமிழில். “நீ என்ன சொல்ல வாறாய் எண்டு எனக்கு விளங்குது. பரிதி, இதை இப்பிடிப் பார். அவளுக்கு என்ன பெயர் சொன்னனீ, மல்லிகா... ஆ மல்லிகா. மல்லிகா எங்கன்ரை மகள், உன்ரை தங்கச்சி. இந்தச் சின்ன வயசில, பிஞ்சு வயசில, இந்தியனாமியாலை அவள் விதவையாய்ப் போயிட்டாள். யோசிச்சுப்பார், மல்லிகா உன்ரை தங்கச்சியா இருந்தால்?

“இப்ப அவளுக்கு ஒரு கலியாணம் கைகூடி வருகுது. அதை நாங்கள் வாழ்த்தவேணுமெடா! கலியாணம் கட்டிறவனைப் போற்ற வேணுமெடா! உன்ரை கதையைப் பார்த்தால் நாங்கள் குடுக்கிற இருபது கோழிக்குஞ்சுகளுக்காக அவள் கலியாணம் கட்டாமல் விதவையாவே இருக்க வேணும்போலையல்லோ இருக்கு. ம்...”

சிவகுமார் சேர் கண்களை மூடிக் கதிரையில் சரிந்தார். கண்மணிகள் அசையாது இருந்தன. தனக்குள் எதையோ உணர்ந்து, மெய்மறந்து இருந்தார்.

“உன்ரை தங்கச்சி மல்லிகா! அப்பிடி நினை! இந்த உலகத்தில இருக்கிற அத்தனைபேரும் உனக்கு ஏதோ ஒரு வகையிலை உறவுகள். அதை நீ மனசில வைச்சாத்தான் மக்களுக்குப் பணி செய்ய முடியும். இது சேவையல்ல; மக்களுக்கான பணி; மக்களுக்கான ஊழியம்!”

யன்னலுக்கு வெளியே பார்த்தபடி இருந்தேன். வாழை யிலையில் பட்டு, சூரியன் பச்சை ஒளி சிந்திற்று. எவ்வளவு நேரம் போனதென்று தெரியவில்லை.

“என்ன யோசிக்கிறாய்,” என்றார் சிவகுமார் சேர். “ஒண்டு மில்லை.”

“நான் நிறைய கதைக்கிறன் எண்டு நினைக்காதே. உனக்கு வகுப்பு எடுக்க வைச்சிட்டாய். நான் இதை உன்னட்டை எதிர்பார்க்கேல்லை. அருணனா உன்னை நான் நினைச்சிட்டன். ஒவ்வொருத்தர் ஒவ்வொரு மாதிரி எண்டதை நான் யோசிச்சிருக்க வேணும். சரி ஒண்டும் முடியேல்லை, மல்லிகாவுக்கு ஒரு புதுவாழ்வு கிடைக்குது. அதுக்கு நாங்கள் ஒரு அன்பளிப்புக் குடுக்கிறம். சின்ன சீதனம் குடுக்கிறம். அது கோழிப்பண்ணை! உன்ரை தங்கச்சிக்கு நீ குடுக்கிறாய். அப்பிடி வை! அவள் நல்ல வாழ்வு வாழ இன்னும் என்னென்ன செய்யலாம் எண்டு யோசி. போ!”

திடீரென்று ஏதோ யோசனை வந்தவராக சிவகுமார் சேர் இப்படிச் சொன்னார்: "விதவைகளுக்கு மறுவாழ்வு குடுக்கிறதுக்கு ஏதும் ஒரு வேலைத்திட்டம் தயாரித்தால் என்ன? கொஞ்சம் யோசி பரிதி. நீ கற்பனை மிகுந்தவன். எனக்கு அது ஒரு சொட்டும் இல்லை. உன்ரை கற்பனையிலை இந்தத் திட்டத்தை உருவாக்கு. நடிப்புக்கு, சமையலுக்கு எதுக்கும் கற்பனைதான் முக்கியம். கற்பனையில்லாமல் எந்தக் கலையும் இல்லை. உனக்குக் கற்பனை நல்லா வருகுது. அருணனையும் இதிலை இணைச்சுக்கொள். இரண்டு பேருமா ஒரு வேலைத் திட்டத்தைத் தயாரிச்சுத் தாங்கோ. நீ ஆங்கிலத்திலை அழகா எழுதுவாய். ஒரு வேலைத்திட்டத்தைத் தயாரிச்சு, கெதியெண்டு தா. ஒண்டிரண்டு கிழமையிலை உன்னட்டை இருந்து இதை நான் எதிர்பார்க்கிறன்."

இப்போது சிவகுமார் சேரின் முகம் மலர்ந்து கிடந்தது.

"'விதவை' எண்ட பெயர் வேண்டாம். 'கைம்பெண்', ம்... அதுவும் வேண்டாம். 'மறுவாழ்வு'... அவ்வளவுதான்! 'பெண்களுக்கு மறுவாழ்வு', அதுவும் வேண்டாம். 'பெண்களை' எடு, 'மறுவாழ்வு'!"

திட்டமே நிறைவடைந்ததுபோல் திளைப்பில் கிடந்தார் சிவகுமார் சேர்.

திடீரென முழித்து, "உன்னை இன்னும் மினைக்கெடுத்த நான் விரும்பேல்லை. உன்ரை அனுமதியோடை நான் இதைச் செய்யிறன்."

நான் கொடுத்த அந்த அறிக்கையைத் துண்டுதுண்டாகக் கிழித்துக் குப்பைத்தொட்டியில் போட்டார் சிவகுமார் சேர்!

மல்லிகாவை யோசிக்க நிரம்பிய துக்கமாக இருந்தது. எல்லாம் முடிந்திருக்கும், சந்திரனின் மனைவியாகி இருப்பாள்!

எல்லாத்தையும் மயிலிக்குச் சொல்லி அழுதன். "ஒண்டும் யோசியாதை ராசா."

அவள் என்னை அணைத்துத் தன் நெஞ்சுக்குள் புதைத்தாள்!

❍

39

பத்தொன்பதாம் அத்தியாயம்

1990

நாற்பத்தியிரண்டு விடைத்தாள்களைத் திருத்தியதில் மூன்று மணித்தியாலம் போயிருந்தது. அருணன் தன் நாரியில் தெண்டித் தெண்டி வலி கண்டான். சாந்தியக்கா எவ்வளவு சொல்லியும் அவன் பின்னேரத் தேத்தண்ணியைக் குடிக்க வில்லை. குடிக்க நேரம் வரவில்லை. அது பச்சைத் தண்ணியா ஆறியிருந்ததில் வெளியே ஊற்றினா சாந்தியக்கா.

'பொண்ட் ரியூட்டறி' அந்த நல்ல காரியத்தைச் செய்தது. அங்கு வைக்கும் பரீட்சைகளின் விடைத் தாள்களைத் திருத்தும் வேலையை அருணனுக்குக் கொடுத்தார், 'பொண்ட் ரியூட்டறி' உரிமையாளர்.

கண்ணும் சரியில்லை; கண்ணாடியும் ஒழுங்கில்லை. பூஞ்சிப்பூஞ்சிப் பார்த்தபடி விடைத்தாள்களைத் திருத்தினான் அருணன். ஒரு விடைத்தாளைத் திருத்த முப்பது சதம். அவனுக்கு இப்போ கிடைக்கப்போவது பன்னிரண்டு ரூபா அறுபது சதம்!

அந்தக் காசுக்குப் பெரிதாக ஒன்றும் செய்ய இயலாது. அரிசி அல்லது மா அல்லது சீனி வாங்கி சாந்தியக்காவிடம் கொடுக்கலாம்.

ஐந்தரை மணிக்குப் பரிதியைச் சந்திப்பதாகச் சொல்லியிருந்தான் அருணன். நேரம் போய் விட்டது, பரிதி காத்திருப்பான்.

விறுக்குவிறுக்கென்று அருணனின் கால்கள் சைக்கிளை உழக்கின. அக்கம்பக்கம் பார்த்தபடியே, அவன் சைக்கிளைச் செலுத்தினான்.

நல்லூர் சட்டநாதர் கோயிலடி. "தோழர்," என்று குரல் கேட்டது. 'தோழர்' என்று இப்போது தன்னைக் கூப்பிட ஒருவரு மில்லை! ஒரு பிரமை என்று அருணன் அதனை அசட்டை செய்தான். மீண்டும் இரண்டுமுறை "தோழர், தோழர்," என்று கேட்டது. அருணன் திரும்பிப் பார்த்தான்.

ஒரு சைக்கிளில் இருவர் வருகிறார்கள். இருவரது முகங்களும் தெளிவாக இல்லை! 'மூக்குக் கண்ணாடியை மாற்ற வேண்டும். பரிதியிடம் காசு கேட்டிருக்கு,' என்று அருணன் யோசித்தான். சைக்கிளில் வருபவர்கள் யமனின் தூதர்களோ என்றும் யோசித்தான். சடாரெனத் திரும்புவதற்குப் பக்கத்தில் ஒழுங்கை எதுவும் இல்லை; சட்டநாதர் கோயில் வீதி ஒன்றே இருந்தது!

திகைத்துத் தடுமாறி அந்த வீதியில் திரும்பினான் அருணன்.

"தோழர், தோழர்," என்று இரண்டுமுறை கேட்ட மாதிரியே அந்தச் சத்தமும் இரண்டுமுறை கேட்டது!

○

40

அதிகாரம் 20

1990

அருணன் நேரத்தைக் குறித்திருந்தான்: "மைச்சான் நாளைக்குப் பின்னேரம் ஐஞ்சரை ஆறு மணிக்கு."

அவன் சொன்ன இடத்துக்கும் நேரத்துக்கும் நான் போக மினைக்கெடவில்லை. எதுவும் தப்பித்தவறி நடக்கக் கூடாது. அருணன் எவ்வளவு பயப்படுகிறானோ அவ்வளவு நானும் பயந்தேன். இருவரில் ஒருவருக்காவது கடவுள் நம்பிக்கை இருந்திருக்கலாம்.

அருணன் தன் தலைமயிரை வெட்டுவதென்றாலும் யாரிடமாவது பிச்சை ஏந்த வேண்டும். அருணன் பிச்சை ஏந்த இருவர்தாம் இருந்தோம். அருணனின் ஒருநேரச் சோற்றுக்குச் சாந்தியக்கா காசு கேட்பதில்லை.

அந்த இடத்தில் காத்திருந்தேன். ஆறு மணியாயிற்று, ஏழு மணியாயிற்று; எட்டு மணியாகும் வரை நான் நிற்கத் தேவை வரவில்லை.

○○○

அருணனின் சாவு, சின்ன விசயம் அல்ல. ஒரு மலை சரிந்தது. அத்தனை உழைப்பும் தியாகமும் ஆத்துமாவும் ஒரு கணத்தில் சட்டநாதர் கோயில் வீதியில் வீழ்ந்தது. மகாமனிதன் அவன் என்பது எனக்கு மாத்திரம்தான் தெரியும்.

யார் செய்திருப்பார்கள், ஏன் செய்தார்கள்?

ஒரு கணம் சுபாவை நினைந்தேன். ஐயாவின் சாவுக்கு அப்படி ஓடிவந்து துடிதுடித்தவள் அல்லவா? அருணனை அவளன்றி வேறு யாரால் அப்படி உணர்ந்திருக்க முடியும்? சுபாவுக்கு அறிவிப்பது எப்படி?

நான் அழவில்லை. "அண்ணா," என்று அருணனின் தங்கை, என் காலைக் கட்டிக் குழறியபோது, பூமி அதிர்ந்து என்னை நடுநடுங்கவைத்தது. எல்லாவற்றுக்கும் தலையைக் குனிந்துகொண்டுதான் இருந்தேன். எனக்கும் இந்த உலகத்துக்கும் இப்போது யாதொரு சம்பந்தமும் கிடையாது.

"தண்ணீர் விட்டோ வளர்த்தோம் சர்வேசா இப்பயிரைக் கண்ணீரால் காத்தோம் கருகத் திருவுளமோ," என்று அடிக்கடி அருணன் பாடுவது, வெறும் பாடல் அல்ல.

❍❍❍

சிவகுமார் சேரிடம், ஆங்கிலத்தில் தட்டச்சு செய்திருந்த கடிதத்தைக் கொடுத்தேன். வாசித்துவிட்டு நிமிர்ந்து என்னை ஆழ ஊடுருவிப் பார்த்தார். "உன்னை 'நில்' என்றும் சொல்ல முடியவில்லை, 'போ' என்றும் சொல்ல எனக்கு மனம் வரவில்லை. இனி நான் என்ன செய்யப்போறன் என்றதும் தெரியவில்லை," என்றார் ஆங்கிலத்தில். "ஒரு லச்சம் ரூபா, காசா தாறன். அருணன் குடும்பத்திட்டைக் குடுத்திடு," என்றதை அவர் தமிழில் சொன்னார்.

பிறகு என் கைகளைப் பற்றியபடி ஒரு நிமிடத்திற்குமேல் இருந்தார். "இழுத்து மூட வேண்டியதுதான்," என்று அவரிட மிருந்து முணுமுணுப்பு வந்தது.

❍❍❍

பின்னேரம்போல தனமக்காவிடம் போய், சம்பளமாக வந்த பதினையாயிரம் ரூபா காசைக் கொடுத்தேன். "ஏன் தம்பி! ஏன் தம்பி," என்றா. "ஒண்டுமில்லை... வைச்சிருங்கோ..." என்றேன்.

"போட்டுவாறன் அக்கா. இனி எப்ப வருவனோ தெரியாது. உங்கன்ரை வீட்டு விலாசத்தை ஒருக்கா எழுதித் தாங்கோ. போய்க் கடிதம் எழுதுறன்," என்றேன்.

"எங்கை தம்பி போறியள்? என்ன விசயம்," என்றா. "வெளிநாட்டுக்குப் போறன் அக்கா. போய்க் கடிதம் எழுது கிறேனே," என்றேன். "உங்களுக்குக் காசு தேவைப்படுகிறபோது

எனக்கு எழுதுங்கோ" என்றும் சொன்னேன். பிறகு சொன்னேன்: "இல்லை, நானா அனுப்புறன்."

விலாசம் தந்தபோது அவாவின் கையெழுத்து மிக அழகாக இருந்தது, அவா தந்த முத்தம்போல.

○○○

பொழுதுபட இராசனிடம் போனேன். உண்மையில் இராசனிடம் போனேன் என்று சொல்லக் கூடாது. மயிலியிடம் போனேன். இராசனும் அங்கு நின்றார். இராசன் அங்கு நிற்க வேண்டும்.

இவ்வளவு நாள்களில் ஒன்றிரண்டு நாள்களைத் தவிர எல்லா நாள் இரவும் இராசன் வீட்டில் கழிந்தது. இரவிரவாகக் கள்ளு. பிறகு கொஞ்சம் சாராயம். "இனி காணும் சாப்பிட்டிட்டுப் படுங்கோ," என்று சாராய கிளாஸை எடுத்துக் கொண்டு போகிறபோது மயிலி வெருட்டினாள். எனக்கு அந்த வெருட்டு தேவையாக இருந்தது.

அந்த இரவு, இராசன் தனியனாகக் கசிப்புக் குடிக்கிறார் என நினைக்கிறேன்.

இன்றிரவு நான் அம்மாவுடன் படுக்க வேண்டும். பிறகு எனக்கு யாருமில்லை.

மயிலிக்குச் சொன்னேன்: "சந்தோசமா இருங்கோ. நான் போறதுதான் எல்லாத்துக்கும் நல்லது. போய் மாசாமாசம் காசு அனுப்புவன். மூண்டுபேரும் சுகமா சந்தோசமா சீவிக்க வேணும். மயிலி, உனக்கு இராசன் தெய்வம்!"

மயிலியை இறுக்கிக் கட்டிப்பிடித்துக் கொஞ்ச யோசித்தேன், இராசன் நிற்கிறார். குனிந்து மயிலியின் வயிற்றுக்கு முத்தமிட்டேன். இராசனையும் தழுவிவிட்டு, "போட்டுவாறன்," என்று ஒருவரையும் பாராமல் வெளிக்கிட்டேன்.

○○○

விடிய யாழ்தேவி. கூட அம்மா, அப்பா வருவதை நான் விரும்பவில்லை. ஆனால் இப்போது நான் விரும்புகின்ற எது தான் நடக்கிறது?

அம்மாவுக்கும் அப்பாவுக்கும் இடையில் இருப்பதை அரியண்டமாக உணர்ந்தேன், ஏதோ கைதிபோல.

சீறிக்கொண்டுதான் யாழ்தேவி கொழும்பு நோக்கிப் போகிறது. ஆனாலும் மூத்திரம் பெய்யப்போகவும் அப்பா கூடவே வந்தார். அம்மாவின் கண்களும் கூடவே வந்தன.

எனக்கு யோசிக்க ஒரு விசயம் மாத்திரமே இருந்தது. அது அப்படித்தான் ஆகும் என்று யோசித்தேன். நான் தோற்றுப் போனவன்; கோழை! அவமாக அருணன் செத்தாலும் அவன் இந்த உலகை வென்றவன்.

மல்லிகாவை யோசித்து ஒவ்வொரு கணமும் துடிக்கிறேன். அவள் கிடைத்திருந்தால் நான் பெரும் பாக்கியசாலி. ஆனால் என் தலைக்கு நான்தான் மண் அள்ளிப்போட்டேன்! நான் கோழை.

'நான் காத்திருக்கிறேன்,' என்றுதான் அவள் சொன்னாள். நான், 'காத்திரு,' என்று அப்படியே விட்டுவிட்டேன்.

மல்லிகாவை எங்கேயாகிலும் எப்போதாகிலும் காணும் தைரியம் எனக்கில்லை.

ஈழத்தை விட்டு என்னைத் துரத்துவது எது? இந்தியனாமியா? இயக்கங்களா?

அருணன் இங்கு இல்லை! மல்லிகா எனக்கில்லை! சீரழிந்த வாழ்வு மயிலிக்கு வேண்டாம்!

○○○

ஆனையிறவு தடைமுகாமில் இந்தியனாமி ரயிலில் ஏறியது. ஒன்றையும் பார்க்கவில்லை; ஒருவரையும் ஒன்றும் கேட்கவில்லை. உடனேயே இறங்கியது.

அந்தப் பெட்டியில் அமர்ந்திருந்த சிறுவனொருவன் இந்தியனாமியைக் கண்டு வெருளுவது மாதிரி இருந்தது. வேட்டி கட்டி, மேலே சேர்ட் ஒன்றும் இல்லாமல் பூணூல் அணிந்திருந்தான். சிவந்த வெள்ளைத் தேகம். 12–15 வயதிற்கு இடைப்பட்டவன் என்றது அவனது உடல்மொழி. பக்கத்தில் அவனது தாயும் தந்தையும் இரண்டு சகோதரிகளும் இருந்தனர். இருவரும் அவனுக்கு மூத்தவர்கள்.

அவனது முகம் இருண்டபடியே இருந்தது. அந்தக் குடும்பத்தினர் அனைவரது முகங்களும் இறுகிக் கிடந்தன. எனக்கும் அவனுக்கும் யாதொரு பேதமும் இல்லையோ என நான் யோசித்தேன். இப்போது ஏன் மல்லிகாவின் முகம் நினைவுக்கு வர வேண்டும் என்றும் யோசித்தேன்.

கிளிநொச்சி கழிந்தது, மாங்குளம் கழிந்தது, புளியங்குளம் கழிந்தது, ஓமந்தையில் நிற்கவில்லை, வவுனியா வந்தது.

வவுனியாவிலிருந்து யாழ்தேவி புறப்பட்டபோது அச்சிறுவன் ஆசுவாசமானான்; பெற்றோர், சகோதரிகள்...

யாவரும் அவ்வாறே. பூணூலைக் கழற்றி யன்னலுக்கு வெளியே சுழற்றி எறிந்தான் அச்சிறுவன். வேட்டி இடுப்பில் இருந்தபடியே இருக்க, காலுக்குள்ளால் லோங்ஸ் ஏறியது. வேட்டிகூட யன்னலுக்குள்ளால் வெளியே எறிபட்டது. உடம்பில் புதிதாக ஒரு சேர்ட். அவன் இப்போது அழகிய இளைஞனான சிறுவனானான்!

'பிள்ளைபிடிகாறர்கள்' ஏனோ நினைவுக்கு வந்தனர்.

தமிழர் தேசத்தை விட்டுச் சிங்களத் தேசத்துக்குள் புகுகின்ற யாழ்தேவியினுள் இருவருக்கு இப்போது நிம்மதி! ஒன்று அச்சிறுவன்.

○○○

அத்தான், கொழும்பு கோட்டை புகையிரத நிலையத்துக்குள் வந்து நின்றார். நாங்கள் வந்து இறங்கிய வுடன், "மாமா ஒரு பிரச்சினையும் இல்லை. பரிதிக்கு உடனேயே விசா தந்திட்டாங்கள். பெரிய படிப்பு, காசு நிறைய செலவுதான். பரவாயில்லை, யூக்கே எண்டால் சும்மாவா! அங்கை இவனின்ரை அக்கா சும்மா அழுதுகொண்டிருக்கிறா. இனி பயணம்தான்; பிளைற்றுக்கு ரிக்கெட் போட்டாச்சு. மார்ச் இருபத்தைஞ்சாம் திகதி பிளைற். நீங்கள் ஒண்டும் யோசியாதையுங்கோ," என்று கத்திக்கத்திச் சொன்னார்!

நான் இலங்கையை முற்றாகத் துறந்து வெளிக்கிட்ட நாள்: *25–03–1990.* ஞாயிற்றுக்கிழமை!

○